ರಾಜೇಶ್ ಕುಮಾರ್ ಕಲ್ಯಾ

ಉಡುಪಿ ಜಿಲ್ಲೆಯ ಕಾರ್ಕಳ ತಾಲ್ಲೂಕಿನ ಕಲ್ಯಾ ಎಂಬ ಪುಟ್ಟ ಹಳ್ಳಿ ರಾಜೇಶ್ ಅವರ ಹುಟ್ಟೂರು. ಪ್ರಕೃತಿಯ ಜೊತೆಯಲ್ಲಿ ಬೆಳೆದ ಇವರಿಗೆ ಪರಿಸರವೆಂದರೆ ಇನ್ನಿಲ್ಲದ ಪ್ರೀತಿ. ಪರಿಸರದ ಕುರಿತು ಮುಗಿಯದ ಅಧ್ಯಯನದ ಆಸಕ್ತಿ. ವೃತ್ತಿಯಲ್ಲಿ ಇಂಜಿನಿಯರ್ ಆದ ರಾಜೇಶ್, ವೃತ್ತಿಯ ಪರಿಧಿ ಮೀರಿದ ಓದು ಬರವಣಿಗೆಯ ಸಾಂಗತ್ಯವನ್ನು ಅಂಟಿಸಿಕೊಂಡವರು. ವಿಜ್ಞಾನ, ಜೀವನ, ಪರಿಸರ, ಪ್ರವಾಸ, ಸಮಾಜವನ್ನು ವೈಚಾರಿಕ ಚಿಂತನೆಗೆ ಪ್ರೇರೇಪಿಸುವ ಇವರ ಹಲವಾರು ಲೇಖನಗಳು ಪತ್ರಿಕೆಗಳಲ್ಲಿ ಪ್ರಕಟಗೊಂಡಿವೆ. ಹಿರಿಯ ಲೇಖಕ ಕೆ.ಪಿ. ಪೂರ್ಣಚಂದ್ರ ತೇಜಸ್ವಿ ಅವರ ಬರಹಗಳೆಂದರೆ ಎಂದೂ ಮುಗಿಯದ ಹುಚ್ಚು ಪ್ರೀತಿ. “ಈಗಲ್ಸ್ ಲೈನ್” ಇವರ ಚೊಚ್ಚಲ ಕೃತಿ.

ಕಾದಂಬರಿ

ಈಗಲ್ಸ್ ಲೈನ್

(EAGLE'S LINE)

ರಾಜೇಶ್ ಕುಮಾರ್ ಕಲ್ಯಾ

ವೀರಲೋಕ

ವೀರಲೋಕ ಬುಕ್ಸ್ ಪ್ರೈ.ಲಿ.
207, 2ನೇ ಮಹಡಿ, 3ನೇ ಮೇನ್, ಚಾಮರಾಜಪೇಟೆ
ಬೆಂಗಳೂರು–560018. ಮೊಬೈಲ್: 70221 22121
ಇಮೇಲ್: veeralokabooks@gmail.com
ವೆಬ್‌ಸೈಟ್: www.veeralokabooks.com

EAGLE'S LINE
Novel written by **Rajesh Kumar Kallya**

Published by:
VEERALOKA BOOKS PVT. LTD.
207, 2nd Floor, 3rd Main
Chamarajpet, Bengaluru-560018

Mobile : +91 7022122121
E-mail : veeralokabooks@gmail.com
Website: www.veeralokabooks.com

Price : Rs. 220/-
Pages : 184
First Impression : 2023

Paper used : 70 GSM NS Maplitho
Book size : 1/8th Demy

ISBN :

Cover page illustration by : Prakash Babu
Inner pages design by : Vijaya Vikram

ಅರ್ಪಣೆ

ಯುವಕರಲ್ಲಿ ಓದು ಬರಹದ ಕಿಚ್ಚು ಹತ್ತಿಸಿದ
ಮೂಡಿಗೆರೆಯ ಮಾಯಾವಿ
ಕೆ.ಪಿ. ಪೂರ್ಣಚಂದ್ರ ತೇಜಸ್ವಿಯವರಿಗೆ...

ಈ ಕಾದಂಬರಿಯಲ್ಲಿ ಬರುವ ಪಾತ್ರಗಳು, ಸನ್ನಿವೇಶಗಳು ಕಾಲ್ಪನಿಕ. ಕಥೆಗಳಲ್ಲಿ ಬರುವ ಪಾತ್ರಗಳು ಯಾರಿಗಾದರೂ ಹೋಲಿಕೆಯಾಗುತ್ತಿದ್ದಲ್ಲಿ ಅದು ಕಾಕತಾಳೀಯ ಮಾತ್ರ...

ಲೇಖಕರ ನುಡಿ

ನೀವು ಓದು ಶುರುವಿಡುವ ಮೊದಲು ನಾನಿದನ್ನು ಹೇಳಲೇಬೇಕು. ಮನುಷ್ಯನ ಆಸೆಗಳೇ ಹಾಗೆ. ಮಿತಿಯಿಲ್ಲದವು. ಕಥೆ, ಲೇಖನಗಳನ್ನು ಬರೆಯುತ್ತಿದ್ದವನಿಗೆ ಯಾವುದೋ ಒಂದು ಕ್ಷಣದಲ್ಲಿ ಕಾದಂಬರಿ ಬರೆಯಬೇಕೆಂಬ ಆಸೆ ಮೂಡಿದೆ. ಆದರೆ ಏನು ಬರೆಯೋದು? ಚಂದದ ಲವ್ ಸ್ಟೋರಿ ಬರೆಯೋಣ ಎಂದುಕೊಂಡೆ. ಲವ್ ಸ್ಟೋರಿಗಳು ಅದಾಗಲೇ ಸಾವಿರಾರು ಬಂದಿವೆ. ಹೊಳೆಯಲ್ಲಿ ಹುಣಸೇಹಣ್ಣು ಹಿಚುಕಲು ಮನಸ್ಸೊಪ್ಪಲಿಲ್ಲ. ಹಾರರ್ ಬರೆಯೋಣವೆಂದರೆ ಐಡಿಯಾ ಇಲ್ಲ. ಹಾಗಾದರೆ ಏನು ಬರೆಯೋದು ಎಂದು ಯೋಚಿಸುತ್ತಲೇ ಕುಳಿತಿರುವಾಗ ಫೇಸ್‌ಬುಕ್‌ನಲ್ಲೊಂದು ಸಾಲು ಕಾಣುತ್ತದೆ. ಅದು ಮೂಡಿಗೆರೆಯ ಮಾಯಾವಿ ಶ್ರೀ ಕೆ.ಪಿ. ಪೂರ್ಣಚಂದ್ರ ತೇಜಸ್ವಿಯವರ ಸಾಲುಗಳು. 'ನನ್ನ ಕಥೆ ಕಾದಂಬರಿಗಳು ವಾಸ್ತವವಾಗಿ ನನ್ನ ಅನುಭವಗಳನ್ನೇನೂ ನಿಮಗೆ ಕೊಡುವುದಿಲ್ಲ. ನಿಮ್ಮೊಳಗೇ ಇದ್ದ ಆ ಅನುಭವಗಳನ್ನು ಉದ್ದೀಪನ ಮಾಡಿ ನಿಮಗೆ ತೋರಿಸಿಕೊಡುತ್ತವಷ್ಟೆ.' ಅನುಭವಗಳನ್ನು ಉದ್ದೀಪನಗೊಳಿಸುವ ಒಂದಷ್ಟು ವಿಷಯಗಳ ಸಂಗ್ರಹಕ್ಕೆ ತೊಡಗಿ ಬರೋಬ್ಬರಿ ನಾಲ್ಕು ವರ್ಷ. ಅದೃಷ್ಟವಶಾತ್ ಆ ತಲೆಮಾರಿನ ಕಥೆ ಹೇಳುವ ಜನರೂ ಸಿಕ್ಕರು. ಸಂಗ್ರಹಿಸಿದ ವಿಷಯಗಳು ಕಾದಂಬರಿಯಾಗಿ, ಡೆಲಿವರಿಯಾಗಲು ಮತ್ತೊಂದು ವರ್ಷ ತೆಗೆದುಕೊಂಡಿತು. ಕಥೆ ಕಾದಂಬರಿಗಳೆಂದರೆ ಸ್ವಲ್ಪ ಉತ್ಪ್ರೇಕ್ಷೆ ಸಹಜ. ಅದನ್ನು ಹೊರತುಪಡಿಸಿದರೆ ಈ ಕಾದಂಬರಿಯಲ್ಲಿ ಹೊಸದೇನೋ ಸಿಗಬಹುದು ಎಂದು ನನಗನಿಸುತ್ತಿಲ್ಲ. ನಿಮ್ಮ ಹಳ್ಳಿ ಬದುಕಿನ ಅನುಭವಗಳೇ ಇಲ್ಲಿ ಹುದುಗಿದ್ದರೂ ಅಚ್ಚರಿಯೇನಿಲ್ಲ. ಇದು ಕಳೆದುಹೋದ ನೆನಪುಗಳಿಗೆ ಮತ್ತೆ ಜೀವ ನೀಡುವ ಒಂದು ಪುಟ್ಟ ಪ್ರಯತ್ನ. ಕಾದಂಬರಿಯನ್ನು ಅಕ್ಷರಕ್ಕಿಳಿಸಿದವ ನಾನಾದರೂ ಇದರಲ್ಲಿ ನೂರಾರು ಜನರ ಕೊಡುಗೆಯಿದೆ. ಅವರನ್ನು ನಾನು ಇಲ್ಲಿ ನೆನೆಯಲೇ ಬೇಕು.

ಮೊದಲನೆಯ ವ್ಯಕ್ತಿ ಕನ್ನಡದ ಖ್ಯಾತ ಕಾದಂಬರಿಕಾರರಾದ ಶ್ರೀ ವಿವೇಕಾನಂದ ಕಾಮತ್ ಅವರು, 'ಹೀಗೊಂದು ಪ್ರಾಕಾರದ ಕಾದಂಬರಿ ಬರೆಯಬೇಕೆಂದಿದ್ದೇನೆ ಸರ್' ಎಂದಾಗ 'ನೀವಿದನ್ನು ಬರೆಯಬಲ್ಲಿರಿ' ಎಂದು ಆತ್ಮಸ್ಥೈರ್ಯ ತುಂಬಿದ ವ್ಯಕ್ತಿ. ಅವರಿಗೆ ನನ್ನ ತುಂಬು ಹೃದಯದ ಕೃತಜ್ಞತೆಗಳು.

ನಾನು ಮೊದಲನೆಯ ಬಾರಿ ಪತ್ರಿಕೆಗೆ ಬರೆಯಲು ಪ್ರೋತ್ಸಾಹಿಸಿದವರು ಹಿರಿಯ ಲೇಖಕರುಗಳಾದ ಶ್ರೀ ಜನಾರ್ಧನ ಭಟ್ ಮತ್ತು ಶ್ರೀ ಅನಂತ ವೈದ್ಯ ಯಲ್ಲಾಪುರ ಅವರು. ಇವರಿಬ್ಬರಿಗೂ ನಾನು ಕೃತಜ್ಞ.

ತಮ್ಮ ಬಿಡುವಿಲ್ಲದ ಕೆಲಸದ ಮಧ್ಯೆಯೂ ಕೇಳಿದ ಕೂಡಲೇ ಚಂದದ ಬೆನ್ನುಡಿ ಬರೆದುಕೊಟ್ಟ ಹಿರಿಯ ಪತ್ರಕರ್ತರಾದ ಶ್ರೀ ಎ.ಆರ್. ಮಣಿಕಾಂತ್ ಅವರಿಗೂ ನನ್ನ ಕೃತಜ್ಞತೆಗಳು.

ಕನ್ನಡ ಪುಸ್ತಕಗಳಿಗೊಂದು ಹೈಟೆಕ್ ವೇದಿಕೆ ಕಲ್ಪಿಸಿದ 'ವೀರಲೋಕ' ನನ್ನ ಚೊಚ್ಚಲ ಹೊತ್ತಗೆಯನ್ನು ಹೊರತರುವುದು ನನಗೆ ಖುಷಿ ಹಾಗೂ ಹೆಮ್ಮೆಯ ವಿಷಯ. ಶ್ರೀ ವೀರಕಪುತ್ರ ಶ್ರೀನಿವಾಸ ಅವರಿಗೂ, ಸಮಸ್ತ 'ವೀರಲೋಕ' ಟೀಂಗೂ ನಾನು ಕೃತಜ್ಞ.

ನನ್ನ ಬಾಲ್ಯದಲ್ಲಿ ವರ್ಣರಂಜಿತವಾಗಿ ಕಥೆ ಹೇಳಿದ ಪ್ರಮುಖರೆಂದರೆ ಮೊದಲನೆಯವರು ನಮ್ಮೂರಿನವರೇ ಆದ ದಿ। ಶಂಕರ ಕರ್ಕೇರರು ಮತ್ತು ನನ್ನ ಮುತ್ತಜ್ಜ. ಅವರುಗಳೇ ಈ ಕಾದಂಬರಿಗೆ ಪ್ರೇರಣೆ ಎನ್ನಬಹುದು. ಮುತ್ತಜ್ಜ ಕಾಲವಾಗಿ ಹತ್ತು ವರ್ಷಗಳು ಕಳೆದು ಹೋದರೆ ಶಂಕರಣ್ಣ ಇತ್ತೀಚೆಗೆ ಇಹಲೋಕದ ಪಯಣ ಮುಗಿಸಿದ್ದಾರೆ. ಈ ಸಂದರ್ಭದಲ್ಲಿ ಅವರಿಬ್ಬರಿಗೂ ನನ್ನ ಭಾವಪೂರ್ಣ ಕೃತಜ್ಞತೆಗಳನ್ನು ಸಲ್ಲಿಸುತ್ತಿದ್ದೇನೆ.

ಈ ಕಾದಂಬರಿಗೆ ಜೀವ ತುಂಬುವಲ್ಲಿ ಹತ್ತಾರು ಜನ ಸಹಕರಿಸಿದ್ದಾರೂ ಅವರಲ್ಲಿ ಒಂದಿಬ್ಬರನ್ನು ನಾನಿಲ್ಲಿ ನೆನೆಯಲೇಬೇಕು. ಲೇಖಕರು, ಆಕಾಶವಾಣಿಯ ಮಾಜಿ ಕಲಾವಿದರಾದ ಶ್ರೀ ಸಂಜೀವ ಶೆಟ್ಟಿ ಕಲ್ಯಾ ಮತ್ತು ವಿಜ್ಞಾನ ಪ್ರಾಧ್ಯಾಪಕಿಯಾದ ಶ್ರೀಮತಿ ಪವಿತ್ರಾ ನೆರಿಯಾನ ಅವರಿಗೂ, ಆತ್ಮೀಯತೆಯಲ್ಲಿ ಪ್ರೂಫ್ ರೀಡಿಂಗ್ ಮಾಡಿಕೊಟ್ಟ ಪತ್ರಕರ್ತರಾದ ಶ್ರೀಮತಿ ಹಲೀಮತ್ ಸಅದೀಯಾ ಅವರಿಗೆ, ಪತ್ರಕರ್ತರಾದ ಅಶ್ವಿನಿ ಆರಾಧ್ಯ ಮೇಡಂಗೆ, ಮಾಮ್ಸ್‌ಪ್ರೆಸೋ ಕನ್ನಡದ ಸಂಪಾದಕರಾದ ಶ್ರೀಮತಿ ಶ್ವೇತಾ ಭಿಡೆಯವರಿಗೆ, ಉರಗತಜ್ಞರಾದ ಶ್ರೀ ಗುರುರಾಜ್ ಸನಿಲ್ ಅವರಿಗೆ, ನಿಸರ್ಗ ಪ್ರಜ್ಞೆ ಮೂಡಿಸಿದ ನನ್ನ ಮನೆಯ ಸದಸ್ಯರೆಲ್ಲರಿಗೂ, ಅಂತರ್ಜಾಲದಲ್ಲಿ ಬರಹಗಳನ್ನು ಓದಿ ಪ್ರೋತ್ಸಾಹಿಸಿದ ಮಿತ್ರರು, ಪರಿಸರ ಮತ್ತು ಪರಸರವನ್ನು ಪ್ರೀತಿಸುವ ಎಲ್ಲರಿಗೂ ನಾನು ಅಭಾರಿ.

ಕಾದಂಬರಿ ನನಗೆ ಮೊದಲ ಅನುಭವ. ಬರೆದಿಟ್ಟ ನಂತರ ಹತ್ತಾರು ಬಾರಿ ಓದಿದ್ದೇನೆ, ನಕ್ಕಿದ್ದೇನೆ. ತಿದ್ದಿದ್ದೇನೆ. ಏನು ಬರೆಯಬೇಕೆಂದುಕೊಂಡಿದ್ದೇನೋ ಅದನ್ನು ಬರೆದು ಪುಸ್ತಕವನ್ನು ಓದುಗ ದೇವರಾದ ನಿಮ್ಮ ಕೈಗಿಡುತ್ತಿದ್ದೇನೆ. ಮಾನವನ ಬದುಕನ್ನು ಹಂತಹಂತವಾಗಿ ಮೊಬೈಲ್ ಆಕ್ರಮಿಸುತ್ತಿರುವ ಈ ಕಾಲಘಟ್ಟದಲ್ಲಿ ನಾನು ಬರೆದದ್ದನ್ನು ನೀವು ವಿಶ್ವಾಸದಿಂದ ಓದುವುದೇ ಹೆಚ್ಚು, ಓದಿ ಖುಷಿಪಟ್ಟರೆ ಅದಕ್ಕಿಂತ ದೊಡ್ಡ ಬಹುಮಾನ ನನಗೇನೂ ಇಲ್ಲ. ಇಷ್ಟವಾಗದಿದ್ದರೆ ಮುಜುಗರಪಡದೇ ಇನ್‌ಸ್ಟಾಗ್ರಾಮಲ್ಲೋ, ಫೇಸ್‌ಬುಕ್ಕಲ್ಲೋ ಬಂದು ಒಂದು ಮಾತು ಹೇಳಿ. ಮುಂದೆ ತಿದ್ದಿಕೊಳ್ಳಲು ಸಹಾಯವಾಗುತ್ತದೆ. ವಿಶ್ವಾಸವಿರಲಿ. ಮತ್ತೊಮ್ಮೆ ಥ್ಯಾಂಕ್ಯೂ. ಥ್ಯಾಂಕ್ಯೂ ಸೋ ಮಚ್.

–ರಾಜೇಶ್ ಕುಮಾರ್ ಕಲ್ಯಾ

ಪ್ರಕಾಶಕರ ಮಾತು

ಅಕ್ಷರದ ಬೆಳದಿಂಗಳ ಮುಂದೆ ಕೂತು ಬೆರಗುಗೊಂಡಿದ್ದೇನೆ. ನನ್ನಿಂದ ಇದು ಸಾಧ್ಯವಾ ಎಂದು ಪ್ರಕಾಶನ ಲೋಕಕ್ಕೆ ಬಂದವನಿಗೆ, ಇದು ಸಾಧ್ಯ ಎಂದು ಬೆನ್ನುತಟ್ಟಿದ ತಮಗೆಲ್ಲ ಮೊದಲಿಗೆ ಧನ್ಯವಾದಗಳು.

ಕನಸುಗಳು ಬರೀ ಕನವರಿಕೆಗಳಾಗಬಾರದು, ಕಸುವು ಆಗಬೇಕು ಎನ್ನುವುದರ ಮೇಲೆ ನಂಬಿಕೆ ಇಟ್ಟವನು ನಾನು. ಹಾಗಾಗಿ ಕೇವಲ ಸಾಹಿತ್ಯ ಓದುಗನಾಗಿದ್ದವನು, ಇದೀಗ ಅದೇ ಕ್ಷೇತ್ರದ ಹಲವು ಹೊಸತನಗಳಿಗೆ ಮುಖಾಮುಖಿ ಆಗುತ್ತಿದ್ದೇನೆ. ನನ್ನ ಕನಸುಗಳು ನಿಮ್ಮವೂ ಆಗಿದ್ದರಿಂದ ಕಡಿಮೆ ಅವಧಿಯಲ್ಲೇ 'ವೀರಲೋಕ ಬುಕ್ಸ್' ಮನೆಮಾತಾಗಿದೆ.

ಓದುಗ ಇರುವ ಕಡೆಯೇ ಕನ್ನಡ ಪುಸ್ತಕಗಳು ಸಿಗುವಂತಾಗಬೇಕೆಂಬ ಮಹತ್ವಾಕಾಂಕ್ಷೆಯಿಂದ ಶುರುವಾದ ವೀರಲೋಕ ಪ್ರಕಾಶನ ಕೇವಲ ಒಂದೇ ವರ್ಷದಲ್ಲಿ ಹಲವು ಹೊಸತನಗಳ ಮೂಲಕ ಕನ್ನಡಿಗರ ಮೆಚ್ಚಿನ ಸಂಸ್ಥೆಯಾಗಿ ರೂಪುಗೊಂಡಿದೆ. ಮೆಡಿಕಲ್ ಶಾಪ್, ದಿನಸಿ ಅಂಗಡಿ, ಹೋಟೆಲ್, ಮಾಲ್, ಥಿಯೇಟರ್ ಹೀಗೆ ಎಲ್ಲೆಲ್ಲಿ ಸಾಧ್ಯವೋ ಅಲ್ಲೆಲ್ಲಾ ಪುಸ್ತಕದ ಸ್ಟ್ಯಾಂಡ್‌ಗಳನ್ನಿಟ್ಟು ಕಟ್ಟ ಕಡೆಯ ಓದುಗನಿಗೂ ಪುಸ್ತಕಗಳು ಸುಲಭವಾಗಿ ಸಿಗುವಂತೆ ಮಾಡಲಾಗುತ್ತಿದೆ. ಜೊತೆಗೆ ಕನ್ನಡ ಪುಸ್ತಕಗಳಿಗಾಗಿ ಕಾಲ್ ಸೆಂಟರ್, ಮಧ್ಯರಾತ್ರಿಯಲ್ಲಿ ಪುಸ್ತಕ ಬಿಡುಗಡೆ ರೀತಿಯ ಕಾರ್ಯಕ್ರಮಗಳ ಮೂಲಕ ಓದಿನ ಕಡೆ ಯುವ ಸಮೂಹವನ್ನು ಸೆಳೆಯುವ ಪ್ರಯತ್ನ ಜಾರಿಯಲ್ಲಿಟ್ಟಿದ್ದೇವೆ. ಇವುಗಳ ಜೊತೆ ವೀರಲೋಕ ಸಂಸ್ಥೆಯು ಮುಂದಿನ ಹೆಜ್ಜೆಯಾಗಿ 'ದೇಸೀ ಜಗುಲಿ' ಎಂಬ ಅರ್ಥಪೂರ್ಣ ಸಾಹಸಕ್ಕೆ ಕೈಹಾಕಿದೆ. ಈ ಯೋಜನೆ ಮೂಲಕ ನಾಡಿನ ಪ್ರತಿ ಜಿಲ್ಲೆ, ತಾಲೂಕಿನಲ್ಲಿ ಕಥಾಕಮ್ಮಟ, ಕಾವ್ಯ ಕಮ್ಮಟಗಳನ್ನು ಏರ್ಪಡಿಸುವ ಗುರಿ ಹೊಂದಿದ್ದೇವೆ. ಯಾರಿಗೆ ಗೊತ್ತು? ಅಲ್ಲೂ ಒಬ್ಬ ಬೇಂದ್ರೆ, ಕುವೆಂಪು, ತೇಜಸ್ವಿ, ಸಿದ್ದಲಿಂಗಯ್ಯನವರಂತಹ ಪ್ರತಿಭೆಗಳು ಒಂದು ಅವಕಾಶಕ್ಕಾಗಿ ಕಾದು ಕೂತಿರಬಹುದು.

ದೇಸೀ ಜಗುಲಿ ಕೇವಲ ಕಮ್ಮಟಗಳನ್ನು ಮಾಡಿ ಸುಮ್ಮನೆ ಕೂರುವುದಿಲ್ಲ. ಈ ಕಮ್ಮಟಗಳಲ್ಲಿ ಪ್ರತಿಭಾವಂತ ಬರಹಗಾರರು ಸಿಕ್ಕರೆ ಅವರ ಪುಸ್ತಕಗಳನ್ನು ವೀರಲೋಕ ಪ್ರಕಟಿಸಲಿದೆ ಮತ್ತು ಅವರನ್ನು ಮುಖ್ಯವಾಹಿನಿ ಜೊತೆ ಮುಖಾಮುಖಿಯಾಗಿಸಲಿದೆ. ಈ ದೇಸೀ ಜಗುಲಿ ಜೊತೆಗೆ ವೀರಲೋಕದ ಮತ್ತೊಂದು ಮಹತ್ತರ ಕೆಲಸವೆಂದರೆ 'ಬುಕ್ಸ್ ಬರ್ಗರ್ ಕಾಫಿ' (BBC). ಯಾವುದು ಹೆಚ್ಚಾಗಿ ಕಣ್ಣಿಗೆ ಕಾಣುವುದೋ ಅದೇ ಹೆಚ್ಚು ಚಾಲ್ತಿಯಲ್ಲಿರುತ್ತದೆ ಎಂಬ ಕಾರಣಕ್ಕೆ ಬರ್ಗರ್ ಮತ್ತು ಕಾಫಿ ಜೊತೆಗೆ ಪುಸ್ತಕಗಳನ್ನು ಇರಿಸಿದ್ದೇವೆ.

ಈ ಪ್ರಯತ್ನವನ್ನು ಕನ್ನಡ ಸಾರಸ್ವತಲೋಕ ತುಂಬು ಮನಸಿನಿಂದ ಒಪ್ಪಿ, ಅಪ್ಪಿರುವುದು ನಮ್ಮನ್ನು ಮತ್ತಷ್ಟು ಉತ್ಸಾಹಿಗಳನ್ನಾಗಿಸಿದೆ. ಅದೇ ಉತ್ಸಾಹದಲ್ಲಿ ಈ ಜೂನ್ ತಿಂಗಳಿನಿಂದ ಸ್ವಿಗ್ಗಿ, ಜೊಮಾಟೋದ ಫುಡ್ ಡೆಲಿವರಿಯ ಮಾದರಿಯಲ್ಲೇ, ವೀರಲೋಕದಿಂದ ಪುಸ್ತಕ ಡೆಲಿವರಿಯನ್ನೂ ಮಾಡಲಾರಂಭಿಸಿದ್ದೇವೆ ಎಂಬುದು ಹೆಮ್ಮೆಯ ಸಂಗತಿ. ಎಲ್ಲಾ ಕನ್ನಡ ಪುಸ್ತಕಗಳು ಒಂದೇ ಸೂರಿನಡಿ ಸಿಗುವಂತಾಗಬೇಕೆಂಬ ಕಾರಣಕ್ಕೆ ವೀರಲೋಕ.ಕಾಮ್ ಎಂಬ ವೆಬ್‌ಸೈಟ್ ಮಾಡಿದ್ದೇವೆ. ಈ ಮೂಲಕ ಒಂದು ಲಕ್ಷ ಪುಸ್ತಕಗಳನ್ನು ಕನ್ನಡಿಗರಿಗೆ ಒಂದೇ ಕಡೆ ದೊರಕುವಂತೆ ಮಾಡುವ ಯೋಜನೆ ನಮ್ಮದು. ಈಗಾಗಲೇ ಹಲವಾರು ಪ್ರಕಾಶನಗಳ ಎರಡು ಸಾವಿರ ಪುಸ್ತಕಗಳನ್ನು ವೆಬ್‌ಸೈಟ್‌ಗೆ ಸೇರಿಸಿದ್ದೇವೆ. ಇದು ಖಂಡಿತವಾಗಿಯೂ ಕನ್ನಡ ಪುಸ್ತಕಗಳ ಪಾಲಿನ ಫ್ಲಿಪ್‌ಕಾರ್ಟ್, ಅಮೇಜಾನ್ ಆಗಲಿದೆ ಎಂಬ ನಂಬಿಕೆ ನಮ್ಮದು.

ವೀರಲೋಕ ಇಷ್ಟೆಲ್ಲಾ ಪ್ರಯತ್ನಗಳನ್ನು ಮಾಡುತ್ತಿರುವಾಗ ಓದುಗ ದೊರೆಗಳ ಜೊತೆ ಅದನ್ನು ಹಂಚಿಕೊಳ್ಳದೆ ಇರುವುದಾದರೂ ಹೇಗೆ? ಹಾಗಾಗಿ ವಿವರಿಸಬೇಕಾಯಿತು. ಇಲ್ಲಿಂದಾಚೆ 'ಈಗಲ್ಸ್ ಲೈನ್' ಓದುವ ಖುಷಿ ನಿಮ್ಮದಾಗಲಿ. ಸಂಶೋಧನೆಯೊಂದಕ್ಕಾಗಿ ಕರಾವಳಿಗೆ ಕಾಲಿಡುವ ಯುವಕನೊಬ್ಬನೆದುರು ಹಳ್ಳಿಗರ ಪ್ರಪಂಚ ತೆರೆದಿಟ್ಟುಕೊಳ್ಳುವ ರೀತಿ. ಕಾಡಿನ ನಂಟಿನೊಂದಿಗೆ ಸಾಗುವ ಜೀವನ ಜತೆಗೆ ತಮಾಷೆ, ವೈಚಾರಿಕತೆಯ ವಿಮರ್ಶೆ, ಕಾಡು ತೆರೆದಿಡುವ ರೋಚಕ ಅನುಭವಗಳೇ 'ಈಗಲ್ಸ್ ಲೈನ್.' ಹಳ್ಳಿಸೊಗಡಿಗೆ ಮನಸೋತ ಆ ಸಂಶೋಧಕನ ಅನುಭವಗಳು, ಆತನನ್ನು ಬಹುವಾಗಿ ಆಕರ್ಷಿಪದ ಕಾಡಿನ ಆ ಬದುಕು ಹೇಗಿತ್ತು ಎಂಬುದರ ಸುತ್ತ ಸುತ್ತುವ ಈ ಕಥೆ, ನಿಮ್ಮದೇ ಹಳ್ಳಿಯ ನೆನಪುಗಳನ್ನೂ ತೆರೆದಿಡಬಹುದು. ಇಲ್ಲಿ ಬಂದುಹೋಗುವ ಪಾತ್ರಗಳು ನಿಮ್ಮೊಳಗಿನ ಇನ್ಯಾರನ್ನೋ ನೆನಪಿಸಬಹುದು. ಇದು ಕಳೆದುಹೋದ ನೆನಪುಗಳಿಗೆ ಮತ್ತೆ ಜೀವ ನೀಡುವ ಒಂದು ಪುಟ್ಟ ಪ್ರಯತ್ನ.

ಓದುವ ಸುಖ ನಿಮ್ಮದಾಗಲಿ.

ನಿಮ್ಮ

–ವೀರಕಪುತ್ರ ಶ್ರೀನಿವಾಸ

ಈಗಲ್ಸ್ ಲೈನ್

1

ಸಂಜೆ ನಾಲ್ಕು ಗಂಟೆಯ ಸಮಯ. ಬೀಸಿ ಬರುವ ತಂಗಾಳಿಗೆ ಮೈಯೊಡ್ಡಿ ಮನೆಯ ಅಂಗಳದಲ್ಲಿ ನಿಂತಿದ್ದೆ. ಪಶ್ಚಿಮ ಘಟ್ಟದ ಮೇಲಿನ ಆಗಸದಲ್ಲಿ ಮಳೆಬಿಲ್ಲು ಮೂಡಿತ್ತು. ಅಚಾನಕ್ಕಾಗಿ ಮನೆಯಿಂದ ಹೊರ ಬಂದವನಿಗೆ ಮಳೆ ಬಿಲ್ಲು ಕಂಡು ನೋಡುತ್ತಾ ನಿಂತಿದ್ದೆ. ಹಿನ್ನೆಲೆಯಲ್ಲಿ ಪಶ್ಚಿಮ ಘಟ್ಟವಿದ್ದುದರಿಂದಲೋ ಏನೋ, ಬದುಕಿನಲ್ಲಿ ಹತ್ತಾರು ಕಾಮನಬಿಲ್ಲುಗಳನ್ನು ಕಂಡಿದ್ದರೂ ಇದ್ಯಾಕೋ ತುಂಬಾ ಸುಂದರವಾಗಿ ಕಾಣಿಸುತ್ತಿತ್ತು. ಯಾರದೋ ಹೆಜ್ಜೆ ಸದ್ದು ಕೇಳಿ ಹಿಂದಿರುಗಿ ನೋಡಿದಾಗ ಮೋರೋಣಿ ನಿಂತಿದ್ದ. ಆತನ ಅರಳಿದ ಮುಖದಲ್ಲಿ ಯಾವುದೋ ಒಂದು ಖುಷಿಯ ವಿಚಾರವನ್ನು ತಿಳಿಸುವ ಧಾವಂತವಿತ್ತು. ಹುಬ್ಬೇರಿಸಿ ಏನೆಂದು ಕೇಳಿದಾಗ "ಹಕ್ಕಿ ಮರಿಗಳು ಹೊರಡ್ತಾ ಇವೆ ಸಾರ್" ಎಂದ.

ಮೊನ್ನೆ ತಾನೇ ಮಾಂಸದ ಮುದ್ದೆಗಳಂತಿದ್ದ ಮರಿಗಳು ಗೂಡು ಬಿಟ್ಟು ಹೊರಡುತ್ತಿವೆಯೆನ್ನುತ್ತಿದ್ದಾನೆ. ಆತನನ್ನು ಮೌನವಾಗಿ ಹಿಂಬಾಲಿಸಿದೆ.

ಬೆಳಗ್ಗಿನವರೆಗೂ ಗೂಡಿನಲ್ಲಿದ್ದ ಮರಿಗಳು ಈಗ ನೋಡಿದರೆ ಪಕ್ಕದ ನೇರಳೆ ಮರದಲ್ಲಿ ಕುಳಿತಿವೆ. ಬುಡದಲ್ಲಿ ನಿಂತು ನೋಡುತ್ತಿದ್ದೆ. ಪಕ್ಕದಲ್ಲಿದ್ದ ಮೋರೋಣಿ "ನಾನು ನೋಡಿದಾಗ ಒಂದು ಮರಿ ಮರದ ಮೇಲಿತ್ತು, ಇನ್ನೊಂದು ಗೂಡಲ್ಲೇ ಇತ್ತು... ಮತ್ತೆ ಸಿಗೂದಿಲ್ಲಂತ ಒಮ್ಮೆ ಹಿಡಿದು ಬಿಟ್ಟೆ ಸಾರ್" ಎಂದ.

ಮಾನವ ಸಂಪರ್ಕವಿರುವ ಕೆಲವೊಂದು ಪ್ರಬೇಧಗಳನ್ನು ಬಿಟ್ಟರೆ ಮಿಕ್ಕ ಪಕ್ಷಿ ಪ್ರಬೇಧಗಳು ಮಾನವ ಸ್ಪರ್ಶಿಸಿದ ಮರಿಗಳನ್ನು ಹತ್ತಿರ

ಸೇರಿಸಲಾರವೆಂದೂ, ಅನಿವಾರ್ಯ ಸಂದರ್ಭಗಳ ಹೊರತಾಗಿ ಮುಂದೆಂದೂ ಈ ತಪ್ಪು ಮಾಡಬಾರದೆಂದು ತಿಳಿಹೇಳಿದೆ. ಸರಿಯೆಂದು ತಲೆಯಾಡಿಸಿದ.

ಅಂದು ದಾರಿಹೋಕರಿಗೆ ತೊಂದರೆಯಾಗುತ್ತದೆಂದು ಹಲಸಿನ ಮರದಲ್ಲಿದ್ದ ಕಾಗೆ ಗೂಡನ್ನು ಪೋಷಕ ಹಕ್ಕಿಗಳ ಕಣ್ಣೆದುರೇ ಧ್ವಂಸಗೈದ ವಿಚಾರದಲ್ಲಿ ಮೋರೋಣಿಗೆ ತಾರಾಮಾರಿ ಬೈದಿದ್ದೆ. ತನ್ನನ್ನು ಕಟುಕರ ಪಟ್ಟಿಗೆ ಸೇರಿಸಿದ್ದು ಆತನಿಗೆ ನೋವಾಗಿತ್ತು. ಸಾಮಾನ್ಯವಾಗಿ ಕರಾವಳಿಗರು ಕಟುಕನಿಗೆ ಕಣ್ಣಲ್ಲಿ ರಕ್ತವಿಲ್ಲದವ ಎಂದು ಕರೆಯುವರು. ಈ ಮಾತನ್ನು ಹತ್ತಾರು ಕಡೆಗಳಲ್ಲಿ ಕೇಳಿದ್ದ ನಾನು ಇವನಿಗೂ ಒತ್ತಿ ಒತ್ತಿ ಹೇಳಿದ್ದರಿಂದ ಹೇಗಾದರೂ ಮಾಡಿ ಕಣ್ಣಲ್ಲಿ ರಕ್ತವಿಲ್ಲದ ಕ್ರೂರಿಯ ಪಟ್ಟದಿಂದ ತಪ್ಪಿಸಿಕೊಳ್ಳಬೇಕೆಂಬುದು ಆತನ ಬಹುದೊಡ್ಡ ಆಸೆಯಾಗಿತ್ತು. ಇದಾಗಿ ತಿಂಗಳುಗಳ ನಂತರ ಅದಕ್ಕೊಂದು ಸುವರ್ಣಾವಕಾಶ ಒದಗಿ ಬಂತು.

ನನಗೆ ಹಕ್ಕಿಗಳ ಬಗ್ಗೆ ಜ್ಞಾನ ಕಮ್ಮಿ. ಅಲ್ಲಿ ಇಲ್ಲಿ ಕೊಂಚ ಓದಿದ್ದು, ರಸ್ತೆ ಬದಿಯ ಮರಗಳಲ್ಲಿ ಗುಂಪಾಗಿ ಗೂಡು ಕಟ್ಟುವುದನ್ನು ನೋಡಿದ್ದು ಬಿಟ್ಟರೆ ಹಕ್ಕಿಗಳೆಂದರೆ ನನಗೆ ಆಗಸದಲ್ಲಿ ಹಾರುವ ಜೀವಿಗಳಷ್ಟೇ. ಒಂದು ದಿನ ನಾನು ಬಟ್ಟೆ ಒಗೆಯುತ್ತಿದ್ದಾಗ ಬಂದವ ದೊಡ್ಮನೆಯ ಕ್ರಾಟನ್ ಗಿಡದಲ್ಲಿ ಕೊಟ್ರುಣ್ಯ ಹಕ್ಕಿ ಗೂಡು ಕಟ್ಟಿದೆಯೆಂದ. ಹಕ್ಕಿ ಗೂಡು ಕಟ್ಟಿದ ವಿಷಯವನ್ನು ಇವ ನನಗೇಕೆ ಹೇಳುತ್ತಿದ್ದಾನೆಂದು ಅರ್ಥವಾಗಲಿಲ್ಲ. ಕೇಳಿದರೆ ಆವತ್ತು ಕಾಗೆ ಗೂಡನ್ನು ಕೆಡವಿದ್ದಕ್ಕೆ ಕ್ರೂರಿಯೆಂದಿದ್ದು ತನಗೆ ಬೇಸರವಾಗಿದೆಯೆಂದೂ ಈ ಗೂಡನ್ನು ಜತನವಾಗಿ ಕಾಪಾಡುವೆನೆಂದಿದ್ದು ಕಂಡು ನಗು ಬಂತು. ಜತನವಾಗಿ ಕಾಪಾಡಲು ದೇವರಿದ್ದಾನೆ ನೀನು ತೊಂದರೆ ಕೊಡಬೇಡ, ಕೊಟ್ಟರೆ ಕುಷ್ಠ ರೋಗ ಬರುವುದೆಂದು ಎಚ್ಚರಿಸಿದೆ.

ಅವನು ಹೇಳಿದ ಕೊಟ್ರುಣ್ಯ ಹಕ್ಕಿ ಯಾವುದೆಂದು ನನಗೂ ಗೊತ್ತಿರಲಿಲ್ಲ. ಹೋಗಿ ನೋಡಿದರೆ ಅದು ಪಿಕಳಾರ ಹಕ್ಕಿ! ಬೆಂಗಳೂರಿನಲ್ಲೂ ಸಾಮಾನ್ಯವಾಗಿರುವ ಈ ಹಕ್ಕಿ ನಮ್ಮ ಮನೆ ಮುಂದಿನ ಕರೆಂಟು ವೈರುಗಳಲ್ಲಿ ಯಾವಾಗಲೂ ದರುಶನ ನೀಡುತ್ತಿತ್ತು. ಮೋರೋಣಿಯನ್ನು ಹಿಂಬಾಲಿಸಿ ನೋಡಿದಾಗ ಜೋಡಿ ಹಕ್ಕಿಗಳೆರಡೂ ತೆಂಗಿನ ಕುವೆಯಿಂದ ನಾರು ತಂದು ಗೂಡು ಕಟ್ಟುತ್ತಿದ್ದವು. ಮೋರೋಣಿ ಏನೋ ಮಹಾನ್ ಘನಕಾರ್ಯ ಮಾಡಿದೆನೆಂಬಂತೆ ಎದೆಯುಬ್ಬಿಸಿ ನಿಂತಿದ್ದ. ಗೂಡು ಕಟ್ಟುವ ವಿಧಾನವನ್ನು ದೂರದಲ್ಲಿ ನಿಂತು ಕೊಂಚ ವೀಕ್ಷಿಸಿದ ನಂತರ ಮನೆಯತ್ತ ನಡೆದೆ.

ಟಿವಿಯೊಂದರ ರಿಪೋರ್ಟರ್‌ನಂತೆ ನನಗೆ ಪ್ರತಿದಿನವೂ ಗೂಡಿನ ವರದಿ ಒಪ್ಪಿಸುತ್ತಿದ್ದ. ಒಂದು ದಿನ ಬಂದವನೇ ಗೂಡಿನಲ್ಲಿ ಮೂರು ಮೊಟ್ಟೆಗಳಿವೆಯೆಂದಾಗ ಕುತೂಹಲದಿಂದ ನೋಡಲೆಂದು ಹೋಗಿದ್ದೆ.

ಪಜ್ಜಿಮರಿ ಎನ್ನುವ ಹಸಿರು ಮರ ಹಾವೊಂದು ಮೊಟ್ಟೆಗಳನ್ನು ಭಕ್ಷಿಸಲು ಹೊಂಚು ಹಾಕುತ್ತಿದ್ದಾಗಿಯೂ ತಾನದನ್ನು ಓಡಿಸಿ ಹಕ್ಕಿಗಳ ಸಂಸಾರಕ್ಕೆ ಬೆಂಗಾವಲಾಗಿ ನಿಂತಿದ್ದಾಗಿಯೂ ಹೇಳಿದ.

ಅತ್ತಿಂದಿತ್ತ ಸಂಚರಿಸುವಾಗ ಗೂಡಿನತ್ತ ಕಣ್ಣು ಹಾಯಿಸುತ್ತಲೇ ಇದ್ದೆ. ಬಹುಶಃ ಹಕ್ಕಿಗಳಿಗೆ ಮಾನವರ ಪರಿಚಯವಾಯಿತೋ ಏನೋ, ದಾರಿಯಲ್ಲಿ ಜನ ಸಂಚರಿಸುವಾಗ ಗೂಡಿನಲ್ಲಿ ಕುಳಿತೇ ಇದ್ದು ಗೂಡಿನ ಸಮೀಪ ಹೋದಾಗ ಮಾತ್ರ ಪುರ್‍ರೆಂದು ಹಾರಿಹೋಗುತ್ತಿದ್ದವು...

ಅಂದು ಬೆಳಿಗ್ಗೆ ಮೋರೋಣಿ ಸೆಗಣಿ ಬಾಚಿ ಕೈಕಾಲು ತೊಳೆಯದೆಯೇ ಓಡಿ ಬಂದಿದ್ದ. ಇವತ್ತೇನೋ ವಿಶೇಷ ಸಂಗತಿ ನಡೆದಿರಬೇಕೆಂದುಕೊಂಡು ಪ್ರಶ್ನಿಸಿದಾಗ ಮೊಟ್ಟೆಗಳೊಡೆದು ಮರಿಗಳು ಹೊರ ಬಂದಿರುವುದಾಗಿ ಹೇಳಿದ. “ಇವುಗಳನ್ನೂ ಕಾಗೆಯ ಮರಿಗಳ ತರ ಮಾಡ್ಬಿಟ್ಟೀಯ ಮಹರಾಯಾ” ಎಂದು ಕಾಲೆಳೆದು ನಡೆದಾಗ ಸಪ್ಪೆ ಮುಖ ಹೊತ್ತು ನನ್ನನ್ನು ಹಿಂಬಾಲಿಸಿದ.

ದನದ ಹಟ್ಟಿಯೊಳಗೆ ಮರೆಯಾಗಿ ನಿಂತು ಗಮನಿಸಿದೆ. ಹೌದು ಗೂಡಿನಲ್ಲಿ ಮೂರು ಮಾಂಸದ ಮುದ್ದೆಗಳಂತಹ ಮರಿಗಳಿವೆ. ಪುಕ್ಕ ಹುಟ್ಟಲು ಇನ್ನೂ ಸಮಯವಿತ್ತು. ಸರಿಯಾಗಿ ಗಮನಿಸಿದಾಗ ಮೈ ಅರೆಪಾರದರ್ಶಕವಿದ್ದು ಒಳ ಅಂಗಾಂಗಗಳು ಭಾಗಶಃ ಗೋಚರಿಸುವಂತಿದ್ದವು. ಅಷ್ಟರಲ್ಲಿ ತಂದೆ ತಾಯಿ ಹಕ್ಕಿಗಳು ಗುಟುಕು ಹೊತ್ತು ಬಂದವು. ಗಿಡ ಅಲುಗಾಡಿದ ಕೂಡಲೇ ಇನ್ನೂ ಕಣ್ಬಿಡದ ಆ ಪುಟ್ಟ ಮರಿಗಳು ಬ್ರಹ್ಮಾಂಡವನ್ನೇ ನುಂಗುವಂತೆ ಬಾಯ್ದೆರೆದವು. ನನ್ನ ಪಕ್ಕದಲ್ಲಿ ನಿಂತಿದ್ದ ಮೋರೋಣಿಯನ್ನುದ್ದೇಶಿಸಿ “ಮರಿಗಳ್ಯಾಕೋ ಬೆತ್ತಲೆಯಾಗಿವೆ ಒಂದ್ ಅಂಗಿ ತಂದಾಕೋ” ಎಂದು ಕಾಲೆಳೆದೆ. “ಹೋಗಿ ಸಾರ್ ನೀವು, ಅವುಗಳಿಗೆ ದೊಡ್ಡವರಾದ ಮೇಲೆ ಗರಿ ಬರ್ತದೆ. ನೀವೊಂದು ಮಸ್ಕಿರಿ ಮಾಡೂದು. ನಾನು ಪಾಪದವ ಇದ್ದೇನಂತ” ಎಂದ.

ಮೋರೋಣಿ ಪ್ರತಿದಿನವೂ ವರದಿ ಒಪ್ಪಿಸುತ್ತಲೇ ಇದ್ದ. ಮಾನವ ವಸತಿಯ ಸಾಮೀಪ್ಯ ಹಕ್ಕಿಗಳಿಗೆ ಸುರಕ್ಷಿತ ಜಾಗವೆನ್ನಬಹುದು. ಎಷ್ಟೋ ಹಕ್ಕಿಗಳು ಮಾನವ ವಸತಿಗೆ ಸಮೀಪವಾಗಿ ಗೂಡು ಕಟ್ಟಲು ಕಾರಣವೇ ಭದ್ರತೆ. ಈ ಗೂಡು ಅಂಗಳದ ಬದಿಯಲ್ಲೇ ಇದ್ದುದರಿಂದ ನಾನು ಹೆಚ್ಚೇನೂ ತಲೆಕೆಡಿಸಿಕೊಂಡಿರಲಿಲ್ಲ. ಆಗಾಗ್ಗೆ ಸಮಯ ಸಿಕ್ಕಾಗಿ ನೋಡಿ ಬರುತ್ತಿದ್ದೆ.

ಒಂದು ದಿನ ಸಂಜೆ ನಾನು ಏನೋ ನೋಟ್ಸ್ ಬರೆಯುತ್ತಿದ್ದಾಗ ಮೋರೋಣಿ ಓಡೋಡಿ ಬಂದು ಬಾಗಿಲ ಬಳಿ ನಿಂತು ಏದುಸಿರು ಬಿಡುತ್ತಿದ್ದ. ಏದುಸಿರು ಬಿಡುತ್ತಿರುವುದನ್ನು ಕಂಡು ‘ಏನಾಯ್ತೋ’ ಎಂದು ಕೇಳಿದೆ. ‘ಸಾರ್ ಹಕ್ಕಿ ಗೂಡಲ್ಲಿ ತಬುರು ಮುತ್ತಿಕೊಂಡಿದೆ’ ಎಂದ. ಆ ಮಾತು ಹೊರಬರುತ್ತಲೇ ಪುಸ್ತಕ ಪೆನ್ನು ಬದಿಗಿಟ್ಟು ನಾನೂ ಮೋರೋಣಿಯೂ ಓಟಕ್ಕಿತ್ತೆವು.

ಕರಾವಳಿಯಲ್ಲಿ ಕೆಂಪಿರುವೆಗೆ 'ತಬುರು' ಎನ್ನುವರು. ನಾವು ಹೋಗುವಾಗ ಕೆಂಪಿರುವೆಗಳು ಆಗ ತಾನೇ ಗೂಡಿನತ್ತ ಸಾಗಲಾರಂಭಿಸಿದ್ದವು. ಎರಡು ಮರಿಗಳಿಗೆ ಒಂದೆರಡು ಕಚ್ಚಿದ್ದವಷ್ಟೇ. ತಾಯಿ ಹಕ್ಕಿ ಎಲ್ಲೂ ಕಂಡು ಬರಲಿಲ್ಲ. ಆಗಿದ್ದಾಗಲಿ ಎಂದು ಎರಡು ಮರಿಗಳನ್ನು ಬಟ್ಟೆಯಲ್ಲಿ ಹಿಡಿದು ಕೆಂಪಿರುವೆಗಳನ್ನು ಬಿಡಿಸಿ ಗೂಡಿಗೆ ಬಿಟ್ಟೆವು. ಕೆಂಪಿರುವೆ ಗೂಡು, ಗಿಡದ ಇತರ ಕಡೆಗೆಲ್ಲಾ ಹುಳುಹುಪ್ಪಟೆಗಳ ಬಾಧೆಗೆ ಬಳಸುವ ಮೆಲಥಿಯಾನ್ ಪೌಡರನ್ನು ಸಿಂಪಡಿಸಿ ಮುಂದೆ ತೊಂದರೆಯಾಗದಂತೆ ಎಚ್ಚರ ವಹಿಸಿ ಮನೆಯತ್ತ ಹಿಂದಿರುಗಿದೆ. ಹಿಂದಿರುಗುವಾಗ ಮೋರ್ಲೋಣಿ ಖುಷಿಯಿಂದ ನನ್ನನ್ನು ಕರೆದು

"ಸಾರ್ ನಾನು ಕಣ್ಣಲ್ಲಿ ರಕ್ತ ಇಲ್ಲದ ಕಟುಕ ಅಲ್ಲ ಅಲ್ವಾ?" ಎಂದು ಕೇಳಿದ.

"ನೋಡೋಣ ಅದನ್ನು ಹೇಳಲು ಈಗಿನ್ನೂ ಸಮಯ ಬಂದಿಲ್ಲ" ಎಂದು ನಕ್ಕೆ. ಆ ಮಾತಿಗೂ ಮೋರ್ಲೋಣಿ ಪೆಚ್ಚಾಗಿ ನಿಂತಿದ್ದ...

ದಿನಗಳು ಉರುಳುತ್ತಿದ್ದವು. ಹಕ್ಕಿಗಳಿಗೆ ಒಂದು ಮಟ್ಟಿಗೆ ರೆಕ್ಕೆ ಪುಕ್ಕಗಳು ಹುಟ್ಟಿಕೊಂಡಿದ್ದವು. ಮೋರ್ಲೋಣಿ ಹಳೇಯ ಘಟನೆಯಲ್ಲಿ ನಾನು ಕೊಟ್ಟಿದ್ದ ಕ್ರೂರಿಯ ಪಟ್ಟದಿಂದ ಪಾರಾಗಲು ಕಾಯುತ್ತಲೇ ಇದ್ದ. ಹಾಗಾಗಿ ಗೂಡಿನ ಬಗ್ಗೆ ದಿನವಿಡೀ ಕಾಳಜಿ ವಹಿಸುತ್ತಿದ್ದ. ಒಂದು ದಿನ ಮಧ್ಯಾಹ್ನದ ಉರಿಬಿಸಿಲಿನಲ್ಲಿ ನಾನು ಊಟ ಮುಗಿಸಿ ಬರುತ್ತಿದ್ದಾಗ ಪಿಕಳಾರ ಹಕ್ಕಿಗಳೆರಡೂ ಚೀರಾಡುತ್ತಿದ್ದುದು ಕಂಡು ಬಂದು ಅಂಗಳದತ್ತ ಓಡಿದೆ. ಮೂರೂ ಮರಿಗಳು ಗೂಡಿನಿಂದ ಕಣ್ಮರೆಯಾಗಿದ್ದವು. ಗೂಡನ್ನು ಯಾರೋ ಅಂಗಳದಲ್ಲಿ ಚೂರು ಚೂರಾಗಿ ಹರಿದು ಹಾಕಿದ್ದರು. ದುಃಖವಾಯಿತು. ಮುಖಕ್ಕೆ ಬೈರಾಸು ಹೊದ್ದು ಮಲಗಿದ್ದ ಮೋರ್ಲೋಣಿಯನ್ನು ತಟ್ಟಿ ಎಬ್ಬಿಸಿದೆ.

"ಗೂಡು ನೋಡ್ಕೊಳ್ತೇನೆ ಅಂದಿದ್ದು ಇದೇ ಅಲ್ವಾ ನೀನು" ಎಂದು ಅಂಗಳದಲ್ಲಿ ಚದುರಿ ಬಿದ್ದಿದ್ದ ಗೂಡನ್ನು ತೋರಿಸಿದೆ.

"ನೀವು ನಂಗೆ ಕಟುಕ, ಕ್ರೂರಿ, ಕಣ್ಣಲ್ಲಿ ರಕ್ತವಿಲ್ಲದವ ಅಂತೆಲ್ಲಾ ಬೈತೀರಲ್ಲಾ ಆ ಬ್ಯಾವರ್ಶಿ ಕಾಗೆಗಳು ಮಾಡಿದ ಕೆಲಸ ಈಗಲಾದ್ರೂ ಅರ್ಥವಾಯ್ತಾ ನಿಮಗೆ. ಅವುಗಳಿಗೆ ಅವರು ಮಾತ್ರ ಬದುಕ್ಬೇಕು ಬೇರೆಯವರು ಬದುಕೂದು ಬೇಡ" ಎಂದವ

"ನೀವು ಹೇಳಿದ್ರಿ ಅಂತ ಮಾತ್ರ ಬಿಡ್ತೇನೆ ಸಾರ್. ಇಲ್ಲದಿದ್ರೆ ಅವುಗಳ ಮೂಲ ಮುತ್ತಿಸಿ ಬಿಡ್ತೇನೆ" ಎಂದು ಘರ್ಜಿಸಿದ. ಮೂಲ ಮುತ್ತಿಸಿ ಬಿಡುವುದೆಂದರೆ ಕರಾವಳಿ ಕನ್ನಡದಲ್ಲಿ ಸರ್ವನಾಶ ಮಾಡೋದು.

ಓಹ್ ಹಾಗಾದರೆ ಇದು ಕಾಗೆಗಳ ಕೆಲಸ. ಕಾಗೆಗಳಿಗೆ ಗಿಡುಗಗಳಂತೆಯೇ ಇತರ ಸಾಧು ಪಕ್ಷಿಗಳ ಗೂಡನ್ನು ಧ್ವಂಸಗೊಳಿಸುವ ಬುದ್ಧಿಯಿದೆ ಹಾಗಾದರೆ

ಎಂದು ಯೋಚಿಸುತ್ತಿದ್ದೆ. ಅಷ್ಟರಲ್ಲಿ ಮೋರ್ರೋಣಿ ಕೊಟ್ಟಿಗೆಯಿಂದ ಕವಣೆ ತಂದು ಕಾಗೆಗಳತ್ತ ಕಲ್ಲು ಬೀರಿದುದನ್ನು ಕಂಡು "ಹೇ ಬಿಡೋ. ಸಾಯ್ಲಿ ಆಚೆಗೆ" ಎಂದೆ.

"ಪದ ಮತ್ತು ಅರ್ಥ ನೀವೆ ಮಾತಾಡ್ತೀರಿ. ನಿಮ್ಗೆ ಹಕ್ಕಿ ಗೂಡು ಕೂಡಾ ಬೇಕು. ಕಾಗೆಗಳೂ ಬೇಕು. ಬಾರಿ ಇಚಿತ್ರ ಜನ ನೀವು" ಎಂದು ಬೈದ. ನಾನು ಮುಗುಳ್ನಗುತ್ತಾ ನಿಂತಿದ್ದೆ... ಅಷ್ಟರಲ್ಲಿ ಎಲ್ಲಿಂದಲೋ 'ಚಿಂವ್...ಚಿಂವ್' ಎನ್ನುವ ಸದ್ದು ಕೇಳಿಸಿ ನನ್ನ ಮುಖವರಳಿತು.

ನೋಡಿದಾಗ ಕ್ರಾಟನ್ ಗಿಡದ ಬುಡದಲ್ಲಿ ಮೂರೂ ಹಕ್ಕಿ ಮರಿಗಳು ತೆವಳುತ್ತಿವೆ! ಇನ್ನು ಈ ಮರಿಗಳು ಬದುಕಿದ್ದು ಏನು ಪ್ರಯೋಜನ? ಗೂಡಿಲ್ಲದೆ ಮರಿಗಳನ್ನು ತಂದೆತಾಯಿ ಹತ್ತಿರ ಸೇರಿಸುವರೇ ಎಂಬುದು ನಮ್ಮ ಮುಂದಿದ್ದ ಯಕ್ಷ ಪ್ರಶ್ನೆಯಾಗಿತ್ತು. ನಾವು ಹೇಗಾದರೂ ಕಷ್ಟಪಟ್ಟು ಕೂರಿಸಿದರೂ ತಾಯಿ ಹಕ್ಕಿ ಗುಟುಕು ನೀಡದೆ ಉಪವಾಸ ಕೆಡವಿದರೇನು ಗತಿಯೆಂದು ಯೋಚಿಸುತ್ತಿದ್ದೆ. ಪಿಕಳಾರಗಳು ಚೀರುತ್ತಾ ಸುತ್ತು ಹಾಕುತ್ತಲೇ ಇದ್ದವು. ಅಷ್ಟರಲ್ಲಿ ಮೋರ್ರೋಣಿಗೊಂದು ಉಪಾಯ ಹೊಳೆಯಿತು.

"ಸಾರ್ ತೆಂಗಿನ ನಾರನ್ನು ರೌಂಡಾಗಿ ಸುತ್ತಿ ಇಟ್ರೆ ಹೇಗೆ, ಅದು ಗೂಡಿನ ಹಾಗೇ ಆಗ್ತದಲ್ವಾ?" ಎಂದು ಕೇಳಿದ.

"ತೆಂಗಿನ ನಾರಿನ ಗೂಡು ಮಾಡುವುದೇನೋ ಸರಿ, ಆದರೆ ಆ ನೆಯ್ಗೆ ಅವುಗಳ ಗೂಡಿನಂಗೆ ಗಟ್ಟಿಯಾಗಿಸುವ ಬಗ್ಗೆ ಅನುಮಾನವಿದೆ ಕಣೋ" ಎಂದು ಆ ಐಡಿಯಾವನ್ನು ನಿರಾಕರಿಸಿದೆ. ಕೊನೆಗೆ ಏನೋ ಹೊಳೆದಂತಾಗಿ.

"ಬೇರೆ ಎಲ್ಲಾದ್ರೂ ಈ ತರದ ಗೂಡ್ ನೋಡಿದ್ಯೇನೋ? ಹಳೆಯದ್ದೂ ಆಗುತ್ತೆ" ಎಂದು ಕೇಳಿದೆ. ಕೊಂಚ ಹೊತ್ತು ಯೋಚಿಸಿದವ

"ಓಹ್... ಅದಕ್ಕೇನು ಇದ್ರೆ ತಂದು ಕೊಡ್ತೇನೆ" ಎಂದು ತೋಟದತ್ತ ಹೊರಟವ ಸ್ವಲ್ಪ ಹೊತ್ತಲ್ಲೇ ಕೊಂಚ ಹಳೆಯದಾಗಿದ್ದ ಒಂದು ಗೂಡನ್ನು ಗಿಡದ ರೆಂಬೆಯ ಸಮೇತವಾಗಿ ಮುರಿದು ತಂದು ಕೊಟ್ಟ. ಆಗಿದ್ದಾಗಲಿ ಎಂದು ನಾನೂ ಅವನೂ ಆ ಗೂಡನ್ನು ಸೂಜಿ ನೂಲು ಬಳಸಿ ಕ್ರಾಟನ್ ಗಿಡಕ್ಕೆ ಬಂಧಿಸಿ ಕಟ್ಟಿದೆವು. ಅಷ್ಟರಲ್ಲಿ ಚೀರಾಟದಲ್ಲಿ ಸುಸ್ತಾಗಿದ್ದ ಪೋಷಕ ಹಕ್ಕಿಗಳು ಹಾರಿ ಹೋಗಿದ್ದವು. ನಾನೂ ಮೋರ್ರೋಣಿ ಸೇರಿ ಉಳಿಯುವ ಭರವಸೆಯಿಲ್ಲದಿದ್ದರೂ ಕೆಳಗೆ ಬಿದ್ದಿದ್ದ ಮರಿಗಳನ್ನು ಎಚ್ಚರಿಕೆಯಿಂದ ಎತ್ತಿ ಗೂಡಿನೊಳಗೆ ಸೇರಿಸಿದೆವು. ಮಾಯವಾದ ಗೂಡನ್ನು ಕಂಡು ಹಕ್ಕಿಗಳು ವಾಪಸ್ಸು ಬರುತ್ತವೆನ್ನುವ ನಂಬಿಕೆಯೂ ಕಮರಿ ಹೋಗಿತ್ತು. ಏನಾದರೂ ತಿನ್ನಿಸೋಣವೆಂದರೆ ಅವುಗಳ ಆಹಾರ ಪದ್ಧತಿಯ ಅರಿವೂ ಇರಲಿಲ್ಲ.

ಮೋರೋಣಿ ಹಕ್ಕಿಗಳು ಹೂ ಗಿಡದಲ್ಲಿ ಹಾರುತ್ತಿರುತ್ತವೆ ಜೇನು ಕುಡಿಸೋಣ. ಕುಡಿಯಬಹುದು ಎಂದ. ನನಗೆ ಇದೆಲ್ಲಾ ಆಗುವ ಕೆಲಸವಲ್ಲವೆಂದೆನಿಸಿ ಏನೂ ಉತ್ತರಿಸದೆ ಸುಮ್ಮನಾದೆ. ಮರಿಗಳು ಚಿಂವ್ ಚಿಂವ್ ಎಂದು ಕೂಗುತ್ತಲೇ ಇದ್ದವು. ನಾನು ಸುಮಾರು ಒಂದು ಗಂಟೆಯಷ್ಟು ಹೊತ್ತು ತಾಯಿ ಹಕ್ಕಿಗಾಗಿ ಕಾದು ಮನೆಗೆ ಹಿಂದಿರುಗಿದೆ.

ಹಾಗೇ ಕುಳಿತಿದ್ದವನಿಗೆ ನಿದ್ದೆಯಾವರಿಸಿ ಎದ್ದಾಗ ಮೂರುವರೆಯಾಗಿತ್ತು. ಕೊಂಚ ಹೊತ್ತಲ್ಲೇ ಮೋರೋಣಿ ಸಿಹಿ ಸುದ್ದಿಯೊಡನೆ ಓಡೋಡಿ ಬಂದಿದ್ದ.

"ಹಕ್ಕಿಗಳು ಮೇವು ಕೊಡ್ತಿದೆ ಸಾರ್" ಆಶ್ಚರ್ಯವಾಯಿತು. ಮಾನವ ಸ್ಪರ್ಶದ ನಂತರ ಗೂಡು, ಮರಿಗಳನ್ನು ಹತ್ತಿರ ಸೇರಿಸಿದ ಇತಿಹಾಸ ನನಗಂತೂ ಗೊತ್ತಿರಲಿಲ್ಲ. ಯಾರನ್ನು ಕೇಳಿದರೂ ಹಕ್ಕಿಗಳು ಮಾನವ ಸ್ಪರ್ಶಿಸಿದ ಮರಿಗಳನ್ನು ಗೂಡಿನಿಂದ ಹೊರತಳ್ಳಿದ ಉದಾಹರಣೆಗಳನ್ನೇ ನೀಡುವುದು ರೂಢಿಯಾಗಿದೆ.

"ಯಾವಾಗ ಬಂದಿದ್ದು ತಾಯಿ ಹಕ್ಕಿ?"

"ನೀವು ಹೋಗಿ ಸ್ವಲ್ಪ ಹೊತ್ತಾದಾಗಲೆ ಬಂದಿತ್ತು ಸಾರ್."

"ಹೇಳೋದಲ್ವೇನೋ ಈ ವಿಷಯ."

"ಮದ್ಯಾನ ಬಿಸಿಲು ಅಲ್ವಾ ಸಾರ್, ನೀವು ಮತ್ತೆ ಯಾಕೆ ಬರೂದಂತ ಕರಿಲಿಲ್ಲ."

"ಸರಿ ಬಿಡು, ಕಡೆಗೂ ತಾಯಿ ಬಂತಲ್ಲಾ" ಎಂದು ಗೂಡಿನ ಕಡೆಗೆ ಗಮನವಹಿಸುವಂತೆ ತಿಳಿಸಿ ಮನೆಯತ್ತ ನಡೆದೆ.

ನಾನು ನನ್ನ ಕೆಲಸದತ್ತ ಗಮನವಹಿಸಿದೆ. ಒಂದಷ್ಟು ದಿನದ ನಂತರ ಇದೇ ವಿಚಾರವಾಗಿ ಮೋರೋಣಿ ಮತ್ತೆ ಬಂದಿದ್ದ. ಇಲಿ ಹಿಡಿಯಲೆಂದು ದೊಡ್ಮನೆಯಲ್ಲಿ ಝೂಂಡಾ ಊರಿರುವ ಯಾರದೋ ಗಡವ ಬೆಕ್ಕು ಹಕ್ಕಿಗಳನ್ನು ಹಿಡಿಯಲು ಮನೆಯ ಮಾಡಿನಲ್ಲಿ ಕುಳಿತು ಹೊಂಚು ಹಾಕುತ್ತಿರುವುದೆಂದೂ, ತಾನು ಹತ್ತಾರು ಬಾರಿ ಓಡಿಸಿದರೂ ಮತ್ತೆ ವಾಲ್ ಪ್ಲೇಟಿನಮೇಲೆ ಕೂತು ಹಕ್ಕಿ ಮರಿಗಳನ್ನು ದಿಟ್ಟಿಸುತ್ತಿದೆಯೆಂದ. ಇದಕ್ಕೇನಾದರೂ ಉಪಾಯ ಮಾಡಲೇಬೇಕಲ್ಲಾ ಎಂದು ದೊಡ್ಮನೆಯತ್ತ ನಡೆದೆ.

ಮರಿಗಳು ಬೆಳೆದಿದ್ದವು. ಬದುಕಿ ಉಳಿದರೆ ಕೊಂಚ ದಿನದಲ್ಲೇ ಹಾರಲಾರಂಭಿಸಬಹುದು ಎನಿಸಿತು. ಮೋರೋಣಿ ಬೆಕ್ಕು ಹೊಂಚು ಹಾಕುವ ಜಾಗವನ್ನು ತೋರಿಸಿದ. ವಾಲ್ ಪ್ಲೇಟಿನ ಮೇಲಿನಿಂದ ಹಾರಿದರೆ ಮಾತ್ರ ಗೂಡನ್ನು ಬೀಳಿಸಬಹುದು, ಕಡ್ಡಿ ಗಾತ್ರದ ರೆಂಬೆಯ ಕ್ರಾಟನ್ ಗಿಡವೇರುವುದು ಗಡವ ಬೆಕ್ಕಿಗೆ ಅಸಾಧ್ಯವೆನಿಸಿತು. ವಾಲ್ ಪ್ಲೇಟಿನ ಮೇಲಿಂದ ಕೆಳಕ್ಕೆ ಹಾರದಂತೆ ಹಳೇಯ ಬಟ್ಟೆಯನ್ನು ಕಟ್ಟಬಹುದೇ ಎಂದು ಯೋಚಿಸಿದೆ.

"ಹಾಗೆ ಕಟ್ಟುವುದೂ ಗುಡ್ಡಕ್ಕೆ ಮಣ್ಣು ಹೊರೋದೂ ಒಂದೆ, ಬೆಕ್ಕಿಗೆ ಬಟ್ಟೆ ಹರಿಲಿಕ್ಕೆ ಗೊತ್ತಿಲ್ವಾ, ಏನ್ ಜೋಕಾಲಿ ಕಟ್ಟೋದಾ" ಎಂದು ಛೇಡಿಸಿದ. ನಾನೇನೂ ಮಾತನಾಡಲಿಲ್ಲ.

ಮುಂದುವರೆದು "ಬಾವಲಿಗಳಿಂದ ಬಾಳೆಗೊನೆ ಕಾಪಾಡ್ಲಿಕ್ಕೆ ಚೂರಿ ಮುಳ್ಳಾದರೂ ಇಡಬಹುದಿತ್ತು ಇದಕ್ಕೆ ಈಗ ಏಂತ ಇಡೂದು" ಎಂದು ಸ್ವಗತವೆಂಬಂತೆ ಹೇಳಿದ.

ಪಕ್ಕನೆ ಏನೋ ಹೊಳೆದಂತಾಗಿ "ಏನಂದೆ" ಎಂದು ಕೇಳಿದೆ.

"ಬಾಳೆಗೊನೆಯನ್ನು ಬಾವಲಿಗಳಿಂದ ರಕ್ಷಿಸಲು ತೂರಿ ಮುಳ್ಳು ಇಡಬಹುದಿತ್ತು ಎಂದೆ" ಎಂದ.

ಬೆರ್ಮರ ಕಣಿವೆಗೆ ಹೋಗುವಾಗ ಬಟ್ಟೆಗೆ ಚೂರಿ ಮುಳ್ಳು ಹಿಡಿದಿದ್ದು ನೆನಪಿಗೆ ಬಂತು. ಇದೇ ಉತ್ತಮ ಉಪಾಯವೆಂದೆನಿಸಿ.

"ಇದಕ್ಕೆ ನಿನ್ನ ಚೂರಿ ಮುಳ್ಳೇ ಬೆಟರ್, ಎಲ್ಲಿಂದಾದರೂ ಎರಡು ಮುಳ್ಳಿನ ರೆಂಬೆಗಳನ್ನು ಕಡಿದು ತಾ" ಎಂದೆ. ಕೊಂಚ ಹೊತ್ತಲ್ಲೇ ಚೂರಿ ಮುಳ್ಳಿನ ಎರಡು ರೆಂಬೆಗಳು ರೆಡಿಯಾಗಿದ್ದವು. ಮನೆಯ ಮಾಡಿಂದ ಗೂಡಿಗೆ ಹಾರದಂತೆ ಚೂರಿ ಮುಳ್ಳಿನ ರೆಂಬೆಗಳನ್ನು ಕಟ್ಟಿ ಇಂಡಿಯಾ ಪಾಕಿಸ್ತಾನ್ ಬಾರ್ಡರ್ ನಿರ್ಮಿಸಿದೆವು. ತನ್ನ ಐಡಿಯಾ ವರ್ಕೌಟ್ ಆಗಿದ್ದು ಕಂಡು ಮೋರ್ಲೋಣಿ ಹಿರಿ ಹಿರಿ ಹಿಗ್ಗಿದ. ಇದಾದ ನಂತರ ನಾನು ನಿರಾಳನಾಗಿದ್ದರೂ ಮೋರ್ಲೋಣಿ ತಾನು ಇಲ್ಲಿಯವರೆಗೆ ನೋಡಿದ ಹಕ್ಕಿ ಗೂಡುಗಳಲ್ಲಿ ಒಂದೇ ಒಂದು ಗೂಡಿನಲ್ಲೂ ಮರಿಗಳಿಗೆ ಹಾರುವ ಭಾಗ್ಯ ಸಿಗಲಿಲ್ಲವೆಂದೂ, ಮೊಟ್ಟೆಯಿಂದ ಹೊರಬಂದ ಒಂದಷ್ಟು ದಿನಗಳಲ್ಲೇ ಹಾವಿಗೋ ಹದ್ದಿಗೋ ಆಹಾರವಾಗುತ್ತವೆ ಎಂದ. ನಮ್ಮಕೆಲಸ ನಾವು ಮಾಡಿದ್ದೇವೆ ಇನ್ನು ಆಗಿದ್ದಾಗಲಿ ಎಂದುಕೊಂಡು ಮನೆಯತ್ತ ನಡೆದೆ.

ನೆನಪಿನ ಬುತ್ತಿಯಿಂದ ಹೊರಬಂದೆ. ಇದಾದ ನಂತರ ನಾನು ಹೋಗುತ್ತಿರುವುದು ಅಂದೇ. ಮರಿಗಳೆರಡೂ ನೇರಳೆ ಮರದಲ್ಲಿ ಕುಳಿತಿವೆ. ಮರಿಗಳಿಗೂ ತಂದೆ ತಾಯಿಗಳಂತೆಯೇ ಪುಟ್ಟದಾಗಿ ಜುಟ್ಟು ಬೆಳೆದಿದೆ. ಹಾರಲು ಕಲಿಸಿಕೊಡುತ್ತಿವೆ. ಎತ್ತರದ ಕೊಂಬೆಗಳಲ್ಲಿ ಕೂರಲು ಪ್ರಯತ್ನಿಸಿ ವಿಫಲವಾಗುತ್ತಿವೆ, ಮತ್ತೆ ಪ್ರಯತ್ನಿಸುತ್ತಿವೆ. ಇದನ್ನೆಲ್ಲಾ ಇವತ್ತು ನೋಡಿದ್ದು ಬಂತು ಎಂದು ಎಷ್ಟು ಹೊತ್ತು ಅಲ್ಲಿ ನಿಂತಿದ್ದೆನೋ ಗೊತ್ತಿಲ್ಲ. ರಾತ್ರಿ ಹುಳುಗಳ ಝೇಂಕಾರ ಕೇಳಿ ಕತ್ತಲಾಗುವ ಸೂಚನೆ ಸಿಕ್ಕಾಗ ಮನೆಯತ್ತ ನಡೆದೆ.

ಮಾರನೇಯ ದಿನ ಬೆಳಿಗ್ಗೆ ನೋಡಿದಾಗ ನೇರಳೇ ಮರ ಖಾಲಿಯಾಗಿತ್ತು. ಹಕ್ಕಿಗಳ ನೆನಪಿಗಾಗಿ ಖಾಲಿಯಾದ ಗೂಡನ್ನು ತೆಗೆದುಕೊಂಡು ಹೋಗಿ ಸೂಟ್‌ಕೇಸಿನಲ್ಲಿಟ್ಟೆ. ಪಿಕಳಾರದ ಮರಿಗಳು ಅನಂತ ವಿಶ್ವದಲ್ಲಿ ಲೀನವಾಗಿ

ಹೋಗಿದ್ದವು. ಈ ಘಟನೆಯಿಂದಾಗಿ ನನಗೆ ಮೋರೋಣಿಯಲ್ಲೊಬ್ಬ ಕರುಣಾಮಯಿ ವ್ಯಕ್ತಿ ಗೋಚರಿಸಿದ್ದ.

ಸೆಗಣಿ ಬಾಚುತ್ತಿದ್ದ ಮೋರೋಣಿ ಅಂದು ಯಾಕೋ ತುಂಬಾ ಖುಷಿಯಲ್ಲಿದ್ದ...

"ಸಾರ್, ಈಗಲಾರದೂ ಗೊತ್ತಾಯ್ತಲ್ಲಾ ನಿಮಗೆ. ನಾನು ಸತ್ಯ ಧರ್ಮ ತಪ್ಪಿ ನಡೆಯುವವನಲ್ಲ. ನೀವು ಸುಮ್ಮನೆ ಸುಮ್ಮನೆ ನನಗೆ ಕಟುಕ, ಕಣ್ಣಲ್ಲಿ ರಕ್ತವಿಲ್ಲದವ ಎಂದರೆ ಹೇಗೆ" ಎಂದ. ನಾನು ಮುಗುಳ್ನಕ್ಕೆ.

"ಮಾತಾಡಿ ಸಾರ್, ಗೊತ್ತಾಯ್ತಲ್ಲಾ ನಾನು ಒಳ್ಳೆಯವ ಎಂದು..."

"ಜೇನು ತೆಗೆಯಕೆ ಕಲಿಸ್ತೀಯ ಎಂದಿದ್ದೆ, ಅದಾದ ನಂತರವೇ ನಾನು ನೀನು ಒಳ್ಳೆಯವನೋ ಕೆಟ್ಟವನೋ ಎಂದು ಸರ್ಟಿಫಿಕೇಟ್ ಕೊಡೋದು" ಎಂದು ನಕ್ಕೆ.

"ಆಹಾ ಬಾರಿ ಹುಷಾರಿದೀರಾ. ಎಷ್ಟಾದರೂ ಪೇಂಟೆಯವರಲ್ವಾ" ಎನ್ನುತ್ತಾ ಸೆಗಣಿಯ ಬಕೆಟು ಹಿಡಿದ ಮೋರೋಣಿ ಗೊಬ್ಬರದ ಗುಂಡಿಯತ್ತ ನಡೆದ.

2

ನಾನು ಕರಾವಳಿಗೆ ಕಾಲಿಟ್ಟಾಗಿನ್ನೂ ಅಕ್ಟೋಬರ್ ತಿಂಗಳು. ಮಾಳ ಪಶ್ಚಿಮ ಘಟ್ಟದ ತಪ್ಪಲು ಪ್ರದೇಶವಾದ್ದರಿಂದ ಮಳೆಯಿನ್ನೂ ಕಡಿಮೆಯಾಗಿರಲಿಲ್ಲ... ಆಟೋ ರಿಕ್ಷಾ ಟುಕು ಟುಕು ಎಂದು ಸದ್ದು ಮಾಡುತ್ತಾ ಡಾಂಬರು ಕಿತ್ತು ಬಂದು ಜಲ್ಲಿಕಲ್ಲುಗಳು ಹೊರಚಾಚಿದ್ದ ಮುಖ್ಯ ರಸ್ತೆ ಬಿಟ್ಟು ಮಣ್ಣಿನ ರಸ್ತೆಗಿಳಿದು ಸಾಗುತ್ತಿತ್ತು. ಕಾಲುದಾರಿಗಿಂತ ಕೊಂಚ ಅಗಲವಾದ ರಸ್ತೆ. ಅಷ್ಟರಲ್ಲಿ ಅನತಿದೂರದಲ್ಲಿ ನಡೆದು ಹೋಗುತ್ತಿದ್ದ ವ್ಯಕ್ತಿಯೊಬ್ಬ ರಿಕ್ಷಾ ಸದ್ದು ಕೇಳಿ ರಸ್ತೆ ಬದಿಯ ಪೊದೆಗೊರಗಿ ನಿಂತ. ಒಂದಷ್ಟು ಕಡೆ ಕಲ್ಲುಗಳ ಮೇಲೆ ಓಲಾಡುತ್ತಾ, ಒಂದಷ್ಟು ಕಡೆಯಲ್ಲಿ ಕೆಸರಿನಲ್ಲಿ ಹೂತು ಹೋಯಿತೇನೋ ಎನ್ನುವಷ್ಟರಲ್ಲಿ ಮೇಲೇಳುತ್ತಾ... ರಿಕ್ಷಾ ಸಾಗುತ್ತಲೇ ಇತ್ತು. ಅಕ್ಕ ಪಕ್ಕದ ಗಿಡದ ರೆಂಬೆಗಳು ಆಗಾಗ್ಗೆ ರಿಕ್ಷಾವನ್ನು ಸವರುತ್ತಿದ್ದವು...

ಕರಾವಳಿ ಸಮುದ್ರ ಮಟ್ಟದಿಂದ ಕಡಿಮೆ ಎತ್ತರದಲ್ಲಿರುವ ಭೂಪ್ರದೇಶವಾದ್ದರಿಂದ ಬೆವರು ಬರಿಸುವ ಉಷ್ಣಾಂಶ ಮತ್ತು ತೇವಾಂಶದಿಂದ ಕೂಡಿದ ಸೆಕೆ ಇರುತ್ತದೆಂದು ಓದಿದ್ದೆ. ಕಾಲಿಟ್ಟಾಗಲೇ ಇದು ಅನುಭವಕ್ಕೆ ಬಂದಿತ್ತು. ಇದು ನಾವಿದ್ದ ಬೆಂಗಳೂರಿಗೆ ತದ್ವಿರುದ್ಧ. ಸಾಮಾನ್ಯವಾಗಿ

ಇಲ್ಲಿ ಹಗಲು ರಾತ್ರಿ ಉಷ್ಣಾಂಶ ಏರಿಕೆಯಲ್ಲೇ ಇರುತ್ತದೆ. ಆದರೆ ನಾನು ಇರಬೇಕಾಗಿದ್ದ ಮಾಳ ಪಶ್ಚಿಮ ಘಟ್ಟದ ತಪ್ಪಲು ಪ್ರದೇಶವಾದ್ದರಿಂದ ಇದಕ್ಕೆಲ್ಲಾ ತದ್ವಿರುದ್ಧವಾಗಿತ್ತು. ಪಶ್ಚಿಮ ಘಟ್ಟಕ್ಕೆ ಹೋಲುವ ತಂಪು ಗಾಳಿ ಹಿತ ನೀಡಿತು. ಜೂನ್‌ನಿಂದ ಆರಂಭವಾಗುವ ನೈರುತ್ಯ ಮಾರುತದ ಮುಂಗಾರು ಮಳೆಯು ಸೆಪ್ಟೆಂಬರ್ ಅಂತ್ಯದವರೆಗೆ ತೀಕ್ಷ್ಣವಾಗಿರುತ್ತದೆ. ಈ ಅವಧಿಯಲ್ಲಿ ಕರಾವಳಿಗೆ ಮಳೆಯಾಗುತ್ತದೆ. ಪಶ್ಚಿಮ ಘಟ್ಟದ ತಪ್ಪಲಿನಲ್ಲಿ ಕೊಂಚ ಸಮಯ ಮಳೆ ಮುಂದುವರೆಯುತ್ತದೆ. ರಾಜ್ಯದ ಹೆಚ್ಚು ಮಳೆ ಬೀಳುವ ಜಿಲ್ಲೆಗಳಲ್ಲಿ ನಾನಿರಬೇಕಾದ ಈ ಜಿಲ್ಲೆಯೂ ಒಂದು ಎಂದು ಯೋಚಿಸುತ್ತಿದ್ದೆ.

ಸುಮಾರು ಒಂದೂವರೆ ಮೈಲಿ ಕ್ರಮಿಸಿದ ನಂತರ ರಿಕ್ಷಾ ದೊಡ್ಡ ತೊಟ್ಟಿ ಮನೆಯೊಂದರ ಮುಂದೆ ನಿಂತಿತು. ರಿಕ್ಷಾ ಚಾಲಕ "ದಣೀ ಈರ್ ಪಂಡಿನ ಜಾಗ ಬತ್ತ್‌ಂಡ್" (ನೀವು ಹೇಳಿದ ಜಾಗ ಬಂತು) ಎನ್ನುತ್ತಾ ಲಗ್ಗೇಜುಗಳನ್ನು ಕೆಳಗಿಳಿಸಲು ಮುಂದಾದ. ವಿಶಾಲವಾದ ಮನೆಯನ್ನು ಕಂಡು ಆಶ್ಚರ್ಯವಾಯಿತು. ಅಪ್ಪನವರು ನನ್ನನ್ನು ಬೆಂಗಳೂರಿನಿಂದ ಕಳುಹಿಸುವಾಗ, ತನ್ನ ಗೆಳೆಯನ ಪರಿಚಯದಲ್ಲಿ ಮುಖ್ಯ ರಸ್ತೆಯಿಂದ ಕೊಂಚ ಒಳಗಿರುವ ರೂಮೊಂದನ್ನು ಗೊತ್ತು ಮಾಡಿರುವುದಾಗಿ ಹೇಳಿದ್ದರು. ಆದರೆ ಈ ರೂಮು ಇಷ್ಟು ದೂರ, ಇಷ್ಟು ದೊಡ್ಡದಾಗಿರುವುದೆಂದು ಗೊತ್ತಿರಲಿಲ್ಲ. ನಾನು ಚಿಕ್ಕವನಿದ್ದಾಗಲೇ ಅಮ್ಮ ಪಿತ್ರಾರ್ಜಿತ ಆಸ್ತಿಯಲ್ಲಿ ತನ್ನ ಪಾಲಿಗೆ ಬಂದ ಭಾಗವನ್ನು ಸಹೋದರನಿಗೆ ನೀಡಿ ಬೆಂಗಳೂರಿನಲ್ಲಿ ನೆಲೆನಿಂತ ಕಥೆ ಕೇಳಿದ್ದೆ. ಇದಾದ ನಂತರ ನಮಗೂ ಮಾಳಕ್ಕೂ ಇದ್ದ ಸಣ್ಣ ಕೊಂಡಿಯೂ ಕತ್ತರಿಸಲ್ಪಟ್ಟಿತ್ತು. ಇವತ್ತು ನಮ್ಮ ಜಾಗವನ್ನೆಲ್ಲಾ ಮಲಯಾಳಿಗಳು ಲೀಸಿಗೆ ಪಡೆದು ಸಮತಟ್ಟು ಮಾಡಿ ಅನಾನಸು ಪ್ಲಾಂಟೇಷನ್ನಾಗಿಸಿ ಅಲ್ಲೊಂದು ಕೂಡು ಕುಟುಂಬ ಬಾಳಿ ಬದುಕಿದ ಅವಶೇಷವೇ ಸಿಗದಂತಾಗಿಸಿದ್ದರು.

ಲಗ್ಗೇಜನ್ನು ಆಟೋದಿಂದ ಕೆಳಗಿಟ್ಟಾಗ ಮನೆಯ ಅಂಗಳದಲ್ಲಿ ತೆಂಗಿನಕಾಯಿ ಸುಲಿಯುತ್ತಿದ್ದ ಗುಂಗುರು ಕೂದಲು, ಕಪ್ಪು ಬಣ್ಣದ, ಕುಳ್ಳನೆಯ ದೃಢಕಾಯದ ವ್ಯಕ್ತಿಯೊಬ್ಬ ಗಾಬರಿಯಿಂದ ಓಡಿ ಬಂದು "ನೀವು ಸಂಜೆ ಬರ್ತೀರಿ ಅಂದುಕೊಂಡಿದ್ದೆ" ಎಂದು ಲಗೇಜಿಗೆ ಕೈಯಿಟ್ಟು. 'ಮೋರೋಣೀ ಬಾ ಇಲ್ಲಿ ಪೆಟಿಗೆ ಒಳಗಿಡ್ಲಿಕ್ಕೆ' ಎಂದವ ನನ್ನತ್ತ ತಿರುಗಿ 'ನನ್ನ ತಮ್ಮ... ಹಿಹ್ಹಿ' ಎಂದ. ಆ ಮಾತು ಕೇಳಿ ಆ ಕಡೆ ಒಳಗೇನೋ ಕೆಲಸ ಮಾಡುತ್ತಿದ್ದ, ಮುಖಭಾವದಲ್ಲಿ ಇವನನ್ನೇ ಹೋಲುವ ಸಣಕಲು ವ್ಯಕ್ತಿಯೊಬ್ಬ ಓಡಿ ಬಂದ. ಬೇಡವೆಂದರೂ ಕೇಳದೆ "ನೀವು ಊರಿಗೆ ನೆಂಟರು ಅಲ್ವಾ, ಇದೆಲ್ಲಾ ನಮ್ಮ ಕೆಲಸ" ಎನ್ನುತ್ತಾ ನನ್ನ ಲೆಕ್ಕಾಚಾರವನ್ನು ತಲೆಕೆಳಗಾಗಿಸಿ ಬೃಹದಾಕಾರದ ತೊಟ್ಟಿಮನೆಯ ಬಿಟ್ಟು ಎಡಗಡೆಯ ತೋಟದ ದಾರಿ ಹಿಡಿದ. ಎಲ್ಲಿಗೆ ಹೋಗುತ್ತಿದ್ದೀರೆಂದು ನಾನು

ಕೇಳದಿದ್ದರೂ "ನಿಮಗೆ ಇರಲಿಕ್ಕೆ ಆ ಮನೆ ವ್ಯವಸ್ಥೆ ಮಾಡಿದ್ದಾರೆ, ಇಲ್ಲಿ ಇರ್ಲಿಕ್ಕೆ ಕಷ್ಟ. ದೊಡ್ಡ ಮನೆಯಲ್ವಾ ಸುಮಾರು ತೊಂದ್ರೆ ಇದೆ, ಹಿಹ್ಹಿ" ಎಂದ.

ಯುವಕರಿಬ್ಬರೂ ಸುಣ್ಣ ಬಣ್ಣ ಬಳಿದ ಸಣ್ಣ ಮನೆಯ ಜಗುಲಿಯಲ್ಲಿ ತಮ್ಮ ಕೈಲಿದ್ದ ಲಗೇಜನ್ನಿಟ್ಟರು. ದೊಡ್ಡವ ಸಣ್ಣವನಿಗೇನೋ ಸನ್ನೆ ಮಾಡಿದಾಗ ಅವನು ಬಂದ ದಾರಿಯಲ್ಲೇ ಲಗುಬಗೆಯಿಂದ ವಾಪಾಸ್ಸು ಹೊರಟ.

"ನಿಮ್ಮ ಅಮ್ಮನನ್ನು ನಾನು ಚಿಕ್ಕವನಿದ್ದಾಗ ನೋಡಿದ್ದೇನೆ ಸಾರ್" ಎನ್ನುತ್ತಾ ದೊಡ್ಡವನು ಬಾಗಿಲು ತೆರೆದ. ಹಳ್ಳಿಯಲ್ಲಿ ಗುಣಮಟ್ಟದ ಶಿಕ್ಷಣದ ಕೊರತೆಯಿಂದಲೋ ಏನೋ ಅಮ್ಮ ಓದಿದ್ದೆಲ್ಲಾ ಬೆಂಗಳೂರು ಮದ್ರಾಸ್‌ನಲ್ಲಿ. ಇದನ್ನೆಲ್ಲಾ ನನಗಿಲ್ಲಿ ಅಪರಿಚಿತ ಭಾವ ಕಾಡಬಾರದೆಂದು ಹೇಳುತ್ತಿದ್ದಾನೆ ಎನಿಸಿತು. ಬೀಗ ತೆಗೆಯುತ್ತಿದ್ದಂತೆ ಬಾಗಿಲು ಮತ್ತು ಚೌಕಟ್ಟನ್ನು ಬಂಧಿಸಿದ್ದ ಮಣ ಭಾರದ ತಾಮ್ರದ ಸಂಕೋಲೆ 'ಟಪ್' ಎಂಬ ಸದ್ದಿನೊಂದಿಗೆ ಬಾಗಿಲ ಮೇಲೆ ಬಿತ್ತು...

"ನೋಡಿ ಇದು ಮೇಜು ನಿಮಗೆ ಓದ್ಲಿಕ್ಕೆ. ಬರಿಲಿಕ್ಕೆ. ಚಂದ ಪೈಂಟ್ ಹೊಡ್ಡಿದಾರೆ ನೋಡಿ. ಕುರ್ಚಿ ಸ್ವಲ್ಪ ಸರಿ ಇರ್ಲಿಲ್ಲ. ನೀವು ಬರ್ತೀರಂತ ಅಚಾರಿಯತ್ರ ಸರಿ ಮಾಡ್ಸಿದ್ರು, ಮಂಚವ್ ಕೂಡ ಇದೆ ನೋಡಿ, ಬೋವು ಮರದ್ದು. ಗಟ್ಟಿಯಿದೆ. ಚಂದ ಮಾಡಿ ಮಲಗ್‌ಬಹುದು... ನೋಡಿ ಮನೆಗೆ ಸುಣ್ಣ ಹೊಡ್ಡಿದಾರೆ ಮೊನ್ನೆ" ಎಂದು ಕೈಯನ್ನು ಗೋಡೆಗೆ ತಿಕ್ಕಿ ತೋರಿಸಿದ. ನಾನು ಬಂದ ಕೂಡಲೇ ಪ್ರತಿಯೊಂದನ್ನೂ ವಿವರಿಸಿ ಪಾಠ ಒಪ್ಪಿಸಲು ಲೆಕ್ಕ ಹಾಕಿದಂತಿತ್ತು. ಸಿಮೆಂಟಿಗೆ ಇದ್ದಿಲು ಬೆರೆಸಿ ಫಿನಿಶ್ ಮಾಡಿದ ತಣ್ಣಗಿನ ನೆಲ, ಮಂಗಳೂರು ಹೆಂಚಿನ ಮಾಡು, ಪುಟ್ಟ ಅಡುಗೆ ಕೋಣೆ, ಅದರಾಚೆಗೆ ಬಚ್ಚಲು ಮನೆ ಚಿಕ್ಕದಾಗಿದ್ದರೂ ಚೊಕ್ಕವಾಗಿತ್ತು.

ಎಲ್ಲವೂ ಕಣ್ಣಿಗೇ ಕಾಣುತ್ತಿರುವಾಗ ಹೆಚ್ಚೇನೂ ಕೇಳಲು ಆಸಕ್ತಿಯಿಲ್ಲದಂತೆ ಹೊರಬಂದು ಜಗುಲಿಯಲ್ಲಿ ನಿಂತಾಗ ಜಮೀನಿನ ಮಧ್ಯೆ ಅಲ್ಲಲ್ಲಿ ನಾಲ್ಕೈದು ಮನೆಗಳು ಗೋಚರಿಸಿದವು. ಅವುಗಳನ್ನೇ ನೋಡುತ್ತಿದ್ದಾಗ ಹಿಂದಿನಿಂದ ಬಂದ ಯುವಕ "ಸಾರ್ ಅವು ಒಕ್ಕಲಿನವರ ಮನೆಗಳು, ನಾವು ನಿಂತಿರೋದೂ ಒಕ್ಕಲಿನ ಮನೆಯೇ. ಈಗ ಎಲ್ಲಾ ದರ್ಖಾಸು ಮಾಡಿ ಹೋಗಿದಾರೆ, ಆ ಕೊಲಮೆ ಗದ್ದೆಯ ಆಚೆಗಿನ ಒಂದು ಮನೆಯಲ್ಲಿ ಮಾತ್ರ ಒಕ್ಕಲಿರೋದು" ಎಂದ. ನಾನೇನೂ ಮಾತನಾಡಲಿಲ್ಲ. ಭೂ ಸುಧಾರಣೆ ಕಾನೂನಿನ ನಂತರ ಅವರೆಲ್ಲಾ ಸ್ವತಂತ್ರ ಬದುಕು ಕಟ್ಟಿಕೊಂಡಿರಬಹುದು ಎನಿಸಿತು. ಅಷ್ಟರಲ್ಲಿ ಮತ್ತೊಬ್ಬ ಯುವಕ ಏದುಸಿರುಬಿಡುತ್ತಾ ಓಡಿ ಬಂದು ಎಳನೀರು ನೀಡಿದ. ಬಹುಶಃ ಯಾವುದೋ ಸಣ್ಣ ಮರದಿಂದ ತುರಾತುರಿಯಲ್ಲಿ ಕಿತ್ತು ತಂದಿರಬೇಕು "ಲೋ. ಯಾಕೋ ಇದೆಲ್ಲಾ" ತಂದು ಕೊಟ್ಟವನ ಭುಜ ತಟ್ಟಿ ಕುಡಿಯಲಾರಂಭಿಸಿದೆ.

"ಸಾರ್ ನೀವು ಈ ಗುಡ್ಡದಲ್ಲಿ ಎಂತ ಡಾಕ್ಟರ್ ಕಲಿತೀರಂತ ಗೊತ್ತಾಗಲಿಲ್ಲ. ನಿಮಗೂ ನಿಮ್ಮಪ್ಪನ ತರ ಇಂಜಿನಾರ್ ಆಗಬಹುದಿತ್ತಲ್ಲಾ" ದೊಡ್ಡವ ಕೇಳಿದ..." ಡಾಕ್ಟರ್ ಅಲ್ಲಪ್ಪಾ ಅದು. ಬೇರೆ ಕೆಲಸ" ಎಂದು ಸಣ್ಣಗೆ ವಿವರಿಸಿದೆ.

"ಅಂದರೆ ನೀವು ಪಂಡಿತರಾಗಲು ಬಂದಿದ್ದೀರಾ" ಆತನ ಮಾತಿಗೆ ಮುಗುಳ್ನಕ್ಕು "ಒಂದಷ್ಟು ದಿನ ಇಲ್ಲೇ ಇರ್ತೀನಿ ಕಣಪ್ಪಾ... ನಿನಗೇ ಗೊತ್ತಾಗುತ್ತೆ ಬಿಡು" ಎಂದೆ. ದೂರದೂರಿನಿಂದ ಬಂದು ಆಯಾಸವಾಗಿರಬಹುದೆಂದು ಯೋಚಿಸಿದರೋ ಏನೋ. ಯುವಕರಿಬ್ಬರೂ ನನ್ನನ್ನು ಅಲ್ಲೇ ಬಿಟ್ಟು ತಮ್ಮ ದಾರಿ ಹಿಡಿದರು.

ಬಚ್ಚಲಿನಲ್ಲಿ ಮನಸ್ಸು ಹಗುರಾಗುವಷ್ಟು ಸ್ನಾನ ಮುಗಿಸಿ, ತಂದಿದ್ದ ವಸ್ತುಗಳನ್ನೆಲ್ಲಾ ಒಪ್ಪವಾಗಿ ಜೋಡಿಸುವಷ್ಟರಲ್ಲಿ ಸುಸ್ತಾಗಿದ್ದ ನನ್ನನ್ನು ನಿದ್ರಾ ದೇವಿ ಸೆಳೆಯುತ್ತಿದ್ದಳು. ಸಣ್ಣ ನಿದ್ದೆ ಮುಗಿಸಿ ಎದ್ದಾಗ ಸಂಜೆಯಾಗಿತ್ತು...

ಮೊದಲನೆಯ ದಿನ ಮಾಡಬೇಕಾಗಿರುವ ಕೆಲಸಗಳನ್ನು ಪಟ್ಟಿ ಮಾಡಿದಾಗ ಕತ್ತಲಾಗಿತ್ತು. ಯಾಂತ್ರಿಕ ಜೀವನದ ಊರಿನಲ್ಲಿ ಹುಟ್ಟಿ ಬೆಳೆದುದರಿಂದ ಹಳ್ಳಿಯ ಬದುಕಿನ ಬಗ್ಗೆ ಕುತೂಹಲವಿತ್ತು. ಅಮ್ಮನ ತವರಿನ ಬಗ್ಗೆ ಕೇಳಿದ್ದೆ, ಪುಸ್ತಕಗಳಲ್ಲಿ ಓದಿದ್ದೆ ಅಷ್ಟೇ. ಆದರೆ ಅವುಗಳನ್ನು ಅನುಭವಿಸಲು ಸ್ವತಃ ನಾನೇ ಈ ಊರಿನಲ್ಲಿ ನಿಂತಿದ್ದೇನೆ ಎನ್ನುವಾಗ ರೋಮಾಂಚನವಾಯಿತು. ಅದೇನಿದ್ದರೂ ತಾನು ಇಲ್ಲಿ ಒಂಟಿಯೆಂದು ತಿಳಿದು ಮತ್ತೊಂದು ಕಡೆಯಲ್ಲಿ ಬೇಸರವೂ ಆಯಿತು. ಇರುವಷ್ಟು ಕಾಲ ಊಟ ತಿಂಡಿಯ ವ್ಯವಸ್ಥೆಯನ್ನು ಪರಿಚಯದ ಮನೆಯೊಂದರಲ್ಲಿ ಮಾಡುವುದಾಗಿಯೂ, ನನ್ನ ಕೆಲಸ ಕೇವಲ ಅಧ್ಯಯನ ಮಾತ್ರವೆಂದೂ. ಊರ ಉಸಾಬರಿಗೆ ಎಲ್ಲೂ ತಲೆ ಹಾಕಬಾರದೆಂದೂ ಹೊರಡುವಾಗ ಅಪ್ಪ ತಾಕೀತು ಮಾಡಿದ್ದರು. ಗಂಟೆ ಸುಮಾರು ಏಳು–ಏಳೂವರೆಯಾಗಿರಬಹುದು ಮಧ್ಯಾಹ್ನ ಸಿಕ್ಕ ಮೋರೋಣಿ ಮತ್ತೆ ಬಂದಿದ್ದ. "ದಣೀ ನಿಮಗೆ ಊಟದ ವ್ಯವಸ್ಥೆ ಮಾಡ್ತೇನೆ ಅಂದಿದಾರಲ್ಲಾ... ಊಟ ರೆಡಿಯಿದೆಯಂತೆ ನಾನು ಅವರ ಮನೆ ತೋರಿಸ್ಲಿಕ್ಕೆ ಬಂದೆ" ಈ ಊರಲ್ಲಿ ಕತ್ತಲಾಗುತ್ತಿದ್ದಂತೆಯೇ ರಾತ್ರಿಯ ಊಟವೇ? ವಿಚಿತ್ರವೆನಿಸಿ "ಇಲ್ಲಿ ಏಳು ಗಂಟೆಗೇ ರಾತ್ರಿ ಊಟ ಮಾಡ್ತಾರೇನೋ?" ಎಂದಾಗ "ಇಲ್ಲಿ ನಾವು ಏಳು ಗಂಟೆಗೇ ಊಟ ಮಾಡಿ ಮಲಗೋದು. ಚಿಮುನೆಣ್ಣೆ ಜಾಸ್ತಿ ಸಿಗೂದಿಲ್ಲ ಅಲ್ವಾ ಹಿಪ್ಪಿ" ಒಕ್ಕಲಿನ ಮನೆಯಾದರೂ ನನ್ನ ವಾಸಕ್ಕೆ ನೀಡಿದ್ದ ಮನೆಗೆ ಎರಡು ದೀಪದ ವಿದ್ಯುತ್ ಸಂಪರ್ಕವಿತ್ತು. ಬಹುಶಃ ದೊಡ್ಮನೆಗೆ ಬಂದ ಕಂಬ ಹತ್ತಿರವಿದ್ದುದರಿಂದಲೋ ಏನೋ. ಸಂಪರ್ಕ ಕಲ್ಪಿಸಿದ್ದರು. ಊರಿನ ಬಹುತೇಕ ಮನೆಗಳು ಇನ್ನೂ ವಿದ್ಯುತ್ ಸಂಪರ್ಕವಿಲ್ಲದೆ ಬುಡ್ಡಿ ದೀಪದ ಬೆಳಕಿನಲ್ಲೇ ದಿನದೂಡುತ್ತಿದೆಯೆಂದು ಅರ್ಥವಾಯಿತು.

ನನಗೆ ಊಟದ ಹೊತ್ತಾಗದಿದ್ದರೂ ಕರೆಯಲು ಬಂದಿದ್ದಾನಲ್ಲಾ ಎಂದು ಬ್ಯಾಗಿನಿಂದ ಟಾರ್ಚು ತೆಗೆದು ಹೊರಡಲನುವಾದೆ. ಅವನು ಜಗುಲಿಯಲ್ಲಿಟ್ಟಿದ್ದ ಸೆಲ್‌ನ ಟಾರ್ಚು ಹೊತ್ತಿಸಿ ನನಗೆ ದಾರಿ ತೋರುತ್ತಾ ನಡೆಯಲಾರಂಭಿಸಿದ. ನಾವಿಬ್ಬರೂ ಕತ್ತಲನ್ನು ಸೀಳಿಕೊಂಡು ಮೌನವಾಗಿ ನಡೆಯುತ್ತಿದ್ದೆವು.

* * *

ಹತ್ತಿರದಲ್ಲೆಲ್ಲೋ ಕಾಗೆಯ ಕೂಗು ಕೇಳಿ ಎಚ್ಚರವಾಯಿತು. ನಾವಿರುವ ಪರಿಸರವನ್ನು ಗಲೀಜು ಮಾಡುತ್ತವೆಂದು ಬೆಂಗಳೂರಿನಲ್ಲಿ ಕಾಗೆಗಳು ಕಂಡರೆ ಸಾಕು ವಿಷವಿಕ್ಕಿ ಕೊಲ್ಲುತ್ತಿದ್ದರು. ಕಾಗೆಗಳು ಪರಿಸರವನ್ನು ಸ್ವಚ್ಛಗೊಳಿಸುವ ಕೆಲಸಗಾರರೆಂದು ಮನದಟ್ಟು ಮಾಡಿಸಿದರೂ ನಮ್ಮ ಮಾತಿಗೆ ಕಿಮ್ಮತ್ತಿನ ಬೆಲೆಯೂ ಇರಲಿಲ್ಲ. ಅಂದು ಯಾಕೋ ಗೊತ್ತಿಲ್ಲ ಕಾಗೆಯ ಕೂಗು ಇಂಪಾಗಿ ಕೇಳಿಸಿತು. ಸ್ನಾನ ತಿಂಡಿ ಮುಗಿಸಿ ದೊಡ್ಮನೆಯತ್ತ ಹೊರಟಾಗ ಮೋರೋಣಿ ದನಗಳಿಗೆ ಹುಲ್ಲು ನೀಡುತ್ತಿದ್ದ. ಕರಾವಳಿಗರು ಸಾಮಾನ್ಯವಾಗಿ ಹಸುಗಳನ್ನು ಹಾಲು ಮತ್ತು ಹಟ್ಟಿಗೊಬ್ಬರಕ್ಕಾಗಿ ಸಾಕುತ್ತಾರೆ. ಈ ಮನೆಯಲ್ಲಿ ಒಕ್ಕಲಿರದಿದ್ದರಿಂದ ಹಾಲಿನ ಅವಶ್ಯಕತೆಯಿಲ್ಲದಿದ್ದರೂ ಹೊಲಕ್ಕೆ ಗೊಬ್ಬರದ ಅವಶ್ಯಕತೆಯಿರುವುದರಿಂದ ಈ ಹಸುಗಳನ್ನು ಸಾಕಿದ್ದಾರೆನಿಸಿತು. ತಾನು ಇಲ್ಲಿನ ಖಾಯಂ ಕೆಲಸಗಾರನೆಂದೂ, ಅಣ್ಣ ಸೀಸನ್‌ನಲ್ಲಿ ಕಾಯಿ ಕೀಳುವ, ಸುಲಿಯುವ ಕೆಲಸ ಗದ್ದೆ ಕೆಲಸ ಇನ್ನಿತರ ಕೆಲಸಗಳಿಗೆ ಮಾತ್ರ ಬರುತ್ತಾನೆಂದೂ ಮಿಕ್ಕ ಸಮಯದಲ್ಲಿ ಬುಟ್ಟಿ ಹೆಣೆಯುವ ಕೆಲಸ ಮಾಡುತ್ತಾನೆಂದು ಹೇಳಿದ.

ಮನೆ ನೋಡುವ ಇಂಗಿತ ವ್ಯಕ್ತಪಡಿಸಿದಾಗ ಪೂರ್ವಜರ ಕಾಲದಿಂದಲೂ ಅವರು ದೊಡ್ಡ ಮನೆ ಪ್ರವೇಶಿಸಿಲ್ಲವೆಂದೂ ಈಗ ಮನೆಮಂದಿ ಹೊರದೇಶದಲ್ಲಿದ್ದು ಯಾರೂ ಇಲ್ಲದೆ ಪಾಳು ಬಿದ್ದಿದ್ದರೂ ನಾವು ಹಳೇಯ ಕಟ್ಟುಪಾಡುಗಳನ್ನು ಮುರಿಯಲು ಸಾಧ್ಯವಿಲ್ಲವೆಂದೂ, ಹಾಗೇನಾದರೂ ಮುರಿದರೆ ನಮ್ಮ ಕುಲ ದೊಡ್ಡ ಗಂಡಾಂತರವನ್ನೇ ಎದುರಿಸಬೇಕಾಗುತ್ತದೆಂದೂ ಹೇಳಿದ. ಮನೆಯನ್ನು ಸ್ವಚ್ಛಗೊಳಿಸುವ ಹೆಂಗಸು ಬಂದಾಗ ಮನೆಯನ್ನು ನೋಡಲು ಅನುವು ಮಾಡಿಕೊಟ್ಟ...

ಅದೊಂದು ಎರಡಂತಸ್ತಿನ ವಿಶಾಲವಾದ ತೊಟ್ಟಿ ಮನೆ. ನಾಲ್ಕು ಬಾಗಿಲಿಗಾಗುವಷ್ಟು ಮರದಿಂದ ರಚಿಸಿದ ಬೃಹತ್ ಬಾಗಿಲನ್ನು ದಾಟಿದಾಗ ಆಶ್ಚರ್ಯವಾಯಿತು. ಮುಖ್ಯಅಂಗಳವೇ ಸುಮಾರು ಐವತ್ತಡಿಯಷ್ಟು ಅಗಲಕ್ಕೆ ಹರಡಿಕೊಂಡಿತ್ತು. ಪಳ ಪಳ ಹೊಳೆಯುವ ಮನೆಯ ಮುಚ್ಚಿಗೆ, ಬೃಹದಾಕಾರದ ತೇಗದ ಕಂಬಗಳು ಮನೆಗೆ ಮತ್ತಷ್ಟು ಮೆರುಗು ನೀಡಿದ್ದವು. ಕಾಂಕ್ರೀಟು ಮನೆಗಳನ್ನೇ ಕಂಡಿದ್ದ ನನಗೆ ಮರದ ಹಲಗೆಗಳಿಂದ ಸ್ಲಾಬ್ ರಚಿಸಿ

ನಂತರ ಯಾವುದೋ ಮರದ ಎಲೆಗಳನ್ನು ಹರಡಿ ಅದರ ಮೇಲೆ ಗೇರು ಎಣ್ಣೆ ಬೆರೆಸಿದ ಕಪ್ಪುಮಣ್ಣು ಹರಡಿ ಕೊನೇಯಲ್ಲಿ ಸಿಮೆಂಟು–ಇದ್ದಿಲು ಬೆರೆಸಿ ಕಲ್ಲಿನಲ್ಲಿ ಉಜ್ಜಿ ನುಣುಪಾಗಿಸಿದ ವಿಧಾನವನ್ನು ಕೇಳಿ ಆಶ್ಚರ್ಯವಾಯಿತು. ವಿಶಾಲ ಕಿಟಕಿಗಳನ್ನೊದಗಿಸಿದ್ದರಿಂದ ಸಾಕಷ್ಟು ಗಾಳಿ ಬೆಳಕಿಗೆ ಅವಕಾಶವಿತ್ತು. ಗೋಡೆಯಲ್ಲಿ ಜಿಂಕೆಯ ಕೊಂಬು, ಜೋಡಿ ಕತ್ತಿಗಳು. ಮೀಸೆ ತಿರುವಿ ನಿಂತ ಹಿರಿಯರ ಪಟಗಳು ರಾರಾಜಿಸುತ್ತಿದ್ದವು. ಸಿಂಹಾಸನದಂತಿದ್ದ ಖುರ್ಚಿಯೊಂದು ಒಂದು ಕಾಲದಲ್ಲಿ ಅಲ್ಲಿ ಅರಮನೆಯ ಕಳೆ ಇದ್ದುದಕ್ಕೆ ಸಾಕ್ಷಿಯಾಗಿತ್ತು. ಒಂದು ಕಾಲದಲ್ಲಿ ಊರಿನ ಅಷ್ಟೂ ಜಾಗದ ಒಡೆಯರಾಗಿದ್ದು ಗೇಣಿ ಪಡೆಯುತ್ತಿದ್ದವರು ಇಂತಹ ಮನೆ ಕಟ್ಟಿದುದರಲ್ಲಿ ಆಶ್ಚರ್ಯವೇನೂ ಕಾಣಿಸಲಿಲ್ಲ.

ಮನೆಯಿಂದ ಹೊರಬಂದಾಗ ಮೋರೊಣಿ ಹಟ್ಟಿಯ ಸೆಗಣಿ ಎತ್ತಿ ಗೊಬ್ಬರದ ಗುಂಡಿಗೆ ತುಂಬುತ್ತಿದ್ದ.

“ಮನೆ ನೋಡಿದ್ರಾ ಸಾರ್. ಲಾಯ್ಕ್ ಇಲ್ವಾ. ನಮ್ ಪಿಜ್ಜನೂ ಈ ಮನೆಯ ಮೇಸ್ತ್ರಿ. ಮನೆ ಒಕ್ಕಲಾದ ನಂತರ ದೇವೆರ್ ಎಲ್ಲಾ ನಂಬಿದ್ದಾರೆ ಅಲ್ವಾ, ಹಾಗೆ. ನಮ್ಗೆ ಹೋಗ್ಲಿಕ್ಕಿಲ್ಲ... ಹಿಹ್ಹಿ” ಅದಕ್ಕೆ ನಾನೇನೂ ಉತ್ತರಿಸಲಿಲ್ಲ. ಮಾತು ಬದಲಿಸಿ “ನನಿಗ್ ಊರ್ ತೋರಿಸ್ತೀಯಾಂತ ಹೇಳಿ ನೀನ್ ಈ ಕೆಲ್ಸ ಮಾಡ್ತೀಯಲ್ಲೋ. ಯಾವಾಗ್ ತೋರಿಸ್ತೀಯಾ”

“ಅಯ್ಯೋ ಸಾರ್ ನೀವ್ ಹೇಳಿದ್ದೆಲ್ಲಾ ಮಾಡುದಕ್ಕೆ ದಣೀ ಹೇಳಿದಾರೆ. ಇಲ್ಲ ಅನ್ತೇನಾ” ಎಂದ.

ಕೆಲಸ ಮುಗಿಸಿ ಕೈಕಾಲು ತೊಳೆದು ಬಂದ ಮೋರೊಣಿ ನನ್ನನ್ನು ಹಿಂಬಾಲಿಸಿದ. ಈ ಊರಲ್ಲಿ ಓಡಾಡಲು ನನಗೊಂದು ಗಾಡಿ ಅನಿವಾರ್ಯವಾಗಿತ್ತು. ಅಪ್ಪನ ಗೆಳೆಯರೊಬ್ಬರು ಗ್ಯಾರೇಜಿನವನೊಬ್ಬನ ಜತೆ ಮಾತಾಡಿದ್ದಾರೆಂದೂ ಆತನ ಹೆಸರು ಪಿಟ್ಟಿ ಎಂದೂ ಬಂದ ನಂತರ ಆತನನ್ನು ಭೇಟಿಯಾಗಲು ತಿಳಿಸಿದ್ದರು. ಪಿಟ್ಟಿ ಗೋಲ್‌ಮಾಲ್ ಜನ ಆಗಿದ್ದರಿಂದ ಆತನೊಡನೆ ಹುಷಾರಾಗಿ ವ್ಯವಹರಿಸುವಂತೆಯೂ ಕಿವಿಮಾತು ಹೇಳಿದ್ದರು. ಇದನ್ನು ಮೋರೊಣಿಗೆ ಹೇಳಿದಾಗ ಪಿಟ್ಟಿಯ ಗ್ಯಾರೇಜು ಶಾರ್ಟ್‌ಕಟ್ ಕಾಲುದಾರಿಯಲ್ಲಿ ಹೋದರೆ ಸುಮಾರು ಮುಕ್ಕಾಲು ಮೈಲಿಯಾಗಬಹುದು ಎಂದ... ಮಳೆಯ ಸೂಚನೆ ಇದ್ದುದರಿಂದ ಪ್ಲಾಸ್ಟಿಕ್ ತೊಟ್ಟೆ ಹಿಡಿದು ಹೊರಟ ಅವನನ್ನು ಕೊಡೆ ಹಿಡಿದ ನಾನು ಹಿಂಬಾಲಿಸಿದೆ.

ಗ್ಯಾರೇಜು ತಲುಪಿದಾಗ ಸುಮಾರು ಹತ್ತೂವರೆ ಗಂಟೆ... ತರಹೇವಾರಿ ಸ್ಕೂಟರುಗಳಿರಬಹುದೆಂದು ಯೋಚಿಸುತ್ತಿದ್ದವನನ್ನು ಪಿಟ್ಟಿಯ ಗ್ಯಾರೇಜಿನ ನಾಲ್ಕು ಸೈಕಲ್ಲುಗಳು ಅಣಕಿಸಿದವು. ಊರಿನ ಬಹುತೇಕರು ಲುಂಗಿ ಧರಿಸಿ ತಿರುಗಾಡುತ್ತಿರುವಾಗ, ಪ್ಯಾಂಟು ಶರ್ಟು ಧರಿಸಿದ್ದ ನನ್ನನ್ನು ಕಂಡು ಪಿಟ್ಟಿ

ಪ್ರಶ್ನಾರ್ಥಕವಾಗಿ ನೋಡಿದ. ನಾನು ಏನನ್ನಾದರೂ ಹೇಳಲು ಬಾಯ್ದೆರೆಯುವ ಮೊದಲೇ ಮೋರೋಣಿ "ಪಿಟ್ಟಿ ಅಣ್ಣಾ ಇವರು ಬೆಂಗಳೂರಿನವರು..." ಮಾತು ಮುಗಿಸುವ ಮುನ್ನ ಪಿಟ್ಟಿ ತನ್ನ ಗ್ಯಾರೇಜಿನೊಳಗೋಡಿ ಕಬ್ಬಿಣದ ಮುರುಕು ಖುರ್ಚಿಯೊಂದನ್ನು ತಂದಿಟ್ಟ. ಯಾರೋ ದೊಡ್ಡವರೆಂದುಕೊಂಡರೆ ನಾವು ಹಾಗೇ ನಟಿಸಿದರೆ ನಮ್ಮ ಕೆಲಸ ಸುಸೂತ್ರವಾಗಿ ಆಗುತ್ತದೆಂದು ಅಪ್ಪ ಹೇಳಿದ್ದು ನೆನಪಿಗೆ ಬಂತು.

"ಯಾವುದೋ ಸ್ಕೂಟರ್ ವ್ಯವಸ್ಥೆ ಮಾಡ್ತೀರಂತ ಹೇಳುದ್ರಂತೆ ಅಪ್ಪನ ಜತೆ" ಗಂಭೀರ ದನಿ ನಟಿಸಿದೆ.

"ಹೋ ನಿಮ್ಗೊಂದು ಫಸ್ಟ್ ಕ್ಲಾಸ್ ಮೊಪೆಡ್ ಇದೆ ನೋಡಿ. ನೀವು ಇರುವವರೆಗೆ ಓಡಿಸ್ಬಹುದು. ಆಗದಿದ್ದರೆ ಬೇರೊಂದು ಎಮ್ಮೈಟಿ ಇದೆ" ಎಂದು ಹಿಂಭಾಗದ ಮಾಡಿನಡಿ ಹಳೇ ಕಂಬಳಿ ಹೊದೆಸಿ ನಿಲ್ಲಿಸಿದ್ದ ಸ್ಕೂಟರನ್ನು ತೋರಿಸಿದ. ಈ ಊರಲ್ಲಿ ಇಷ್ಟು ಸಿಕ್ಕಿದ್ದೇ ಹೆಚ್ಚು ಎಂದುಕೊಂಡು ಇದೇ ಆಗಬಹುದು ಎಂದು ಎಮ್ಮೈಟಿಯೇನೂ ಬೇಕಾಗಿಲ್ಲ ಎಂದೆ. 'ನಾನೇನೂ ಇಲ್ಲಿ ಹೆಚ್ಚು ದಿನ ಇರುವುದಿಲ್ಲವಲ್ಲ ಇಷ್ಟು ಸಾಕು' ಎಂದುಕೊಂಡೆ.

ಸ್ಕೂಟರಿನ ಮುಂಭಾಗ ಕೊಂಚ ನಜ್ಜು ಗುಜ್ಜಾಗಿ ಜಖಂಗೊಂಡಿದ್ದರಿಂದ ಹೆಡ್ ಲೈಟಿನ ಬಳಿ ಬೆಸುಗೆ ಹಾಕಲಾಗಿತ್ತು. ಪೆಟ್ರೋಲ್ ಟ್ಯಾಂಕು ಕೂಡಾ ಮುದ್ದೆಯಾಗಿತ್ತು. ಏನಾಗಿದ್ದೆಂದು ಕೇಳಿದರೆ ಪಿಟ್ಟಿ 'ಅದು ನಾಯಿ ಅಡ್ಡ ಬಂದು ಗುದ್ದಿದ್ದರಿಂದಾಗಿ ಆದ ಸಣ್ಣ ಜಖಂ ಎಂದೂ ಗಾಡಿ ಓಡಿಸಲು ಯಾವುದೇ ತೊಂದರೆಯಿಲ್ಲವೆಂದು' ಸರ್ಟಿಫಿಕೇಟ್ ಕೊಟ್ಟ. ಮೊಪೆಡ್‌ಗೆ ನಾಯಿ ಅಡ್ಡ ಬಂದುದರ ಜತೆಗೆ ಅದರ ಓನರ್ ಗೊಟಕ್ ಎಂದಿದ್ದ ಕಥೆಯನ್ನು ಮುಚ್ಚಿಟ್ಟು. ಅವರು ಬೊಂಬಾಯಿಗೆ ಟ್ರಾನ್ಸ್‌ಫರ್ ಆಗಿ ಹೋಗಿದ್ದಾರೆ ಎಂದಿದ್ದ. ನನಗೆ ಈ ವಿಚಾರ ಅನಂತರ ತಿಳಿಯಿತು. ನಾನೂ ಈ ವಿಚಾರವನ್ನು ಅಪ್ಪನಿಂದ ಮುಚ್ಚಿಟ್ಟೆ. ಅದೃಷ್ಟ-ದುರಾದೃಷ್ಟ ಶುಭ-ಅನಿಷ್ಟ ಇಂತವನ್ನೆಲ್ಲಾ ತೀವ್ರವಾಗಿ ನಂಬುವ ಅಪ್ಪನಿಗೆ ಈ ವಿಷಯ ಗೊತ್ತಾಗಿದ್ದರೆ ಪಿಟ್ಟಿಗೆ ಚೆನ್ನಾಗೇ ಛೀಮಾರಿ ಹಾಕುತ್ತಿದ್ದರು.

ಕೊಂಚ ಜಖಂಗೊಂಡು ರಿಪೇರಿಯಾಗಿದ್ದರೂ ಸ್ಕೂಟರ್ ಚೆನ್ನಾಗೇ ಓಡುತ್ತಿತ್ತು. ಪೆಡಲ್ ತುಳಿದು ಸ್ಟಾರ್ಟ್ ಮಾಡಿದೆ. ಹೊರಡುವ ಮುನ್ನ ಮೋರೋಣಿ ಸೀಟಿಗೆ ಮೂರು ಬಾರಿ ನಮಸ್ಕರಿಸಿ ಏನೇನೋ ಗುನುಗುನಿಸಿ ಸ್ಕೂಟರ್ ಪ್ರಯಾಣದಲ್ಲಿ ಯಾವುದೇ ಲೋಪದೋಷಗಳು ಬರಬಾರದೆಂದು ಅವನ ಪ್ರಿಯ ದೇವರಾದ ಮೂವತ್ತು ಕೈಯ ಉಳ್ಳಾಯನಲ್ಲಿ ಪ್ರಾರ್ಥಿಸಿದ.

ಊಟದ ಹೊತ್ತಿಗೆ ಮನೆ ತಲುಪಿದಾಗ ಮೋರೋಣಿ ತಾನು ದೊಡ್ಡ ಮನೆಯ ಹೊರಗಿನ ಔಟ್‌ಹೌಸಿನಲ್ಲೇ ಗಂಜಿ ಮಾಡಿರುವುದಾಗಿಯೂ ನನ್ನನ್ನು ಮಿತ್ರರ ಮನೆಯಲ್ಲಿ ಉಂಡು ಬರಲು ಹೇಳಿ ಹೊರಟ.

ಮತ್ತೆ ದೊಡ್ಮನೆಯತ್ತ ಬಂದಾಗ ಮೂರು ಗಂಟೆಯಾಗಿತ್ತು... ಸಾಮಾನ್ಯವಾಗಿ ಒಂದು ಪ್ರದೇಶದ ಅನಕ್ಷರಸ್ಥ ಜನ ಆ ಭಾಗದಲ್ಲಿ ಕಾಣಸಿಗುವ ಸಸ್ಯಗಳು, ಪ್ರಾಣಿ–ಪಕ್ಷಿಗಳ ಹೆಸರನ್ನು ಅವುಗಳ ಆಕಾರ ಉಪಯೋಗ–ಗುಣಗಳಿಗೆ ಅನುಗುಣವಾಗಿ ಹೆಸರಿಸುತ್ತಾರೆ. ಇದನ್ನು ಅರಿತಿದ್ದ ನಾನು ನನಗೆ ಬೇಕಾಗಿರುವ ಈ ಊರ ಐದು ಅಪರೂಪದ ಸಸ್ಯಗಳ ಹೆಸರನ್ನು ಕನ್ನಡ ಭಾಷೆಯ ಅರಿವಿಲ್ಲದ, ವಿದ್ಯಾಭ್ಯಾಸದಿಂದ ವಂಚಿತರಾದ ಜನರಿಗಾಗಿ ತುಳುವಿನಲ್ಲಿ ಬರೆದುಕೊಂಡು ಬಂದಿದ್ದೆ. ಇದನ್ನು ಮೋರೋಣಿ ಬಳಿ ಪ್ರಸ್ತಾಪಿಸಿದಾಗ ಆ ಸಸ್ಯಗಳು ಬೆರ್ಮರ ತೋಕೆಯಲ್ಲಿ ಮಾತ್ರ ಸಿಗುವುದಾಗಿಯೂ ಇಲ್ಲಿಂದ ಎರಡು ಮೈಲಿ ದೂರ ಸ್ಕೂಟರಲ್ಲಿ ಹೋಗಿ ಗುಡ್ಡ ಇಳಿದಾಗ ಬೆರ್ಮರ ಕಣಿವೆ ದೊರಕುವುದೆಂದೂ ತಿಳಿಸಿದ. ನನಗೆ ಈ ಕೆಲಸಕ್ಕೆ ಮೋರೋಣಿಗಿಂತಲೂ ಪ್ರಾಯದಲ್ಲಿ ಹಿರಿಯವನಾದ ಅವನ ಸಹೋದರನೇ ಉತ್ತಮನೆನಿಸಿತು. ಯಾಕೆಂದರೆ ಕಾಡೊಳಗೆ ಸೇರಿ ಬುಟ್ಟಿ ಹೆಣೆಯುವವನಿಗಿಂತ ಹೆಚ್ಚಿನ ಕಾಡಿನ ಪರಿಚಯ ಜನಸಾಮಾನ್ಯನಿಗೆ ಇರಲಾರದೆಂಬುದು ನನ್ನ ಊಹೆಯಾಗಿತ್ತು. ಇದನ್ನು ಮೋರೋಣಿಯ ಬಳಿ ಕೇಳಿದಾಗ

ಬೇರೇನನ್ನೋ ಹೇಳ ಹೊರಟವ ಮಾತು ತುಂಡರಿಸಿ. "ಪೆಲತಂಗಡಿ ಮನೆಯವರು ಹಟ್ಟಿಗೆ ತರಗೆಲೆ ತರ್ಲಿಕ್ಕೆ ಒಂದು ಬುಟ್ಟಿ ಹೆಣೆದು ಕೊಡ್ಲಿಕ್ಕೆ ಅಣ್ಣನಿಗೆ ಹೇಳಿದಾರೆ. ಅದಕ್ಕೆ ಹೋಗಿದಾನೆ" ಮಾತಿನ ದಾಟಿಯಿಂದ ಈ ಮಾತು ಸುಳ್ಳೆಂದು ಅರಿವಾದರೂ ನನಗದು ಅಗತ್ಯವಿಲ್ಲದ ವಿಷಯವಾದ್ದರಿಂದ ಮೇಲೆ ಬಿದ್ದು ಕೇಳಲು ಹೋಗಲಿಲ್ಲ.

"ಎಲ್ಲಾ ಸರಿ ನಿನ್ ಅಣ್ಣನ ಹೆಸರು ಏನಂದೆ?"

"ಮಾಣಿಗ..." ಎಂದ.

3

ಕಣಿವೆಯ ಬಳಿಯ ಮೈಲುಗಲ್ಲಿನ ಬಳಿ ಮೊಪೆಡ್ ನಿಲ್ಲಿಸಿದಾಗ ಸಂಜೆ ನಾಲ್ಕು ಗಂಟೆ. ರಸ್ತೆಯಲ್ಲಿ ನಿಂತು ನೋಡಿದಾಗ ಬೆರ್ಮರ ಕಣಿವೆಗೆ ಮಂಜು ಆವರಿಸಿ ನುಸಿಪೀಡೆಗೆ ಹೊಗೆ ಹಾಕಿದಂತೆ ಗೋಚರಿಸುತ್ತಿತ್ತು. ಸೂರ್ಯ ತನ್ನ ಅಂದಿನ ಕೆಲಸ ಮುಗಿಸಿ ಹೊರಡಲು ಇನ್ನೂ ಎರಡೂ ಚಿಲ್ಲರೆ ಗಂಟೆ ಸಮಯವಿತ್ತು. ಹನಿ ಹನಿಯಾಗಿ ತೊಟ್ಟಿಕ್ಕುತ್ತಿದ್ದ ತುಂತುರು ಮಳೆಯಲ್ಲಿ ಬನಿಯನು, ಲುಂಗಿ ಸುತ್ತಿಕೊಂಡು ತಲೆಗೆ ಪ್ಲಾಸ್ಟಿಕ್ ಧರಿಸಿಕೊಂಡಿದ್ದ ಮೋರೋಣಿ ಥೇಟ್ ಸಾಗುವಳಿದಾರರ ಗೆಟಪ್‌ನಲ್ಲಿ ಮಿಂಚುತ್ತಿದ್ದ. ಬೇಸಿಗೆಯಲ್ಲಿ

ಜನರು ಹಟ್ಟಿಗೆ ಸೊಪ್ಪು ಸದೆ, ಸೌದೆ ಸಂಗ್ರಹಕ್ಕಾಗಿ ಇಳಿಜಾರಿನ ಈ ದಾರಿಯಲ್ಲಿ ಸಾಗಿದ ಕುರುಹುಗಳು ನಿಚ್ಚಳವಾಗಿ ಗೋಚರಿಸುತ್ತಿದ್ದವು. ಬೀಳಲು ಕತ್ತರಿಸಲು ಬಳಸುವ ಹರಿತವಾದ ಸೊಂಟಗತ್ತಿಯಿಂದ ದಾರಿಗಡ್ಡ ಬಂದ ಸೊಪ್ಪುಸದೆಗಳನ್ನು ಕತ್ತರಿಸುತ್ತಾ ಮೋರೋಣಿ ಮುಂದಡಿಯಿಡುತ್ತಿದ್ದ. ಆಗಾಗ್ಗೆ ಬಂಡೆಗಲ್ಲ ಮೇಲಿನ ನುಣುಪಾದ ದಾರಿ ಸಿಕ್ಕಾಗ ನನ್ನನ್ನು ಎಚ್ಚರಿಸುತ್ತಿದ್ದ. ಈ ದಾರಿಯಲ್ಲೇನಾದರೂ ಜಾರಿ ಕೈಕಾಲು ಮುರಿದರೆ ಹೊತ್ತುಕೊಂಡು ಹೋಗುವವರು ಯಾರೆಂದು ಯೋಚಿಸಿ ಎಚ್ಚರಿಕೆಯಿಂದಲೇ ಹೆಜ್ಜೆ ಹಾಕಿ ನಡೆಯುತ್ತಿದ್ದೆ.

"ಕಣ್ಣಿಗೆ ಹತ್ತಿರ ಕಾಲಿಗೆ ದೂರ" ಎಂಬ ನಾಣ್ಣುಡಿ ಸುಮ್ಮನೆ ಹುಟ್ಟಿಕೊಂಡಿಲ್ಲ ಎಂದು ನನಗೆ ಇಳಿಜಾರಿನಲ್ಲಿ ಸಾಗುವಾಗಲೇ ಅರಿವಿಗೆ ಬಂದಿದ್ದು. ರಸ್ತೆಯಿಂದ ತುಂಬಾ ಹತ್ತಿರವಾಗಿ ಕಂಡ ಜಾಗ ಇಳಿಯುವಾಗ ನಮ್ಮಿಂದ ದೂರ ದೂರ ಚಲಿಸುತ್ತಿದೆಯೇನೋ ಎಂಬಂತೆ ಭಾಸವಾಗುತ್ತಿತ್ತು. ಇದನ್ನು ಮೋರೋಣಿಗೆ ಕೇಳಿದಾಗ ಹಳ್ಳಿಯ ಪರಿಚಯವಿಲ್ಲದ ಪೇಟೆಯ ಜನರಿಗೆ ಇದು ಸಾಮಾನ್ಯವೆಂದೂ, ಇದೆಲ್ಲಾ ಅನುಭವವಾಗಬೇಕಾದರೆ ಈ ಪ್ರದೇಶದಲ್ಲಿ ಒಂದಷ್ಟು ವರ್ಷಗಳ ಕಾಲ ಸುತ್ತಾಡಬೇಕಾಗುತ್ತದೆ ಎಂದೂ... ಬೆಕ್ಕೊಂದು ಮರ ಹತ್ತುವಾಗ ಮಿಂಚಿನ ವೇಗದಲ್ಲಿ ಠಣ್ ಎಂದು ಹತ್ತಿ, ಇಳಿಯುವಾಗ ತ್ರಾಸಪಡುವ ಉದಾಹರಣೆಯನ್ನೂ ನೀಡಿ ತನ್ನ ಬೆನ್ನನ್ನು ತಾನೇ ತಟ್ಟಿಕೊಂಡ. ಕಾರ್ಯವಾಸಿ ಕತ್ತೆಕಾಲು ಎಂದು ಆತನ ಹಿಂದೆ ನಡೆಯತ್ತಿದ್ದಾಗ ಮುಂಬದಿ ನಡೆಯುತ್ತಿದ್ದ ಆತನ ಕೈಲಿದ್ದ ಕತ್ತಿಗೆ ತಾಗಿದ ಮುಳ್ಳಿನ ರೆಂಬೆಯೊಂದು ರಪ್ಪನೆ ರಾಚಿ 'ಆಹ್' ಎಂದು ಉದ್ಗರಿಸಿದಾಗ ಹಿಂದಿರುಗಿ ನೋಡಿದ ಮೋರೋಣಿ,

"ಜಾಗ್ರತೆಯಾಗಿ ನೋಡ್ಕೊಂಡು ಬರೋದಲ್ವಾ ಸಾರ್..." ಎಂದವ ಗಾಬರಿಯಿಂದ "ಸಾರ್ ಇದು ಬೆಲ್ಲಮುಳ್ಳು ಭಯಂಕರ ನಂಜಿ ಮಾರ್‍ರೆ ಇದು. ಮದ್ದು ಮಾಡ್ಲಿಲ್ಲಾಂದ್ರೆ ನಾಳೆಗೆ ರೆಸಿಯಾಗ್ತದೆ. ಆವತ್ತು ಒಬ್ಬನಿಗೆ ಈಗೇ ಆಗಿ ಎನ್ಲಾಕ್ ಆಸ್ಪತ್ರೆಕಾಲನ್ನೇ ಕತ್ತರಿಸಬೇಕಾಯಿತು" ಎಂದವ ತರಾತುರಿಯಲ್ಲಿ ಯಾವುದೋ ಗಿಡದ ಸೊಪ್ಪುಗಳನ್ನು ಕೈಯಿಂದ ಹಿಸುಕಿ ತರಚು ಗಾಯಕ್ಕೆ ತಿಕ್ಕಿದ... ಮುಳ್ಳು ತರಚಿದ ಗಾಯವನ್ನು ಸ್ವಚ್ಛವಾಗಿಡದ ಯಾರಿಗೋ ಕೀವಾಗಿರಬಹುದು ಅದಕ್ಕೆ ಮುಳ್ಳಿನ ಗಿಡದ ಮೇಲೆ ಅಪವಾದ ಹಾಕುತ್ತಿದ್ದಾನೆ, ಕೈ ಕತ್ತರಿಸಲ್ಪಟ್ಟವನಿಗೆ ಬಹುಶಃ ಸಕ್ಕರೆ ಖಾಯಿಲೆ ಇದ್ದಿರಬಹುದು. ಆತ ಮಾಹಿತಿಯ ಕೊರತೆಯಿಂದ ಗಾಯವನ್ನು ನಿರ್ಲಕ್ಷಿಸಿ ಅನಾಹುತ ತಂದುಕೊಂಡಿದ್ದಾನೆ ಎನಿಸಿತು... ಅದರ ಬಗ್ಗೆ ಹೆಚ್ಚೇನೂ ಮಾತನಾಡಲಿಲ್ಲ. ಮೌನವಾಗಿ ಆತನನ್ನು ಹಿಂಬಾಲಿಸಿದೆ.

ಒಂದು ಹತ್ತು ಹೆಜ್ಜೆ ಮುಂದೆ ಚಲಿಸಿರಬಹುದು, ಇನ್ನೇನು ಬೇರ್ಮೊಟ್ಟು ಕಣಿವೆ ಇಳಿದೆವು ಎನ್ನುವಷ್ಟರಲ್ಲಿ

"ಈ ಊರಲ್ಲಿ ಪೆಸಲ್ ಎಂತಾದ್ರೂ ಇದ್ರೆ ಹೇಳು ಎಂದಿದ್ರಲ್ಲಾ... ಆಕಡೆ ತಗ್ಗು ಇದೆಯಲ್ಲಾ. ಸ್ವಲ್ಪ ಮುಂದೆ ಹೋದರೆ ಪಿಲಿಪಂಜರ ತೋಕೆ ಸಿಗ್ತದೆ" ಎಂದ.

"ಪಿಲಿಪಂಜರ ತೋಕೆ ಅಂದ್ರೆ?"

"ಹುಲಿ ಹಿಡಿಯಲು ಮಾಡಿದ ಗೂಡು ಸಾರ್ ನೂರು ವರ್ಷ ಹಳೆಯದ್ದು."

"ಯಾವ್ದು ಮರದ್ದಾ ಕಬ್ಬಿಣದ್ದಾ."

"ಎರಡೂ ಅಲ್ಲ ಸಾರ್ ಕಲ್ಲಿನ್ದು, ನಮ್ಮ ಅಜ್ಜನ ಕಾಲದಲ್ಲಿ ಮಾಡಿದ್ದು" ನನ್ನ ಕಿವಿ ನೆಟ್ಟಗಾಯಿತು. ಹಾಗಾದ್ರೆ ಇದನ್ನೊಂದು ನೋಡಲೇಬೇಕು ಎಂದುಕೊಂಡು ಅತ್ತ ಹೊರಡುವ ಎಂದೆ. ಬಂದ ಕೆಲಸ ಮರೆತೇ ಹೋಗಿತ್ತು. ಬೆಲ್ಲಮುಳ್ಳು ತರಚಿದ ಗಾಯದ ಉರಿಯೂ ಹೇಳದೆಯೇ ಮಾಯವಾಗಿತ್ತು.

ನಾನು ಪಿಲಿಪಂಜರ ತೋಕೆಯತ್ತ ಹೋಗುವ ಇಂಗಿತ ವ್ಯಕ್ತಪಡಿಸಿದ ಕ್ಷಣಾರ್ಧದಲ್ಲಿ ಸೊಂಟದಿಂದ ಕಿರುಕತ್ತಿ ತೆಗೆದ ಮೊರ್ರೋಣಿ ಇಂಗ್ಲೀಷಿನ 'ವೈ' ಆಕಾರದ ಕಬಕೆ ಕೋಲೊಂದನ್ನು ಸಿದ್ಧಪಡಿಸಿದ. ಅದನ್ನೇ ಗುರಾಣಿಯಂತೆ ಹಿಡಿದು ಅತ್ತ ಸಾಗಿದ. ಅಭ್ಯಾಸವಿರದಿದ್ದರೂ ನೀರು ಹರಿದು ಕೊರಕಲಾದ ಆಯಕಟ್ಟಿನ ಅಪಾಯಕಾರಿ ಜಾಗದಲ್ಲಿ ತುಂಬಾ ಎಚ್ಚರಿಕೆಯಿಂದ ಹೆಜ್ಜೆಯಿಡುತ್ತಿದ್ದವನನ್ನು ಹಿಂಬಾಲಿಸಿದೆ. ಆಯಕಟ್ಟಿನ ಜಾಗಗಳಲ್ಲಿ ಮರಿಯಿಟ್ಟ 'ಕುರ್ಲೆಯ ಹಂದಿ', ಹುಲಿಯಂತಹ ಕಾಡು ಪ್ರಾಣಿಗಳು ದಾಳಿ ಮಾಡಿದರೆ ರಕ್ಷಿಸಿಕೊಳ್ಳುವ ಸಾಧನ ಅದೆಂದು ವಿವರಿಸಿದ.

ಸುಮಾರು ನೂರು ಮೀಟರ್ ದೂರ ಸಾಗಿದಾಗ ಮೂರ್ನಾಲ್ಕು ಮೀಟರ್ ಉದ್ದಕ್ಕೆ ಹರಡಿದ ಕಲ್ಲಿನ ರಾಶಿಯನ್ನು ಗಮನಿಸಿದೆ. ಅದರ ಮೇಲೆ ಯಾವುದೋ ಕಾಡು ಹಣ್ಣಿನ ಗಿಡದ ಪೊದೆ ದಟ್ಟವಾಗಿ ಬೆಳೆದಿದ್ದು. ಆ ತಲೆಬುಡವಿಲ್ಲದ ಕಲ್ಲಿನ ರಾಶಿಯೇ ಪಿಲಿಪಂಜರ ತೋಕೆಯ ಹುಲಿಗೂಡು ಎಂದು ತಿಳಿದಾಗ ನನಗೆ ಇದ್ದಬದ್ದ ಕೆಲಸ ಬಿಟ್ಟು ಕಷ್ಟಪಟ್ಟು ಕೊರಕಲು ಇಳಿದದ್ದೂ ವ್ಯರ್ಥವಾದಂತೆ ಭಾಸವಾಯಿತು. ಹಳೆಯ ಕಾಲದ ಇಂತಹ ಒಂದಷ್ಟು ಟೆಕ್ನಾಲಜಿಗಳು ಕೆಲಸಕ್ಕೆ ಬಾರದೆ ವ್ಯರ್ಥವಾದ ಪ್ರಸಂಗಗಳಲ್ಲಿ ಈ ಕಲ್ಲಿನ ರಾಶಿಯೂ ಒಂದೆನಿಸಿತು. ಇದನ್ನು ಆತನ ಬಳಿ ಹೇಳಿದಾಗ ಮುಗುಳ್ನಕ್ಕ ಆತ ರಾಶಿಯ ಒಂದು ಬದಿಯಲ್ಲಿ ನಿಂತು ಗಿಡಗಂಟಿಗಳನ್ನು ಕತ್ತರಿಸಿ ಹುಲಿ ಹೋಗಲಿಕ್ಕಿಟ್ಟಿರುವ ದ್ವಾರವೆಂದೂ, ಮತ್ತೊಂದು ಕೊನೆಯನ್ನು ಸ್ವಚ್ಛಗೊಳಿಸಿ ಇದು ನಾಯಿ ಕಟ್ಟಲು ಇರುವ ಜಾಗವೆಂದೂ. ಪೊದೆಯಿಂದ ಆವೃತವಾದ ಕಲ್ಲಿನ ರಾಶಿಯ ಮಧ್ಯ ಭಾಗವನ್ನು ಬೇಡವೆಂದರೂ ಕೇಳದೆ ಹತ್ತಿ ಅಲ್ಲಿ ಹುಲಿಯನ್ನು ಖೆಡ್ಡಾಗೆ ಕೆಡವಲು ಇಟ್ಟಿದ್ದ ಹಲಗೆ ಕಲ್ಲನ್ನು ತೋರಿಸಿದ. ಇಷ್ಟು

ಹೇಳಿದ ನಂತರ ನನಗೆ ಹುಲಿಗೂಡಿನ ಕೆಲಸ ಮಾಡುವ ವಿಧಾನ ಸ್ಪಷ್ಟವಾಗಿ ಅರ್ಥವಾಯಿತು.

ಈ ನೆಲದಲ್ಲಿ ಉದ್ದಲಾಗಿ ಹರಡಿಕೊಂಡಿರುವ ಕಲ್ಲಿನ ರಾಶಿಯೊಳಗೊಂದು ಗುಹೆಯಿದ್ದು ಅದರ ಕೊನೇಯಲ್ಲಿ ನಾಯಿಯನ್ನು ಕಟ್ಟಲಾಗುತ್ತದೆ. ಒಂದೊಮ್ಮೆ ಗೂಡಿನೊಳಗೆ ನಾಯಿ ಬೊಗಳದೇ ಮಲಗಿದ ಪಕ್ಷದಲ್ಲಿ ದನದ ಚರ್ಮವನ್ನು ಒಂದು ಪಾತ್ರೆಗೆ ಕಟ್ಟಿ ಗುಡ್ಡದ ಮೇಲೆ ನಿಂತು ಕೋಲಿಂದ ಪರ–ಪರ ಪರಚಿ ಸದ್ದು ಹೊರಡಿಸಿ ಎಬ್ಬಿಸಲಾಗುತ್ತಿತ್ತು. ಹುಲಿ ಬೇಟೆಯ ಆಸೆಯಿಂದ ಗೂಡಿನೊಳಗೆ ನುಸುಳಿದರೂ ನಾಯಿಯನ್ನು ತಲುಪಲಾರದಂತೆ ವ್ಯವಸ್ಥಿತವಾಗಿ ಕಾಪಾಡಲಾಗುತ್ತಿತ್ತು. ಮಿಕ ಗುಹೆಯನ್ನು ಪ್ರವೇಶಿಸುತ್ತಲೇ ಮಧ್ಯ ಭಾಗ ಮತ್ತು ಮುಖ್ಯದ್ವಾರದ ಕಲ್ಲಿನ ಹಲಗೆಗಳು ದಡಾರನೆ ಬಿದ್ದು ಅದರಲ್ಲಿ ಲಾಕ್ ಮಾಡಲ್ಪಡುತ್ತದೆ. ಹುಲಿ ಸೆರೆಸಿಕ್ಕ ನಂತರ ನಾಯಿಯನ್ನು ಮತ್ತೊಂದು ಬಾಗಿಲಿನಿಂದ ಹೊರತೆಗೆದೊಯ್ಯಲಾಗುತ್ತದೆ. ಸುಲಭವಾಗಿ ಸೆರೆಸಿಗಲು ಮುಖ್ಯವಾದ ಕಾರಣ ಇದು ಕಾಡುಪ್ರಾಣಿಗಳು ಸಂಚರಿಸುವ ಆಯಕಟ್ಟಿನ ಜಾಗ. ಈ ರೀತಿಯಾಗಿ ಅದೆಷ್ಟು ಹುಲಿಗಳು ಈ ಕಲ್ಲಿನ ರಾಶಿಯಡಿ ಸಿಲುಕಿ ಪ್ರಾಣ ಕಳೆದುಕೊಂಡಿದ್ದಾವೋ ಎನಿಸಿ ದುಃಖವಾಯಿತು... ಆ ಕಾಲದಲ್ಲಿ ಈಗಿನಂತೆ ಸ್ಮಗ್ಲಿಂಗ್ ದಂಧೆ ಇರಲಾರದು ಎನಿಸಿದರೂ ಕುತೂಹಲದಿಂದ

"ಲೋ ಹುಲೀನ ಕೊಂದು ನಂತ್ರ ಹೂತಾಕ್ತೀರೇನೋ."

"ಎಂತ ಸುಮ್ಮನೆ ಹೂತು ಹಾಕುವುದು... ಪಿಲಿ ಚರ್ಮಕ್ಕೆ ಸೇಲಂನಲ್ಲಿ ಭಾರಿ ರೇಟು ಉಂಟಂತೆ... ಮತ್ತೆ ಉಗುರು ಉಂಟಲ್ಲಾ... ಮಕ್ಕಳಿಗೆ ಬಂಗಾರ್ ಮಾಡಿದರೆ ಬಾರಿ ಚಂದ ಕಾಣ್ತದೆ. ಹಾಗೆ ಇಲ್ಲಿ ದೊಡ್ಡವರೆಲ್ಲ ತೆಕೊಳ್ತಾರೆ."

ರೇಟು ಎಷ್ಟೆಂದು ನಿಖರವಾಗಿ ಗೊತ್ತಿಲ್ಲದಿದ್ದರೂ ದುಬಾರಿ ಬೆಲೆಗೆ ಮಾರಾಟವಾಗುತ್ತದೆ ಎಂದ. ರಾಶಿಗಟ್ಟಲೆ ಕಲ್ಲು ಹೊತ್ತು ಗೂಡು ನಿರ್ಮಿಸಿ ಹುಲಿ ಚರ್ಮ, ಉಗುರು ಸಂಗ್ರಹಿಸಿ ಮಾರಿದವರಿಗೆ ಸಿಕ್ಕಿದ್ದು ಬರೀ ಚಿಪ್ಪು, ಅವರು ಇನ್ನೂ ಹುಲ್ಲಿನ ಗುಡಿಸಲಲ್ಲಿದ್ದಾರೆ. ಅದನ್ನು ಕೊಂಡವರು ಸಾವಿರಾರು ರೂ. ಸಂಪತ್ತಿನ ಒಡೆಯರಾಗಿರಬಹುದೆಂದು ಅಂದಾಜಿಸಿದೆ. ಕೇವಲ ಗುಂಡು ತುಂಡಿನ ಆಸೆಗೆ ಅಮೂಲ್ಯವಾದ ಅರಣ್ಯ ಸಂಪತ್ತನ್ನು ಬಿಕರಿಯಿಟ್ಟ ಇವರುಗಳ ಅನಕ್ಷರತೆಯೇ ಸ್ಮಗ್ಲರ್‌ಗಳ ಬಂಡವಾಳವೆನಿಸಿತು.

ಇನ್ನು ಒಂದಷ್ಟು ಹೊತ್ತಾದರೆ ಸೂರ್ಯ ತನ್ನ ಕೆಲಸ ಮುಗಿಸಿ ಹೊರಡುತ್ತಾನೆ ಎನಿಸಿ ನಾವು ಬಂದ ಕೆಲಸ ಮಾಡಬೇಕೆಂದು ಆತನನ್ನು ಹೊರಡಿಸಿದೆ. ಕೊರಕಲಿನ ದಾರಿಯಲ್ಲಿ ಹಿಂದಿರುಗುವಾಗ ಬಂದ ದಾರಿ ಅಷ್ಟೇನೂ ಕಷ್ಟವೆನಿಸಲಿಲ್ಲ.

ಬೆರ್ಮರ ಕಣಿವೆಗೆ ಬಂದಾಗ ಗಂಟೆ ಐದಾಗಿತ್ತು... ಜೇಬಿನಿಂದ ಸಸ್ಯಗಳ ಪಟ್ಟಿ ತೆಗೆದು ಹೇಳಬೇಕಾದಲ್ಲಿ ಮುಂಗುಸಿಯೊಂದು ನಾವು ವಾಪಸ್ಸು ಹೋಗಬೇಕಾದ ದಾರಿಗಡ್ಡವಾಗಿ ಸರ ಸರ ಸಾಗಿ ಪೊದೆ ಸೇರಿಕೊಂಡಿತು...

"ಸಾರ್ ನೋಡಿದ್ರಾ. ಮುಂಗುಲಿ ಓಡಿದ್ದು... ನಿಮಗೆ ಎಂತ ಗೇಲ್ ಇದೆ ನೋಡಿ ಕೆಲಸದಲ್ಲಿ."

"ಲೋ. ನನಗೆ ಗಿಡಗಳ ತೋರ್ಸೋ ಪುಣ್ಯಾತ್ಮಾ." ಅವನಿಗೆ ನನ್ನ ಮುಖದಲ್ಲಿ ಅಸಮಾಧಾನ ಕಂಡಿರಬೇಕು, ನಾವು ಹೋಗಿ ಬರುವ ದಾರಿಗೆ ಮುಂಗುಸಿ ಅಡ್ಡ ಓಡಿದರೆ ಕೆಲಸದಲ್ಲಿ ಗೆಲುವು ಶತಃಸಿದ್ಧವೆಂದೂ, ನಾನು ಅದೃಷ್ಟವಂತ ಹಾಗಾಗಿ ಮುಂಗುಸಿ ಕಾಣಲು ಸಿಕ್ಕಿತೆಂದೂ, ಇದು ನಿಜವಾದರೆ ಏನು ಕೊಡುತ್ತೀರಾ ಎಂದು ಚಾಲೆಂಜ್ ಮಾಡುವಂತೆ ಚಿಟಿಕೆ ಹೊಡೆದಿದ್ದು ಕಂಡು ನಗು ಬಂತು.

ಮೊದಲನೇಯ ಸಸ್ಯವನ್ನು ತೋರಿಸಿ ಅದರ ಒಂದಷ್ಟು ಗುಣಗಳನ್ನು ವಿವರಿಸಿ ಈ ಸಸ್ಯವನ್ನು ಪುರಾತನರು ಬಟ್ಟೆಗಳಿಗೆ ಬಣ್ಣ ತಯಾರಿಸಲು ಬಳಸಿದ್ದಾರೆಂದೂ ಬ್ರಿಟೀಷರ ಕೆಮಿಕಲ್ ಬಣ್ಣಗಳಿಂದಾಗಿ ಈ ಸಸ್ಯ ಮೂಲೆಗುಂಪಾಗಿದೆಯೆಂದೂ ತಿಳಿಸಿದ. ಆತ ತೋರಿಸಿದ ಸಸ್ಯಗಳೆಲ್ಲವನ್ನೂ ಊರಿನಲ್ಲಿ ಮತ್ತಿಬ್ಬರ ಬಳಿ ತೋರಿಸಿ ಖಾತರಿಪಡಿಕೊಳ್ಳುವುದು ನನಗೆ ಅನಿವಾರ್ಯವಾಗಿತ್ತು. ಆದ್ದರಿಂದ ಅವನ ಮಾತುಗಳಲ್ಲಿ ಆಲಿಸುತ್ತಾ ಗುರುತು ಮೂಡಿಸಲೆಂದು ಜತೆಗೆ ತಂದಿದ್ದ ಉದ್ದನೆಯ ಪ್ಲಾಸ್ಟಿಕ್ ಕಟ್ಟಿದೆ. ಹಾರುವ ಬಣ್ಣದ ಪ್ಲಾಸ್ಟಿಕ್ ದೂರಕ್ಕೆ ಕಾಣುವುದೆಂದು ಮಾಡಿದ ಉಪಾಯವದು. ಜಾಗದ ಗುರುತಿಗಾಗಿ ಮರದ ರೆಂಬೆಯೊಂದನ್ನು ಕಡಿದು ನೆಲಕ್ಕೆ ಊರುವಂತೆ ಮೋರ್ರೊಣಿಗೆ ಹೇಳಿದಾಗ ಜಾಗದ ನೆನಪಿಗಾಗಿ ಗುರುತು ಮಾಡುವುದಕ್ಕಿಂತಲೂ ಹೆಚ್ಚಾಗಿ ನಮಗೆ ದೈವ ದೇವರ ಬೆನ್ನು ಸಹಾಯ ಅಗತ್ಯವಾಗಿ ಬೇಕೆಂದು ಊರಿನ ಪ್ರತಿಯೊಂದು ದೈವ ದೇವರನ್ನೂ ಕರೆದು ಪ್ರಾರ್ಥಿಸಿದ. ಇದನ್ನು ಆತ ನಾಟಕೀಯವಾಗಿ ಮಾಡುತ್ತಿದ್ದಾನೆಂದು ನನಗನಿಸಲಿಲ್ಲ. ಒಂದೊಂದೇ ಸಸ್ಯಗಳನ್ನು ಹುಡುಕಿ ತೋರಿಸುತ್ತಾ ಸಾಗುತ್ತಿದ್ದ. ಗುರುತಿಗಾಗಿ ಮರದ ರೆಂಬೆಯನ್ನು ಊರುತ್ತಾ ಸಾಗುತ್ತಿದ್ದ...

ಅನತಿ ದೂರದಲ್ಲೇ ನಾಲ್ಕನೆಯ ಗಿಡವೂ ಸಿಕ್ಕು ನಾನು ಗುರುತು ಮಾಡಲು ಪೊದೆಯತ್ತ ಬಾಗಿದಾಗ ಹಕ್ಕಿಯೊಂದು ನನ್ನ ಭುಜವನ್ನು ಸವರಿ ಹಾರಿ ಹೋಯಿತು. ನೋಡಿದಾಗ ಕಂಡೂ ಕಾಣದಂತಿರುವ ವೃತ್ತಾಕಾರದ ಗೂಡು ಮತ್ತು ನೀಲಿ ಬಣ್ಣದ ನಾಲ್ಕು ಮೊಟ್ಟೆಗಳು... ಮಳೆ ಸುರಿದು ಪೊದೆಯು ಒದ್ದೆಯಾಗಿದ್ದರೂ ಗೂಡಿನ ನಾರು, ಒಣ ಎಲೆಗಳು ಬೆಚ್ಚಗೇ ಇರುವುದನ್ನು

ಕಂಡು ಆಶ್ಚರ್ಯವಾಯಿತು. ಪರೀಕ್ಷಾತ್ಮಕವಾಗಿ ನೋಡುತ್ತಾ ನಿಂತವನನ್ನು ಹಿಂದೆ ನಿಂತಿದ್ದ ಮೋರೋಣಿ ಎಚ್ಚರಿಸಿದ.

"ಸಾರ್ ಮೊಟ್ಟೆ ಮುಟ್ಬೇಡಿ... ಮುಟ್ಟಿದರೆ ತಾಯಿ ಹಕ್ಕಿ ಮತ್ತೆ ಬರೂದಿಲ್ಲ. ಬಿಜಿಕ್ರೆ ಹಕ್ಕಿ ನಮಗೆ ಶಾಪ ಕೊಡ್ತದೆ. ಮೈಯಿಡೀ ಕಜ್ಜಿ ಆಗ್ತದೆ ನಿಮ್ಗೆ ಗೊತ್ತಿಲ್ಲ."

"ಊಂ." ಒಣ ತರಗೆಲೆಯ ಮೇಲೆ ನಡೆದಾಗ ಸದ್ದಾಗುವುದರಿಂದ ಬಹುಶಃ ಇವರುಗಳು ತರಗೆಲೆ ಹಕ್ಕಿಗಳು ಎಂದು ಕರೆದಿರಬಹುದು ಅನಿಸಿತು.

ಹಕ್ಕಿಗಳ ಸಂಸಾರಕ್ಕೆ ತೊಂದರೆಯಾಗುವುದೆಂದು ನಾನು ಆ ಪೊದೆಗೆ ಕಟ್ಟದೆ ಆತ ತೋರಿಸಿದ ಮತ್ತೊಂದು ಪೊದೆಗೆ ಕಟ್ಟಿದೆ... ಅಷ್ಟರಲ್ಲಿ ಆತ ನನಗೊಂದು ಪ್ರಶ್ನೆ ಕೇಳಿದ.

"ಸಾರ್ ನೀವು ಎಷ್ಟನೆವರೆಗೆ ಶಾಲೆಗೆ ಹೋಗಿದ್ದೀರ. ನಿಮ್ಮದು ಮೆಟ್ರಿಕ್ ಆಗಿದೆಯಾ?

"ಊಂ ಆಗಿದೆ ಕಣೋ" ಎಂದು ಮುಗುಳ್ನಕ್ಕಾಗ "ನಮಗೆ ಆಗ ಬಾರಿ ಕಷ್ಟ ಸಾರ್ ಕಲಿಲಿಕ್ಕೆ. ನಮ್ಮ ಅಪ್ಪ ಅಜಲ್‌ನಲ್ಲಿ ದುಡಿತಿದ್ದವ. ಒಂದು ಮುಡಿ ಅಕ್ಕಿ ಸಾಲ ತೆಕೊಂಡದ್ದಕ್ಕೆ ಸುಮಾರು ವರ್ಷ ಕೆಲಸ ಮಾಡಿದ್ದಾನಂತೆ" ಎಂದು ಅಳು ಮೋರೆ ಹಾಕಿಕೊಂಡು ಹೇಳಿದ. ನಾಗರೀಕ ಸಮಾಜದಿಂದ ದೂರವಾಗಿ ಅವರಷ್ಟಕ್ಕೆ ಬದುಕು ಕಟ್ಟಿಕೊಂಡಿದ್ದವರನ್ನು ತಂದು ಬಿಟ್ಟಿಯಾಗಿ ದುಡಿಸಿ ಲಾಭ ತೆಗೆದುಕೊಂಡ ದೊಡ್ಡವರು ಅವರ ವಿದ್ಯಾಭ್ಯಾಸದ ಬಗ್ಗೆ ಯಾಕೆ ತಲೆಕೆಡಿಸಿಕೊಳ್ಳುತ್ತಾರೆ ಎನಿಸಿದರೂ ಮಾತನಾಡಲಿಲ್ಲ...

ಸಮಯ ಉರುಳುತ್ತಿತ್ತು. ಕತ್ತಲಾಗುವ ಸೂಚನೆ ಸಿಕ್ಕಾಗ ನಾನು ಅವಸರಿಸುವುದನ್ನು ಕಂಡು ಕೊನೇಯ ಗಿಡವನ್ನು ತೋರಿಸಿ ಪಕ್ಕದಲ್ಲೊಂದು ರೆಂಬೆಯ ಗೂಟ ಊರಿದ. ಕೊನೇಯದಾಗಿ ನಾನು ನೀಲಿ ಬಣ್ಣದ ಪ್ಲಾಸ್ಟಿಕ್ ಕಟ್ಟಿ ನಿಟ್ಟುಸಿರು ಬಿಟ್ಟೆ...

ಕಣಿವೆಯಿಂದ ವಾಪಾಸ್ಸು ಹೊರಟಾಗ ನನಗೆ ಒಂದು ವಿಚಾರ ಸ್ಪಷ್ಟವಾಗಿ ಮನದಟ್ಟಾಗಿತ್ತು. ಕಾಡು, ಕಾಡಿನೊಡಲ ಜೀವಸಂಕುಲವೆಂದರೆ ಅದು ಸಾಮಾನ್ಯವಲ್ಲ. ಅಗಾಧ ವಿಚಾರಗಳನ್ನು ಒಡಲಲ್ಲಿಟ್ಟುಕೊಂಡ ಜ್ಞಾನ ಸಾಗರ. ಶರಣಾಗಿ ಕಲಿಯುವ ಮನಸ್ಸಿದ್ದರೆ ಎಲ್ಲವನ್ನೂ ಧಾರೆಯೆರೆಯುವ ಜಾಗ.

ಹಕ್ಕಿಗಳು ಚಿಲಿಪಿಲಿಗುಟ್ಟುತ್ತಾ ಗೂಡು ಸೇರುವ ಧಾವಂತದಲ್ಲಿದ್ದವು. ಸೂರ್ಯ ಪಡುವಣವನ್ನು ಕೆಂಪಾಗಿಸಿ ತನ್ನ ಕೆಲಸ ಮುಗಿಸಿ ಹೊರಡುವ ಸೂಚನೆ ನೀಡುತ್ತಿದ್ದ. ಜೀರುಂಡೆಗಳು ಸದ್ದು ಹೊರಡಿಸಲಾರಂಭಿಸಿದ್ದವು. ವಾಪಾಸ್ಸು ಬರುವಾಗ ಹೋದ ದಾರಿಯ ಪರಿಚಯ ಮೊದಲೇ ಇದ್ದುದರಿಂದ ನಾವು ಮಾಮೂಲಿಗಿಂತ ವೇಗವಾಗಿ ಹೆಜ್ಜೆಯಿಡುತ್ತಾ ರಸ್ತೆ ತಲುಪಿ ಸ್ಕೂಟರ್ ಸ್ಟಾರ್ಟ್ ಮಾಡಿ ಹೊರಟೆವು.

ಮೂರು ಮಾರ್ಗ ಹತ್ತಿರವಾದಾಗ ದೂರದಲ್ಲಿ ಮೂವರು ವ್ಯಕ್ತಿಗಳು ನಡೆದು ಬರುತ್ತಿರುವುದು ಮಬ್ಬಾಗಿ ಗೋಚರಿಸಿತು. ಹತ್ತಿರವಾದಾಗ ಅವರಲ್ಲೊಬ್ಬನ ಗುರುತು ಸಿಕ್ಕಿತು. ಅದು ಮಾಣಿಗ. ಇವತ್ಯಾಕೋ ಕೊಂಚ ಗೇರ್‌ನಲ್ಲಿದ್ದಾನೆ ಎನಿಸಿತು.

"ಕೆಲ್ಸ ಜೋರಿದ್ಯೇನೋ, ನಾಳೆ ಬರ್ತೀನಿ ಅಂದೋನು ಆಕಡೆ ಬಂದೇ ಇಲ್ಲ."

"ಅದು ಪಾದಲ್ಲದ ಅಕ್ಕನಿಯಕ್ಕನ ಹಟ್ಟಿಯ ಗೊಬ್ಬರ ತೆಗಿಲಿಕ್ಕಿತ್ತು ಸಾರ್... ನಿಮ್ಗೆ ಏನಾದರೂ ಕೆಲಸ ಇತ್ತಾ" ಮಾಣಿಗನ ಮಾತನ್ನು ಕೇಳಿದ ಮೋರೋಣಿಯ ಮುಖದಲ್ಲಿ ಸುಳ್ಳು ಹೇಳಿದ ಅಪರಾಧ ಭಾವ ಕಾಡಿತು. ಎಲ್ಲಾದರೂ ಹೋಗಲಿ ನನಗ್ಯಾಕೆಂದುಕೊಂಡು

"ನಿಂಗೆ ನಾಳೆ ಪುರುಸೊತ್ತು ಇದೆಯಾ?"

"ನಾಳೆ ನಾನು ಇಡೀ ದಿನ ಪುರ್ಸೊತ್ತು. ಎಂತ ಕೆಲಸ ಆಗ್ಬೇಕು ಹೇಳಿ."

"ಬೆಳಿಗ್ಗೆ ಮನೆ ಕಡೆ ಬಾ ಹೇಳ್ತೇನೆ" ಸರಿಯೆಂದು ತಲೆಯಾಡಿಸಿದ. ತನ್ನ ಜತೆಗಿದ್ದ ಮತ್ತಿಬ್ಬರು ಯುವಕರನ್ನು ನನಗೆ ಪರಿಚಯಿಸಿದ. ಒಬ್ಬನ ಹೆಸರು ತೌಡನೆಂದೂ ಅವನು ಬೊಂಬಾಯಿಯಲ್ಲಿದ್ದು ಈಗ ಊರಲ್ಲಿದ್ದಾನೆಂದೂ ಮತ್ತೊಬ್ಬ ಅಂತಯ್ಯನೆಂದೂ ಪರಿಚಯಿಸಿದ. ಅಮಾಯಕರಂತೆ ಕಾಣುತ್ತಿದ್ದ ಅವರಿಬ್ಬರೂ ಕೊಂಚ ಅತಿಯೇ ಎನಿಸುವ ಗೌರವದಿಂದ ಕೈಮುಗಿದರು. ಅವರಿಬ್ಬರೂ ತುಂಬಾ ಮುಗ್ಧರಂತೆ ಕಾಣುತ್ತಿದ್ದರು. ಅಧ್ಯಯನ ಮಾಡಬೇಕಾದ ಸಸ್ಯದ ಸ್ಯಾಂಪಲುಗಳು, ಹುಲಿ ಗೂಡು, ಹರಟೆ ಮಲ್ಲದ ಗೂಡು ಇವೆಲ್ಲವನ್ನೂ ಮೆಲುಕುಹಾಕುತ್ತಾ ಮನೆಯ ದಾರಿ ಹಿಡಿದೆ. ಸ್ಕೂಟರ್ ಕಲ್ಲು ಮಣ್ಣಿನ ರಸ್ತೆಯಲ್ಲಿ ಕುಣಿಯುತ್ತಾ ನಲಿಯುತ್ತಾ ಮುಂದೆ ಮುಂದೆ ಸಾಗುತ್ತಿತ್ತು...

4

ಮಾಣಿಗ ಮಾರನೇಯ ದಿನ ಬೆಳಿಗ್ಗೆಯೇ ಹಾಜರಿದ್ದ. ಹಿಂದಿನ ದಿನದ ಕಿಕ್‌ನ ಆಯಾಸಕ್ಕಾಗಿ ಪುಣ್ಯಾತ್ಮ ಬೆಳಿಗ್ಗೆಯೇ ಕೊಂಚ ಹಾಕಿ ಬಂದಿದ್ದಾನೆಂದು ಆತನ ಮಾತಿನಲ್ಲೇ ಗೊತ್ತಾಯಿತು. ಹೀಗೆ ಬೆಂಗಳೂರಲ್ಲೂ ಒಂದಷ್ಟು ಕೂಲಿ ಕಾರ್ಮಿಕರನ್ನು ನೋಡಿದ್ದೆ, ರಾತ್ರಿ ಕಂಠಪೂರ್ತಿ ಕುಡಿದು ಬೆಳಗಾಗುವಷ್ಟರಲ್ಲಿ ಇಳಿದು ನಿತ್ರಾಣರಾಗಿರುತ್ತಾರೆ. ಮಾರನೇಯ ದಿನ ಲವಲವಿಕೆಯಿಂದಿರಲು ಬೆಳಗ್ಗೆದ್ದು ಕೊಂಚ ಇಳಿಸಲೇ ಬೇಕು. ಇಲ್ಲವಾದಲ್ಲಿ ಮಾರನೇಯ

ದಿನ ಚಾಪೆಯಲ್ಲೇ ಹೊರಳಾಡಬೇಕಾಗುತ್ತದೆ. ಇವನೂ ಅಂತಹುದೇ ಪಾರ್ಟಿಯೆನಿಸಿತು...

ಅವನು ಏನಾದರೆ ನನಗೇನಂತೆ, ನನಗೆ ನನ್ನ ಕೆಲಸವಾದರೆ ಸಾಕೆಂದು ಹೊರಡಿಸಿದೆ. ನಾನು ಮೌನವಾಗೇ ಸ್ಕೂಟರ್ ಓಡಿಸುತ್ತಿದ್ದೆ. ಅವನು ಆಗಾಗ ಏನನ್ನೋ ಹೇಳುತ್ತಿದ್ದ. ನಾನು ಕೇಳದಿದ್ದರೂ ಕೇಳಿದಂತೆ ಹೂಂಗುಟ್ಟುತ್ತಿದ್ದೆ... ಬಹುಶಃ ಆತನಿಗೆ ಊರವರೆಲ್ಲಾ ಪರಿಚಯವಿದ್ದಿರಬೇಕು... ಬೊಳಾಳ್ರೇ. ಉಳ್ಳಾರೇ. ಬೈದೆರೇ ಎಂದು ಊರಿನವರಿಗೆಲ್ಲಾ ನಮಸ್ಕರಿಸುತ್ತಿದ್ದ. ನನ್ನನ್ನು ತೋರಿಸಿ ಕಣ್ಸನ್ನೆ ಕೈಸನ್ನೆಯಲ್ಲಿ ಅವರಿಗೆ ಏನನ್ನೋ ಹೇಳುತ್ತಿದ್ದ... ಬಹುಶಃ ಬೆಂಗಳೂರಿಂದ ಬಂದ ವ್ಯಕ್ತಿ ನಾನೇ ಎಂದು ಜನರಿಗೆ ಪರಿಚಯಿಸುತ್ತಿದ್ದಾನೋ ಏನೋ ಎನಿಸಿತು. ಇನ್ನೂ ಡಾಂಬಾರು ರೋಡಿಗೆ ಬಂದಿರಲಿಲ್ಲ. ಕೊಂಚ ದೂರ ಬಂದಾಗ ಗಾಡಿ ನಿಲ್ಲಿಸಲು ಹೇಳಿದ. ಆ ಗುಡ್ಡದ ದಾರಿಯಲ್ಲಿ ಇವ ಯಾಕೆ ನಿಲ್ಲಿಸಲು ಹೇಳುತ್ತಿದ್ದಾನೆಂದು ಅರ್ಥವಾಗಲಿಲ್ಲ.

"ಏನೋ ನಿಂದು."

"ಸಾರ್ ಬಾಜೆಲ್ ಆಗ್ತದೆ."

ಎಲಾ ಇವನಾ... ಈ ಕಾಡಿನಲ್ಲಿ ಬಾಯಾರಿಕೆಯಾದರೆ ನೀರೆಲ್ಲಿಂದ ತರಬೇಕು. ನಿನ್ನೆಯಂತೆ ಇವತ್ತು ಕಣಿವೆಯಲ್ಲಿ ಹೆಚ್ಚು ಹೊತ್ತು ನಿಲ್ಲಲಿಕ್ಕಿರಲ್ಲವೆಂದು ನೀರಿನ ಕ್ಯಾನನ್ನೂ ಬಿಟ್ಟು ಬಂದಿದ್ದೆ... ಇವ ನೋಡಿದರೆ ನೀರು ಬೇಕೆನ್ನುತ್ತಿದ್ದಾನೆ... ಕುಡಿದವರಿಗೆ ಬಾಯಾರಿಕೆ ಹೆಚ್ಚೆಂದು ನಂತರದಲ್ಲಿ ತಿಳಿದು ಬಂತು.

ನಾನು ನಿಲ್ಲಿಸುವುದೇ ತಡ ಮಾಣಿಗ ಸರ ಸರನೆ ಪೊದೆಯ ಇಳಿಜಾರಿನಲ್ಲಿ ಇಳಿದು ಮರೆಯಾದ. ಇವ ಇಲ್ಲಿಗ್ಯಾಕಪ್ಪಾ ಹೋದ ಎಂದು ಸ್ಕೂಟರ್ ನಿಲ್ಲಿಸಿ ಮೇಲಿಂದಲೇ ಇಣುಕಿ ನೋಡಿದಾಗ ಅಲ್ಲಿನ ಪ್ರಾಕೃತಿಕ ಚಿಲುಮೆಯೊಂದರಲ್ಲಿ ನೀರು ಹೊರಬರುತ್ತಿರುವುದು ಕಾಣಿಸಿತು. ಅದನ್ನೇ ಇವನು ಬೊಗಸೆಯಲ್ಲಿ ಹಿಡಿದು ಕುಡಿಯುತ್ತಿದ್ದ. ಕಾಡಿನಲ್ಲಿ ಹುಟ್ಟಿ ಬೆಳೆದ ಮಗನಿಗೆ ಕಾಡಿನ ನಾಡಿಯ ರಹಸ್ಯ ತಿಳಿದಿರುವುದು ಅಚ್ಚರಿಯೆನಿಸಲಿಲ್ಲ. ಬಹುಶಃ ಈತ ನಾನು ಲೆಕ್ಕ ಹಾಕಿರುವುದಕ್ಕಿಂತಲೂ ಹೆಚ್ಚು ಪಳಗಿದವನೆನಿಸಿತು. ನೀರು ಕುಡಿದು ಬಂದವನಿಗೆ

"ಬಾಬಣ್ಣನ ಅಂಗಡಿಯಲ್ಲಿ ಚಾ ಕುಡಿಯುವ ಅನ್ಕೊಂಡಿದ್ದೆ ಮಹಾರಾಯಾ. ನೀ ನೋಡಿದ್ರೆ ಹೊಟ್ಟೆ ತುಂಬಾ ನೀರು ಕುಡಿದು ಬಂದಿದ್ದೀಯ" ಎಂದು ಛೇಡಿಸಿದೆ.

"ನಿಮ್ಮ ಒಂದ್ ಗ್ಲಾಸ್ ಚಾ ಎಚ್ಚಾಗ್ತದ ಸಾರ್. ನಾಲ್ಕು ಗ್ಲಾಸ್ ಕೊಟ್ರೂ ಕುಡಿತೇನೆ ಬನ್ನಿ" ಎಂದು ಸ್ಕೂಟರಲ್ಲಿ ಕುಳಿತ...

ನಾನು ಬೆಳಿಗ್ಗೆ ಕಾಫಿ-ತಿಂಡಿ ಸೇವಿಸಿದ್ದರಿಂದ ಬಾಬಣ್ಣನನ್ನು ಕರೆದು ಮಾಣಿಗನಿಗೆ ಚಹಾ-ತಿಂಡಿ ಹೇಳಿ ನನಗೊಂದು ಕಾಫಿ ಮಾತ್ರ ಸಾಕೆಂದು ಟೇಬಲಿನಲ್ಲಿ ಆಸೀನನಾದೆ... ಅಷ್ಟರಲ್ಲಿ ನನ್ನ ಬದಿಯಲ್ಲಿ ಕುಳಿತಿದ್ದ ಹುಡುಗ ಅಲ್ಲಿಂದೆದ್ದು ಎದುರಿನ ಟೇಬಲಲ್ಲಿ ಕುಳಿತ. ಮಾಣಿಗನೂ ನನ್ನ ಮುಂದಿನ ಅದೇ ಟೇಬಲಿನಲ್ಲಿ ಕುಳಿತ... ಕುಳಿತಿದ್ದವವನ್ನು ಕಂಡು ನಗೆಬೀರಿದಾಗ ಮಾಣಿಗನಿಗೆ ಆ ಯುವಕ ಮೊದಲೇ ಪರಿಚಿತನೆನಿಸಿತು. ಬೆಂಚಿನಲ್ಲಿ ನನ್ನೊಬ್ಬನನ್ನೇ ಒಂಟಿಯಾಗಿಸಿದ್ದಕ್ಕಾಗಿ ಆಕ್ಷೇಪದ ನೋಟ ಬೀರಿದ್ದನ್ನು ಕಂಡು ಮುಖ-ಕೈಯಲ್ಲೇ ಕ್ಷಮೆಯಾಚಿಸಿದ. ಕಾಫಿ ಕುಡಿದು ಅಲ್ಲಿದ್ದ ದಿನಪತ್ರಿಕೆ ಓದಿ ಮುಗಿಸಿದಾಗ ಮಾಣಿಗನೂ ತಿಂಡಿ ತಿಂದು ಮುಗಿಸಿದ್ದ. ದುಡ್ಡು ಕೊಟ್ಟು ಹೊರಟಾಗ ಕೇಳಿದೆ.

"ನನ್ ಜತೆ ಬಂದು, ನನ್ನ ಒಬ್ನೇ ಕೂರಿಸ್ತಿಯೇನೋ. ಇದೆಲ್ಲಾ ಯಾವ್ ನಾಟ್ಕ ನಿಂದು."

"ನಿಮ್ಮ ಜತೆ ನಾನು ಸ್ಕೂಟರಲ್ಲಿ ಬಂದದ್ದೇ ಹೆಚ್ಚು, ಇನ್ನು ಹೋಟೆಲಲ್ಲಿ ಬಂದು ಒಟ್ಟಿಗೆ ಕೂತರೆ ಅಷ್ಟೇ ಕತೆ. ಪಾರಿನಿನ ದೊಡ್ಮನೆಯವರು ನನ್ನ ಸುಮ್ನೆ ಬಿಡಲ್ಲ ಮತ್ತೆ. ಹೋಟೆಲಲ್ಲಿ ನಮಗೆ ಲೋಟೆ ಕೂಡ ಬೇರೆ ಇಡ್ತಾರೆ ಗೊತ್ತುಂಟ ನಮ್ಗೆ."

"ಯಾಕೆ."

"ಅದು ಗೊತ್ತಿಲ್ಲ ಸಾರ್ ಹಿಂದಿಂದಲೂ ಹಾಗೇ." ಶತಮಾನದ ತಾರತಮ್ಯಗಳಿಗೆ ಒಗ್ಗಿ ಹೋದ, ಇವನನ್ನು ದಿನಗಳು, ತಿಂಗಳುಗಳಲ್ಲಿ ಬದಲಿಸುವುದು ಸುಲಭವಲ್ಲವೆನಿಸಿ ಅದನ್ನು ಹೆಚ್ಚು ಮುಂದುವರೆಸಲು ಹೋಗಲಿಲ್ಲ.

"ಹೇ. ಇದೆಲ್ಲಾ ಬಿಟ್ಬಾಕೋ ಸುಮ್ನೆ" ಎಂದು ಭುಜ ತಟ್ಟಿದೆ... ಹಿಂಜರಿಕೆಯಿಂದಲೇ ಸರಿ ಎಂದು ತಲೆಯಾಡಿಸಿದ.

ಮೈಲುಗಲ್ಲು ತಲುಪುವ ಮೊದಲೇ ಗಾಡಿನಿಲ್ಲಿಸಲು ಸೂಚಿಸಿ ಇಲ್ಲೊಂದು ಒಳದಾರಿ ಇದೆಯೆಂದೂ ಇಲ್ಲಿ ಹೋದರೆ ತ್ರಾಸವಿಲ್ಲದೆ ಸುಲಭವಾಗಿ ಕಣಿವೆ ತಲುಪಬಹುದೆಂದೂ ಹೇಳಿದ. ನನಗೇನು ಎಲ್ಲಿಂದಲಾದರೂ ಸರಿ ನನಗೆ ಹೋಗಬೇಕಾದ ಕಡೆ ಹೋದರಾಯ್ತು ಎಂದುಕೊಂಡು ಆತನನ್ನು ಹಿಂಬಾಲಿಸಿದೆ...

ಈ ದಾರಿ ಮೋರ್ಲೋಣಿ ಕರೆದುಕೊಂಡು ಹೋದ ದಾರಿಗಿಂತ ಭಿನ್ನವಾಗಿತ್ತು. ಆತ ಇಳಿಜಾರಿನಲ್ಲಿ ಕರೆದುಕೊಂಡು ಹೋಗಿದ್ದರೆ ಇದು ಇಳಿಜಾರಿಗೆ ಕೊಂಚ ಓರೆಗಾಗಿ ಸಾಗುತ್ತಿತ್ತು. ಹಾಗಾಗಿ ಕಷ್ಟವೆನಿಸುತ್ತಿರಲಿಲ್ಲ. ಈ ದಾರಿಯಲ್ಲಿ ಜನಸಾಮಾನ್ಯರು ಓಡಾಡಿದ ಕುರುಹುಗಳು ಕಾಣಿಸಲಿಲ್ಲ.

ಬಹುಶಃ ಇವರುಗಳು ಕೊರಕಲಿನ ಕೆಳಗಿನ ಪಿಲಿಪಂಜರ ತೋಕೆಯಲ್ಲಿ ಸಿಕ್ಕ ಶಿಕಾರಿಯನ್ನು ತ್ರಾಸವಿಲ್ಲದೆ ಹೊತ್ತು ತರಲು ಬಳಸುತ್ತಿದ್ದ ದಾರಿಯೇನೋ ಎನಿಸಿತು... ಹಿಂದಿನ ದಿನ ನಾನು ಗುರುತಿಸಿಟ್ಟ ಹೂವು ಬಿಟ್ಟು ಮೈದುಂಬಿ ಮರ, ಇಳಿದ ಬೀಳಲುಗಳು, ಬಿದಿರು ಮೆಳೆಗಳು ನಾವಿಲ್ಲೇ ಇದ್ದೇವೆಂದು ಪರಿಚಯಿಸಿಕೊಂಡರು. ದಾರಿಯಲ್ಲಿ ಬಿದ್ದಿದ್ದ ರೆಂಜೀರಿಗೆ ಹೂವು ನಮ್ಮನ್ನು ಸ್ವಾಗತಿಸಿತು...

ಆ ಪರಿಸರದಲ್ಲಿ ನಾನು ಮತ್ತು ಮೋರೋಣಿ ಗುರುತಿನ ಪ್ಲಾಸ್ಟಿಕ್ ಕಟ್ಟಿದ್ದ ಐದು ಗಿಡಗಳನ್ನು ಮಾಣಿಗನಿಗೆ ತೋರಿಸಿದಾಗ ಆತ ಅವೆಲ್ಲದರ ಹೆಸರೂ ಸರಿಯಾಗಿದೆಯೆಂದೂ ಅನುಮಾನವಿದ್ದರೆ ಊರಿನ ನಾಟಿ ಪಂಡಿತರನ್ನೇ ಕರೆತಂದು ಅನುಮಾನ ಬಗೆಹರಿಸಿಕೊಳ್ಳಬಹುದೆಂದೂ ಹೇಳಿದ. ಈ ಕಾಡಿನ ಇಂಚಿಂಚೂ ಜಾಗದ ಪರಿಚಯವಿರುವ ಮಾಣಿಗನ ಮಾತನ್ನು ಅನುಮಾನಿಸುವ ಪರಿಸ್ಥಿತಿಯಲ್ಲಿ ನಾನಿರಲಿಲ್ಲ. ಮಳೆಯಿಲ್ಲದ ಒಂದು ದಿನವನ್ನು ನನಗಾಗಿ ಮೀಸಲಿಡಬೇಕೆಂದೂ, ನೂಲಿನ ಗೋಣಿಯಲ್ಲಾದರೆ ಸುಮಾರು ಅರ್ಧ ಗೋಣಿಯಷ್ಟು ಸೊಪ್ಪು ಬೇಕಾಗಿರುವುದಾಗಿಯೂ. ಅವೆಲ್ಲವನ್ನೂ ನೆರಳಲ್ಲಿ ಒಣಗಿಸಿ ಬೆಂಗಳೂರಿಗೆ ಒಯ್ದು ಪರೀಕ್ಷಿಸಿ, ವರದಿಯನ್ನು ದಾಖಲಿಸಬೇಕಾಗಿದೆಯೆಂದೂ ತಿಳಿಸಿದೆ... ಆತ ಸರಿಯೆಂದು ತಲೆಯಾಡಿಸಿದ...

ಅಂದಿನ ಕೆಲಸ ಬೇಗ ಮುಗಿದಿತ್ತು. ಆದರೆ ಮಾಣಿಗನನ್ನು ಇಷ್ಟು ಬೇಗ ವಾಪಾಸ್ಸು ಕಳುಹಿಸಲು ನನಗಿಷ್ಟವಿರಲಿಲ್ಲ... ತಮ್ಮ ಮೋರೋಣಿಗೇ ಇಷ್ಟು ಜ್ಞಾನವಿರಬೇಕಾದರೆ ಅವನ ಅಣ್ಣನಿಗೆ ಇನ್ನೆಷ್ಟಿರಬಹುದು ಎಂದು

"ನಿಂಗೆ ಇವತ್ ಬೇರೇನಾದ್ರೂ ಕೆಲ್ಸ ಇತ್ತೇನೋ"

"ಇಲ್ಲ ಸಾರ್ ನಿನ್ನೆಯೇ ಹೇಳಿದ್ದೇನಲ್ಲಾ. ನಾನು ಇಡೀ ದಿನ ಪುರ್ಸೊತ್ತು ಇವತ್ತು. ಎಂತಾದ್ರು ಕೆಲಸ ಆಗಬೇಕಿತ್ತಾ?"

"ದೊಡ್ ಮನೆ ತೋಟ ನೋಡ್ಬೇಕು. ನೀನಿದ್ರೆ ಚೆನಾಗಿತ್ತು ಕಣೋ..."

"ಅದಕ್ಕೇನು ತೋರಿಸ್ತೇನೆ. ಹೋಗುವ"

ಖುಷಿಯಾಯಿತು. ಇವನೂ ಇವನ ತಮ್ಮನೂ ಜತೆಗಿದ್ದರೆ ಪ್ರಕೃತಿಯ ಬಹುತೇಕ ರಹಸ್ಯಗಳನ್ನು ಬಯಲಿಗೆಳೆಯಬಹುದು ಎಂದು ಲೆಕ್ಕಹಾಕಿಯೇ ನಾನು ಕೇಳಿದ್ದು.

ಆ ಪರಿಸರದ ಬಗ್ಗೆ ತನಗೆ ಗೊತ್ತಿದ್ದ ಜನಪದ ಕಥೆಗಳನ್ನೂ. ತಾನು ತಮ್ಮವರೊಂದಿಗೆ ಉರುಳಿಟ್ಟು ಕೇಂಕಣ್, ಪುಂಡದ ಹಕ್ಕಿಗಳನ್ನು ಹಿಡಿದು ವನಭೋಜನ ಮಾಡಿದ್ದನ್ನೂ. ಹೆಜ್ಜೇನಿಂದ ಕಡಿತಕ್ಕೊಳಗಾಗಿದ್ದನ್ನೂ ಹೇಳುತ್ತಲೇ ಸಾಗುತ್ತಿದ್ದ... ನಾನು ಹೂಂಗುಟ್ಟುತ್ತಲೇ ಹಿಂಬಾಲಿಸುತ್ತಿದ್ದೆ.

ನಾವು ಸಾಗುತ್ತಿದ್ದ ಕಿರಿದಾದ ದಾರಿಯ ಬಲಭಾಗದ ಅನತಿದೂರದಲ್ಲಿ ಎರಡು ಬಂಡೆಗಳು ಗೋಚರಿಸುತ್ತಿದ್ದವು. ಸೂಕ್ಷ್ಮವಾಗಿ ನೋಡಿದಾಗ ಅವೆರಡೂ ಸಮತಟ್ಟಾದ ನೆಲದಲ್ಲಿ ಎರಡು ಮೊಟ್ಟೆಯನ್ನು ಜೋಡಿಸಿಟ್ಟಂತೆ ಕಾಣುತ್ತಿದ್ದವು. ನಾವು ಕಣಿವೆ ಏರುವಾಗಲೇ ಮಾಣಿಗ ಆ ಬಂಡೆಗಳನ್ನು ಪರಿಚಯಿಸಿದ್ದ. ಆ ಬಂಡೆಯ ಹಿಂದೆ ಒಂದು ಕಥೆಯಿದೆಯೆಂದೂ ಈ ಊರಿನ ಮಲ್ಲಣ್ಣ ಕಿಷ್ಣಣ್ಣ ಎನ್ನುವ ತಾಲೀಮು ಹುಡುಗರಿಬ್ಬರೂ ಚಾಲೆಂಜ್ ಹಾಕಿ ಕಲ್ಲುಗಳನ್ನು ಉರುಳಿಸಿ ದೂಡುತ್ತಾ ಆ ಬಂಡೆಗಳನ್ನು ಹತ್ತಿರ ನಿಲ್ಲಿಸಿದ್ದರು, ಆದ್ದರಿಂದ ತಾಲೀಮು ಕಲ್ಲುಗಳು ಎಂಬ ಹೆಸರು ಬಂದಿರುವುದಾಗಿಯೂ ಹೇಳಿದ್ದ.

ತಾಲೀಮು ಬಂಡೆಗಳು ಹತ್ತಿರವಾಗುತ್ತಿದ್ದಂತೆಯೇ ಆಕಡೆಯ ಪೊದರು ತರಗೆಲೆಗಳ ಮೇಲೆ ಎರಡು ಮೂರು ಜೀವಿಗಳು ಪರ ಪರನೆ ಹೆಜ್ಜೆಯಿಡುತ್ತಾ ಓಡಿದ ಸದ್ದು ಕೇಳಿಸಿತು. ಮಾಣಿಗ ಅಲರ್ಟ್ ಆಗಿ ಕೂಡಲೇ ಕೈತೋರಿಸಿ ನನ್ನನ್ನು ನಿಲ್ಲುವಂತೆ ಸೂಚಿಸಿದ... ಹೆಜ್ಜೆಯಿಡುತ್ತಾ ಸಾಗುತ್ತಿದ್ದ ನಾನು ಕಾಲಿಗೆ ಬ್ರೇಕ್ ಹಾಕಿ ನಿಂತೆ... ಅವುಗಳ ಸದ್ದು ನಿಲ್ಲುತ್ತಿದ್ದಂತೆಯೇ ಮಾಣಿಗ ಸದ್ದು ಕೇಳಿಸಿದ ದಿಕ್ಕಿನತ್ತ ಒಂದೊಂದೇ ಹೆಜ್ಜೆಯಿಡುತ್ತಾ ಸಾಗಿದ. ನಾನೂ ಆತನನ್ನು ಹಿಂಬಾಲಿಸಿದೆ.

ನಡೆಯುತ್ತಾ ಸಾಗಿದಾಗ ಯಾವುದೋ ಪ್ರಾಣಿಗಳು ತಾಲೀಮು ಬಂಡೆಗಳ ಬುಡದಲ್ಲಿನ ಇರುಕಿನೊಳಗೆ ನುಸುಳಿರುವುದು ಒಣ ಹುಲ್ಲಿನಲ್ಲಿ ಸ್ಪಷ್ಟವಾಗಿ ಗೋಚರಿಸುತ್ತಿತ್ತು... ಆ ಇರುಕಿನ ದ್ವಾರದ ಸಮೀಪ ಹೋದವನೇ ಎರಡ್ಮೂರು ಚೂಪಾದ ಕಡ್ಡಿಗಳನ್ನು ತಂದು ನನ್ನ ಕೈಗಿತ್ತು...

“ಸಾರ್ ಇದು ಕಣೆಪಂಜಿಗಳ ಮಾಟೆ. ಇದ್ರಲ್ಲಿ ಮುಳ್ಳುಹಂದಿಗಳಿವೆ. ಇವತ್ತು ಬಿಡಲೇಬಾರದು” ಎಂದು ಉಗುಳು ನುಂಗಿದ.

“ಹಿಡಿಲಿಕ್ಕೆ ಈ ಸಣ್ಣ ಇರುಕಿನೊಳಗೆ ಹೇಗೋ ಹೋಗೋದು” ಎಂದು ನಕ್ಕಾಗ

“ಒಳಗೆ ಹೋಗಿ ಹಿಡಿದ್ರೆ ನಾವಿಬ್ರೂ ಪಡ್ಚ. ನಮ್ಮ ಮೈ ಉಂಟಲ್ಲಾ... ಅದರಲ್ಲಿ ಜಾಗವೇ ಇರೂದಿಲ್ಲ. ಅಷ್ಟು ಕನಪಂಜಿಯ ಮುಳ್ಳು ಚುಚ್ಚುತ್ತೆ” ಎಂದವನು ಮುಂದುವರೆದು

“ಅದಕ್ಕೆ ಹೊಗೆ ಹಾಕಿ ಹಿಡಿಬೇಕು. ಆಗ ಹೊರಗೆ ಬರ್ತವೆ. ಜಾಗ್ರತೆ ಬೇಕು. ಯಾವ್ದಕ್ಕೂ ನೀವು ಹುಷಾರಾಗಿರಿ” ಎಂದು ಮುಳ್ಳುಹಂದಿಗಳು ಪ್ರವೇಶಿಸಿದ ಇರುಕನ್ನು ಕೋಲು, ಕಲ್ಲುಗಳಿಂದ ಮುಚ್ಚಿ ನನ್ನ ಕೈಗೊಂದು ವೈ ಆಕಾರದ ಕವೆ ಕೋಲು ನೀಡಿ ಹೊರಟ. ಆತನನ್ನು ಹಿಂಬಾಲಿಸುವುದಲ್ಲದೆ ನನಗೇನೂ ಬೇರೆ ದಾರಿಯಿರಲಿಲ್ಲ.

ಕಣಿವೆ ಬಿಟ್ಟು ರಸ್ತೆಗೆ ಬಂದಾಗ ಇಲ್ಲೇ ತನ್ನ ಸಂಬಂಧಿಯ ಗುಡಿಸಲು ಇದೆಯೆಂದೂ ತಾನು ಕರೆದುಕೊಂಡು ಬರುವುದಾಗಿಯೂ. ನನ್ನನ್ನು ಕಾಯಲು ಹೇಳಿ ಹೊರಟ. ಕಣಿವೆ ಏರಿ ಬಂದಿದ್ದರಿಂದ ಸುಸ್ತಾಗಿ ಅಲ್ಲೇ ಇದ್ದ ಕಲ್ಲಿನ ಮೇಲೆ ಕಾಲುಗಳನ್ನು ಚಾಚಿ ಕುಳಿತಿದ್ದೆ.

ನಾನು ತಿಳಿದಂತೆ ಮುಳ್ಳುಹಂದಿಯು ನಿಶಾಚರಿ ಹಾಗೂ ತುಂಬಾ ಧೈರ್ಯವಂತ ಪ್ರಾಣಿ. ಆ ಗುಣವೇ ಅದರ ಸಂತತಿಗೆ ಮುಳುವಾಗುತ್ತಿದೆಯೆಂದು ತಜ್ಞರು ಅಂದಾಜಿಸುತ್ತಾರೆ. ಇತರೇ ಪ್ರಾಣಿಗಳಿಂದ ಅಪಾಯ ಎದುರಾದಾಗ ತಮ್ಮ ಮೈಯಲ್ಲಿರುವ ನೂರಾರು ಮುಳ್ಳುಗಳನ್ನು ನಿಮಿರಿಸಿ ವೇಗವಾಗಿ ಅಲ್ಲಾಡಿಸಿ ಸದ್ದು ಹೊರಡಿಸುವುದು ಇದರ ಆತ್ಮರಕ್ಷಣೆಯ ಪ್ರಾಥಮಿಕ ವಿಧಾನ. ಇದನ್ನು ಕೇಳಿಸಿಕೊಂಡ ಜನರು, ಪ್ರಾಣಿಗಳು ದೂರ ಸರಿಯದಿದ್ದಲ್ಲಿ, ತನ್ನ ನೂರಾರು ಚೂಪಾದ ಮುಳ್ಳುಗಳನ್ನು ನಿಮಿರಿಸಿ, ವೇಗವಾಗಿ ಆ ಪ್ರಾಣಿಯತ್ತ ಧಾವಿಸಿ ಹಿಮ್ಮುಖವಾಗಿ ದಾಳಿಯಿಡುತ್ತದೆ. ಮಾಣಿಗ ಹೇಳಿದಂತೆ ಮುಳ್ಳುಹಂದಿ ಮುಳ್ಳುಗಳನ್ನು ಭರ್ಜಿಯಂತೆ ಎಸೆಯುತ್ತದೆ ಎಂಬುದು ಶುದ್ಧ ಸುಳ್ಳೆನಿಸಿತು.

ಇದು ಮೂರು–ನಾಲ್ಕು ಇಂಚು ಉದ್ದದ ಚೂಪಾದ ಮುಳ್ಳುಗಳನ್ನು ಹೊಂದಿದ್ದು, ಕೂದಲಿನಂತೆಯೇ ಆ ಮುಳ್ಳುಗಳು ಕ್ರಮೇಣ ಉದುರುತ್ತಿರುತ್ತವೆ. ಆ ಜಾಗದಲ್ಲಿ ಪುನಃ ಹೊಸ ಮುಳ್ಳು ಬೆಳೆಯುತ್ತದೆ. ವಿಜ್ಞಾನಿಗಳು ವಿಕಾಸವಾದದಲ್ಲಿ ಕೂದಲುಗಳೇ ಆ ರೀತಿ ಬದಲಾವಣೆಗೊಳಗಾಗಿ ಗಡುಸು ಚೂಪಾದ ಮುಳ್ಳುಗಳಾಗಿ ಪರಿವರ್ತನೆಯಾಗಿರಬಹುದೆಂದು ಅಭಿಪ್ರಾಯಪಡುತ್ತಾರೆ. ಈ ರೀತಿ ಕಾಡಿನಲ್ಲಿ ಬಿದ್ದಿದ್ದ ಮುಳ್ಳುಗಳನ್ನು ಹಳ್ಳಿಗರು ಆಯ್ದು ಸಂಗ್ರಹಿಸಿ ತಯಾರಿಸಿದ ಅಲಂಕಾರಿಕ ವಸ್ತುಗಳು ಮಾರುಕಟ್ಟೆಯಲ್ಲಿ ದೊರೆಯುತ್ತಿದ್ದವು. ಒಮ್ಮೆ ಕೆ ಆರ್ ಮಾರ್ಕೆಟ್ಟಿಂದ ಇಂತದೇ ಒಂದು ವಸ್ತುವನ್ನು ಮನೆಗೆ ತಂದಿದ್ದಾಗ ಅಮ್ಮ ಮುಳ್ಳುಹಂದಿಯ ಮುಳ್ಳನ್ನು ಮನೆಯೊಳಗೆ ತರುವುದು ದಾರಿದ್ರ್ಯವೆಂದು ಹೊರಗೆಸೆದಿದ್ದಳು.

ಒಂದಷ್ಟು ನಿಮಿಷಗಳು ಉರುಳುತ್ತಿದ್ದಂತೇ ತುಂಡು ಬಟ್ಟೆ ಕಟ್ಟಿಕೊಂಡಿದ್ದ ಇಬ್ಬರು ಯುವಕರು ಮತ್ತು ರವಿಕೆಯಿಲ್ಲದೆ ಸೀರೆಯನ್ನೇ ಬಿಗಿಯಾಗಿ ಕಟ್ಟಿಕೊಂಡಿದ್ದ ಓರ್ವ ಹೆಣ್ಮಗಳೂ ಬರುತ್ತಿರುವುದು ಕಾಣಿಸಿತು. ಒಬ್ಬನ ಕೈಲಿ ಭರ್ಜಿ ಮತ್ತೊಬ್ಬನ ಕೈಲಿ ಬಿಲ್ಲುಬಾಣಗಳಿದ್ದವು. ಹತ್ತಿರವಾಗುತ್ತಿದ್ದಂತೇ ನನಗೆ ಕೈಮುಗಿದರು. ಬಹುಶಃ ಅದಾಗಲೇ ಮಾಣಿಗ ನನ್ನ ಬಗ್ಗೆ ಹೇಳಿರಬೇಕು ಎನಿಸಿತು...

ಬಂಡೆಯ ಬಳಿ ಬಂದಾಗ ಮಾಣಿಗ ಇಟ್ಟಿದ್ದ ಕೋಲು ಮತ್ತು ಕಲ್ಲು ಕದಲದೆ ಸ್ವಸ್ಥಾನದಲ್ಲೇ ಇತ್ತು. ತಾವು ತಂದಿದ್ದ ಬೊಗುಣಿಯಲ್ಲಿ ತರಗೆಲೆ, ಹಸಿ

ಎಲೆಗಳ ಜತೆ ಕೊಂಚ ಒಣ ಮೆಣಸನ್ನೂ ಸೇರಿಸಿ ಬೆಂಕಿಯಿಟ್ಟರು. ಇದು ಮೆಣಸಿನ ಹೊಗೆ ಹಾಕಿ ಎಬ್ಬಿಸುವ ಐಡಿಯಾ ಎಂದು ನನಗೆ ಮನದಟ್ಟಾಯಿತು. ಹೊಗೆ ಏಳುತ್ತಿದ್ದಂತೆಯೇ ಬೊಗುಣಿಯನ್ನು ಬಂಡೆಯ ಇರುಕಿನ ಬಳಿ ಇಟ್ಟರು. ಹೆಣ್ಮಗಳು ತಾನು ತಂದಿದ್ದ ಎದ್ಯನೆ (ಬೀಸಣಿಕೆ) ಯಿಂದ ಗಾಳಿ ಹಾಕುತ್ತಿದ್ದಳು. ಮಾಣಿಗ ಕಬಕೆ ಕೋಲು ಹಿಡಿದು ಕೆಡವಲು ಸನ್ನದ್ಧನಾಗಿ ನಿಂತಿದ್ದ... ಹೊಗೆ ನಿಧಾನವಾಗಿ ಹಂದಿಗೂಡನ್ನು ಸೇರುತ್ತಿತ್ತು...

ಮೆಣಸಿನ ಹೊಗೆಯ ಅಭ್ಯಾಸವಿಲ್ಲದ ನನಗೆ ನಿರಂತರ ಕೆಮ್ಮು ಶುರುವಾದಾಗ ನಾನು ದೂರ ನಿಲ್ಲುವೆನೆಂದೂ ನೀವುಗಳು ಕೆಲಸ ಮುಗಿಸಿ ಬನ್ನಿರೆಂದು ನಾನು ರಸ್ತೆಯ ಮೇಲೆ ಸಾಗಿ ಸ್ಕೂಟರಿನ ಹೆಡ್‌ಗೆ ತಲೆಯಿಟ್ಟು ಕುಳಿತೆ.

ಸೂರ್ಯ ನೆತ್ತಿಯ ಮೇಲೆ ಬರುವ ಸೂಚನೆ ಕಂಡಾಗ ನಾಲ್ವರೂ ಗುಡ್ಡ ಹತ್ತಿ ಬರುತ್ತಿದ್ದರು. ಹೆಣ್ಮಗಳ ಕೈಯಲ್ಲಿ ಹೊಗೆ ಹಾಕಲು ತೆಗೆದುಕೊಂಡು ಹೋದ ಬೊಗುಣಿಯಿತ್ತು. ಉಳಿದ ಮೂವರ ಕೈಲಿ ತಲೆಯಲ್ಲಿ ರಕ್ತ ಸುರಿಯುತ್ತಿದ್ದ ಮುಳ್ಳು ಹಂದಿಗಳು ನೇತಾಡುತ್ತಿದ್ದವು...!

ಇಷ್ಟೂ ಮಾಂಸವನ್ನು ನೀವೇ ತಿನ್ನುತ್ತೀರಾ ಎಂದು ನಾನು ಕೇಳಲೂ ಇಲ್ಲ ಅವರೇನೂ ಹೇಳಲೂ ಇಲ್ಲ. ಕಣೆಹಂದಿಯ ಮಾಂಸದಲ್ಲಿ ಅರ್ಧದಷ್ಟನ್ನು ಒಳ್ಳೆ ರೇಟು ಕೊಡುವ ಸೇಡಿ ಪರ್ಬುಗಳಿಗೆ ಮಾರಿದ ವಿಷಯ ನಂತರದಲ್ಲಿ ಗೊತ್ತಾಯಿತು...

5

ಅಂದು ಯಾಕೋ ನೀರಸ ಭಾವ. ಕೆಲಸ ಮಾಡಲು ಮನಸ್ಸೇ ಇರಲಿಲ್ಲ. ಮಾಡಬೇಕಾದ ಕೆಲಸಗಳನ್ನೆಲ್ಲಾ ಬದಿಗಿಟ್ಟು ಕುಳಿತಿದ್ದೆ. ಮನೆಯಲ್ಲಾಗಿದ್ದರೆ ಅಮ್ಮ ಕರಾವಳಿ ಸಂಪ್ರದಾಯದಂತೆ ತಲೆಗೆ ಉಪ್ಪು ಇದ್ದಿಲು ಸುತ್ತಿ ದೃಷ್ಟಿ ತೆಗೆಯುತ್ತಿದ್ದಳೋ ಏನೋ. ದೊಡ್ಮನೆಯತ್ತ ನಡೆದಾಗ ಮೋರೊಣಿ ಅಡಿಕೆ ಸುಲಿಯುತ್ತಿದ್ದ. ಮುಟ್ಟುಗತ್ತಿಯಲ್ಲಿ ಅಡಿಕೆ ಸುಲಿಯುವುದನ್ನು ವೀಕ್ಷಿಸುವುದು ಖುಷಿಯ ವಿಷಯವಾದರೂ ಧೂಳಿನಿಂದ ಅಲ್ಲಿ ನಿಲ್ಲುವುದು ಕಷ್ಟವಾಯಿತು. ಮೋರೊಣಿಯೂ ಅಷ್ಟು ಗೆಲುವಾಗಿರದಿದ್ದುದನ್ನು ಕಂಡು ಹೆಚ್ಚು ಮಾತಿಗೆಳೆಯಲಿಲ್ಲ... ಮನೆಯ ಮುಂದೆ ಹಾಕಿದ್ದ ಕಲ್ಲಿನ ಚಾಚಿಕೆಯಲ್ಲಿ ಹೊಲದತ್ತ ದೃಷ್ಟಿ ನೆಟ್ಟು ಕುಳಿತಿದ್ದಾಗ ಹಿಂಬದಿಯಿಂದ ಪರಿಚಿತ ದನಿಯೊಂದು ಕೇಳಿಸಿತು... ಮಾಣಿಗ ನಿಂತಿದ್ದ.

"ಏನ್ಸಾರ್ ಪುರ್ಸೊತ್ತುಂಟಾ... ನಾನು ಮನೆಯ ಹತ್ತಿರ ನೋಡಿದೆ ಬಾಗಿಲಿಗೆ ಕೀಲ್ ಹಾಕಿತ್ತು."

"ಏನಿಲ್ಲ ಕಣಾ. ಸುಮ್ನೆ ಕೂತಿದ್ದೆ. ನೀನ್ ಯಾವ್ ಕಡೆ."

"ಸಾರ್ ಸ್ವಲ್ಪ ದೂರದಲ್ಲಿ ಪುದ ಹಿಡಿಲಿಕ್ಕೆ ಬಲೆ ಹಾಕಿದ್ದೇವೆ. ನೋಡ್ಲಿಕ್ಕೆ ಬರ್ತೀರಾ?"

ಮೊದಲಿಗೆ ಪುದ ಎನ್ನುವ ಹಕ್ಕಿ ಯಾವುದೆಂದು ಹೊಳೆಯಲಿಲ್ಲ. ಪಾರಿವಾಳವಾಗಿರಬಹುದೋ ಎಂದು ಕೇಳಿದಾಗ ಹಕ್ಕಿ ಪಾರಿವಾಳದಂತೆಯೇ ಇದ್ದರೂ ಹೊಟ್ಟೆಯ ಭಾಗ ಬೂದು ಬಣ್ಣವೆಂದೂ ಕಂದುಬಣ್ಣದ ರೆಕ್ಕೆಗಳ ಮೇಲೆ ಬಿಳಿ ಮಚ್ಚೆಗಳಿವೆಯೆಂದು ಹಕ್ಕಿಯ ಚಹರೆ ಹೇಳಿದಾಗ ಉದ್ದ ಬಾಲದ ಚೋರೆ ಹಕ್ಕಿಯೆಂದು ಅರಿವಾಯಿತು... ಇವು ಸಾಮಾನ್ಯವಾಗಿ ಗುಂಪುಗಳಲ್ಲಿ, ಜೋಡಿಯಾಗಿ ತಿರುಗುತ್ತಿರುತ್ತವೆಂದು ಕೇಳಿದ್ದೆ. ಎಲಾ ಇವನಾ ಹಿಡಿಯಷ್ಟೂ ಮಾಂಸವಿಲ್ಲದ ಚೋರೆ ಹಕ್ಕಿ ಮಾಂಸಕ್ಕೂ ಆಸೆಪಡುವ ಇವ ಎಂತಾ ಮಾಂಸಬಾಕನೆನಿಸಿ

"ಕೋಳಿನೋ ಕುರೀನೋ ತಿನ್ನೋರ್ನ ನೋಡಿದೀನಿ. ಹಿಡಿ ಮಾಂಸವಿಲ್ಲದ ಚೋರೆ ಹಕ್ಕಿ ಹಿಡಿಯಕೆ ಬಲೆ ಹಾಕಿದೀನಿ ಅಂತಿಯಲ್ಲೋ..."

"ನಿಮ್ಗೆ ಗೊತ್ತಿಲ್ಲ ಸಾರ್... ಪುದದ ಮಾಂಸ ತಿಂದ್ರೆ ಬುದ್ಧಿ ಎಷ್ಟು ಚುರ್ಕಾಗುತ್ತದೆ ಗೊತ್ತುಂಟಾ. ಒಂದು ತೆಂಗಿನ ಕಾಯಿ ಸಾರಿಗೆ ಒಂದು ಪುದ ಹಾಕಿದರೆ ಸಾಕು. ಅದರ ರುಚೀನೆ ಬೇರೆ" ಎಂದು ಉಗುಳು ನುಂಗಿಕೊಂಡ... ನಾನೇನೂ ಮಾತನಾಡದಿರುವುದನ್ನು ಕಂಡು

"ಪುದ ತಿನ್ನುವವ ನಾನೊಬ್ಬ ಅಲ್ಲ ಸಾರ್. ಇಡೀ ಊರವರಿಗೇ ಅದರ ರುಚಿ ಗೊತ್ತು" ಎಂದ.

ಬಹುಶಃ ಚೋರೆಹಕ್ಕಿಯನ್ನು ಬೇಟೆಯಾಡುವ ವಿಷಯ ಗೊತ್ತಿಲ್ಲದಿರುವುದಕ್ಕೋ ಏನೋ. ಆ ಪುಟ್ಟ ಹಕ್ಕಿಯನ್ನು ಸಾರಿನ ಪಾತ್ರೆಯಲ್ಲಿ ಕಲ್ಪಿಸಲಾಗಲಿಲ್ಲ. ಏನಾದರೂ ಆಗಿದ್ದಾಗಲಿ ಎಂದು "ನಡಿ ಹೋಗುವ" ಎಂದೆ. ಅವನನ್ನು ಹಿಂಬಾಲಿಸಿ ಬಲೆ ಹಾಕಿದ ಜಾಗಕ್ಕೆ ಹೋದಾಗ ಅಲ್ಲಿನ ದೃಶ್ಯ ಕರುಳು ಹಿಂಡುವಂತಿತ್ತು.

ಅದೊಂದು ಬಂಡೆಯ ತುದಿಯ ಸಮತಟ್ಟಾದ ಜಾಗ. ಬಹುಶಃ ಹಿಂದೆ ಅಲ್ಲಿ ಬೆಂಕಿಹಾಕಿ ಚಪ್ಪಡಿಕಲ್ಲು ಎಬ್ಬಿಸಿದ್ದರೇನೋ ಅನಿಸುವಂತಿತ್ತು... ಅದರ ಮೇಲೆ ಅಲ್ಲಲ್ಲಿ ಭತ್ತ ಉದುರಿಸಲಾಗಿ. ಮಧ್ಯ ಭಾಗದಲ್ಲಿ ಬಲೆ ಹರಡಲಾಗಿತ್ತು. ಭತ್ತ ತಿನ್ನುತ್ತಾ ತಿನ್ನುತ್ತಾ ಬಲೆಯ ಮೇಲೆ ಕಾಲಿಟ್ಟ ಚೋರೆ ಹಕ್ಕಿಗಳು ಖೆಡ್ಡಾಗಿ ಬಿದ್ದಿದ್ದವು... ಹತ್ತರಿಂದ ಹನ್ನೆರಡು ಹಕ್ಕಿಗಳು ಬಿಸಿಲು, ಪ್ರಾಣಭಯದಿಂದ ಒದ್ದಾಡುತ್ತಿದ್ದವು... ಒಂದೇ ಏಟಿಗೆ ಇಷ್ಟು ಹಕ್ಕಿಗಳನ್ನು ಕೆಡವಿದ ಖುಷಿ

ಮಾಣಿಗನ ಮುಖದಲ್ಲಿ ಕಾಣಿಸುತ್ತಿತ್ತು. ಬಿಸಿಲಿನ ಬೇಗೆಗೆ ಒದ್ದಾಡುತ್ತಿದ್ದ ಚೋರೆಹಕ್ಕಿಗಳ ಒದ್ದಾಟ ನೋಡಲಾರದೆ.

"ನೋಡೋ. ನಿಂಗೆ ಐವತ್ತು ರೂಪಾಯಿ ಕೊಡುತ್ತೇನೆ. ಯಾಕೆ ಗೊತ್ತಾ."

"ಯಾಕೆ ಸಾರ್ ನಂಗೆ ದುಡ್ಡು ಬೇಡ"

"ಕೋಳಿ ತಂದು ತಿನ್ನೋದಕ್ಕೆ, ಸಾಕಾಗದಿದ್ದರೆ ಹೇಳು ಮೇಲೆ ಹತ್ತು ರೂಪಾಯಿ ಕೊಡುತ್ತೇನೆ... ಆದರೆ ಈ ಹಕ್ಕಿಗಳನ್ನ ನಂಗೆ ಕೊಡು."

"ಹೇಳಿದ್ನಲ್ಲಾ ಸಾರ್... ಇದರ ರುಚಿಗೆ ನೀವು ಬಿದ್ದೇ ಬೀಳ್ತೀರಂತ... ನಿಮ್ಗೆ ಹೇಗೆ ಗೊತ್ತು ಸಾರ್ ಪುದದ ಮಾಂಸದ ರುಚಿ."

"ಅದ್ ಹೇಗೋ ಗೊತ್ತು. ನಿನ್ ಕತ್ತಿ ಸ್ವಲ್ಪ ಈಚೆ ಕೊಡು" ಎಂದು ಸೊಂಟದಲ್ಲಿ ನೇತುಹಾಕಿದ್ದ ಕಿರುಗತ್ತಿಯನ್ನು ಪಡೆದು ಬಲೆಯಲ್ಲಿ ಸಿಲುಕಿದ ಹಕ್ಕಿಗಳತ್ತ ಸಾಗಿದೆ... ಪ್ರಾಣ ಭಯವೋ ಏನೋ ನನ್ನನ್ನು ಕಂಡಾಗ ಹಾರಲು ಹವಣಿಸುತ್ತಿದ್ದವು... ಹಕ್ಕಿಯೊಂದರ ಕಾಲನ್ನು ಹಿಡಿದಿದ್ದ ಬಲೆಯನ್ನು ಕತ್ತಿಯಿಂದ ಕತ್ತರಿಸುತ್ತಿದ್ದಾಗ ಬಿಡಿಸಿಕೊಳ್ಳಲೆಂದು ಒದ್ದಾಡಿದ ಹಕ್ಕಿ ನನ್ನ ಕೈಗೆ ಕಚ್ಚಿದಾಗ 'ಆಹ್' ಎಂದು ಚೀರಿದೆ.

ಮಾಣಿಗ "ನೋಡಿಯಂತೆ ದರ್ವೇಸಿ ಹಕ್ಕಿ. ಸಾಯ್ಲಿಕ್ಕೆ ಹೊರಟಾಗಲೂ ಕಚ್ತದೆ" ಎಂದ.

"ಏ ಹೋಗ್ಲಿ ಬಿಡೋ. ನಮ್ಮಷ್ಟು ಬುದ್ಧಿ ಅದಕ್ಕಿದ್ರೆ ಈ ಬಲೆಗ್ ಬೀಳ್ತಿತ್ತಾ" ಎನ್ನುತ್ತಲೇ ಹಕ್ಕಿಯನ್ನು ಹಾರಲು ಬಿಟ್ಟೆ... ಮಾಣಿಗ ತಡೆಯಲು ಪ್ರಯತ್ನಿಸದೆ ನೋಡುತ್ತಿದ್ದ. ಗಾಯವಾದ ಕೈಯಿಂದಲೇ ಒಂದೊಂದೇ ಹಕ್ಕಿಗಳನ್ನು ಬಿಚ್ಚಿ ಹಾರಲು ಬಿಟ್ಟಾಗ ಮನಸ್ಸು ಸಂಕೋಲೆಯಿಂದ ಬಿಡಿಸಿಕೊಂಡಂತೆ ಹಗುರವಾಗಿತ್ತು... ಕೆಲಸ ಮುಗಿಸಿ ಕತ್ತಿಯನ್ನು ಆತನ ಕೈಗಿತ್ತಾಗ... "ಆಯ್ತಲ್ಲ ಎಲ್ಲ. ಇನ್ನು ಚಂದ ಮನೆಗೆ ಹೋಗ್ಬಹುದು" ಎಂದ. ಆ ದನಿಯಲ್ಲಿ ಅಸಮಾಧಾನ ಇಣುಕುತ್ತಿತ್ತು...

ಸೂರ್ಯ ನೆತ್ತಿಯ ಮೇಲಿದ್ದ... ಹತ್ತಿರದಲ್ಲಿ ಸಿಕ್ಕ ಮನೆಯೊಂದರಲ್ಲಿ ನೀರು ಕುಡಿದು ಹೊರಟಾಗ ನನ್ನ ಮನದಲ್ಲಿ ಯಾವುದೋ ಖುಷಿಯಿದ್ದರೆ ಆತನ ಮನಸ್ಸು ಭಾರವಾಗಿತ್ತು... ದೊಡ್ಡ ಮನೆಯವರೆಗೂ ನನ್ನ ಜತೆಗೇ ಬಂದವನ ಕೈಗೆ ಹೇಳಿದ್ದಕ್ಕಿಂತ ಹತ್ತು ರೂಪಾಯಿ ಹೆಚ್ಚೇ ಇತ್ತಾಗ ಮುಖವರಳಿತು... ನಡೆದದ್ದೆಲ್ಲವನ್ನೂ ಮರೆತು. "ಸಾರ್ ಇವತ್ತು ಉಬ್ಬೇರ್‌ಗೆ ಹೋಗುವ ಬರ್ತೀರಾ" ಎಂದ. ಉಬ್ಬೇರ್ ಎಂದಾಗ ಅರ್ಥವಾಗದೆ ಮುಖ ನೋಡಿದಾಗ ಏಡಿ ಹಿಡಿಯೋದು ಎಂದ.

"ಏಡಿ ಹಿಡಿಯೋದು ಮಳೆಗಾಲ ಶುರುವಾಗೋ ಸಮಯದಲ್ಲಿ ಕಣೋ. ಈಗ ಎಲ್ಲಿದೆ ನಿನ್ನ ಉಬ್ಬೇರ್" ಎಂದೆ. ಅದಕ್ಕೆ ಮಳೆ ಶುರುವಾಗುವ ಕಾಲದಲ್ಲಿ

ಸಿಕ್ಕ ಏಡಿಗಳ ಮೈಯಲ್ಲಿ ಮಾಂಸವೇ ಇರುವುದಿಲ್ಲವೆಂದೂ ಈಗ ಸಿಗುವ ಏಡಿಗಳ ಸಂಖ್ಯೆ ಕಡಿಮೆಯಾದರೂ ಅವು ದಷ್ಟಪುಷ್ಟವಾಗಿ ಬಲಿತಿರುತ್ತವೆಂದ... ರಾತ್ರಿ ಊಟ ಮುಗಿಸಿ ಬರುವುದಾಗಿ ಹೇಳಿ ಹೊರಟವ ಕಾಡಿನ ದಾರಿಯಲ್ಲಿ ಮರೆಯಾದ...

ಊಟವಾಗಿ ಸಣ್ಣನೆಯ ನಿದ್ದೆ ಮುಗಿಸಿ ಎದ್ದಾಗ ಮೂರೂವರೆ ಗಂಟೆ... ಮುಖಕ್ಕೆ ನೀರು ಸಿಂಪಡಿಸಿ ದೊಡ್ಮನೆಯತ್ತ ನಡೆದಾಗ ಮೋರ್ರೊಣಿ ಮತ್ತು ಮನೆಗೆಲಸದ ಹೆಂಗಸು ಏನೋ ಮಾತನಾಡಿಕೊಳ್ಳುತ್ತಿದ್ದರು. ಜನದಿಕ್ಕಿಲ್ಲದ ಮನೆಗೆ ಯಾರಾದರೂ ಮಾತಾಡಿದರಲ್ವೇ ಒಕ್ಕಲು. ಬಹುಶಃ ಮಾಣಿಗ ಸಂಜೆ ಉಬ್ಬೇರಿಗೆ ಹೋಗುವ ವಿಷಯ ಹೇಳಿರಬೇಕು. ಕಲ್ಲು ಒಡೆಯುವ 'ರಂಗ' ಸಿಡಿಯುವ ಬಾಟಲಿಯೊಂದನ್ನು ತಂದಿದ್ದಾಗಿಯೂ ಅದನ್ನು ಹೊತ್ತಿಸಿ ಮೀನು ಇರುವ ಗುಂಡಿಗೆ ಹಾಕಿ ಕೊಂಚ ಹೊತ್ತು ಕಾದರೆ ಗುಂಡಿಯ ಮೀನೆಲ್ಲವೂ ಸತ್ತು ಮೇಲೆ ತೇಲುತ್ತವೆಂದೂ ಇದೊಂದು ಮಾಯಕವೇ ಸರಿಯೆಂದು ಮಾತನಾಡುತ್ತಿದ್ದರು... ಬಹುಶಃ ಬಂಡೆ ಒಡೆಯುವ ತೋಟಾದ ಬಗ್ಗೆ ಮಾತನಾಡುತ್ತಿದ್ದಾರೆನಿಸಿತು. ನಾನು ಓದಿದಂತೆ ಕರಾವಳಿಯಲ್ಲಿ ತೊರೆಯ ಮೀನು ಹಿಡಿಯುವ ವಿಧಾನಗಳು ಮೂರು. ಬಲೆ ಹಾಕುವುದು, ಗಾಳ ಹಾಕುವುದು ಮತ್ತು ಕೂರಿಯ ಮೀನುಗಾರಿಕೆ. ಕೂರಿಯ ಮೀನುಗಾರಿಕೆಯೆಂದರೆ ನೀರು ಬೀಳುವ ತೋಡಿನ ಇಳಿಜಾರಿನಲ್ಲಿ ಬೀಳಲುಗಳಿಂದ ನೇಯ್ದ ಆಳವಾದ ಕೂರಿಯನ್ನು ಬಂಧಿಸಿಟ್ಟು, ಜೋರು ಮಳೆಸುರಿದು ನೀರಿನ ಹರಿವು ಹೆಚ್ಚಾದಾಗ ಬಂದ ಮೀನುಗಳು ಅದರಲ್ಲಿ ಬೀಳುವಂತೆ ಮಾಡಲಾಗುತ್ತದೆ. ಮೇಲಿನಿಂದ ಬೀಳುವ ನೀರು ಬಿದ್ದ ಮೀನುಗಳನ್ನು ಹಾರಿ ತಪ್ಪಿಸಿಕೊಳ್ಳದಂತೆ ಮಾಡುತ್ತದೆ. ಕಲ್ಲು ಒಡೆಯಲು ಬಂದ ಈ ಜನರೆಲ್ಲಾ ಕರಾವಳಿಯ ಸಾಂಪ್ರದಾಯಿಕ ಸಿಹಿನೀರು ಮೀನು ಹಿಡಿಯುವ ಪದ್ಧತಿಯನ್ನು ತೋಟಾದಿಂದ ಎಳ್ಳು ನೀರು ಬಿಡುತ್ತಾರೆನಿಸಿ.

"ನೋಡ್ರೋ ಗಾಳ ಹಾಕಿ ತಿನ್ನಿ, ಕೂರಿ ಇಟ್ಟು ಹಿಡೀರಿ. ಬಲೆಯಾದ್ರೂ ಹಾಕಿ... ಇನ್ನೇನಾದ್ರೂ ಹಾಕಿ. ಆದ್ರೆ ಈ ತೋಟೆ ಎಲ್ಲಾ ಹಾಕಿ ತಿಂದ್ರೋ. ನಿಮ್ ಜೀವಕ್ಕೇ ಕುತ್ತು. ನನ್ ಮಾತು ಕೇಳಿ. ಗಾಜಿನ ಚೂರುಗಳು ಚುಚ್ಚಿ ಸತ್ತ ಮೀನು ತಿಂದ್ರೆ ಗ್ಲಾಸ್ ನಮ್ ಜೀವಕ್ಕಲ್ವೇನ್ರೋ ಹೋಗೋದು" ಎಂದು ಎಚ್ಚರಿಕೆ ಕೊಟ್ಟಾಗ... ಅದಲ್ಲದೆ ಮತ್ತೊಂದು ನೀಲಿ ಬಣ್ಣದ ಕಲ್ಲು ಇರುವುದಾಗಿಯೂ ಅದನ್ನು ನೀರಿನಲ್ಲಿ ಕರಗಿಸಿ ಕೆರೆಗೆ ಸುರಿದು ಮೀನು ಹಿಡಿಯುತ್ತಾರೆಂದೂ ಹೇಳಿದರು... ನೀರಿನ ಮೂಲವೊಂದಕ್ಕೆ ಮೈಲು ತುತ್ತು ಹಾಕಿ ಈ ವಿಧಾನ ಇನ್ನೂ ಅಪಾಯಕಾರಿಯೆನಿಸಿತು. ಎಲ್ಲೆಲ್ಲಿಂದಲೋ ವಲಸೆ ಬಂದ ಈ ಜನರೆಲ್ಲಾ ದಟ್ಟಕಾನನದ ನಡುವಿನ

ಈ ಸುಂದರವಾದ ಜೀವನವನ್ನು ಹಾಳುಗೆಡವುತ್ತಿರುವುದನ್ನು ಕಂಡು ದುಃಖವಾಯಿತು...

ಕತ್ತಲಾಯಿತು... ನಾನು ರಾತ್ರಿಯ ಊಟ ಮುಗಿಸಿ ಜಗುಲಿಯಲ್ಲಿ ಕಾಯುತ್ತಿದ್ದಾಗ ಅನತಿ ದೂರದ ಕಾಡಿನ ಮಧ್ಯೆ ಟಾರ್ಚು ಮತ್ತೆರಡು ಪಂಜಿನ ಬೆಳಕು ಮೂಡಿದವು. ಹತ್ತಿರವಾಗುತ್ತಿದ್ದಂತೇ ಟಾರ್ಚು ಹಿಡಿದ ಕುಳ್ಳಗಿನ ಆಕೃತಿಯೊಂದು ಮುಂಭಾಗದಲ್ಲೂ ಹಿಂದೆರಡು ಉದ್ದದ ಯುವಕರು ಪಂಜು ಬೀಸುತ್ತಾ ಬರುತ್ತಿರುವುದು ಕಾಣಿಸಿತು. ಮಾಣಿಗ ಕಂಪೆನಿಗೆ ಇನ್ಯಾರನ್ನೋ ಕರೆದುಕೊಂಡು ಬಂದಿದ್ದ. ನನ್ನ ಮುಖದ ಮೇಲೆ ಟಾರ್ಚು ಬಿದ್ದಾಗ "ಕಣ್ಣಿಗಾಕ್ಬೇಡ ಪುಣ್ಯಾತ್ಮಾ..." ಎಂದು ರೇಗಿದೆ.

"ಹಿಷ್ಟಿ ಕಣ್ಣಿಗೆ ಬೆಟ್ರಿ ಬಿದ್ರೆ ಮಯ ಮಯ ಆಗ್ತದೆ ಮತ್ತೆ" ಎಂದು ಹುಳ್ಳಗೆ ನಗುತ್ತಾ ಅಂಗಳಕ್ಕೆ ಕಾಲಿಟ್ಟ ಮಾಣಿಗ. ಜತೆಗಿದ್ದ ಇಬ್ಬರು ಯುವಕರೂ ಪರಿಚಯದ ನಗೆ ಬೀರಿದರು...

"ಸಾರ್ ಇವರ ಪರಿಚಯ ಸಿಗ್ಲಿಲ್ವಾ ನಿಮ್ಗೆ."

"ಇಲ್ಲಪ್ಪಾ ಸಿಗ್ಲಿಲ್ಲ."

"ಮೊನ್ನೆ ಮೋರ್ರೋಣಿ ಜತೆ ತೋಕೆಯಿಂದ ಬರುವಾಗ ನನ್ನ ಜೊತೆ ಇದ್ದದ್ದು ಇವರೆ ಅಲ್ವಾ, ಎಂತ ಸಾರ್ ನೀವು... ತೌಡ ಮತ್ತು ಅಂತಯ್ಯನನ್ನು ಮರೆತ್ರಲ್ಲಾ" ಎಂದಾಗ ಗುರುತು ಸಿಕ್ಕಿತು. ನಾನೂ ಅವರತ್ತ ಪರಿಚಯದ ನಗೆ ಬೀರಿದೆ.

ಒಳಗಿನಿಂದ ಟಾರ್ಚು ತಂದು ಅವರನ್ನು ಹಿಂಬಾಲಿಸಿದೆ. ತೋಡಿನ ದಾರಿಯಲ್ಲಿ ಸಾಗುತ್ತಿದ್ದಾಗ ಮಾಣಿಗನ ತಲೆಯಲ್ಲಿದ್ದ ಅಮಲು ದೇವರು ನಮಗೆ ವರ್ಣರಂಜಿತ ಕಥೆಗಳನ್ನು ಹೇಳುತ್ತಿತ್ತು.

ಒಮ್ಮೆ ಹೀಗೆಯೇ ಉಬ್ಬೇರ್ ಗುದ್ದಲು ಹೋಗುವಾಗ ಗದ್ದೆಯ ಬದುವಿನಲ್ಲಿ ದೊಡ್ಡದಾದ ನಾಗರಹಾವು ಹೆಡೆಬಿಚ್ಚಿ ನಿಂತಿತ್ತಂತೆ. ಜತೆಗಿದ್ದವರು ಬೇಡ ಹಿಂದೆ ಹೋಗುವ ಎಂದರೂ ಕೇಳಲಿಲ್ಲಂತೆ ಮಾಣಿಗ. ಇವತ್ತು ಏನಾದರಾಗಲಿ ಏಡಿ ಹಿಡಿಯಲೇಬೇಕೆಂದು ಹಾವನ್ನು ಅನಾಮತ್ತಾಗಿ ಎತ್ತಿ ಗದ್ದೆಗೆ ಎಸೆದು ಹೋದನಂತೆ. ಮತ್ತೊಮ್ಮೆ ಕುರ್ಲೆಯ ಹಂದಿ ಸಿಕ್ಕಾಗಲೂ ಅಷ್ಟೇ. ಮರಿಯಿಟ್ಟ ಹಂದಿ ಅಪಾಯಕಾರಿಯೆಂದು, ಸಿಕ್ಕವರಿಗೆಲ್ಲಾ ತಿವಿಯುತ್ತದೆಂದು ಗೊತ್ತಿದ್ದರೂ ಕೇರೇ ಮಾಡಿಲ್ಲವಂತೆ...

"ಹೀಗೇ ಉಬ್ಬೆರಿಗೆ ಹೋಗುವಾಗ ಒಮ್ಮೆ ಹಂದಿ ಹಾಯ್ದು ತಿರ್ತಲ್ಲದ ಜಗನ್ನಾಥನ ಕೊಟ್ಟೆ ನೀರಾಗಿತ್ತು ಗೊತ್ತುಂಟಾ" ಎಂದು ಜಗನ್ನಾಥನಿಗೆ ಹಂದಿ ಹಾಯ್ದು ಮರ್ಮಾಂಗಕ್ಕೆ ಪೆಟ್ಟಾದ ಕಥೆ ಹೇಳಿ ಗೊಳ್ಳನೆ ನಕ್ಕ. ಕಥೆ ಹೇಳುವಾಗ ಆಗಾಗ್ಗೆ "ಸಾರ್...ಸಾರ್..." ಎಂದು ಕರೆಯುತ್ತಾ ಅವನು ಕಥೆ

ಹೇಳುತ್ತಿರೋದು ನನಗೇ ಎನ್ನುವಂತೆ ಮುಂದುವರೆಸುತ್ತಿದ್ದ... ಮತ್ತಿಬ್ಬರು ಮೌನವಾಗಿ ಸಾಗುತ್ತಿದ್ದರು... ಇನ್ನೇನು ತೋಡಿಗೆ ಇಳಿಯಬೇಕು ಎನ್ನುವಾಗ ನನ್ನ ಕಾಲಿನಲ್ಲಿದ್ದ ಚಪ್ಪಲಿ ಮಾಣಿಗನ ಕಣ್ಣಿಗೆ ಬಿತ್ತು...

"ನೀರಿನ ಒಯಿಲ್ ಜಾಸ್ತಿ ಇರ್ತದೆ ಸಾರ್... ಕೆಲವು ಕಡೆ ಕೆಸರು ಕೂಡಾ ಇರ್ತದೆ. ಜೋಡು ಇಟ್ಟು ಇಳಿಯುವುದು ಒಳ್ಳೆಯದು" ಎಂದು ಚಪ್ಪಲಿಯನ್ನು ಗದ್ದೆಯ ಬದುವಿನಲ್ಲಿ ತೆಗೆದಿಟ್ಟು ಹೋಗುವುದು ಉತ್ತಮವೆಂದೂ, ಬರುವಾಗ ತೆಗೆದುಕೊಂಡು ಹೋಗುವುದು ಉತ್ತಮವೆಂದ. ಚಪ್ಪಲಿ ತೆಗೆದಿಟ್ಟು ತೋಡಿಗಿಳಿದಾಗ ದೇಹ ಒಮ್ಮೆ ಜುಮ್ಮೆಂದಿತು.

ತೌಡ ಪ್ಲಾಸ್ಟಿಕ್ ಬಕೇಟು ಹಿಡಿದಿದ್ದರೆ ಮಾಣಿಗ ಮತ್ತು ಅಂತಯ್ಯರಿಬ್ಬರೂ ತೋಡಿನ ಎರಡೂ ಬದಿಯ ಬಿರುಕುಗಳನ್ನು ಗಮನಿಸುತ್ತಾ, ಕತ್ತಿ ತೂರಿಸುತ್ತಾ ಸಾಗುತ್ತಿದ್ದರು. ನಾನು ಟಾರ್ಚು ಹಿಡಿದು ಅವರನ್ನು ಹಿಂಬಾಲಿಸುತ್ತಿದ್ದೆ. ಆಗಾಗ್ಗೆ ನೆಲಕ್ಕೆ ಟಕ್ ಟಕ್ ಎಂದು ಬಡಿದು ಕೈಕಾಲು ಬಿಡುತ್ತಿರುವ ಏಡಿಯನ್ನು ಚೀಲಕ್ಕೆ ತುಂಬುತ್ತಿದ್ದರು. ಮಳೆಗಾಲ ಕೊನೆಯಾಗುತ್ತಿದ್ದುದರಿಂದಲೋ ಏನೋ ಏಡಿಗಳು ಹೆಚ್ಚು ಇರುವಂತೆ ಕಾಣಿಸಲಿಲ್ಲ... ಅಷ್ಟರಲ್ಲಿ ತೌಡ ಚೀಲದಿಂದ ಏನನ್ನೋ ತೆಗೆದ. ನೋಡಿದರೆ ಯಾವುದೋ ಪ್ರಾಣಿಯ ಕರುಳು! ರಕ್ತ ಮಾಂಸದ ವಾಸನೆ ಸಿಕ್ಕರೆ ಏಡಿಗಳು ಸುಲಭವಾಗಿ ಸಿಕ್ಕುತ್ತವೆಂದು ಎಲ್ಲಿಂದಲೋ ಕೋಳಿಯ ಕರುಳನ್ನು ಹೊತ್ತು ತಂದಿದ್ದರು. ಅದನ್ನು ನೀರಿನ ಆಳ ಕಡಿಮೆಯಿರುವ ಕಡೆಯ ತೋಡಿನಲ್ಲಿಟ್ಟು ಕಲ್ಲೊಂದರಲ್ಲಿ ಬಂಧಿಸಿ ಮುಂದೆ ಸಾಗಿದರು.

ಆಗಾಗ್ಗೆ ತೋಡಿನ ಬದಿಯ ಇರುಕು, ಬಿಲಗಳಿಗೆ ಕೈ ತೂರಿಸಿ ಏನಾದರೂ ಸಿಗುವುದೋ ಎಂದು ಪರೀಕ್ಷಿಸುತ್ತಿದ್ದರು. ಇದನ್ನು ಕಂಡು ನಾನು ಆತಂಕದಿಂದ ಬಿಲಗಳಿಗೆ ಕೈ ಹಾಕುವಾಗ ಎಚ್ಚರವಾಗಿರುವಂತೆ ತಿಳಿಸಿದಾಗ ಈ ಕಾಲದಲ್ಲಿ ಏಡಿಗಳು ತೋಡಿನ ಇರುಕುಗಳು, ಬಿಲಗಳಲ್ಲೇ ಹೆಚ್ಚು ಸಿಗುತ್ತವೆಂದರು. ಇದ್ದಕ್ಕಿದ್ದಂತೆಯೇ ಮಾಣಿಗ ಗಟ್ಟಿದನಿಯಲ್ಲಿ 'ಅಂತಯ್ಯ' ಎಂದು ಕರೆದ. ಒಡನೆಯೇ ಠಣ್ ಎಂಬ ಸದ್ದು ಬಂದು ಏನೋ ಆಯಿತೆಂದು ಟಾರ್ಚ್ ಬಿಟ್ಟು ಅತ್ತ ನೋಡುವಷ್ಟರಲ್ಲಿ ಅಂತಯ್ಯನ ಕೈಯಲ್ಲೊಂದು ದೊಡ್ಡ ಏಡಿಯಿತ್ತು... ತೋಡಿನ ಬದಿಯ ಕಲ್ಲಿನ ಇರುಕಿನಲ್ಲಿದ್ದ ಏಡಿಯನ್ನು ಮಾಣಿಗ ಕತ್ತಿಯಿಂದ ಎಗರಿಸಿದಾಗ ಅಂತಯ್ಯ ಅದಕ್ಕಾಗಿ ಕಾಯುತ್ತಿದ್ದವನಂತೆಯೇ ಕ್ಯಾಚ್ ಹಿಡಿದಿದ್ದ. ಏಡಿ ತನ್ನ ಇಕ್ಕಳದಂತಹ ಕೊಂಡಿಯಲ್ಲಿ ಹಿಡಿದರೆ ಬಿಡಿಸುವುದು ತುಂಬಾ ಕಷ್ಟ. ಹೆಚ್ಚಿನ ಸಂದರ್ಭಗಳಲ್ಲಿ ಕೊಂಡಿಯನ್ನು ಮುರಿದೇ ಬಿಡಿಸಬೇಕಾಗುತ್ತದೆ. ಕ್ಯಾಚ್ ಹಿಡಿಯುವುದೆಂದರೆ ಮತ್ತೂ ಕಷ್ಟ. ಇವರೆಲ್ಲಾ ಪ್ರಕೃತಿಯ ಗರಡಿಯಲ್ಲಿ ಪಳಗಿದ ಮಕ್ಕಳು, ಮಳೆಗಾಲ ಬಂದಾಗ

ತೋಡು ತೊರೆಗಳಲ್ಲೇ ಮಿಂದೇಳುವವರು ಎಂದು ಅರ್ಥವಾಗಲು ಹೆಚ್ಚು ಸಮಯ ಬೇಕಾಗಲಿಲ್ಲ. ನಾನು ಅವರ ಹಿಂದೆ ನಡೆಯುತ್ತಲೇ ಇದ್ದೆ... ಒಂದಷ್ಟು ಮೀನುಗಳೂ ಕತ್ತಿಯ ಮೊನೆಗೆ ಸಿಕ್ಕಿ ಚೀಲ ಸೇರಿದವು. ಮೀನುಗಳಲ್ಲಿ ನಾನು ನೋಡಿದ ವಿಚಿತ್ರ ಮೀನೆಂದರೆ ಮರಿಯೊಳ್ ಎನ್ನುವ ಲೋಕಲ್ ಹೆಸರಿನ ಮೀನು. ಥೇಟ್ ಹಾವಿನಂತಿರುವ ಅದನ್ನು ಹೇಗೆ ತಿನ್ನುತ್ತಾರೋ ಎನಿಸುತ್ತಿತ್ತು.

ಅದರ ನಂತರ ಒಂದಷ್ಟು ದೂರದವರೆಗೆ ಹುಡುಕಿದರೂ ಏನೂ ಸಿಗಲಿಲ್ಲ. ಬದಿಯ ಇರುಕುಗಳನ್ನು ಸುಮ್ಮನೆ ಕಡಿಯುತ್ತಾ ಸಾಗಬೇಕಾಯಿತು... ಒಂದಷ್ಟು ದೂರ ಸಾಗಿದಾಗ ಥಟ್ಟನೆ ಹಿಂದಿರುಗಿದ ಮಾಣಿಗ 'ಸಾರ್ ತಕೊಳ್ಳಿ' ಎಂದು ನುಣುಪಾದ ಕಲ್ಲಿನಂತಹ ಜಾರುವ ವಸ್ತುವೊಂದನ್ನು ಕೈಗಿತ್ತ... ನೋಡಿದರೆ ಸುಮಾರು ಎರಡು ಮೂರು ಕಿಲೋ ಗಾತ್ರದ ಕರಿಯಾಮೆ...! ನಾನು ಜೀವಮಾನದಲ್ಲೆಂದೂ ಆಮೆಯನ್ನು ಮುಟ್ಟಿರಲಿಲ್ಲ. ಆಮೆ ಸಿಕ್ಕಿದ್ದು ಖುಷಿಯಾದರೂ ಅದರ ಗಬ್ಬು ವಾಸನೆ ವಾಕರಿಕೆ ತರಿಸುತ್ತಿತ್ತು...

“ಲೋ ಮಾಣಿಗಾ ತೋಡಲ್ಲೊಂದ್ ಸಾಬೂನು ತಂದಿಡೋದಲ್ವೇನೋ. ಆಮೆಗ್ ಸ್ನಾನ ಮಾಡಕೆ. ಎಷ್ಟ್ ಗಬ್ಬು ನಾರ್ತಿದೆ ನೋಡ್”

“ಹೋಗ್ಲಿ ಬಿಡಿ ಸಾರ್... ಈಗ ಮಾತ್ರ ವಾಸನೆ... ಆಮೆ ಗಸಿ ಉಂಟಲ್ಲಾ. ನೀವು ತಿಂದ್ರೆ ಬಿಡಲ್ಲ” ಹಾಗಾದರೆ ಆಮೆಯೂ ಕೂಡಾ ಇವರ ಉದರ ಸೇರುವ ಸ್ವತ್ತೆಂದು ಖಾತರಿಯಾಯಿತು. ಇಷ್ಟು ಗಟ್ಟಿಯಿರುವ ಆಮೆಯ ಚಿಪ್ಪನ್ನು ಹೇಗೆ ಕೀಳುವಿರೆಂದು ಪ್ರಶ್ನಿಸಿದಾಗ ಆಮೆಯನ್ನು ಬೆಂಕಿಯಲ್ಲಿ ಬೇಯಿಸಿದಾಗ ಅದರ ಚಿಪ್ಪು ಸುಲಭವಾಗಿ ತೆರೆಯಲ್ಪಡುವುದೆಂದೂ ಕೊಂಚ ತೆಂಗಿನಕಾಯಿ ಹಾಕಿ ಹುಳಿ ಮೆಣಸಿನ ಪಲ್ಯ ಮಾಡಿದಲ್ಲಿ ಅದರ ಮಜವೇ ಬೇರೆ ಎಂದು ವಿವರಣೆ ಕೊಟ್ಟ. ಅಷ್ಟರಲ್ಲೊಂದು ಘಟನೆ ನಡೆಯಿತು...

ಮಾಣಿಗ ನನ್ನ ಕೈಗೆ ಆಮೆಯನ್ನು ನೀಡಿದಾಗ ಹೊಟ್ಟೆ ಮೇಲೆ ಬೆನ್ನು ಕೆಳಗೆ ಬರುವಂತೆ ತಲೆಕೆಳಗಾಗಿಸಿ ನೀಡಿದ್ದ. ನಾನು ಅವರ ಜತೆ ಮಾತನಾಡುತ್ತಾ ಕವುಚಿ ಹಾಕಿ ಹಿಡಿದುಕೊಂಡೆ... ಅಷ್ಟರಲ್ಲಿ ಶುರುವಾಯಿತು ನೋಡಿ ಕಥೆ... ಆ ಕರಿಯಾಮೆ ತನ್ನ ಚೂಪಾದ ಉಗುರುಗಳಿಂದ ಪರಚಿ ಬಿಡಿಸಿಕೊಳ್ಳಲು ಯತ್ನಿಸಿದಾಗ ಅಯ್ಯೋ ಎಂದು ಚೀರಿದೆ. ಮೂವರೂ ಹಿಂದಿರುಗಿ ನೋಡಿದಾಗ ಆಮೆ ಪರಚಿ ಬಿಡಿಸಿಕೊಳ್ಳಲು ಯತ್ನಿಸುತ್ತಿದೆ. ಮಾಣಿಗ “ಅಯ್ಯೋ ಕಂಕನೆ ಯಾಕೆ ಹಾಕಿದ್ರಿ ಸಾರ್, ಮರಂಕನೆ ಹಾಕಿ ಕೊಟ್ಟಿದ್ದಲ್ವಾ ನಾನು” ಎಂದು ಆಕ್ಷೇಪಿಸಿ ತೌಡನ ಕೈಗೆ ಕೊಟ್ಟ... ನನ್ನ ಕೈಗೆ ಬೆಕ್ಕು ಪರಚಿದಂತಹ ಗೀರುಗಳು ಬಿದ್ದಿದ್ದವು. ಮಧ್ಯಾಹ್ನ ಚೋರೆ ಹಕ್ಕಿ ಕೊಕ್ಕಿನಿಂದ ಗಾಯಮಾಡಿತ್ತು ಈಗ ನೋಡಿದರೆ ಆಮೆ ಪರಚಿ ಗಾಯ ಮಾಡಿದೆ ಇವತ್ತಿನ ದಿನ ನಾನು ನೋವು

ತಿನ್ನುವ ದಿನವಾಗಿ ಬರೆದಿತ್ತೋ ಏನೋ ಎಂದೆನಿಸಿತು. ಈ ಒರಟು ಸ್ವಭಾವದ ಕರಿಯಾಮೆಯಿಂದಾಗಿ ನಾನು ಆಮೆಗಳನ್ನೆಲ್ಲಾ ಅನುಮಾನಿಸುವಂತಾಯಿತು. ಇದರಿಂದಾಗಿ ಮತ್ತೊಂದು ದಿನ ಮಾಣಿಗ ಸೌಮ್ಯ ಸ್ವಭಾವದ ಬಿಳಿಯಾಮೆ ತಂದು ಕೊಟ್ಟರೂ ಹಿಡಿಯಲು ಧೈರ್ಯ ಸಾಲಲಿಲ್ಲ.

ಇಷ್ಟು ನಡೆದರೂ ಆ ಮೂವರಿಗೆ ಸುಸ್ತಾಗುವಂತೆ ಕಾಣಲಿಲ್ಲ. ಈ ರೀತಿ ಗುಡ್ಡಗಾಡಿನಲ್ಲಿ ನಡೆದು ಅಭ್ಯಾಸವಿಲ್ಲದ ನನಗಂತೂ ಕೆಸರು, ಮರಳಿನ ತೊರೆಯಲ್ಲಿ ನಡೆದು ಸುಸ್ತಾಗಿತ್ತು. ಅಲ್ಲೇ ಬದುವಿನಲ್ಲಿ ಕೊಂಚ ವಿಶ್ರಮಿಸಲು ಕುಳಿತೆವು.

ಮಾಣಿಗ ನನ್ನ ಮಾತಿಗೆಳೆಯಲು "ಸಾರ್ ಬೆಟ್ರಿಯನ್ನು ಆಗದಿಂದ ಚಾಲ್ ಮಾಡಿಯೇ ಹಿಡ್ಕೊಂಡಿದೀರಲ್ಲಾ. ಬಂದ್ ಮಾಡಿ ಸ್ವಲ್ಪ... ಜಾಸ್ತಿ ನೀರಿಗೆ ಹಾಕಿದರೆ ಸೆಲ್ ಬೇಗ ಖಾಲಿಯಾಗ್ತದೆ. ನಿಮ್ಗೆ ಗೊತ್ತಿಲ್ವಾ?" ಎಂದ ಕೇಳಿದ... ಹಾಗಾಗಲಾರದು ಎಂದು ಗೊತ್ತಿದ್ದರೂ, ವಿಜ್ಞಾನ ವಿಚಾರಗಳು ಇಲ್ಲಿ ಕೆಲಸಕ್ಕೆ ಬಾರವೆಂದು ಟಾರ್ಚನ್ನು ನಂದಿಸಿದೆ... ಐದತ್ತು ನಿಮಿಷ ಕುಳಿತು ಎದ್ದಾಗ ಗಂಟೆ ಹತ್ತೂವರೆಯಾಗಿತ್ತು. ನಿಂತು ನಿಂತು ನನ್ನ ಕಾಲುಗಳೆಲ್ಲಾ ಸೋಲುತ್ತಿದ್ದವು. ವಾಪಾಸ್ಸು ಹೊರಡುವಾಗ ಇವರು ಕರುಳು ನೇತು ಹಾಕಿದ್ದನ್ನು ನೆನಪಿಸಿದೆ.

"ನೀವು ಮರೆತರೂ ನಾನು ಮರೆಯುವುದಿಲ್ಲ ಸಾರ್. ನಮ್ಮದು ಮಂಡೆ ಉಂಟಲ್ಲಾ" ಎಂದು ಆತನ ತಲೆಗೇ ತೋರುಬೆರಳಿನಿಂದ ಮೊಟಕಿಕೊಂಡ.

ಕರುಳು ನೇತುಹಾಕಿದ ಜಾಗದತ್ತ ಬಂದಾಗ ನೀರಿನಲ್ಲಿ ನಮ್ಮ ಹೆಜ್ಜೆ ಸದ್ದಿಗೋ ಏನೋ ಇದ್ದ ಎರಡ್ಮೂರು ಸಣ್ಣ ಏಡಿಗಳು ಸರಸರನೆ ಪಲಾಯನಗೈದವು. ಎರಡು ಗಡವ ಏಡಿಗಳು ಮಾತ್ರ ಇನ್ನೂ ಮಾಂಸದ ಸ್ವಾದವನ್ನು ಆಸ್ವಾದಿಸುತ್ತಿದ್ದವು. ಪಾಲಿಗೆ ಬಂದಿದ್ದು ಪರೆಂಗಲಕಾಯಿ ಎನ್ನುತ್ತಾ ಅವನ್ನು ಚೀಲಕ್ಕೆ ತುಂಬಿ, ಬದುವಿನಲ್ಲಿಟ್ಟಿದ್ದ ನನ್ನ ಚಪ್ಪಲಿಯನ್ನೆತ್ತಿಕೊಂಡು ನಮ್ಮ ಪಯಣ ಮನೆಯತ್ತ ವಾಪಾಸ್ಸು ಹೊರಟಿತು.

ಇನ್ನೇನು ಮನೆಗೆ ಹತ್ತಿರವಾಗಬೇಕು ಎನ್ನುವಷ್ಟರಲ್ಲಿ ಎತ್ತರದ ಬಾಕ್ಯಾರು ಗದ್ದೆಯಲ್ಲಿ ಸಾಗುತ್ತಿದ್ದಾಗ ಎಡಭಾಗದಲ್ಲೇನೋ ಅಸ್ಪಷ್ಟ ಸದ್ದು ಕೇಳಿಸಿತು. ಗದ್ದೆಯಲ್ಲೇನೋ ಹೆಜ್ಜೆ ಹಾಕಿದಂತೆ... ನಲಿದಂತೆ... ಹೊರಳಾಡಿದಂತೆ...

ಮಾಣಿಗ ತನ್ನ ನಾಲ್ಕು ಸೆಲ್‌ನ ಟಾರ್ಚಿನ ಬೆಳಕನ್ನು ಆ ದಿಕ್ಕಿನತ್ತ ಬಿಟ್ಟಾಗ ಕಂಡ ದೃಶ್ಯ ದಂಗುಬಡಿಸುವಂತಿತ್ತು...

"ಪಂಜಿಗಳ ಬುಡಾರವೇ ಇಲ್ಲಿದೆ ಮಾರ್ರೆ... ಬೆಡಿ (ಕೋವಿ) ಇದ್ದರೆ ಹಬ್ಬ ಆಗುತ್ತಿತ್ತು." ಆ ಮಾತು ಮಾಣಿಗನಿಂದ ಸ್ವಗತವೆಂಬಂತೆ ಹೊರಬಂತು...

ಅಲ್ಲಿ ಸಣ್ಣದು ದೊಡ್ಡದು ಎಂದು ಐದಾರು ಹಂದಿಗಳು ಹೊಲದ ಕೆಸರಿನಲ್ಲಿ ಹೊರಳಾಡುತ್ತಿದ್ದವು...!

6

ಇದಾದ ನಂತರ ಮಾಣಿಗನ ಪತ್ತೆಯೇ ಇರಲಿಲ್ಲ. ನಾಲ್ಕು ದಿನದ ನಂತರ ನಾನು ಮೋರೊಣಿಯನ್ನು ಕರೆದುಕೊಂಡು ಕಣಿವೆಗೆ ಸೊಪ್ಪು ಕಡಿಯಲು ಹೋದೆ... ಈ ಬಾರಿ ದಾರಿಯಲ್ಲಿ ನಾನು ಯಾವುದೇ ಅಳುಕಿಲ್ಲದೆ ನಡೆಯುತ್ತಿದ್ದೆ. ಆತನನ್ನು ಹಿಂದೆ ಹಾಕಿ ನಾನು ಮುಂದಿನಿಂದ ನಡೆಯುವುದನ್ನು ಕಂಡು ಮೋರೊಣಿ "ಸಾರ್ ಜಾಗದ ಗುರ್ತ ಆಯ್ತಲ್ಲಾ ನಿಮಗೆ. ಹಿಹ್ಹಿ" ಎಂದ. "ಹೌದು ಎಕರೆಗೆ ಎಷ್ಟಂತೆ, ಮಾರ್ತಾರಾದ್ರೆ ಕೊಳ್ಳುವ" ಎಂದು ಮುಗುಳ್ನಕ್ಕೆ... ಇದು 'ಕೂಪು' ಸಾರ್. ಗೌರುಮೆಂಟಿದ್ದು, ನೋಡಿ ಅಲ್ಲಿ 'ಕಲ್ಲಗುಪ್ಪೆ' ಎಂದು ಕಲ್ಲಿನ ವೃತ್ತಾಕಾರದಲ್ಲಿ ಕಟ್ಟಿದ ಕಲ್ಲಿನ ಆಕೃತಿಯೊಂದನ್ನು ತೋರಿಸಿದ. ಸಂರಕ್ಷಿತ ಅರಣ್ಯ ಪ್ರದೇಶವನ್ನು ತುಳುವರು 'ಕೂಪು' ಎಂದು ಕರೆಯುತ್ತಾರೆನಿಸಿತು. ದೂರದಲ್ಲೆಲ್ಲೋ ಕಾಡುಕೋಳಿಯ ಕೂಗು ಕೇಳಿಸುತ್ತಿತ್ತು. ಮೋರೊಣಿ "ನಾವು ಮುಂದಿನ ಬಾರಿ ಬಂದಾಗ ಈ ಕೊಳಿಗೆ ಗಾಂತ್ ಹಾಕುವ" ಎಂದ.

ಈ ಬಾರಿ ಹಿಂದಿನಂತೆ ಸಮಯ ವ್ಯರ್ಥ ಮಾಡಲಿಲ್ಲ. ಹೋದವರೇ ಐದು ಬಗೆಯ ಚೀಲಗಳನ್ನು ಹರಡಿ ಆಯಾ ಗಿಡಗಳ ರೆಂಬೆಗಳನ್ನು ಆಯಾ ಚೀಲಗಳಿಗೆ ಎಚ್ಚರಿಕೆಯಿಂದ ತುಂಬುತ್ತಾ ಬಂದೆವು... ಇಂತಹ ವಿಷಯಕ್ಕೆ ಬಂದಾಗ ಮೋರೊಣಿ ರೋಬೋಟ್ ತರದ ಮನುಷ್ಯ. ಗಿಡಗಳ ರೆಂಬೆಗಳನ್ನು ಹೇಗೆ ಕಡಿದು ತರುತ್ತಾನೆ, ಹೇಗೆ ಚೀಲಕ್ಕೆ ತುಂಬುತ್ತಾನೆಂದು ಗೊತ್ತಾಗಲಿಲ್ಲ. ತುಂಬಿದ ಚೀಲಗಳನ್ನು ಕಟ್ಟುವ ಮೊದಲು ರಟ್ಟಿನ ತುಂಡಲ್ಲಿ ಬರೆದು ತಂದಿದ್ದ ಅವುಗಳ ಹೆಸರನ್ನು ಕ್ರಮವಾಗಿ ತುಂಬಿದೆವು.

ಸುಮಾರು ಅರ್ಧದಷ್ಟು ತುಂಬಿದ್ದ ಎರಡೆರಡು ಗೋಣಿಗಳನ್ನು ಹೊತ್ತು ಕಣಿವೆ ಹತ್ತಿ ಹೊರಬಂದೆವು... ಮೋರೊಣಿಯ ಕೈಯಲ್ಲಿ ಮೂರು ಗೋಣಿಗಳಿದ್ದವು. ಈ ಸರಕನ್ನು ತಲಾ ಎರಡು ಟ್ರಿಪ್‌ನಲ್ಲಿ ಮನೆಗೆ ಸಾಗಿಸಬೇಕಾದರೆ ಸಾಕುಸಾಕಾಗಿತ್ತು. ಎರಡನೇ ಟ್ರಿಪ್ ಸಾಗಿಸುವಾಗ ದಾರಿಯಲ್ಲಿ ಮೋರೊಣಿಯ ಪರಿಚಿತ ಯುವಕನೊಬ್ಬ ಸಿಕ್ಕಿದ್ದ. ಮೋರೊಣಿಯ ತೊಡೆಗಳಲ್ಲಿ ಆಸೀನವಾಗಿದ್ದ ಚೀಲಗಳನ್ನು ನೋಡಿ ಅನುಮಾನದಿಂದ ಅದೇನೆಂದು ಪ್ರಶ್ನಿಸಿದ್ದ... ಅದು ಕಾಡು ಸೊಪ್ಪು ಎಂದು ತಿಳಿದಾಗ "ದನಕ್ಕೆ ಸೊಪ್ಪು ತರ್ಲಿಕ್ಕೆ ಅಷ್ಟು ದೂರ ಎಂತಕ್ಕೆ ಮಾರ್ರೆ ಹೋಗೋದು. ಮರ್ಲಾ" ಎಂದು ನಕ್ಕಿದ್ದ. ಅದು ದನದ ಹಟ್ಟಿಗೆ ತುಂಬಿಸಲು ತಂದ ಸೊಪ್ಪಲ್ಲವೆಂದು ವಿವರಿಸಿ ಹೇಳುವಷ್ಟರಲ್ಲಿ ನನಗೆ ಸಾಕುಸಾಕಾಗಿ ಹೋಗಿತ್ತು. "ಆ ಜನಕ್ಕೆ ಮಂಡೆ ಸರಿ ಇಲ್ಲ ಮಾರ್ರೆ, ಬೆಂಗಳೂರಿಂದ ಇಲ್ಲಿಗೆ ಬಂದದ್ದು ಸೊಪ್ಪು ತಕೊಂಡು ಹೋಗ್ಲಿಕ್ಕಂತೆ...! ಇದೊಂದು ದೊಡ್ಡ ಮಂಡೆಪೆಟ್ಟ್...!" ಎಂದು

ಊರಿಡೀ ಹೇಳಿಕೊಂಡು ಬಂದಿದ್ದಾನೆಂದು ನನಗೆ ಆನಂತರದ ದಿನಗಳಲ್ಲಿ ಗೊತ್ತಾಯಿತು.

ಊಟ ತಿಂಡಿಗೆ ಪರಿಚಿತರ ಮನೆಯನ್ನು ಅವಲಂಬಿಸಿದ್ದರಿಂದ ನಾನಿದ್ದ ಮನೆಯಲ್ಲಿ ಅಡುಗೆ ಕೋಣೆ ಖಾಲಿಯಿತ್ತು. ಆದ್ದರಿಂದ ಅಲ್ಲೇ ಐದು ಹುರಿಹಗ್ಗಗಳನ್ನು ಅಡ್ಡಲಾಗಿ ಕಟ್ಟಿ ಸೊಪ್ಪನ್ನು ಒಣಹಾಕಲು ನಿರ್ಧರಿಸಿದೆ. ಮೂಲವಸ್ತುಗಳಿಗಾಗಿ ಸಾರವನ್ನು ಬಸಿದು ಲ್ಯಾಬ್‌ನಲ್ಲಿ ಪರೀಕ್ಷಿಸಬೇಕಾದ ಎಲೆಗಳನ್ನು ಬಿಸಿಲಿನಲ್ಲಿ ಒಣಗಿಸುವುದರಿಂದ ರಾಸಾಯನಿಕ ಕ್ರಿಯೆಗೆ ಒಳಪಟ್ಟು ಗುಣಬದಲಾಯಿಸುವ ಸಾಧ್ಯತೆಯಿರುತ್ತದೆ. ಆದ್ದರಿಂದ ನೆರಳಲ್ಲೇ ಒಣಗಿಸಿ, ತೇವಮುಕ್ತವನ್ನಾಗಿಸಬೇಕಾಗುತ್ತದೆ. ನಾವು ತಂದ ಸೊಪ್ಪಿನಲ್ಲಿ ಕೆಲವೊಂದಿಷ್ಟು ಕಡೆಯಲ್ಲಿ ಹಕ್ಕಿಗಳ, ಹುಳುಗಳ ಹಿಕ್ಕೆಗಳು ಅಂಟಿದ್ದವು. ಅವನ್ನು ಸ್ವಚ್ಛಗೊಳಿಸದಿದ್ದರೆ ನನ್ನ ಅಧ್ಯಯನಕ್ಕೆ ತೊಡಕಾಗುತ್ತದೆಂದು ಅಲ್ಲೇ ಬಕೆಟಿನ ನೀರಿನಲ್ಲಿ ಒಂದೊಂದೇ ರೆಂಬೆಯನ್ನು ಪರೀಕ್ಷಿಸಿ ತೊಳೆದು ನಂತರ ಅದಕ್ಕಾಗಿಯೇ ಕಟ್ಟಿದ್ದ ಹಗ್ಗಕ್ಕೆ ಕಟ್ಟಿ ಅಡಿಗೆ ಕೋಣೆಯಲ್ಲಿ ನೇತುಹಾಕಿದಾಗ ಮಧ್ಯಾಹ್ನ ಊಟದ ಸಮಯ...

ಊಟ ಮಾಡಿ ಬಂದಾಗ ಮೋರೋಣಿ ದನದ ಹಟ್ಟಿಯ ಎದುರಿನ ಜಗುಲಿಯಲ್ಲಿ ವಿಶ್ರಾಂತಿಗಾಗಿ ಮಲಗಿದ್ದ... ನಾನು ಮಾತಾಡದೇ ಜಗುಲಿಯಲ್ಲಿ ಕುಳಿತೆ. ಕೊಂಚ ಹೊತ್ತಿನ ನಂತರ ಎದ್ದವ "ನೀವು ಯಾವಾಗ ಬಂದ್ರಿ ಸಾರ್. ಗೊತ್ತೇ ಆಗ್ಲಿಲ್ಲ" ಎಂದ... ನಾನು ಮುಗುಳ್ನಕ್ಕೆ...

ಎದ್ದು ಮುಖಕ್ಕೆ ನೀರು ಹಾಕಿದವ ಹುಲ್ಲು ಕೊಯ್ಯಲು ಹೊರಟಾಗ ನಾನೂ ಆತನನ್ನು ಹಿಂಬಾಲಿಸಿದೆ. ತನಗೆ ಬರುವ ತಿಂಗಳು ಮದುವೆಯಿದೆಯೆಂದೂ ನಿಶ್ಚಿತಾರ್ಥವಾಗಿದೆಯೆಂದೂ ಹೇಳಿದ. "ಲೇ ಕಂಗ್ರಾಟ್ಸ್ ಕಣಾ. ಏನ್ ಗುಡ್ ನ್ಯೂಸ್ ಹೇಳ್ದೆ" ಎಂದು ಕೈ ಹಿಡಿದು ಕುಲುಕಿದೆ... ಇದು ಆತನಿಗ್ಯಾಕೋ ಇರುಸುಮುರುಸಾದಂತೆ ಅನಿಸಿದ್ದು ಗಮನಕ್ಕೆ ಬಂತು. "ಏನಾಯ್ತೋ..." ಎಂದಾಗ...

"ನೀವೆಲ್ಲಾ ನಮ್ಗೆ ಕೈ ಕೊಡೋದು ಸರಿ ಅಲ್ಲ ಸಾರ್ ನಾವು..." ಎಂದು ರಾಗವೆಳೆದ. ಆತನ ಜತೆ ಮಾತನಾಡುತ್ತಾ ತೋಟದತ್ತ ನಡೆಯುತ್ತಿರಬೇಕಾದರೆ ಘಟನೆಯೊಂದು ನಡೆಯಿತು. ಮಾತನಾಡುತ್ತಾ ಮಾತನಾಡುತ್ತಾ ದಾರಿಯನ್ನು ಗಮನಿಸಿರಲೇ ಇಲ್ಲ. ಚೂಪಾದ ಕಲ್ಲೊಂದನ್ನು ಎಡವಿದೆ. ಇಷ್ಟು ದೂರಕ್ಕೆ ಚಪ್ಪಲಿ ಯಾಕೆಂದು ಚಪ್ಪಲಿಯನ್ನೂ ಬಿಟ್ಟು ಬಂದಿದ್ದೆ. ಎಡವಿದ ಏಟಿಗೆ ಕಾಲಿನ ಹೆಬ್ಬೆರಳ ಅಡಿಯ ಒಂದಷ್ಟು ಭಾಗವೇ ಕಿತ್ತು ಬಂತು. ರಕ್ತ ಒಸರಿದಾಗ ಕೈಯಿಂದ ಒತ್ತಿಹಿಡಿದು. ಬ್ಯಾಗಿನಲ್ಲಿ ಬ್ಯಾಂಡೇಜು ಇದೆಯೆಂದೂ, ಸಿಗದಿದ್ದರೆ ಬ್ಯಾಗನ್ನೇ ಹೊತ್ತು ತರುವಂತೆ ಹೇಳಿದೆ. ಅದೆಲ್ಲಾ ಯಾಕೆ ಸಾರ್

ನಿಮಗೆ ಗುಣ ಆದ್ರೆ ಆಯ್ತುಲ್ಲಾ... ಎಂದು ಗಿಡವೊಂದರ ಸೊಪ್ಪನ್ನು ಕಿತ್ತು ಅಂಗೈಯಿಂದ ಹಿಚುಕಿ ರಸ ಬರಿಸಿ ಗಾಯಕ್ಕೆ ಒತ್ತಿ ಹಿಡಿದು ಮತ್ತೊಂದು ಎಲೆಯನ್ನು ಹೆಬ್ಬೆರಳಿಗೆ ಟೋಪಿಯಂತೆ ಸುತ್ತಿ ಹಸಿರು ಬಣ್ಣದ ಬೀಳಲಿನಲ್ಲಿ ಗಟ್ಟಿಯಾಗಿ ಕಟ್ಟಿದ...

ಗಾಯವಾಗೋದು ಇದು ಮೂರನೇ ಸಲ. ಬೆಂಗಳೂರಲ್ಲಿದ್ದಾಗ ಮೈಮೇಲೆ ಕೊಂಚವೂ ಗಾಯವಿಲ್ಲದೆ ಬದುಕಿದ್ದ ನನಗೆ ಈ ಊರಲ್ಲಿ ತಿರುಗಾಟಕ್ಕಾಗಿ ಎಷ್ಟು ರಕ್ತ ಮೀಸಲಿಡಬೇಕೋ ಎಂದು ಆತಂಕವಾಯಿತು.

"ನಾಳೆ ಬೆಳಿಗ್ಗೆ ಹೊತ್ತಿಗೆ ಗುಣವಾಗದಿದ್ದರೆ ಮತ್ತೆ ಹೇಳಿ" ಎಂದು ನಗುತ್ತಾ ತೋಟದತ್ತ ಸಾಗಿದ. ನನಗೆ ಆತನ ಅಳಲೇಕಾಯಿ ಪಾಂಡಿತ್ಯದಲ್ಲಿ ನಂಬಿಕೆಯಿರಲಿಲ್ಲ.

ಕುಂಟುತ್ತಲೇ ಮನೆಯತ್ತ ಹೋಗಿ ಜಗುಲಿಯಲ್ಲಿ ಕುಳಿತೆ. ರಕ್ತ ನೋಡಿ ಮನಸ್ಸೇನೋ ತಳಮಳಗೊಂಡಿತ್ತು. ನೀರು ಮತ್ತು ಕೊಂಚ ಗ್ಲೂಕೋಸ್ ಹಾಕಿ ಸುಧಾರಿಸಿಕೊಂಡು ಬಿದ್ದುಕೊಂಡೆ...

ಸಂಜೆ ಮೋರೋಣಿ ಬಾಗಿಲು ಬಡಿದಾಗಲೇ ಎಚ್ಚರವಾಗಿದ್ದು. "ಕಾಲು ಬೇನೆ ಹೇಗಿದೆ ಸಾರ್..." ಎಂದು ಕೇಳಿದ. ನೋವೇನೋ ಕಡಿಮೆಯಾಗಿತ್ತು. ನಾನು ಬಹುಶಃ ಮಲಗಿ ಎದ್ದುದರಿಂದ ಕಡಿಮೆಯಾಗಿರಬಹುದು ಎಂದುಕೊಂಡೆ... ಅಷ್ಟರಲ್ಲಿ ನನ್ನ ನೋವು ಹಾರಿ ಹೋಗುವಂತ ಒಂದು ವಿಷಯವನ್ನು ಕಿವಿಗೆ ಹಾಕಿದ್ದ...

"ಮಾಣಿಗ ಹಂದಿಗಳಿಗೆ ಕರೆಂಟ್ ಕೊಡಲು ಪ್ಲಾನ್ ಮಾಡಿದ್ದಾನೆ...!"

ದೊಡ್ಮನೆಯಲ್ಲಿ ಒಕ್ಕಲಿಲ್ಲದ ಕಾರಣ ಕರೆಂಟ್ ಕೊಡಲಿಕ್ಕೇನೂ ತೊಂದರೆಯಿಲ್ಲ. ಕರೆಂಟ್ ಕೊಟ್ಟರೆ ಗುಂಪಿನ ಹಂದಿಗಳಲ್ಲಿ ಒಂದೂ ಮಿಸ್ ಆಗಲ್ಲ. ಆತನ ಮಾಸ್ಟರ್ ಐಡಿಯಾಗೆ ತಲೆಬಾಗಿದೆ. ಮಾಣಿಗ ಮತ್ತು ಲಟ್ಬಟ್ ಜಗ್ಗ ಕರೆಂಟಿನ ಲೈನ್ ಮ್ಯಾನ್ ಬಿಜಾಪುರದ ಪರಮೇಶಿಗೆ ಹಂದಿಯ ಒಂದು ತೊಳು ನೀಡುವ ಆಮಿಷವೊಡ್ಡಿ ಒಪ್ಪಿಸಿದ್ದರು. ನನಗದು ಯಾಕೋ ಅಪಾಯವೆನಿಸಿತು. ಗದ್ದೆಗೆ ಕರೆಂಟು ನೀಡುವ ದಿನ ರಾತ್ರಿ ಆ ಪರಿಸರದಲ್ಲಿ ಅಡ್ಡಾಡುವ ಜನರಿಗೆ ಗದ್ದೆಗೆ ಇಳಿಯದಂತೆ ಎಚ್ಚರಿಸಬೇಕೆಂದೂ, ಕನೆಕ್ಷನನ್ನು ಮುಂಜಾನೆಯೇ ತೆಗೆಯಲು ನನ್ನ ಕಡೆಯಿಂದ ಸೂಚಿಸಿದೆ.

ಕತ್ತಲಾಗುವ ಹೊತ್ತಲ್ಲಿ ಮಾಣಿಗನೂ ಲಟ್ಬಟ್ ಜಗ್ಗನೂ ಒಂದಷ್ಟು ಉದ್ದದ ವಯರುಗಳೊಡನೆ ಬಂದಿದ್ದರು. ಹೊಲದಲ್ಲಿ ಗೂಟಗಳನ್ನು ಊರಿ ಎರಡು ವೈಯರಲ್ಲಿ ಒಂದನ್ನು ಆ ಗೂಟಗಳಿಗೆ ಸುತ್ತಿ, ಮತ್ತೊಂದನ್ನು ನೀರಿಗೆ ಕೊಡಬೇಕೆಂದೂ ಮಾತನಾಡಿಕೊಳ್ಳುತ್ತಿದ್ದರು. ಫೇಸ್ ಅನ್ನು ಗೂಟಕ್ಕೆ ಸುತ್ತಿ ಅರ್ತ್ ಅನ್ನು ನೀರಿಗೆ ಕೊಡುತ್ತಿರಬಹುದು ಎಂದು ಅಂದಾಜಿಸಿದೆ... ಅವರು

ಏನೇನು ಮಾಡಬೇಕು ಎಂದು ಪ್ಲಾನ್ ಮಾಡುತ್ತಿದ್ದಾಗ ಜತೆಗಿದ್ದ ಮತ್ತೊಬ್ಬ "ಹುಷಾರ್ರೀ ಅಣ್ಣರಾ. ಏನಾರ ಹೆಚ್ಚ ಕಮ್ಮಿ ಆದ್ರ ನನ್ ಕೆಲ್ಸ ಹೋಗತ್ರೀ" ಎಂದು ಆತಂಕದಿಂದ ನುಡಿದ. ಅವನ ಬಟ್ಟೆ ನೋಡಿದರೆ ಒಗೆದು ಯಾವುದೋ ಕಾಲವಾಗಿದ್ದು, ಮಡ್ಡಿ ಆಯಿಲ್ ಅಂಟಿದ ಗ್ಯಾರೇಜಿನವರ ವಸ್ತ್ರದಂತಿತ್ತು. ಬಹುಶಃ ಇವನೇ ಹಂದಿ ತೋಳಿನ ಮಾಂಸಕ್ಕೆ ಆಸೆಪಟ್ಟು ಬಂದ ಲೈನ್‌ಮೆನ್ ಪರಮೇಶಿ ಎಂದು ಅಂದಾಜು ಹಾಕಿದೆ...

ಗೂಟವನ್ನೆಲ್ಲಾ ಮೊದಲೇ ಕಡಿದು ತಂದಿದ್ದ ಎನಿಸುತ್ತೆ, ದೊಡ್ಡ ಮನೆಯ ಕಡೆಯಿಂದ ಐದಾರು ಗೂಟಗಳನ್ನು ತಂದು ಹಂದಿಗಳು ಹೊರಳಾಡಿದ ಗದ್ದೆಯಲ್ಲಿ ಊರಿದರು. ಇಲ್ಲಿನ ಎಲ್ಲಾ ಕೆಲಸವನ್ನು ವ್ಯವಸ್ಥಿತವಾಗಿ ಮಾಡಿ ಮುಗಿಸಿದ ಜಗ್ಗ ದೊಡ್ಮನೆಯ ಕರೆಂಟು ಕಂಬಕ್ಕೆ ಹತ್ತಿದ. ಮಳೆಗಾಲವಾದ್ದರಿಂದ ನೀರಿನ ಪಸೆಯಿದ್ದರೆ ಹತ್ತಬೇಡವೆಂದರೂ ಕೇಳದೆ ಹತ್ತಿ ಕನೆಕ್ಷನ್ ಕೊಟ್ಟು ಹೋದ. ಅಂದು ರಾತ್ರಿಯ ಊಟವನ್ನು ಬೇಗನೆ ಮುಗಿಸಿ ಬಂದು ಬಿದ್ದುಕೊಂಡೆ. ರಾತ್ರಿ ಹತ್ತರವರೆಗೂ ಯಾರೋ ಓಡಾಡಿದ, ಮಾತಾಡಿದ ಸದ್ದು ಕೇಳಿಸುತ್ತಿತ್ತು...

ಅಂಗಳದಲ್ಲಿ ಯಾರೋ ಓಡಾಡುವ ಸದ್ದಿನಿಂದಾಗಿ ಮಾರನೇಯ ದಿನ ಬೆಳಿಗ್ಗೆ ಐದಕ್ಕೇ ಎಚ್ಚರವಾಯಿತು. ಬೆಳಿಗ್ಗೆ ಎದ್ದು ಗದ್ದೆಗೆ ಕೊಟ್ಟ ಕರೆಂಟ್ ತೆಗೆದು ಒಳ್ಳೆಯ ಕೆಲಸವೇ ಮಾಡಿದ್ದಾರೆ ಎಂದುಕೊಂಡೆ... ಹಂದಿ ಬಿದ್ದಿದ್ದರೆ ಗೊತ್ತಾಗುತ್ತಿತ್ತು ಬಹುಶಃ ಬಿದ್ದಿಲ್ಲವೇನೋ ಎಂದುಕೊಂಡೆ. ಆಗಿನ್ನೂ ಬೆಳಗಾಗದಿದ್ದುದರಿಂದ ಎದ್ದು ಸ್ನಾನ ಮುಗಿಸಿ ಓದಲೆಂದು ಕುಳಿತೆ. ಇಲ್ಲಿಗೆ ಬಂದ ನಂತರ ಪುಸ್ತಕ ಮುಟ್ಟಿ ನೋಡಿರಲಿಲ್ಲ. ತಲೆ ಖಾಲಿಯಾಗಿದ್ದರೆ, ಯಾವ ಸೊಪ್ಪು ಮೂಟೆ ಗುಡ್ಡೆ ಹಾಕಿದರೂ ಏನು ಪ್ರಯೋಜನವೆಂದು ನಗು ಬಂತು... ಏಳೂವರೆ ಎಂಟರ ಹೊತ್ತಿಗೆ ಊಟ ತಿಂಡಿ ಮುಗಿಸಿ ದೊಡ್ಮನೆಯೆದುರಿನ ದಾರಿಯಲ್ಲಿ ಹಿಂದಿರುಗುತ್ತಿದ್ದಾಗ ನಿನ್ನೆಯ ಘಟನೆ ನೆನಪಿಗೆ ಬಂತು... ಕಾಲಿನತ್ತ ದೃಷ್ಟಿಹರಿಸಿದೆ. ಮೋರೋಣಿ ಕಟ್ಟಿದ್ದ ಔಷಧದ ಕಟ್ಟು ನಿದ್ದೆಯಲ್ಲೆಲ್ಲೋ ಬಿಚ್ಚಿ ಹೋಗಿತ್ತು...

ಅರೆ ನಾನು ರಾತ್ರಿ ಸ್ನಾನ ಮಾಡುವಾಗ ಕಾಲಿಗೆ ಪ್ಲಾಸ್ಟಿಕ್ ಕಟ್ಟಿ ಸ್ನಾನ ಮಾಡಿದ್ದೆ. ಬೆಳಿಗ್ಗೆ ಮಾಡುವಾಗ ಏನೂ ಕಟ್ಟಿಲ್ಲ, ಹಾಗಾದರೆ ನೀರು ಬಿದ್ದಾಗ ನೋವಾಗಬೇಕಿತ್ತಲ್ಲಾ... ಚಪ್ಪಲಿ ಬದಿಗಿಟ್ಟು ಕುಕ್ಕುರುಗಾಲಲ್ಲಿ ಕುಳಿತು ಕಾಲಿನ ಹೆಬ್ಬೆರಳನ್ನು ಪರೀಕ್ಷಿಸಿದೆ. ತಾಗಿದ ರಭಸಕ್ಕೆ ಕಾಲಿನ ಗಡುಸಾದ ಚರ್ಮ ಕಿತ್ತು ಬಂದಿತ್ತು. ಒಂದೇ ದಿನದಲ್ಲಿ ಗಾಯವೂ ಒಣಗಿತ್ತು... ಕಿತ್ತು ಬಂದ ಚರ್ಮ ಬಿದ್ದು ಹೋದರೆ ಎಲ್ಲವೂ ಸರಿಯಾಗುತ್ತದೆ ಎನ್ನುವಂತಿತ್ತು. ಅವನ ನಾಟಿ ಪಾಂಡಿತ್ಯವನ್ನು ಕೇವಲವಾಗಿ ಲೆಕ್ಕಹಾಕಿದ್ದ ನನಗಿದನ್ನು ನಂಬಲಾಗಲಿಲ್ಲ.

ಗಾಯದಲ್ಲಿ ಮಾತ್ರ ನೋವಿಲ್ಲವೋ ಅಥವಾ ಪಾದವೇ ಸಂವೇದನೆಯನ್ನೇ ಕಳೆದುಕೊಂಡಿದೆಯೋ ಎಂದು ಅನುಮಾನವಾಗಿ ಕಾಲನ್ನು ಚಿವುಟಿದೆ... ನೋವಾಯಿತು... ಹಾಗಾದರೆ ಇವನ ಮದ್ದಿನಲ್ಲೇನೋ ವಿಶೇಷ ಅನಸ್ತೇಷಿಯಾ ರೀತಿಯ ಗುಣಗಳಿವೆಯೆಂದು ಖಾತರಿಯಾಯಿತು. ಸಿಕ್ಕಾಗ ಗಿಡದ ಹೆಸರನ್ನು ಕೇಳಬೇಕೆನಿಸಿತು... ದೊಡ್ಡ ಮನೆಯ ಬಳಿ ಕಾಣಲಿಲ್ಲ.

ಸುಮಾರು ಹತ್ತು ಗಂಟೆಯಾದಾಗ ಮೋರೋಣಿ ಮನೆಯ ಬಳಿ ಪ್ರತ್ಯಕ್ಷವಾದ.

"ನಿನ್ನೆ ಎಷ್ಟ್ ಹಂದಿ ಬಿತ್ತೋ."

"ಒಂದೂ ಬಿದ್ದಿಲ್ಲ ಸಾರ್... ಅವ 'ಕೊಟ್ಟ' (ದರಿದ್ರ) ನಾಲಗೆಯವ ಅಷ್ಟು ಬೀಳ್ತದೆ ಇಷ್ಟು ಬೀಳ್ತದೆ ಎಂದು ಹೇಳಿದ್ದೇ ಬಂತು... ಒಂದೂ ಬೀಳಿಲ್ಲ. ಅವನ ನಾಲಗೆಯನ್ನು ಎಳ್ದು ಕತ್ತರಿಸಿದ್ರೆ ಬೀಳ್ತಿತ್ತು" ಯಾರಿಗೋ ಬೈದ...

"ಲೋ ಯಾಕೋ ಕೋಪ ಮಾಡ್ಕೊತೀಯಾ... ನಿನ್ನ ಅಣ್ಣನ ನಾಲಗೆ ತುದಿಯಲ್ಲಿ ಮಚ್ಚೆ ಇದ್ಯಂತೆ. ಅವ ಹೇಳಿದ್ದು ಹಾಗೇ ಆಗುತ್ತಂತೆ. ಅದ್ಯಾಕೆ ನಿನ್ನೆ ಹಂದಿ ಬಿದ್ದಿಲ್ಲ?" ಅವನು ಮಾತಾಡಲಿಲ್ಲ.

ಅಷ್ಟರಲ್ಲಿ ನಿನ್ನೆ ಕಾಲಿಗೆ ಕಟ್ಟಿದ ಮದ್ದಿನ ನೆನಪಾಗಿ.

"ನಿನ್ನೆ ಕಾಲಿಗೊಂದ್ ಸೊಪ್ಪು ಜಜ್ಜಿ ಕಟ್ಟಿದ್ಯಲ್ಲೋ... ಯಾವ್ದೋ ಆ ಸೊಪ್ಪು."

ನನ್ನ ಮಾತಿಗೆ ಗಾಬರಿಯಾದವನಂತೆ "ಮದ್ದಿನ ಹೆಸರು ಹೇಳ್ಬಾರ್ದು ಸಾರ್..."

"ಯಾಕೆ?"

"ಅದ್ರ ಶಕ್ತಿ ಹೋಗ್ತದೆ."

"ಲೋ ಹಾಗೇನೂ ಆಗಲ್ಲ ಕಣೋ. ಹೇಳೋ. ಇಷ್ಟೇನಾ ನಿನ್ ಫ್ರೆಂಡ್‌ಶಿಪ್ಪು."

"ಗುಡ್ಡಕ್ಕೆ ಸೊಪ್ಪಿಗೆ ಹೋದಾಗ ಕತ್ತಿ ತಾಗಿದ್ರೆ ಅದನ್ನೇ ಹಾಕೋದು ಸಾರ್... ಅದ್ರ ಶಕ್ತಿ ಕಮ್ಮಿ ಆದ್ರೆ ಎಂತ ಮಾಡೂದು..."

ಇವನನ್ನು ಈ ರೀತಿ ಬಾಯಿಬಿಡಿಸಲಾಗದೆಂದು ಅರಿವಾಗಿ...

"ಲೋ ಬಿಡೋ ಹೇಳ್ಬೇಡ ನಂಗೆ. ನಂಗ್ ಹೇಳಿ ನಿನ್ ಕೈಗೆ ತಾಗಿ ಗುಣವಾಗದಿದ್ರೆ..."

"ಈಗ ನಿನ್ ಮದ್ವೆ ಹೇಗ್ ಸೆಟ್ಟಾಯ್ತೋ. ಮನೇಲಿ ನೋಡಿದ್ದಾ ನೀನೇ ನೋಡ್ಕೊಂಡಿದ್ದಾ?" ಮಾತು ಬದಲಿಸಿದೆ...

"ಮನೆಯಲ್ಲಿ ನೋಡಿದ್ದು ಸಾರ್... ನಮಗೆ ಸಂಬಂಧ ಬೀಳ್ತಾಳೆ ಹುಡುಗಿ" ಎನ್ನುವಾಗ ಮುಖದಲ್ಲಿ ನಾಚಿಕೆಯ ಭಾವ ಮೂಡಿತು...

"ಯಾವ ಛತ್ರದಲ್ಲಿ ಮದ್ವೆ. ಅಲ್ವೋ ನಮ್ಮೆಲ್ಲಾ ಕರೀತೀಯೋ ಇಲ್ವೋ?"

"ನೀವೆಂತ ಸಾರ್ ನಮ್ಮ ಮನೆಯಲ್ಲಿ ಮದುವೆ. ನಿಮ್ಮನ್ನೆಲ್ಲಾ ಕರಿಲಿಕ್ಕೆ ಸರಿಯಾಗುದಿಲ್ಲ ನಂಗೆ."

"ಯಾಕೋ ನಾನು ಮನುಷ್ಯ ಅಲ್ವೇನೋ."

"ನಮ್ಮದು ಮದುವೆ ಮನೆಯಲ್ಲೇ ಆಗುದು ಸಾರ್. ಭಟ್ರು ಎಲ್ಲಾ ಬರ್ಲಿಕ್ಕೆ ಇರೂದಿಲ್ಲ. ನಮ್ಮ ಮನೆಗೆ ನೀವು ಬರೂದು ಅಂದ್ರೆ" ಎಂದು ರಾಗವೆಳೆದ. ಇವರುಗಳ ಸಂಸ್ಕೃತಿ ಇತರೆ ಜನರ ಆಚರಣೆಗಳಿಂದ ಭಿನ್ನವಾಗಿದೆಯೆನಿಸಿತು. ಅಷ್ಟೆಲ್ಲಾ ಹೇಳಿದ ನಂತರ ಮತ್ತೆ ಮತ್ತೆ ಅದರ ಬಗ್ಗೆ ಮಾತಾಡುವುದು ಸರಿಕಾಣಲಿಲ್ಲ. ನನಗೆ ಬೇಕಾಗಿದ್ದು ಕೇವಲ ಇವನ ನಾಟಿ ಪಾಂಡಿತ್ಯವಾದ್ದರಿಂದ ಹೇಗಾದರೂ ಮಾಡಿ ಅದನ್ನು ಬಾಯಿ ಬಿಡಿಸಬೇಕೆಂದುಕೊಂಡು ಆತನಿಗೆ ಮಸ್ಕಾ ಹೊಡೆಯುತ್ತಲೇ ಮಾತನಾಡುತ್ತಿದ್ದೆ...

"ನೀನಿಷ್ಟು ಹೇಳಿದ್ಮೇಲೆ ಮದ್ವೆಗ್ ಬರಲ್ಲ ಕಣೋ. ನಂತ್ರ ಪಟ ಆದ್ರೂ ತಂದ್ ತೋರ್ಸೋ..." ಎಂದಾಗ ಅವನ ಮುಖ ಸಣ್ಣದಾಯಿತು.

"ಪಟದವರು ಇಲ್ಲಿ ಮಾಳದಲ್ಲಿ ಯಾರೂ ಇಲ್ಲ ಸಾರ್, ಕಾರ್ಲದಿಂದ ತರಬೇಕು. ಅದಕ್ಕೆ ಚೊಟ್ಟು (ದುಡ್ಡು) ತುಂಬಾ ಆಗ್ತದೆ" ಎಂದ. ಬಡತನವನ್ನು ಹಾಸು ಹೊದ್ದು ಬದುಕುವ ಇವರುಗಳ ಜತೆ ಇದನ್ನೆಲ್ಲಾ ಮಾತಾಡುವುದು ತಪ್ಪೆನಿಸಿತು.

ಅಷ್ಟರಲ್ಲಿ ನನಗೆ ಒಂದು ವಿಷಯ ನೆನಪಿಗೆ ಬಂತು. ಅಪ್ಪನ ಬಳಿಯೊಂದು ಕ್ಯಾಮರಾ ಇತ್ತು. ಅಷ್ಟು ದುಡ್ಡು ಕೊಟ್ಟು ತಂದ ಕ್ಯಾಮರಾ ಮೂಲೆಯಲ್ಲಿಟ್ಟು ಹಾಳಾಗಬಾರದೆಂದು ಆವಾಗವಾಗ ರೀಲು ಹಾಕಿ ನಮ್ಮ ಪಟಗಳನ್ನೆಲ್ಲಾ ಸೆರೆಹಿಡಿಯುತ್ತಿದ್ದರು. ರೀಲ್‌ಗಳನ್ನು ಎತ್ತಿಟ್ಟು ಬಿಡುವಿದ್ದಾಗ ಕ್ಲೀನ್ ಮಾಡಿಸುತ್ತಿದ್ದರು. ವರ್ಷದ ಹಿಂದೆ ಅಪ್ಪನ ಗೆಳೆಯರೊಬ್ಬರು ದುಬೈನಿಂದ ಬರುವಾಗ ಬೇಡವೆಂದರೂ ಕೇಳದೆ ಮತ್ತೊಂದು ಕೊಡಕ್ ಕ್ಯಾಮರಾವನ್ನು ತಂದು ಉಡುಗೊರೆಯಾಗಿ ನೀಡಿದ್ದರು. ಗುಣಮಟ್ಟದ ಡಿಜಿಟಲ್ ಕ್ಯಾಮರಾ ಆಗಿರದಿದ್ದರೂ ಫೋಟೋ ತೆಗೆಯುವುದಕ್ಕೇನೂ ಅಡ್ಡಿಯಿರಲಿಲ್ಲ.

"ನಿನ್ ಮದ್ವೆ ಪಟಕ್ಕೆ. ಕೆಮರಾ ನಾನ್ ತರ್ತೀನಿ. ಮನೇಲಿ ರೆಡೀ ಇದೆ" ಎಂದಾಗ ಮೋರೋಣಿಯ ಮುಖವರಳಿತು...

"ನಿಮ್ಮ ಕೆಮರಾದಲ್ಲಿ ಪಟ ತೆಗಿದ್ರೆ, ತೊಳೆದು ದೊಡ್ಡ ಪಟ ಮಾಡ್ಲಿಕ್ಕಾಗ್ತದೆ ಅಲ್ವಾ ಸಾರ್" ಎಂದು ಹೇಳುವಾಗ ಮುಖವರಳಿತ್ತು. ಹಳ್ಳಿಗರು ಫೋಟೋ ತೆಗೆದು ಡಾರ್ಕ್‌ರೂಮ್‌ನಲ್ಲಿ ಡೆವಲಪ್ ಮಾಡುವ ಪ್ರಕ್ರಿಯೆಗೆ ಇವರೆಲ್ಲಾ 'ಫೋಟೋ ತೊಳೆಯುವುದು' ಎನ್ನುತ್ತಾರೆ ಎನಿಸಿತು...

"ನಿಮ್ಮತ್ರ ಕೆಮರಾ ಇರೂದು ಸತ್ಯ ಅಲ್ವಾ" ಎಂದು ನಂಬಿಕೆ ಬಾರದೆ ಮತ್ತೆ ಕೇಳಿದ...

"ನಿನ್ ಪಟ ತೆಗ್ದು ಕೊಟ್ರೆ ಆಯ್ತಲ್ಲಾ. ಅದು ನನ್ ಕೆಲ್ಸಾಂತ ತಿಳ್ಕೋ" ಎಂದಾಗ ಸರಿಯೆಂದು ತಲೆಯಾಡಿಸಿದ. ಆತ ಖುಷಿಯಾಗಿರುವುದನ್ನು ಕಂಡು ಬಾಯಿ ಬಿಡಿಸಲು ಇದೇ ಸರಿಯಾದ ಸಮಯವೆಂದುಕೊಂಡು ಮತ್ತೆ ಕೇಳಿದೆ.

"ಮೋರೋಣಿ ಈಗ್ಲಾದ್ರೂ ಆ ಗಿಡ ಯಾವುದೂಂತ ಹೇಳೋ."

"ಅಯ್ಯಯ್ಯೋ. ಅದು ಹೇಳಿದ್ರೆ ಮತ್ತೆ ಯಾರಿಗೂ ಗಾಯ ಗುಣವೇ ಆಗ್ಲಿಕ್ಕಿಲ್ಲ"

ಆ ಸಂದರ್ಭದಲ್ಲಾದರೂ ಹೆಸರು ಬಾಯಿಬಿಡುತ್ತಾನೆ ಎನ್ನುವ ನಿರೀಕ್ಷೆಯೂ ಸುಳ್ಳಾಯಿತು...

7

ಅಂದು ಬೆಳಿಗ್ಗೆ ಚಾಪೆಯಿಂದ ಎದ್ದ ಮಾಳದ ಜನರ ಕಿವಿಗೆ ವಿಷಯವೊಂದು ಬಿದ್ದಿತ್ತು.

"ಅಂತಯ್ಯ ಹುಲಿ ಹೊಡೆದಿದ್ದಾನಂತೆ...!"

ಬೆಳಿಗ್ಗೆ ಹಾಲಿಗೆ ಹೊರಟವರು, ಗದ್ದೆಕೆಲಸಕ್ಕೆ ಹೊರಟ ಶ್ರಮಜೀವಿಗಳು, ಬೀಡಿ ಬ್ರಾಂಚಿಗೆ ಬರುವ ಹೆಂಗಸರು ಹೀಗೆ ಊರಿನ ಮಧ್ಯೆ ಸಂಪರ್ಕ ಕಲ್ಪಿಸುವವರಿಂದ ವಿಷಯ ಬಾಯಿಂದ ಬಾಯಿಗೆ ಸಾಗಿ ಊರಿಡೀ ಹರಡಿತ್ತು...

ನಾನು ಕಾಫಿ ತಿಂಡಿ ಮುಗಿಸಿ ಬಂದಾಗ ಮನೆಯ ಅಂಗಳದಲ್ಲೊಬ್ಬ ವ್ಯಕ್ತಿ ನಿಂತಿದ್ದ. ಹತ್ತಿರ ಬಂದಾಗ ಪರಿಚಯ ಸಿಕ್ಕಿತು. ಮಾಣಿಗ ಅಂತಯ್ಯರ ಜತೆ ಶಿಕಾರಿಗೆ ಬರುತ್ತಿದ್ದ ತೌಡ. ಅವ ನನಗೆ ಅಷ್ಟು ಪರಿಚಯವೇನಲ್ಲ. ಮಾಣಿಗ ಅಂತಯ್ಯರಿಂದಾಗಿ ಪರಿಚಯ ಅಷ್ಟೇ. ನನ್ನನ್ನು ಕಾಣಲು ಇವ ಒಬ್ಬಂಟಿಯಾಗಿ ಬಂದಿದ್ದಾನೆಂದರೆ ಏನೋ ಗಹನವಾದ ವಿಷಯವಿರಬಹುದು ಎನಿಸಿ

"ಏನಪ್ಪಾ. ಏನಾಗಬೇಕಿತ್ತು "ಎಂದು ಕೇಳಿದೆ.

"ಅಂತಯ್ಯ ಹುಲಿ ಹೊಡೆದಿದ್ದಾನೆ, ಹತ್ತು ಗಂಟೆಗೆ ಟೆಂಪದಲ್ಲಿ ಮೆರವಣಿಗೆ ಇದೆ. ಹೋಗ್ತೀರಾದ್ರೆ ನಾನೂ ನಿಮ್ಮ ಜತೆಗೆ ಬರ್ತೇನೆ ಸಾರ್" ಎಂದ.

ಹುಲಿ ಹೊಡೆಯೋದು ಪೌರುಷದ ವಿಚಾರವೆಂದು ರಾಜಮಹಾರಾಜರ ಕಾಲದಿಂದಲೂ ನಡೆದುಕೊಂಡೇ ಬಂದಿತ್ತು. ಆಗೆಲ್ಲಾ ಹುಲಿ ಹೊಡೆದವನಿಗೆ ಚಿನ್ನದ ಬಳೆ ಹಾಕುತ್ತಿದ್ದರಂತೆ. ನಂತರದಲ್ಲಿ ಹುಲಿ ರಾಷ್ಟ್ರ ಪ್ರಾಣಿಯೆನಿಸಿ ಅದರ ಬೇಟೆ ಕಾನೂನಿಡಿ ಬಂದಿದ್ದರೂ ಈ ಹಳ್ಳಿಗರಿಗದು ಗೊತ್ತಿರಲಿಲ್ಲ.

ನನಗೆ ಅಲ್ಲಿನ ವಿಷಯ ಏನೆಂದು ಮೊದಲೇ ಗೊತ್ತಿದ್ದುದರಿಂದ ಕಾನೂನಿನ ಮಹತ್ವವನ್ನು ಇವನ ತಲೆಗೆ ತುಂಬಿದರೆ ವಿಷಯ ಊರಲ್ಲಿ ಹಬ್ಬಿ ಕೂಲಿನಾಲಿ ಮಾಡುವ ಅಮಾಯಕನೊಬ್ಬ ತೊಂದರೆಗೆ ಸಿಲುಕುತ್ತಾನೆನಿಸಿ ಹೇಳಲು ಹೋಗಲಿಲ್ಲ. ಅಂತಯ್ಯನ ಹುಲಿ ಮೆರವಣಿಗೆ ನೋಡಬೇಕೆಂಬ ಆಸೆ ನನಗೂ ಇತ್ತು. ಒಂಟಿಯಾಗಿ ಹೋಗುವುದಕ್ಕಿಂತ ಜತೆಗೆ ಹೋಗುವುದು ವಾಸಿಯೆಂದೂ ಜತೆಗೆ ಇವನೊಬ್ಬ ಬಂದರೆ ಭಾರವಾಗಲಾರ ಎನಿಸಿ "ಸರಿ ಬಾರಪ್ಪಾ" ಎಂದೆ...

* * *

ಅಂತಯ್ಯ ಹುಲಿ ಹೊಡೆಯಲು ಸ್ಕೆಚ್ ಹಾಕಿದ ವಿಷಯ ನನಗೆ ಹೊಸತೇನಲ್ಲ.

ವಾರದ ಹಿಂದೆ ಸಂಜೆ ಪೇಟೆಯಿಂದ ಬರುತ್ತಿದ್ದಾಗ ಸಿಕ್ಕ ಅಂತಯ್ಯ, ಮುಡಾಯಿ ಕಾಡು ಮನೆಯ ಮೂರು ನಾಯಿಗಳನ್ನು ಹುಲಿ ಹಿಡಿದಿದ್ದಾಗಿಯೂ, ಅಷ್ಟೇ ಆಗಿದ್ದರೆ ಬಿಡಬಹುದಿತ್ತು... ಈಗ ಗುಡ್ಡಕ್ಕೆ ಮೇಯಲು ಬಿಟ್ಟ ಹಸುವನ್ನೂ ಹಿಡಿದಿದ್ದು. ಉಪಟಳ ಮಿತಿಮೀರಿದೆಯೆಂದೂ... ಹೀಗೇ ಬಿಟ್ಟರೆ ಮುಂದೆ ಮನುಷ್ಯರಿಗೆ ಬಾಯಿ ಹಾಕುವ ದಿನಗಳು ದೂರವಿಲ್ಲದ್ದರಿಂದ ಹುಲಿ ಹೊಡೆಯುವ ಕೆಲಸವನ್ನು ನೂರು ರೂಪಾಯಿಗೆ ಕಂಟ್ರಾಕ್ಟು ಪಡೆದಿರುವ ವಿಷಯ ತಿಳಿಸಿದ...

"ಯಾವಾಗ ಹೊಡಿತೀಯ, ನನಗೂ ನೋಡಬೇಕಲ್ಲಾ"

"ಇವತ್ತೇ ಸಾರ್"

"ಇವತ್ತು ದಿನ ಚೆನಾಗಿಲ್ಲ ಕಣಾ, ನಾಳೆ ಹೊಡಿಯಣ ನಾನೂ ಬರ್ತೀನಿ"

"ಅಯ್ಯೋ ಬಿಡಿ ಸಾರ್, ಹುಲಿ ಬರೋವಾಗ ಪಂಚಾಂಗ ನೋಡ್ಕೊಂಡ್ ಬರ್ತದಾ... ನೀವ್ ಬಿಡಿ ತಮಾಸೆ ಮಾಡ್ತೀರಾ" ಎಂದು ತಲೆಕೆರೆದ.

"ಸರಿ ಹಾಗಾದ್ರೆ, ಇವತ್ತೇ ಹೋಗುವ ಎಷ್ಟೊತ್ತಿಗೆ ಹೋಗೋದು..."

"ಎಂಟಕ್ಕೆ ಹುಲಿ ಬರುತ್ತೆ... ನಾಯಿ ಹಿಡಿಲಿಕ್ಕೆ ಪ್ಲಾನ್ ಎಲ್ಲಾ ಮಾಡಿ ಆಗುವಾಗ ಹತ್ತಾಗುತ್ತೆ ಸಾರ್..."

"ಹುಲಿಗೆ ಎರಡು ಗಂಟೆ ಬೇಕೇನೋ. ಪ್ಲಾನ್ ಮಾಡಕೆ... ಅದೂ ಒಂದ್ ನಾಯಿ ಹಿಡಿಯಕೆ. ಅದು ಬಲೆ ಎಲ್ಲಾ ಹಿಡ್ಕೊಂಡೇ ಬರುತ್ತಾ, ಅಥವಾ ಬರಿಗಯ್ಯಲ್ಲೇನಾ" ನನ್ನ ಮುಖದಲ್ಲಿ ನಗು ಕಂಡು ಅಂತಯ್ಯನ ಮುಖ ಬಾಡಿತು.

"ಸರಿ ಅದೆಲ್ಲಾ ಬಿಡು... ನಾನು ಎಷ್ಟು ಗಂಟೆಗೆ ಬರಲಿ ಹೇಳು... ಅದೇ ಹೊತ್ತಿಗೆ ಕರೆಕ್ಟಾಗಿ ಇರ್ತೇನೆ" ಕಾಲೆಳೆದದ್ದಕ್ಕಾಗಿ ಪಿಚ್ಚೆನಿಸಿತು.

"ಒಂಬತ್ತಕ್ಕೆ ಸಂಕದ ಹತ್ರ ನಿಲ್ಲಿ ನಾನು ಬರ್ತೇನೆ... ಬರುವಾಗ ಜಾಗ್ರತೆ ಸಾರ್" ಎಂದು ಕೈಲಿದ್ದ ಮೀನಿನ ಚೀಲವನ್ನು ಆಡಿಸುತ್ತಾ ಹೊರಟ... ಎರಡು ನಾಯಿಗಳು ಆತನನ್ನು ಹಿಂಬಾಲಿಸಿದವು.

ರಾತ್ರಿಯ ಸ್ನಾನ ಊಟ ಮುಗಿಸಿ ಒಂಬತ್ತರ ಹೊತ್ತಿಗೆ ಸೇತುವೆಯ ಬಳಿ ಸ್ಕೂಟರು ನಿಲ್ಲಿಸಿ ಕಾಯುತ್ತಿದ್ದೆ. ಅಷ್ಟೊತ್ತಿಗೆ ಕೆಳಗಿನ ಕೊರಕಲು ದಾರಿಯಿಂದ ಟಾರ್ಚಿನ ಬೆಳಕು ಕಾಣಿಸಿತು. ಹತ್ತಿರ ಹತ್ತಿರವಾಗುತ್ತಿದ್ದಂತೆ ಇದು ಅಂತಯ್ಯನೇ ಎಂದು ಗುರುತು ಸಿಕ್ಕಿತು.

"ಟಾರ್ಚ್ ಕಣ್ಣಿಗೆ ಹಾಕ್ಬೇಡ ಮಹರಾಯಾ... ಅದಿರೋದು ನೆಲ ನೋಡೋಕೆ, ನನ್ನ ಮುಖದಲ್ಲೇನು ಯಕ್ಷಗಾನ ನಡಿತಿದೆಯಾ ಆ ರೀತಿ ಹಾಕೋದಕ್ಕೆ... ಮತ್ತೆ ಸ್ಕೂಟರ್ ಓಡಿಸುವಾಗ ಕಣ್ಣೆಲ್ಲಾ ಮಂಜಾಗುತ್ತೋ" ಎಂದು ಅವರದೇ ಭಾಷೆಯಲ್ಲಿ ರೇಗಿದೆ.

"ಅಯ್ಯೋ ಮಾಪು ಮಾಡಿ ಸಾರ್" ಎಂದು ಸ್ಟಾರ್ಟ್ ಮಾಡಿದ ಸ್ಕೂಟರಿನಲ್ಲಿ ಕುಳಿತ... ಅವನ ಕೈ ಖಾಲಿಯಾಗಿರುವುದನ್ನು ಕಂಡು "ಮದ್ವೆಗೂ ಒಂದ್ ಕವರ್ ಹಿಡ್ಕೊಂಡು ಹೋಗ್ಬೇಕು, ನೀನು ಶಿಕಾರಿಗೇ ಖಾಲಿ ಕೈಯಲ್ಲಿ ಬಂದಿದ್ಯಲ್ಲಪ್ಪಾ... ಕೋವಿಯೆಲ್ಲಿ...?"

"ಹೋ... ನೀವು ಹೀಗೆ ಕೇಳ್ತೀರಂತ ಗೊತ್ತುಂಟು ನಂಗೆ... ನಾವು ನಿನ್ನೆ ಕೂಡಾ ಹೋಗಿದ್ವಿ ಹೊಡಿಲಿಕ್ಕೆ. ಬೆಡಿ ಅಲ್ಲೇ ಉಂಟು"

"ಅಯ್ಯೋ ನಂಗ್ ಹೇಳ್ದೇನೆ ಹೋದ್ಯಲ್ಲೋ... ಆಗ್ಬೋದ್ ನೀನು."

"ನಿಮಗೆ ಹೇಳದೆ ಹೋಗಿದ್ದಕ್ಕೇ ಸಾರ್ ನಿನ್ನೆ ಹುಲಿ ಬಂದಿಲ್ಲ ನೋಡಿ... ಇವತ್ತು ನೀವು ಲಕ್ಕಿ ಜನ ಇದೀರ ನೋಡಿ. ಹಾಗಾಗಿ ಬಂದೇ ಬರುತ್ತೆ" ಎಂದು ಪೂಸಿ ಹೊಡೆದ.

ಗುಂಡಿ ಬಿದ್ದ ರಸ್ತೆಗಳಲ್ಲಿ ಡಿಸ್ಕೋ ಡ್ಯಾನ್ಸ್ ಮಾಡುತ್ತಾ ಸ್ಕೂಟರ್ ಟರ್ರೆಂದು ಸದ್ದು ಮಾಡುತ್ತಾ ಸಾಗುತ್ತಿತ್ತು. ನಿಲ್ಲಿಸುವ ಜಾಗ ಬಂದಾಗ

"ಇಲ್ಲಿ ಇಳಿದು ಮುಕ್ಕಾಲು ಮೈಲಿ ನಡಿಬೇಕು ಸಾರ್" ಎಂದ...

ಯಾರಾದರೂ ಕಿಡಿಗೇಡಿಗಳು ಮೊಪೆಡಿನ ಗಾಳಿ ತೆಗೆದು ಪಂಕ್ಚರ್ ಮಾಡಬಾರದೆಂದು ಪೊದೆಗೆ ಮರೆಯಾಗಿ ಸ್ಕೂಟರ್ ನಿಲ್ಲಿಸಿ ಹೊರಟೆವು.

ಹೊರಡುವ ಮುನ್ನ "ಸಾರ್ ಜಾಗ್ರತೆ. ನೋಡಿಕೊಂಡು ಬನ್ನಿ ಹಾವು-ಗೀವೇನಾದ್ರೂ ಇದ್ರೆ" ಎಂದ.

"ದಾರಿಯಲ್ಲಿ ಹಾವಿದ್ರೆ ಮೊದಲು ತುಳಿಯೋನು ನೀನಲ್ವಾ ಮಹರಾಯಾ" ಎಂದು ಕಾಲೆಳೆದೆ.

"ಹೋ ಹೌದಲ್ಲಾ" ಹುಳ್ಳಗೆ ನಕ್ಕ... ಅಂತಯ್ಯನೊಡನೆ ಒಬ್ಬಂಟಿಯಾಗಿ ಎಲ್ಲಿಗೂ ಹೋಗಿರಲಿಲ್ಲ. ಆದ್ದರಿಂದ ಹೆಚ್ಚೇನೂ ಪರಿಚಯವಿರಲಿಲ್ಲ.

ನಾನೇನೂ ಮಾತನಾಡದೆ ಮೌನವಾಗಿ ಹಿಂಬಾಲಿಸುತ್ತಿದ್ದೆ. ನನ್ನ ಮನದಲ್ಲಿ ಹುಲಿ ಕುಣಿಯುತ್ತಿತ್ತು. ಹೋಗುತ್ತಿದ್ದಾಗ ಅಂತಯ್ಯನಿಗೆ ಏನಾದರೂ ಮಾತನಾಡಬೇಕೆನಿಸಿ "ಇವತ್ತು ಅಮಾಸೆ ಸಾರ್ ಗೊತ್ತುಂಟಲ್ಲಾ... ಜಾಗ್ರತೆಯಾಗಿರಬೇಕು. ತಿಂಗೊಲ್ದ ಬೊಲ್ಪು ಕೂಡಾ ಇಲ್ಲ ನೋಡಿ..." ಎಂದು ನನ್ನನ್ನು ಹೆದರಿಸಲು ನೋಡಿದ...

"ಯಾವ ಅಮಾಸೆಯಾದ್ರೆ ನನಗೇನು. ನೀನಿರೋವಾಗ... ಬೇಗ ನಡಿ. ಹೀಗಾದರೆ ನಾವು ಹುಲಿ ಹೊಡೆದಾಗೆಯೆ" ಎಂದಾಗ ಮೌನವಾಗಿ ಹೆಜ್ಜೆ ಹಾಕಲಾರಂಭಿಸಿದ...

ಮುಡಾಯಿ ಕಾಡು ಮನೆ ಮುಟ್ಟುವ ಹೊತ್ತಿಗೆ ರಾತ್ರಿ ಒಂಬತ್ತೂ ಮುಕ್ಕಾಲು. ಜಗುಲಿಯಲ್ಲೊಂದು ಲಾಟೀನು ಉರಿಯುತ್ತಿತ್ತು. ಆ ಬೆಳಕಿನಲ್ಲಿ ಕುಳಿತ ಯುವಕರಿಬ್ಬರೂ ಹರಟುತ್ತಿದ್ದರು. ನಾವು ಅಂಗಳಕ್ಕೆ ಕಾಲಿಡುತ್ತಿದ್ದಂತೆ ನಮಗಾಗಿಯೇ ಕಾದು ಕುಳಿತಂತಿದ್ದವರು

"ಎಂತ ಮಾರ್ರೆ ಇಷ್ಟು ತಡ ಮಾಡಿದ್ದು, ಆಕಡೆಯಲ್ಲಿ ಇಟೀರಿಗಳು ಆವಾಗಿಂದ ಕೂಗ್ತಾ ಇವೆ... ಹುಲಿ ಬಹುಶಃ ಬಂದಿರಬೇಕು" ಎಂದ.

ಇಟೀರಿ ಅಂದರೆ ಟಿಟ್ಟಿಬ ಹಕ್ಕಿ. ರಾತ್ರಿ ಹೊತ್ತಿನಲ್ಲಿ ಕಾಡುಪ್ರಾಣಿಗಳು ಅತ್ತಿಂದಿತ್ತ ಓಡಾಡುವಾಗ ನೆಲದಲ್ಲಿ ಅಥವಾ ಬಂಡೆಯ ಮೇಲೆ ಪುಟ್ಟ ಹರಳುಗಲ್ಲನ್ನು ವೃತ್ತಾಕಾರವಾಗಿ ಜೋಡಿಸಿ ವಾಸಿಸುವ ಟಿಟ್ಟಿಬ ಭೀತಿಯಿಂದ 'ಟಿಟ್ಟಿಟ್ಟೀರಿ... ಟಿಟ್ಟಿಟ್ಟೀರಿ' ಎಂದು ಕೂಗುತ್ತದೆ.

"ಹುಲಿ ಬರೋದು ಮನೆಯಲ್ಲಿ ದೀಪ ಆರಿದ ನಂತರವಾ... ಮನುಷ್ಯ ಮಲಗಿದ್ದಾನೆಂದು ಗೊತ್ತಾದ ನಂತರವೇ ತಿರುಗಾಡೋದು. ಅಲ್ವಾ ಸಾರ್" ಎಂದು ತನ್ನನ್ನು ತಾನು ಸಮರ್ಥಿಸಿಕೊಂಡು ಜಾಮೀನಿಗಾಗಿ ನನ್ನತ್ತ ದಿಟ್ಟಿಸಿದ.

ಯಾಕೆ ಇವನನ್ನು ಬಿಟ್ಟು ಕೊಡೋದೆಂದು ನಾನೂ ಕೂಡ "ಹೋ ಹೌದು ಹೌದು" ಎಂದೆ...

ಅಷ್ಟರಲ್ಲಿ ಮನೆಯ ಗಂಡಸು ಕೋವಿ ಮತ್ತು ಚೀಲವೊಂದನ್ನು ಅಂತಯ್ಯನಿಗೆ ನೀಡಿ...

"ಇದಕ್ಕೆ ನಿನ್ನೆ ಹಾಕಿದ ಮದ್ದು ಸನ್ನಿಯುದಿಲ್ವ, ಈಡ್ ಆಗ್ಲಿಕ್ಕೇನೂ ತೊಂದರೆ ಇಲ್ಲಲ್ಲಾ..." ಎಂದು ಪ್ರಶ್ನಿಸಿದರು.

"ಏನಾಗೂದಿಲ್ಲ... ಅದಕ್ಕೇ ನಿಮಗೆ ಕೋವಿಯನ್ನು ಬೆಚ್ಚನೆಯ ಜಾಗದಲ್ಲಿ ಇಡ್ಲಿಕ್ಕೆ ಹೇಳಿದ್ದು" ಎಂದು ಎದೆಯುಬ್ಬಿಸಿ ಹೇಳಿದ.

ಸರಿ ಎಂದು ಊಂಗುಟ್ಟಿ ಒಳಗೆ ಹೊರಡಲನುವಾದವರೇ ಜತೆಗೆ ನಿಂತಿದ್ದ ನನ್ನನ್ನು ನೋಡಿ "ಇವರು ಯಾರು ಹೊಸ ಜನ, ಈ ಊರಿನಲ್ಲಿ ನೋಡಿದಂತಿಲ್ಲ."

"ಡಾಕ್ಟರ್ ಕಲಿಲಿಕ್ಕೆ ಒಬ್ಬರು ಬಂದಿದ್ದಾರೆ ಅಂತ ಹೇಳಿಲ್ವಾ ನಿಮ್ಗೆ... ಅವರೇ ಇವರು."

"ಅಯ್ಯೋ ದಣೀ... ನಿಮ್ಮ ಪರಿಚಯನೇ ಸಿಕ್ಕಿಲ್ಲ ನಂಗೆ... ಕ್ಷಮಿಸಿ. ಮನೆಯೊಳಗೆ ಬನ್ನಿ. ಅಂಗಳದಲ್ಲೇ ನಿಲ್ಲಿಸಿ ಮಾತಾಡುತ್ತಿದ್ದೀನಲ್ಲಾ ನನ್ನ ಬುದ್ಧಿಗಿಷ್ಟು..." ಎನ್ನುತ್ತಲೇ ಆ ವ್ಯಕ್ತಿ ಮರದ ಕುರ್ಚಿ ತಂದು ಅಂಗಳದಲ್ಲಿಟ್ಟರು.

"ಲೇ ಇವಳೇ ಇವರಿಗೊಂದು ಚೊಂಬು ನೀರು ತಾರೇ" ಎಂದು ಕೂಗಿದರು...

"ಅಯ್ಯಯ್ಯೋ ಬಿಡಿ ನಾನು ಅಂತಾ ದೊಡ್ ಜನ ಏನಲ್ಲ ಬಿಡಿ. ನನ್ನ ಅಧ್ಯಯನಕ್ಕಾಗಿ ಬಂದಿದ್ದೇನಷ್ಟೇ" ಎಂದರೂ ಕೇಳದೆ "ಛೆ. ಎಳನೀರು ತೆಗೆಯೋದಕ್ಕೂ ರಾತ್ರಿಯಾಯಿತು, ಹೇಳಿ ಬರೋದಲ್ವಾ... ನೀನಾದರೂ ಹೇಳೋದಲ್ವೇನೋ ಕರೆದುಕೊಂಡು ಬರ್ತೇನಂತ. ಊಟ ಮಾಡಿದಾರೋ ಇಲ್ವೋ" ಎಂದು ಅಂತಯ್ಯನ ಮೇಲೆ ಅಸಮಾಧಾನಗೊಂಡರು.

"ನನಗೆ ಇವರು ಸಿಕ್ಕಿದ್ದೇ ಸಂಜೆ ನಿಮಗೆ ಹೇಗೆ ಹೇಳೋದು" ಎಂದು ಮುಖ ಸಿಂಡರಿಸಿದ.

ಅಂದರೆ ಇವರೆಲ್ಲಾ ಸೇರಿ ನನ್ನನ್ನು ಯಾವುದೋ ಗ್ರಹದಿಂದ ಬಂದಿರುವ ಏಲಿಯನ್‌ನಂತೆ ಪ್ರಚಾರ ಕೊಟ್ಟಿದ್ದಾರೆಂಬುದು ಖಾತರಿಯಾಯಿತು. ಕುರ್ಚಿಯಿಂದ ಎದ್ದು ನಿಂತು... "ಇನ್ನೊಂದ್ ಸಲ ಹೇಳಿನೆ ಬರ್ತೀನಿ, ಆಗ ಎಳನೀರೇನು, ತೆಂಗಿನ ಮರವನ್ನೇ ತಂದಿಡುವಿರಂತೆ. ಊಟ ಮುಗಿಸಿಯೇ ಬಂದಿರೋದು ನಾವು" ಎಂದು ನಕ್ಕೆ.

ಕೋವಿಯನ್ನು ಮತ್ತೊಮ್ಮೆ ಪರೀಕ್ಷಿಸಿ ಕೇಪು ಇಟ್ಟು ಹೆಗಲಿಗೇರಿಸಿ ಅಂಗಳದ ಮೂಲೆಯ ಗೂಟಕ್ಕೆ ಕಟ್ಟಿದ್ದ ಬಡಕಲು ನಾಯಿಯನ್ನು ಕರೆದುಕೊಂಡು ಹೊರಡಲನುವಾದ.

"ಲೋ ನಾಯಿ ಯಾಕೋ. ಹುಲಿ ಹೊಡೆಯೋವಾಗ."

"ಅಲ್ಲಿ ಬಂಡೆ ಕಾಣುತ್ತಿದೆಯಲ್ವಾ... ಅದರ ಮೇಲೆ ನಾಯಿ ಕಟ್ಟಿ ನಾವು ಅಟ್ಟಳಿಗೆ ಮೇಲೆ ಕುಳಿತುಕೊಳ್ಳೋದು... ನಾಯಿ ಬೊಗಳಿದರೆ ಮಾತ್ರ ಅಲ್ವಾ ಸಾರ್ ಹುಲಿ ಬರೋದು..."

"ಒಂದು ವೇಳೆ ಹುಲಿ ಬಂದು ನಾಯಿಗೆ ಬಾಯಿ ಹಾಕಿಬಿಟ್ರೆ? ಹುಲಿ ಬಾಯಿ ಹಾಕೋದು ಕತ್ತಿಗೆ. ನಂತರ ನಾವು ಹುಲಿ ಹೊಡೆದು ಏನು ಪ್ರಯೋಜನ, ನಾಯಿ ಉಳಿಯುವುದಿಲ್ವಲ್ಲಾ."

"ಹೂಂ... ನನ್ನ ಏನಂದುಕೊಂಡಿರಿ ನೀವು... ಅಷ್ಟು ಮಂಡೆ ಖರ್ಚ ಮಾಡದೆ ಇರ್ತೇನಾ... ಅದಕ್ಕೇ ಅಲ್ವಾ ಅಂಗಳದಲ್ಲಿದ್ದ ಇಂಗ್ಲಿಷ್ ನಾಯನ್ನು ಬಿಟ್ಟು ಈ ಕಾಟ್ ನಾಯನ್ನು ಕರ್ಕೊಂಡು ಬಂದಿದ್ದು..."

ಮನುಷ್ಯ ಕೇವಲ ತನ್ನ ಬಗ್ಗೆ ಯೋಚಿಸುತ್ತಾನೆ. ತಾನು ದುಡ್ಡು ಕೊಟ್ಟು ತಂದಿರುವ ವಸ್ತುಗಳ ಬಗ್ಗೆ ಯೋಚಿಸುತ್ತಾನೆ. ಅಮಾಯಕ ಪ್ರಾಣಿಗಳ ಪ್ರಾಣಕ್ಕೆ ಬೆಲೆಯೇ ಇಲ್ಲದಂತಾಯಿತಲ್ಲಾ ಎಂದು ದುಃಖವಾಯಿತು. ನಾವು ಹೊರಡುತ್ತಿದ್ದಂತೆಯೇ ನಾ ಮುಂದು ಎಂದು ಹೊರಡಲು ಉತ್ಸುಕನಾಗಿದ್ದ ಬಡಕಲು ನಾಯಿಯನ್ನು ಹುಲಿ ಬೇಟೆಯ ದಾಳವಾಗಿ ಬಳಸುವುದು ನನಗಂತೂ ಸಹಿಸಲಾಗಲಿಲ್ಲ.

"ನೀನು ಹುಲಿ ಹೊಡಿಯಕೆ ಕಂಟ್ರಾಕ್ಟು ತೆಕೊಂಡಿದ್ ನೂರೈವತ್ತು ರೂಪಾಯಿಗಲ್ವೇನೋ... ಆ ದುಡ್ಡು ನಾನು ಕೊಡ್ತೀನಿ. ನಾಯೀನ ಬಿಡು... ಆ ಹುಲಿಗಾಚೆ ಸಿಡಿಲ್ ಬಡೀತು... ಸಾಯ್ಲಿಯಾಚೆ. ನಾವು ಹೋಗುವ" ಎಂದೆ.

"ನಿಮಗೆ ಈ ನಾಯಿಗೆ ಏನೂ ಆಗದಿದ್ರೆ ಆಯ್ತಲ್ಲಾ... ನಾನು ನೋಡಿಕೊಳ್ಳುತ್ತೇನೆ" ಎಂದು ವಚನವಿತ್ತ. ಒಲ್ಲದ ಮನಸ್ಸಿನಿಂದಲೇ ಹಿಂಬಾಲಿಸಿದೆ... ನಲಿಯುತ್ತಾ ಕುಣಿಯುತ್ತಾ ನಾಯಿಯೂ ಜತೆಗೆ ಹೊರಟಿತು...

ನಾಯಿಯನ್ನು ಬಂಡೆ ತುದಿಗೆ ಕಟ್ಟಿ ಗದ್ದೆಯ ಮಧ್ಯೆಗಿನ ಅಟ್ಟಣಿಗೆ ಹತ್ತಿ ಕುಳಿತೆವು.

"ಮೆಲ್ಲ ಮಾತಾಡಬೇಕು, ಜೋರು ಮಾತಾಡಿದರೆ ಕಷ್ಟ..." ಎಂದು ಅಂತಯ್ಯ ತನ್ನ ಕತೆಗಳನ್ನು ಒಂದೊಂದಾಗಿ ತೆಗೆಯಲು ಶುರುವಿಟ್ಟ...

"ಇಷ್ಟೇ ದೂರ...! ಬರೀ ಇಷ್ಟೇ ದೂರ... ಎದುರು ಎದುರಾಗಿ ಹುಲಿ ಹೊಡೆದವನಿಗೆ ಇದೆಲ್ಲಾ ಲೆಕ್ಕವ ಮಾರ್‍ರೆ... ಹುಲಿಯ ಹೆಸರು ಈ ಕೋವಿಯಲ್ಲೇ ಬರೆದಿದೆ ನೋಡಿ" ಎಂದು ಪೌರುಷ ಕೊಚ್ಚಿಕೊಳ್ಳುತ್ತಿದ್ದ. ಸಾಧನೆ ಎಷ್ಟಾದರೂ ಮಾಡಲಿ. ಕೊಚ್ಚಿಕೊಳ್ಳುವುದು ಇದೆಯಲ್ಲಾ ನನಗೆ ಇಷ್ಟವಾಗದ ವಿಷಯ.

ಗಂಟೆ ಹನ್ನೊಂದು ಕಳೆಯಿತು.

ಇದ್ದಕ್ಕಿದ್ದಂತೆಯೇ ಟಿಟ್ಟಿಬಗಳ ಆರ್ತನಾದ ಮೊಳಗಿತು... ಅಟ್ಟಳಿಗೆಯಲ್ಲಿ ತೂಕಡಿಸುತ್ತಿದ್ದವರು ದಡಬಡನೆ ಎದ್ದಾಗ ನಾನು ಅಂತಯ್ಯನ ಬದಿಯಲ್ಲಿದ್ದ ನಾಲ್ಕು ಸೆಲ್‌ನ ಟಾರ್ಚು ತೆಗೆದು ಸದ್ದು ಬಂದತ್ತ ಬೆಳಕು ಬಿಟ್ಟೆ... ಚಿಮಿಣಿ ದೀಪಕ್ಕಿಂತ ಹೀನವಾಗಿ ಟಾರ್ಚು ಬೆಳಗಿತು.

"ಇಂತ ಟಾರ್ಚು ತಂದು ಹುಲಿ ಹೊಡಿತೇನೆಂದು ಕೊಚ್ಚಿಕೊಳ್ಳುತ್ತಿಯಲ್ಲ ಪುಣ್ಯಾತ್ಮಾ. ನೂರೈವತ್ತು ತೆಗೆದುಕೊಂಡಿದ್ದೀಯ ನಾಲ್ಕು ಸೆಲ್ ಹಾಕ್ಲಿಕ್ಕೇನು ದರಿದ್ರ. ಕೋವಿಯೂ ಇಂತದ್ದೇ ಅಲ್ವಲ್ಲಾ ಇನ್ನು." ಅಸಮಾಧಾನಗೊಂಡೆ.

"ನಿಮಗೆ ನನ್ನ ಬೆಟ್ರಿಯ ಕಥೆ ಗೊತ್ತಿಲ್ಲ ಮಾರ್‍ರೆ, ಅದು ನನ್ನ ಹಳೇಯ ದೋಸ್ತಿ ನಾನು ಹೇಳಿದಾಗ ಮಾತ್ರ ಬೆಳಗೋದು ನೋಡಿ" ಎಂದು. ಟಾರ್ಚಿನ ತಲೆಗೊಂದು ಮೊಟಕಿದ...

ಏನಾಶ್ಚರ್ಯ! ಬೆಳದಿಂಗಳಂತೆ ಬೆಳಗಿತು ಟಾರ್ಚು...!

"ಇದು ಬೇರೆ ಕೇಡು" ಎಂದು ಗೊಣಗಿದೆ.

ಅಷ್ಟರಲ್ಲಿ ತೋಟ ದಾಟುವ ಬೇಲಿ ಕಡೆಯಿಂದ ಏನೋ ಸದ್ದಾಯಿತು. ತರಗೆಲೆ ರಾಶಿಯ ಮೇಲೆ ದೊಡ್ಡ ಪ್ರಾಣಿಯೊಂದು ಹೆಜ್ಜೆ ಹಾಕಿದಂತೆ. ಬೇಲಿಯ ಕಡ್ಡಿಗಳು ಮುರಿದಂತೆ...

"ಹಂದಿ" ಎಂದು ಜತೆಗಿದ್ದ ಮತ್ತೊಬ್ಬ ಪಿಸುಗುಟ್ಟಿದ...

ಟಾರ್ಚಿನ ಬೆಳಕು ಬಿಟ್ಟಾಗ ದಟ್ಟ ಪೊದೆಗಳು ಬಿಟ್ಟು ಬೇರೆ ಏನೂ ಕಾಣಿಸುತ್ತಿರಲಿಲ್ಲ...

ಮತ್ತೆ ಕೇಳಿಸಿತು ಅದೇ ಸದ್ದು... ಅಂತಯ್ಯನಿಗೆ ಹುಲಿ ಮರೆತೇ ಹೋಗಿತ್ತು... ಟಾರ್ಚಿನ ಬೆಳಕು ಮತ್ತು ಕೋವಿಯನ್ನು ಸದ್ದು ಬಂದ ಅದೇ ದಿಕ್ಕಿಗೆ ಗುರಿ ಹಿಡಿದ... ಕೊನೇಯ ಕ್ಷಣದಲ್ಲಿ ನನಗೆ ಕಣ್ಣುಗಳೆರಡು ಹೊಳೆದದ್ದು ಗೋಚರಿಸಿ... ತಡೆದೆ. ಅಂತಯ್ಯ ಬಂದೂಕಿನ ನಳಿಕೆಯನ್ನು ಕೆಳಗಿಳಿಸಿದ...

"ಅದ್ಯಾವುದೋ ಪ್ರಾಣಿ ತರ ಇದ್ಯಲ್ಲೋ..."

"ಈ ಮಧ್ಯರಾತ್ರಿಯಲ್ಲಿ ಬೇರೆ ಯಾವ ಪ್ರಾಣಿ. ಸಾರ್?"

"ಕೊಂಚ ತಾಳು ನಿಂಗೇ ಗೊತ್ತಾಗುತ್ತೆ" ಎಂದು ನಿಲ್ಲಿಸಿದೆ. ಆ ಹೊಳೆಯುವ ಕಣ್ಣುಗಳನ್ನು ಹೊತ್ತ ಆಕೃತಿ ಟಾರ್ಚಿನ ಬೆಳಕಿಗೆ ಹತ್ತಿರವಾಗುತ್ತಿದ್ದಂತೆಯೇ ಅದೊಂದು ದನವೆಂದು ಸ್ಪಷ್ಟವಾಯಿತು... ದಾರಿ ತಪ್ಪಿದ ಬೀಡಾಡಿ ದನಗಳು ಅಲೆದಾಡುತ್ತಾ ರಾತ್ರಿ ಹೊತ್ತಲ್ಲಿ ಯಾರು ಯಾರದೋ ತೋಟಕ್ಕೆ ನುಗ್ಗುತ್ತವೆಂದು ಆ ನಂತರದಲ್ಲಿ ತಿಳಿದು ಬಂತು. ಅಂತಯ್ಯನತ್ತ ತಿರುಗಿ.

"ನಾನಿಲ್ಲದಿದ್ದರೆ ಅನ್ಯಾಯವಾಗಿ ದನಾನ ಕೊಂದಾಕ್ತಿದ್ಯಲ್ಲೋ..." ಅಂತಯ್ಯ ಸಪ್ಪೆಯಾಗಿ ಕುಳಿತಿದ್ದ.

ಹಂದಿಯೆಂದು ಅಂತಯ್ಯ ಜೊಲ್ಲು ಸುರಿಸಿದ್ದು ವ್ಯರ್ಥವಾಯಿತು.

ಮಾರನೆಯ ದಿನ ಅಲೆಯುತ್ತಿದ್ದ ಆ ದನವನ್ನು ಮಾಲಿಕರು ಹುಡುಕಿಕೊಂಡು ಬಂದು ಕರೆದೊಯ್ದರಂತೆ... ಆವತ್ತು ನಾನಲ್ಲದಿದ್ದರೆ ಇವನ ಕಣ್ಣಿಗೆ ಕವಿದ ಹಂದಿ ಮಾಂಸದ ಪೊರೆಯಿಂದಾಗಿ ದನವೊಂದು ಅನ್ಯಾಯವಾಗಿ ಸಾಯುತ್ತಿತ್ತು...

ಹನ್ನೆರಡರವರೆಗೆ ಕಾದರೂ ಹುಲಿರಾಯನ ಸುದ್ದಿಯಿಲ್ಲ... ಬಂಡೆಯ ಮೇಲೆ ಮಲಗಿದ್ದ ನಾಯಿಯನ್ನು ಬಿಚ್ಚಿ ಮನೆಯತ್ತ ನಡೆದೆವು...

* * *

ಧರ್ಮರಾಜನ ಟೆಂಪೋದ ಹಿಂದೆ ಎತ್ತರದ ಬಿದಿರಿನ ಪ್ಲಾಟಫಾರಂನಲ್ಲಿ ಹುಲಿಯನ್ನು ಬಂಧಿಸಿಟ್ಟು ಕೆಳಗೊಂದು ಕುರ್ಚಿಯನ್ನಿಟ್ಟು ಅಂತಯ್ಯನನ್ನು

ಕೂರಿಸಲಾಗಿತ್ತು. ಹಲ್ಲು ಕಾಣುವಂತೆ ಬಾಯಿ ತೆರೆದಿಡಲು ಕೋಲೊಂದೊನ್ನು ಅಡ್ಡಲಾಗಿ ಇಡಲಾಗಿತ್ತು.

ಇವತ್ತಾಗಿದ್ದರೆ ಅಂತಯ್ಯ ಮತ್ತವನಿಗೆ ಟೆಂಪೋ ನೀಡಿದ ಧರ್ಮರಾಜ ಮುದ್ದೆ ಮುರಿಯಬೇಕಾಗಿತ್ತು. ಆವತ್ತಿನ ದಿನದಲ್ಲಿ ಕಾನೂನು ಇದ್ದರೂ ಅಧಿಕಾರಿಗಳಿಗೆ ಮಾಹಿತಿ ನೀಡುವವರು ಯಾರೂ ಇರಲಿಲ್ಲ. ಹಾಗಾಗಿ ಊರಿನೆಲ್ಲೆಡೆ ಹವ್ಯಾಸಿಗಳ ಇಂತಹ ಬೇಟೆ ಅವ್ಯಾಹತವಾಗಿ ಸಾಗಿತ್ತು.

ಅಂತಯ್ಯ ಗಂಭೀರ ಮುಖ ಹೊತ್ತು ಕುಳಿತಿದ್ದ. ಬೆಳ್ಳಗಿನ ಶಾಲು ಹೊದಿಸಿ ಗಂಧದ ಮಾಲೆ ಹಾಕಲಾಗಿತ್ತು. ರಸ್ತೆ ಬದಿಯಲ್ಲಿ ಒಂದಷ್ಟು ಜನ ನಿಂತು ನೋಡುತ್ತಿದ್ದರು. ಹುಡುಕರು ಜೈಕಾರ ಹಾಕುತ್ತಿದ್ದರು.

ನಾನೂ ತೌಡನೂ ಗುಂಪಿನಿಂದ ಕೊಂಚ ಹಿಂದೆ ಸ್ಕೂಟರ್ ನಿಲ್ಲಿಸಿ ನಿಂತಿದ್ದೆವು... ಟೆಂಪೋ ನಮಗೆ ಹತ್ತಿರವಾದಾಗ ತೌಡ 'ಅಂತಯ್ಯ...' ಎಂದು ಕೂಗಿ ಕೈ ಎತ್ತಿದ...

ಅಂತಯ್ಯ ನಮ್ಮ ಮುಖವನ್ನೂ ನೋಡಲಿಲ್ಲ. ಮತ್ತಷ್ಟು ಗಂಭೀರನಾಗಿ ಎದೆಯುಬ್ಬಿಸಿ ಕುಳಿತು ಮುಂದಿನ ರಸ್ತೆಯನ್ನು ದಿಟ್ಟಿಸುತ್ತಿದ್ದ.

“ಅಹಂಕಾರ ನೋಡಿ ಸಾರ್, ಅವ ಹುಲಿ ಹೊಡ್ದ್ರೆ ಅಷ್ಟೇ ಹೋಯ್ತು... ಇವ್ನ ಅಹಂಕಾರಕ್ಕಷ್ಟು ಮಣ್ಣು ಹಾಕ್ಲಿಕ್ಕೆ.”

“ಹೋಗ್ಲಿ ಬಿಡೋ” ಅವನಿಗೊಂದು ಗೋಲಿ ಸೋಡ ಕುಡಿಸಿ ಮನೆಯತ್ತ ಹೊರಟೆ.

ನಂತರದಲ್ಲಿ ಅಂತಯ್ಯ ಸುಮಾರು ಸಾರಿ ಸಿಕ್ಕರೂ ಹುಲಿ ಬೇಟೆಗೆ ಬಳಸಿದ ಅಮಾಯಕ ನಾಯಿ ಏನಾಯಿತೆಂದು ಕೇಳಲು ಮರೆತೇ ಹೋಯಿತು.

8

ಗದ್ದೆಗೆ ಕರೆಂಟು ಕೊಟ್ಟಿದ್ದು ಫಲಕಾಣದಿದ್ದುದರಿಂದಲೋ ಏನೋ ಮಾಣಿಗ ಮತ್ತೊಂದಷ್ಟು ದಿನ ಕಾಣಸಿಗಲಿಲ್ಲ. ಒಂದು ದಿನ ಎದ್ದು ನೋಡಿದಾಗ ದೊಡ್ಮನೆಯ ಆಳೆತ್ತರದ ತೆಂಗಿನ ಮರವೊಂದರ ಎಳೇಯ ಕೊಂಬನ್ನು ಒಡೆದು ಬಟ್ಟೆ ಸುತ್ತುತ್ತಿದ್ದ. ಕಾಯಿ ಆಗೋ ಗೊನೆಯನ್ನು ಇವ ಯಾಕೆ ಎಳವಿನಲ್ಲೇ ಹಾಳು ಮಾಡುತ್ತಿದ್ದಾನೆಂದು ಅರ್ಥವಾಗಲಿಲ್ಲ. ಹೋಗಿ ಪ್ರಶ್ನಿಸಿದಾಗ ಅದರಿಂದ ಸೇಂದಿ ತಯಾರಿಸುತ್ತಿದ್ದಾನೆಂದೂ ದೊಡ್ಮನೆಯ ದೂರದ ಸಂಬಂಧಿಯೊಬ್ಬರಿಗೆ ಕಿಡ್ನಿಯಲ್ಲಿ ಕಲ್ಲು ಆಗಿದೆಯೆಂದೂ... ತೆಂಗಿನ ಸೇಂದಿ ಕುಡಿದರೆ ಕಲ್ಲು ನಾಲ್ಕೇ ದಿನದಲ್ಲಿ ನೀರಾಗಿ ಬೀಳುವುದೆಂದ... ಹೀಗಾಗಬೇಕಾದರೆ ಬಹುಶಃ

ಕಿಡ್ನಿಯಲ್ಲಿರೋದು ಯಾವುದೋ ಜೇಡಿ ಮಣ್ಣಿನ ಕಲ್ಲಾಗಿರಬಹುದೆಂದು ಮನದಲ್ಲೇ ನಕ್ಕೆ.

ಕರಾವಳಿ ಬೈನೆ, ತಾಳೆ ಮರದ ಸೇಂದಿಗೆ ಹೆಸರುವಾಸಿಯಾಗಿರುವುದನ್ನು ಕೇಳಿದ್ದೆ. ತೆಂಗಿನ ಸೇಂದಿ ನನಗೆ ಹೊಸ ವಿಷಯವಾಗಿತ್ತು. ಕೊಂಬಿಗೆ ಬೆಲ್ಲಕ್ಕೆ ಸಣ್ಣ ಪ್ರಮಾಣದಲ್ಲಿ ಸುಣ್ಣ ಬೆರೆಸಿ ಲೇಪಿಸುತ್ತಿದ್ದ. ಹಾಗೆ ಮಾಡಿದಲ್ಲಿ ಸೇಂದಿ ಸಿಹಿಯಾಗುವುದೆಂದು ಹೇಳಿದ. ಈ ಎಲ್ಲಾ ಕೆಲಸಗಳನ್ನು ಜಾಗರೂಕತೆಯಿಂದ ಮಾಡಬೇಕೆಂದೂ, ಕೊಂಬನ್ನು ಎಳಗೂಸಿನಂತೆ ಜೋಪಾನವಾಗಿ ನೋಡಿಕೊಳ್ಳಬೇಕು. ಕೊಂಬಿಗೆ ಕೊಂಚ ಪೆಟ್ಟಾದರೂ ಸೇಂದಿ ಸಿಗಲಾರದು ಎನ್ನುತ್ತಿದ್ದ. ನಾನು ಮೌನವಾಗಿ ಆಲಿಸುತ್ತಿದ್ದೆ... ಅವನ ಕೆಲಸವನ್ನು ಕೊಂಚ ಹೊತ್ತು ವೀಕ್ಷಿಸಿದ ನಂತರ ಯಾಕೋ ಬೇಸರವೆನಿಸಿ ದೊಡ್ಮನೆಯತ್ತ ಸಾಗಿದೆ.

ದೊಡ್ಮನೆಯ ಹಸು ಕರು ಹಾಕಿತ್ತು. ಮೋರೋಣಿ ಕರುವನ್ನು ಹೊರ ತಂದು ತೊಳೆಯುತ್ತಿದ್ದ. ಮನೆಗೆಲಸದ ದಮಯಂತಿ ಹಸು ಕಸ ಹಾಕುವುದನ್ನು ಕಾದು ಕುಳಿತಿದ್ದಳು. ಯಾಕೆಂದು ಕೇಳಿದರೆ ಹಾಗೆಯೇ ಬಿಟ್ಟರೆ ಕರು ಹಾಕಿದ ಬಳಿಕ ಹಾಕುವ ಕಸವನ್ನು ದನ ತಿನ್ನುವುದೆಂದೂ ಹಾಗಾದರೆ ಮುಂದೆ ಬಂಜೆತನ ಆವರಿಸುವುದೆಂದೂ, ಕಸ ಹಾಕುವವರೆಗೂ ಕಾದು ಹೇಳಿದಳು. ಗರ್ಭಾಶಯದಲ್ಲಿ ಕರುವನ್ನು ಕಾಪಾಡುವ ನೀರಿನ ಪ್ಲಾಸೆಂಟಾ ಚೀಲವನ್ನು ಇವರು ಕಸ ಎನ್ನುತ್ತಿದ್ದರು. ಇನ್ನು ಸಸ್ಯಾಹಾರಿಯಾದ ಹಸು ಅದನ್ನು ತಿನ್ನುವ ಕೆಲಸ ಮಾಡುವುದೆಂದು ನಾನು ನಂಬಲು ಸಿದ್ಧವಿರಲಿಲ್ಲ. ಕೊಂಚ ಹೊತ್ತು ಅಲ್ಲೇ ತಿರುಗಾಡಿ ಹಟ್ಟಿಯ ಬಳಿ ಇಣುಕಿದಾಗ ಮೋರೋಣಿ ಹಸುವಿನ ಹಾಲು ಕರೆಯುತ್ತಿದ್ದ. ಕರೆದ ಹಾಲೆಲ್ಲಾ ಕಲ್ಲಿನ ಹಾಸಿನ ನೆಲದಲ್ಲಿ ಹರಿದು ಹೋಗುತ್ತಿತ್ತು... ನನಗೆ ಸಿಟ್ಟು ತಡೆಯಲಾಗಲಿಲ್ಲ...

"ನಿನ್ ತಲೇಲಿ ಏನಿದ್ಯೋ. ಕರುವಿಗಂತ ಇರೋ ಹಾಲನ್ನ ಈ ರೀತಿ ಚೆಲ್ತೀಯಲ್ಲೋ" ಎಂದು ಬೈದೆ...

"ಕರು ಹುಟ್ಟಿದಾಗ ಸ್ವಲ್ಪ ಹಾಲು ಕುಡಿಸಬೇಕು. ಜಾಸ್ತಿ ಕುಡಿಸಿದರೆ ಜಿಲಾಬು ಸುರುವಾಗ್ತದೆ ಸಾರ್" ಎಂದ... ರೋಗನಿರೋಧಕ ಶಕ್ತಿ ಹೆಚ್ಚಿಸುವ, ಕರುವಿಗಾಗೇ ಇರುವ ಗಿಣ್ಣು ಹಾಲು ಕುಡಿದರೆ ಭೇದಿಯಾಗುತ್ತದೆ ಎನ್ನುವವನನ್ನು ಕಂಡು ಕೋಪ ನೆತ್ತಿಗೇರಿದರೂ ಸುಧಾರಿಸಿ.

"ಜಿಲಾಬೂನೂ ಇಲ್ಲ ಪಿಂಡಾನೂ ಇಲ್ಲ. ಈ ಹಾಲು ಇರೋದೇ ಕರುವಿಗೆ ರೋಗ ಬಾರದಂತೆ ತಡೆಯೋಕೆ" ಎಂದು ಪುಸಲಾಯಿಸಿ ಕೆಚ್ಚಲಿಗೆ ಕರುವನ್ನು ಬಿಡುವಂತೆ ಮಾಡಿ ಹೊರಟಾಗ ಮಧ್ಯಾಹ್ನದ ಸಮಯ... ಮಾಣಿಗ ಇನ್ನೂ ತೆಂಗಿನ ಕೊಂಬಿನಲ್ಲೇ ಕೆಲಸ ಮಾಡುತ್ತಿದ್ದ. ಉರಿ ಬಿಸಿಲಿನಲ್ಲಿ ಬೆವರು ಹರಿಸುತ್ತಾ ದುಡಿಯುತ್ತಿರುವ ಅವನನ್ನು ಕರೆಯಲು ಹೋಗಲಿಲ್ಲ.

ಊಟ ಮುಗಿಸಿ ಬಂದಾಗ ಮಾಣಿಗ ಅಲ್ಲಿರಲಿಲ್ಲ. ಮೋರೋಣಿ ಹಾರೆಯಿಂದ ಮನೆಯೆದುರಿನ ತೆಂಗಿನ ಬುಡದ ಮಣ್ಣನ್ನು ಒಪ್ಪ ಮಾಡುತ್ತಿದ್ದ. ಹಸು ಹಾಕಿದ ಕಸ ಅಥವಾ ಪ್ಲಾಸೆಂಟಾವನ್ನು ಹೂತು ಹಾಕಿ ಮಣ್ಣು ಹಾಕುತ್ತಿದ್ದಾನೆ ಎನಿಸಿತು.

ಮನೆಯ ಬಳಿ ಬಂದಾಗ ತೋಟಕ್ಕೆ ಬರುವ ದಾರಿಯ ಬಳಿ ಕುಳ್ಳಗಿನ ಬಡಕಲು ವ್ಯಕ್ತಿಯೊಬ್ಬ ನಿಂತಿದ್ದ. ತೋಟ ಗದ್ದೆಯತ್ತ ಸೂಕ್ಷ್ಮವಾಗಿ ನೋಡುತ್ತಾ ಏನನ್ನೋ ಲೆಕ್ಕಹಾಕುತ್ತಿದ್ದ. ಬೆಳ್ಳಗಿನ ಅಂಗಿ ಮತ್ತು ನೀಲಿ ಗೆರೆಗಳ ಲುಂಗಿ ಸರ್ವೇಯರ್ ಒಬ್ಬ ಸರ್ವೆ ಕಲ್ಲುಗಳನ್ನು ನೆಡಲು ಸ್ಕೆಚ್ ಹಾಕುತ್ತಿದ್ದಂತಿತ್ತು ಅವನ ಹಾವಭಾವ. ಎಲ್ಲಿ ಹೋಗ್ತಾನೆ ವಾಪಾಸ್ಸು ಇಲ್ಲಿಂದಲೇ ಹೋಗಬೇಕಲ್ಲಾ ಆಗ ಕೇಳುವ ಎಂದು ಜಗುಲಿಯಲ್ಲಿ ಕುಳಿತೆ...

ಕೆಲಸ ಮುಗಿಸಿ ನಾನಿದ್ದ ಮನೆಯ ಅಂಗಳದಲ್ಲೇ ವಾಪಾಸ್ಸು ಹೋಗಬೇಕಾಗಿರುವುದರಿಂದ ಬರುವಾಗ ಕೇಳಿದೆ...

"ಏನ್ ಸಮಾಚಾರ... ಜಾಗ ಸರ್ವೆ ಮಾಡಲಿಕ್ಕಿತ್ತಾ."

"ಇಲ್ಲ ದಣೀ ನಾನು ಹಂದಿಗಳಿಗೆ ಉರ್ಲು ಇಡ್ಲಿಕ್ಕೆ ಬಂದಿದ್ದು" ನನ್ನ ಊಹೆಯನ್ನು ನೋಡಿ ನನಗೇ ನಗು ಬಂತು...

ತಾನು ಮಾಣಿಗನ ಗೆಳೆಯ ಉಮಿಲನೆಂದೂ, ಮಾಣಿಗನಿಗೆ ಗದ್ದೆಯಲ್ಲಿ ಹತ್ತಾರು ಹಂದಿಗಳ ಹಿಂಡು ತಿರುಗಾಡುವುದೆಂದೂ, ಕರೆಂಟು ಕೊಟ್ಟರೂ ಪ್ರಯೋಜನವಾಗಿಲ್ಲವೆಂದೂ. ಹಂದಿಗಳು ತೋಟವನ್ನು ಪ್ರವೇಶಿಸುವ ಆಯಕಟ್ಟಿನ ಜಾಗದಲ್ಲಿ ಉರುಳು ಇಡಲು ಬಂದಿರುವುದಾಗಿಯೂ ಹೇಳಿದ. ಸರಿಯೆಂದು ತಲೆಯಾಡಿಸಿದೆ.

ಮಳೆಗಾಲ ಮುಗಿಯುತ್ತಾ ಬಂದಿದ್ದರಿಂದಲೋ ಏನೋ. ಸೂರ್ಯ ನಿಗಿ ನಿಗಿ ಸುಡುತ್ತಿದ್ದ... ನಾನು ಮಧ್ಯಾಹ್ನದ ಊಟ ಮುಗಿಸಿ ಬರುತ್ತಿದ್ದೆ... ಬೆಂಗಳೂರಿನ ಬಿಸಿಲು ಕರಾವಳಿಯ ಬಿಸಿಲಿನಂತಲ್ಲ, ಒಂದೆರಡು ಮಳೆ ಬಿದ್ದರೆ ಸಾಕು ತಣ್ಣಗಿರುತ್ತದೆ. ಇಲ್ಲಿ ಮಳೆಗಾಲದಲ್ಲೂ ಬೆವರುವ ಸೆಖೆಯಿರುವಾಗ, ಬಿಸಿಲಿನ ಅಭ್ಯಾಸವಿರದ ನಾನು ಆದಷ್ಟು ಕೊಡೆ ಹಿಡಿದುಕೊಂಡೇ ತಿರುಗುತ್ತಿದ್ದೆ. ದೊಡ್ಮನೆಗೆ ಇನ್ನೇನು ಅನತಿ ದೂರದಲ್ಲಿರುವಾಗ ಎಲ್ಲಿಂದ ಪ್ರತ್ಯಕ್ಷವಾಗಿದ್ದವೋ ಗೊತ್ತಿಲ್ಲ, ಜೋಡಿ ಕಾಗೆಗಳೆರಡು ಕೊಡೆಗೆ ರಪರಪನೆ ಕುಕ್ಕಲಾರಂಭಿಸಿದವು. ಗಾಬರಿಯಾದ ನಾನು ಕೊಡೆಯನ್ನು ಗುರಾಣಿಯಾಗಿಟ್ಟುಕೊಂಡು ಮನೆಯತ್ತ ಓಟಕ್ಕಿತ್ತೆ. ಕೊಡೆಯಿಲ್ಲದಿದ್ದರೆ ನನ್ನ ಕಣ್ಣು ಬಾಯಿ ಮೂಗಿಗೆ ಹಾನಿಮಾಡುತ್ತಿದ್ದವೋ ಏನೋ.

ಮೋರೋಣಿ ಎಂದಿನಂತೆ ಮಧ್ಯಾಹ್ನದ ಊಟದ ನಂತರ ಮಲಗಿ ನಿದ್ರಿಸುತ್ತಿದ್ದ. ಯಾರೋ ದಡ ಬಡ ಓಡಿ ಬಂದ ಸದ್ದು ಕೇಳಿ ಗಾಬರಿಯಾಗಿ ಎದ್ದು ಕುಳಿತ. ನಾನು ಕಣ್ಣಿಗೆ ಬಿದ್ದಾಗ.

“ಸಾರ್ ನೀವಾ. ಎಂತಾಯ್ತು. ಯಾಕೆ ಓಡಿ ಬಂದ್ರಿ” ಎಂದು ಕೇಳಿದ.

“ಕಾಗೆಗಳು ಕಣೋ. ಏನೂ ಮಾಡ್ದೇ ಇರೋ ನಂಗೆ ಕುಕ್ಕಕ್ ಬರ್ತಿವೆ...”

“ಆ ಪೆಲತ್ತ ಮರದಲ್ಲಿ ಕಾಗೆ ವರ್ಷವೂ ಗೂಡು ಕಟ್ತದೆ ಸಾರ್, ಅಲ್ಲಿಯೆ ಅಲ್ವಾ ನಿಮ್ಗೆ ಕಚ್ಚಿದ್ದು” ಎಂದು ಹಲಸಿನ ಮರವನ್ನು ತೋರಿಸಿದ.

ತಲೆಯೆತ್ತಿ ನೋಡಿದಾಗ ವಿಶಾಲವಾಗಿ ಹರಡಿಕೊಂಡಿದ್ದ ಮರದ ಕೊಂಬೆಯಲ್ಲಿ ಅಡ್ಡಾದಿಡ್ಡಿ ಕೋಲು, ಮುಳ್ಳುಗಳನ್ನಿಟ್ಟು ನಿರ್ಮಿಸಿದ ಕಾಗೆಯ ಗೂಡು ಕಂಡಿತು. ಸಾಮಾನ್ಯವಾಗಿ ಅವುಗಳ ಗೂಡಿಗೆ ಗಿಡುಗ ಗೂಬೆಯಂತಹ ಪಕ್ಷಿಗಳು ದಾಳಿಯಿಡುತ್ತವೆ. ಇವುಗಳಿಗೆ ತಮ್ಮ ಗೂಡಿಗೆ ದಾಳಿಯಿಟ್ಟವರು ಯಾರೆಂದು ತಿಳಿಯದೆ ದಾರಿಯಲ್ಲಿ ಸಿಕ್ಕವರೆಲ್ಲರ ಮೇಲೆ ದಾಳಿಮಾಡುತ್ತದೆಯೆಂದು ಹೇಳಿದ... ಗಿಡುಗ ಇದೇ ರೀತಿ ಕಟ್ಟಡ, ಮರದಲ್ಲಿನ ಹೆಜ್ಜೇನು ಗೂಡಿಗೆ ದಾಳಿಯಿಟ್ಟು ಮನುಷ್ಯರನ್ನು ಸಂಕಟದಲ್ಲಿ ಸಿಕ್ಕಿಸುತ್ತವೆ. ಬದುಕಿದೆಯಾ ಬಡಜೀವವೇ ಎನ್ನುತ್ತಾ ಮನೆಯತ್ತ ನಡೆದೆ...

ಬಿಸಿಲಿನ ಧಗೆಗೋ ಏನೋ ಎಚ್ಚರವಾದಾಗ ಸಂಜೆ ಐದು ಗಂಟೆ...

ಮೋರೋಣಿ ಅಟ್ಟದಿಂದ ಹುಲ್ಲು ತೆಗೆದು ದನಗಳಿಗೆ ಹಾಕುತ್ತಿರುವುದು ಕಾಣಿಸಿತು.

ಊರಿಗೆ ಬಂದ ಮೊದಮೊದಲಿಗೆ ದನದ ಕೊಟ್ಟಿಗೆಯ ವಾಸನೆ ಅಸಹ್ಯತರಿಸುತ್ತಿತ್ತು. ಈ ಅಸಹ್ಯ ವಾಸನೆಯಲ್ಲಿ ಇವರುಗಳೆಲ್ಲಾ ಹೇಗೆ ಕೆಲಸ ಮಾಡುತ್ತಾರೋ ಎಂದುಕೊಳ್ಳುತ್ತಿದ್ದೆ. ಹತ್ತಿರದಲ್ಲೇ ಮನೆಯಿದ್ದುದರಿಂದ ಈಗ ಕೊಟ್ಟಿಗೆಯ ಘಮ ಅಭ್ಯಾಸವಾಗಿ ಹೋಗಿತ್ತು. ಮೋರೋಣಿ ಹಸುಗಳಿಗೆ ಯಾವುದೋ ನೀರಿಗೆ ಒಂದಷ್ಟು ಹಿಂಡಿ, ಭತ್ತದ ಹೊಟ್ಟು ಬೆರೆಸಿ ನೀಡುತ್ತಿದ್ದ. ಹಟ್ಟಿ ತುಂಬಾ ಯಾವುದೋ ಜಾತಿಯ ನೊಣಗಳು ಸಾವಿರಾರು ಸಂಖ್ಯೆಯಲ್ಲಿ ಗುಂಯ್‌ಗುಡುತ್ತಾ ಸುತ್ತುತ್ತಿದ್ದವು. ಹಸುಗಳ ರಕ್ತ ಹೀರುವ ನೊಣಗಳೆನಿಸಿ.

“ಈ ನೊಣಗಳು ದನಗಳಗೆ ಕಚ್ಚಲ್ವೇನೋ?”

“ದನಗಳ ಚರ್ಮ ದಪ್ಪ ಇರ್ತದೆ ಸಾರ್, ನಮ್ಮ ಹಾಗಲ್ಲ...”

ಎಲ್ಲದಕ್ಕೂ ಸಮಜಾಯಿಷಿ ಕೊಡುತ್ತಿದ್ದಾನೆನಿಸಿ “ಚರ್ಮ ದಪ್ಪ ಇದ್ರೆ ಅವುಗಳು ಯಾಕೋ ಇಲ್ಲಿವೆ. ಮಣ್ ತಿನ್ನಕಾ? ಸುಮ್ನೆ ನೀನು ಮಾತು ಹಾರಿಸ್ಬೇಡ” ಎಂದು ರೇಗಿದೆ.

“ತಿಂಗಲಿಗೊಮ್ಮೆ ಕೈ ಬೇವಿನ ಎಣ್ಣೆ ಹಚ್ತೇವೆ ಸಾರ್ ದನಗಳಿಗೆ ಇನ್ನೆಂತ ಮಾಡ್ಲಿಕ್ಕೆ ಆಗ್ತದೆ” ಎಂದು ಕೈಚೆಲ್ಲಿದ. ನಂತರ ಏನೋ ಹೊಳೆದಂತಾಗಿ

"ಸಾರ್ ನಿಮಗೆ ಇನ್ನೊಂದು ಹೇಳಲಿಕ್ಕಿತ್ತು, ಇಲ್ಲಿ ಒಂದು ಎರಡು ತಲೆಯದ್ದು ಬರ್ತದೆ. ಅದು ಭಯಂಕರ ಗೊತ್ತುಂಟಾ. ಹಟ್ಟಿಯಲ್ಲಿ ಯಾರೂ ಇಲ್ಲದಿದ್ರೆ ಸರ್ತ ನಿಂತು ಹಾಲು ಕುಡಿಯುತ್ತೆ." ನನ್ನ ಕಿವಿ ಚುರುಕಾಯಿತು. ಎಷ್ಟೇ ಕೇಳಿದರೂ, ಇಷ್ಟುದ್ದ ಇರುತ್ತೆ ಅಷ್ಟುದ್ದ ಇರುತ್ತೆ ನೆಲದಲ್ಲಿ ಹರಿಯುತ್ತಾ ಹೋಗುತ್ತೆ, ಒಂದು ತಲೆಯನ್ನು ನೆಲಕ್ಕೆ ಊರಿ ಮತ್ತೊಂದು ತಲೆಯಿಂದ ಹಸುವಿನ ಹಾಲು ಕುಡಿಯುತ್ತದೆ ಎನ್ನುವ ಅವನ ಕಥೆಯನ್ನು ನಾನು ನಂಬಲು ಸಿದ್ಧವಿರಲಿಲ್ಲ. ಯಾಕೆಂದರೆ ವೈಜ್ಞಾನಿಕ ಪುಸ್ತಕಗಳನ್ನು ಓದುವ ನನಗೆ ಭಾರತದಲ್ಲಿ ಅದೂ ನಮ್ಮ ಕರ್ನಾಟಕದಲ್ಲಿ ಅಂತದ್ದೊಂದು ಅಪರೂಪದ ಜೀವಿಯಿದ್ದರೆ ತಿಳಿಯಬೇಕಿತ್ತಲ್ಲಾ ಎಂಬುದು ನನ್ನ ಬಲವಾದ ವಾದವಾಗಿತ್ತು. ಅಸಲಿಗೆ ತುಳುವಿನಲ್ಲಿ ಎಕ್ಕಲೆ ಎಂದರೆ ಜಿರಳೆ. ಇವ ನೋಡಿದರೆ ಎರಡು ಬಾಯಿಯ ಜಿರಳೆ ಎನ್ನುತ್ತಿದ್ದಾನೆ, ಇದನ್ನು ಒಪ್ಪಲು ಸಾಧ್ಯವೇ ಇರಲಿಲ್ಲ. ಕೊನೇಗೆ ವಿವರಿಸುವುದನ್ನು ನಿಲ್ಲಿಸಿ, ಅವನು ಏನೇ ಹೇಳಿದರೂ ನಾನು ನಂಬುವುದಿಲ್ಲವೆಂದೂ, ಸರಿಯಾದ ಸಾಕ್ಷ್ಯಾಧಾರ ಸಿಕ್ಕಾಗಲೇ ರುಜುವಾತು ಮಾಡುವುದಾಗಿ ಹೇಳಿದ.

ವಾಪಾಸ್ಸು ಮನೆಯತ್ತ ಬಂದಾಗ ಅನತಿ ದೂರದಲ್ಲಿ ಕಾಣುವ ಅಡಿಕೆ ತೋಟದತ್ತ ಹೋಗುವ ಮನಸ್ಸಾಗಿ ಅತ್ತ ಹೆಜ್ಜೆಯಿಟ್ಟೆ. ಅಡಿಕೆ ತೋಟದಲ್ಲಿ ಸಂಜೆ ಸೊಳ್ಳೆಗಳ ಕಾಟವೊಂದನ್ನು ಬಿಟ್ಟರೆ ವಾತಾವರಣ ಪ್ರಶಾಂತವಾಗೇ ಇರುತ್ತದೆ. ಆಗಾಗ್ಗೆ ಕಾಲಿಗೆ ದಾಳಿಯಿಡುವ ಸೊಳ್ಳೆಗಳನ್ನು ಓಡಿಸಲು ಅಲ್ಲೇ ಒಂದು ಗಿಡದ ರೆಂಬೆಯನ್ನು ಕಿತ್ತು ಆಗಾಗ್ಗೆ ಕಾಲುಗಳತ್ತ ಬೀಸುತ್ತಾ ನಡೆಯುತ್ತಿದ್ದೆ.

ಮಳೆಗಾಲದಲ್ಲಿ ಬೀಸು ಗಾಳಿಗೆ ಸಿಕ್ಕ ಒಂದಷ್ಟು ಅಡಿಕೆ ಮರಗಳು ಮುರಿಯುವುದು ಸಾಮಾನ್ಯ. ಎಲ್ಲಿಂದಲೋ ಬರುತ್ತಿದ್ದ ಗಿಣಿಗಳು ಹೀಗೆ ಮುರಿದ ಮರಗಳ ಪೊಟರೆಯನ್ನು ಸೇರಿಕೊಳ್ಳುತ್ತಿದ್ದವು. ಬಹುಶಃ ಗಿಳಿಗಳ ಗೂಡಿಗೆ ಇದು ಉತ್ತಮವಾದ ಜಾಗವೆನಿಸಿತು. ಕ್ರೋ. ಕ್ರೋ. ಕೀ ಕೀ ಕೂಗು ತೋಟದೆಲ್ಲೆಡೆ ತುಂಬಿತ್ತು. ದಾರಿಯನ್ನು ಹೊರತುಪಡಿಸಿ ತೋಟದೆಲ್ಲೆಡೆ ಅರ್ಧ ಫೀಟಿನಷ್ಟೆತ್ತರಕ್ಕೆ ಹುಲ್ಲುಬೆಳೆದಿತ್ತು. ಮನುಷ್ಯ ಸಂಚಾರವಿರುವ ದಾರಿ ಸುರಕ್ಷಿತವಾಗಿರುತ್ತದೆ ಎಂದು ಭಾವಿಸಿದ್ದೇ ತಪ್ಪಾಯಿತು.

ದಾರಿ ನೋಡದೆ ನಡೆಯುತ್ತಿದ್ದವನಿಗೆ ನಾಚಿಕೆ ಮುಳ್ಳಿನಂತಹ ಯಾವುದೋ ಚೂಪಾದ ವಸ್ತು ಬಲಗಾಲ ಬದಿಯನ್ನು ಹಿಡಿದಂತಾಗಿ ಕಾಲು ಕೊಡವಿದೆ. ಅಷ್ಟರಲ್ಲಿ ಹಿಡಿದಿದ್ದ ಮುಳ್ಳಿನಂತಹ ವಸ್ತು ಬಲಗೊಂಡು ಮತ್ತೊಂದು ಕಡೆಯಿಂದ ಚೂಪಾದ ಸೂಜಿಯೊಂದು ಚರ್ಮವನ್ನು ಭೇದಿಸಿ ಒಳಗಿಳಿಯಿತು... ಕಾಲೆತ್ತಿದವನಿಗೆ ಕಂಡಿದ್ದು ದೊಡ್ಡ ಗಡವ ಚೇಳು... ಸಹಿಸಲಸಾಧ್ಯವಾದ ಉರಿ...! ಚೇಳು ಬಾಲದ ಮುಳ್ಳನ್ನು ಮತ್ತೆ ಮತ್ತೆ

ಇಳಿಸುತ್ತಿದೆ. ನೋವಿನಲ್ಲಿ ನನಗರಿವಿಲ್ಲದಂತೆಯೇ ಕಾರ್ಯ ಪ್ರವೃತನಾಗಿ ಕೈಯಲ್ಲಿದ್ದ ರೆಂಬೆಯಿಂದ ಚೇಳನ್ನು ಎಗರಿಸಿದೆ...

ಹಸಿ ಗಾಯದ ಮೇಲೆ ಉಪ್ಪು ಖಾರ ಸುರಿದಂತೆ...! ಬಿಸಿ ಸಟ್ಟುಗದಲ್ಲಿ ಬರೆ ಹಾಕಿದಂತೆ...!

ಇಲ್ಲಿ ಕಾಗೆಗಳು ದಾಳಿಯಿಟ್ಟಾಗಲೇ ನಾನು ಜಾಗರೂಕನಾಗಿರಬೇಕಿತ್ತು, ಈ ನೋವಿನಲ್ಲಿ ಸ್ಕೂಟರ್ ಚಲಾಯಿಸುವುದು ಅಸಾಧ್ಯವೆನಿಸಿ ಆಸ್ಪತ್ರೆಗೆ ಹೋಗಲು ರಿಕ್ಷಾವೊಂದನ್ನು ಬರಹೇಳಬೇಕು ಎಂದು ನನ್ನನ್ನು ನಾನೇ ಹಳಿದುಕೊಂಡು ಮನೆಯತ್ತ ನಡೆದೆ.

ಪ್ರಥಮ ಚಿಕಿತ್ಸೆಯ ಬಗ್ಗೆ ಕೊಂಚ ಓದಿದ್ದವ ಗಾಯವನ್ನು ಸೋಪಿನಲ್ಲಿ ತೊಳೆದು ಊರಿನಿಂದ ತಂದಿದ್ದ ಮುಲಾಮನ್ನು ಹಚ್ಚಿದೆ... ಕಚ್ಚಿದ ಜಾಗದ ಸುತ್ತ ಗಾಯ ಕಪ್ಪಾಗಿತ್ತು. ಅಂದರೆ ರಕ್ತ ಹೆಪ್ಪುಗಟ್ಟಿದೆ!

ಕತ್ತಲಾಗುವ ಸೂಚನೆ ಸಿಕ್ಕಾಗ ದೊಡ್ಮನೆಯತ್ತ ನಡೆದು ಮೋರೋಣಿಗೆ ತನಗೆ ಚೇಳು ಕಡಿದಿರುವುದಾಗಿಯೂ, ಈ ನೋವನ್ನು ಹೊತ್ತು ಸ್ಕೂಟರಿನ ಪಯಣ ಅಸಾಧ್ಯವೆಂದೂ, ರಿಕ್ಷಾ ಕರೆಸಿ ಆಸ್ಪತ್ರೆಗೆ ಕರೆದೊಯ್ಯುವಂತೆ ತಿಳಿಸಿದೆ. ಅವ ಮುಗುಳ್ನಕ್ಕು

"ಚೇಲ್ ಕಚ್ಚಿದ್ದಕ್ಕೆ ಆಸ್ಪತ್ರೆಗೆ ಯಾಕೆ ಮಾರ್‍ರೆ ಹೋಗೂದು, ಊರಲ್ಲೇ ಮದ್ದು ಕೊಡ್ತಾರೆ, ಎಷ್ಟು ಜನ ಬೇಕು ನಿಮ್ಗೆ. ಅಲ್ಲಿತಂಕ ಹೋಗಿ ಸುಮ್ಮನೆ ದುಡ್ಡು ದಂಡ ಮಾಡೂದು ಯಾಕೆ" ಎಂದ.

ಇವನ ಅಳಲೆಕಾಯಿ ಉಪದೇಶವನ್ನು ಕೇಳಿ ಕೋಪ ಬಂದರೂ ಕೋಪಿಸಿಕೊಳ್ಳುವ ಸ್ಥಿತಿಯಲ್ಲಿ ನಾನಿರಲಿಲ್ಲ. ಚೇಳಿನ ವಿಷ ಹಾವಿನಷ್ಟೇ ಪರಿಣಾಮಕಾರಿಯೆಂದೂ ಕಾಳದಂದೆಯಲ್ಲಿ ಸಾವಿರಾರು ರೂಪಾಯಿಗಳಿಗೆ ಬಿಕರಿಯಾಗುವುದೆಂದೂ ಓದಿದ್ದೆ. ಇದನ್ನೆಲ್ಲಾ ಓದಿದ್ದರಿಂದಲೋ ಏನೋ ನನ್ನ ಭಯ ಮತ್ತಷ್ಟು ಹೆಚ್ಚಾಯಿತು. ಸಣ್ಣದಾಗಿ ತಲೆನೋವೂ ಪ್ರಾರಂಭವಾಯಿತು. ಏನೇ ಆದರೂ ವಿಷಕ್ಕೆ ಮೋರೋಣಿಯ ಮದ್ದು ತೆಗೆದುಕೊಳ್ಳಲು ನಾನು ಸಿದ್ಧನಿರಲಿಲ್ಲ. ಅನಾವಶ್ಯಕ ಬಿಲ್ಲು ಕಟ್ಟುವುದು ಯಾಕೆಂದು ದೊಡ್ಮನೆಯಲ್ಲಿ ಫೋನಿನ ಕನೆಕ್ಷನನ್ನೂ ಕಿತ್ತು ಹಾಕಿದ್ದರು. ನಾನು ಹಠಕಟ್ಟಿ ಕೂತಿದ್ದನ್ನು ಕಂಡವ ರಿಕ್ಷಾಗೆ ಫೋನು ಮಾಡಿ ಈಗ ಬರುವೆನೆಂದು ಹೊರಟ.

ವಾಪಾಸ್ಸು ಬರುವಾಗ ಒಬ್ಬನೇ ಬರಲಿಲ್ಲ. ಒಂದಷ್ಟು ಜನರನ್ನೂ ಕರೆತಂದಿದ್ದ. ಅದರಲ್ಲೊಬ್ಬ ಮಾಣಿಗ...!

ಅಂದು ಮಾಣಿಗ ಅಲ್ಲೇ ಹತ್ತಿರದ ಮನೆಯೊಂದರಲ್ಲಿ ಏನೋ ಶುಭಕಾರ್ಯಕ್ರಮವಿದ್ದುದರಿಂದ ಅಂಗಳಕ್ಕೆ ಮಣ್ಣು ಹಾಕಿ ಸರಿ ಮಾಡುವ ಕೆಲಸದಲ್ಲಿ ನಿರತನಾಗಿದ್ದ. ನಡೆದ ವಿಷಯ ತಿಳಿಸಿ ಆತನನ್ನು ಕರೆಯಲು

ಹೋದಾಗ ಆ ಮನೆಯವರೂ ಜತೆಗೂಡಿ ಓಡಿ ಬಂದಿದ್ದರು. ನಾನು ನೋವಿನಲ್ಲಿ ಯಾರನ್ನೂ ಮಾತನಾಡಿಸುವ ಸ್ಥಿತಿಯಲ್ಲಿರಲಿಲ್ಲ. ಮೋರೋಣಿಯತ್ತ ತಿರುಗಿ

"ಎಲ್ಲೋ ರಿಕ್ಷಾ" ಎಂದು ಕೇಳಿದೆ.

"ನೀವು ಬೈಬಾರ್ದು. ಒಂದು ವಿಷಯ ಹೇಳ್ತೇನೆ" ನೋವಲ್ಲಿ ಸಾಯುತ್ತಿರುವವನ ಮುಂದೆ ಏನ್ ಕಥೆ ಹೇಳುತ್ತಿದ್ದಾನಪ್ಪಾ ಎನಿಸಿ ಪ್ರಶ್ನಾರ್ಥಕವಾಗಿ ನೋಡಿದೆ.

"ಅಣ್ಣ ಮದ್ದು ಮಾಡ್ತಾನೆ, ನಿಮ್ಗೆ ಎಂತ ಆಗುದಿಲ್ಲ. ನಾನಿದ್ದೇನೆ" ಎಂದ. ಹೇಳಿದ ಕೆಲಸ ಮಾಡಲಿಲ್ಲವೆಂದು ರೇಗಿದಾಗ ಅವರೊಡನೆ ಬಂದಿದ್ದ ಹೆಂಗಸೊಬ್ಬಳು ಕೂಡಾ ದನಿಗೂಡಿಸಿ ಮಾಣಿಗ ಊರಿನ ನೂರಾರು ಜನರಿಗೆ ಮದ್ದು ಕೊಟ್ಟವನೆಂದೂ, ದೂರದ ಊರಿನಿಂದಲೂ ಕೆಲ ಜನ ಅವನನ್ನು ಹುಡುಕಿ ಬರುತ್ತಾರೆಂದೂ ಔಷಧ ಪಡೆದ ಪ್ರತಿಯೊಬ್ಬರೂ ಪರಿಣಾಮಕಾರಿಯಾಗಿ ಗುಣಮುಖರಾಗಿರುವರೆಂದು ಹೇಳಿದಳು. ಹೆಚ್ಚು ವಾದಿಸುವ ಪರಿಸ್ಥಿತಿಯಲ್ಲಿ ನಾನಿರಲಿಲ್ಲ... ಎಡವಿದ ಗಾಯಕ್ಕೆ ಮೋರೋಣಿ ನೀಡಿದ ಮದ್ದಿನಿಂದಾಗಿ ನನಗೂ ಅವರುಗಳ ಮೇಲೆ ಒಂದಷ್ಟು ನಂಬಿಕೆಯಿದ್ದುದರಿಂದ ಆಗಿದ್ದಾಗಲಿ ಎಂದು ಒಪ್ಪಿಕೊಂಡೆ. ಅಚ್ಚರಿಯೇನೆಂದರೆ ಅಲ್ಲಿವರೆಗೂ ಮಾಣಿಗ ಏನೂ ಮಾತಾಡದೆ ಸುಮ್ಮನಿದ್ದದ್ದು!

ಕತ್ತಲಾವರಿಸಿತ್ತು. ಅಲ್ಲಿದ್ದವರು ಕುಡಿಯಲು ಕೊಂಚ ನೀರು ತಂದುಕೊಟ್ಟು ನನ್ನನ್ನು ಮನೆಯ ಜಗುಲಿಯಲ್ಲಿ ಮಲಗಲು ಹೇಳಿದರು. ಮಲಗಲು ನಾನೇನು ಪೇಷೆಂಟಾ ಎಂದು ಕುಳಿತೇ ಇದ್ದೆ. ಕಾಲು ನೋಯುತ್ತಿದ್ದರೂ ಮಲಗಲು ಅಹಂ ಅಡ್ಡಬಂತು. ಮೌನವಾಗಿ ಮುಂದೆ ಬಂದು ಹುರಿ ಹಗ್ಗದಿಂದ ಕಾಲಿಗೊಂದು ಸಣ್ಣ ಗಂಟು ಹಾಕಿದ ಮಾಣಿಗ ಕಾಡಿನಲ್ಲಿ ಮರೆಯಾದ.

ಮಾಣಿಗನ ಜತೆಗೆ ಬಂದಿದ್ದವರು ನನ್ನ ಪೂರ್ವಾಪರ ವಿಚಾರಿಸುವುದರಲ್ಲಿ ಮಗ್ನರಾಗಿದ್ದರು. ಮದುವೆ ಯಾವಾಗ? ಮನೆಯಲ್ಲಿ ಹುಡುಗಿ ನೋಡಿದ್ದಾರಾ? ಇದಾದ ನಂತರ ಎಲ್ಲಿ ಕೆಲಸ? ಇಂತಹ ತರಹೇವಾರಿ ಪ್ರಶ್ನೆಗಳು ಬತ್ತಳಿಕೆಯಿಂದ ತೂರಿ ಬರುತ್ತಿದ್ದವು. ಮನಸ್ಸಿಲ್ಲದ ಮನಸ್ಸಲ್ಲೇ ನಿಧಾನವಾಗಿ ಉತ್ತರಿಸುತ್ತಿದ್ದೆ. ನೀಲಿಗಟ್ಟಿದ್ದ ಪಾದ ಊದುತ್ತಾ ಬಂದಿತ್ತು.

ವಾಪಸ್ಸು ಬಂದಾಗ ಬಹುಶಃ ಓಡಿ ಬಂದಿರಬೇಕು. ಏದುಸಿರು ಬಿಡುತ್ತಿದ್ದ. ಆ ತಣ್ಣಗಿನ ವಾತಾವರಣದಲ್ಲೂ ಬೆವರು ಕಿತ್ತುಕೊಂಡು ಬರುತ್ತಿತ್ತು. ಬಂದವನೇ ಆತುರಾತುರವಾಗಿ ತನಗೆ ಮದ್ದು ಅರೆಯುವ ಕಲ್ಲು ಬೇಕೆಂದ. ಎಲ್ಲೋ ಬಳಸದೆ ಬಿದ್ದಿದ್ದ ಕಲ್ಲನ್ನು ಮೋರೋಣಿ ತೊಳೆದು ತಂದಿಟ್ಟಾಗ ಆತನಿಗೆ

ಒಲೆ ಉರಿಸಲು ಹೇಳಿ ತಾನು ಅಂಗವಸ್ತ್ರದಲ್ಲಿ ಕಟ್ಟಿ ತಂದಿದ್ದ ಸೊಪ್ಪನ್ನು ತೆಗೆದು ಅರೆಯಲಾರಂಭಿಸಿದ. ನಾನು ಗಮನಿಸುತ್ತಲೇ ಇದ್ದೆ. ಜನ ಗುರುತು ಹಿಡಿಯುತ್ತಾರೆಂದು ಕಾಡಿನಿಂದ ತಂದ ಸೊಪ್ಪೆಲ್ಲವನ್ನು ಗುರುತೂ ಸಿಗದಂತೆ ಹಿಸುಕಿ ತಂದಿದ್ದ. ಕಾಡಿನಲ್ಲಿಯೂ ಅಷ್ಟೇ ಜನ ಔಷಧೀಯ ಸೊಪ್ಪನ್ನು ಕಿತ್ತ ಬಳಿಕ ಆ ಜಾಗದಲ್ಲಿ ಬೇರೊಂದು ಸೊಪ್ಪು ಉದುರಿಸಿ ಗುರುತು ಸಿಗದಂತೆ ಮಾಡುತ್ತಾರೆಂದು ಅನಂತರದಲ್ಲಿ ತಿಳಿದು ಬಂತು...

ನುಣ್ಣಗೆ ಅರೆದ ಔಷಧಿಯನ್ನು ತೆಂಗಿನ ಚಿಪ್ಪಿಗೆ ವರ್ಗಾಯಿಸಿ ಪಕ್ಕದಲ್ಲಿಟ್ಟ. ನಾನು ಕಚ್ಚಿದಲ್ಲಿಗೆ ಹಚ್ಚುತ್ತಾನೆ ಎಂದುಕೊಂಡೆ. ಅಷ್ಟರಲ್ಲಿ ಇನ್ನೊಂದು ಕೆಲಸ ಮಾಡಿದ. ಪಕ್ಕದಲ್ಲಿಟ್ಟಿದ್ದ ಬಿದಿರಿನ ಕೊಳವೆಯನ್ನು ತೆಗೆದು ಅದರಲ್ಲಿ ಕಣ್ಣು ಹಾಯಿಸಿದ...! ಇವನು ಮುಂದೆ ಏನು ಮಾಡಲಿದ್ದಾನೆಂದು ಅರಿವಾಗಲಿಲ್ಲ... ಅಷ್ಟರಲ್ಲಿ ಮತ್ತೊಂದು ವಸ್ತುವನ್ನು ತೆಗೆದಿಟ್ಟ. ಆಗ ಗಾಬರಿಯಾಗುವ ಸರದಿ ನನ್ನದಾಯಿತು... ಅದು ಪುಟ್ಟ ಗಾತ್ರದ ಅಂಕದಲ್ಲಿ ಕೋಳಿ ಕಾಲಿಗೆ ಕಟ್ಟುವ ಹರಿತವಾದ ಚಾಕು...!

ಚೇಳು ಕಚ್ಚಿದ ಜಾಗವನ್ನು ಕೇಳಿ ತಿಳಿದುಕೊಂಡು ಪರೀಕ್ಷಿಸಿ ಮೊದಲಿಗೆ ಗಾಯವನ್ನು ಚೆನ್ನಾಗಿ ತೊಳೆದು ಸ್ವಚ್ಛಗೊಳಿಸಿದ ನಂತರ ಕೊಟ್ಟಿಗೆಯಲ್ಲಿ ಉರಿಯುತ್ತಿದ್ದ ಒಲೆಯತ್ತ ನಡೆದ. ವಾಪಾಸ್ಸು ಬಂದಾಗ ಆತನ ಕೈಯಲ್ಲಿ ಶಂಕುವಿನಾಕೃತಿಯಲ್ಲಿ ಒಂದು ಎಲೆಯಿತ್ತು. ಆ ಎಲೆ ಯಾಕೆಂದು ನನಗೆ ಅರ್ಥವಾಗಲಿಲ್ಲ. ಹತ್ತಿರ ಬಂದವನೇ ಆ ಕೋನ್ ಆಕಾರದಲ್ಲಿ ಸುತ್ತಿದ ಎಲೆಯನ್ನು ಮೋರೋಣಿಯ ಕೈಲಿ ಜೋಪಾನವಾಗಿ ಹಿಡಿದುಕೊಳ್ಳಲು ಹೇಳಿ ಕೋಳಿ ಬಾಳು ತೆಗೆದುಕೊಂಡ... ಇಂತಹ ಅವೈಜ್ಞಾನಿಕ ಆಪರೇಷನುಗಳಿಗೆ ನನ್ನನ್ನು ಪಣಕ್ಕಿಡಲು ನಾನಂತೂ ಸಿದ್ಧವಿರಲಿಲ್ಲ. ಮೊದಲೇ ಇಪ್ಪತ್ತನಾಲ್ಕು ಗಂಟೆ ಅಮಲಿನಲ್ಲಿರುವ ಇವನನ್ನು ಕತ್ತರಿಸಲು ಬಿಟ್ಟು ನರಗಿರ ಏನಾದರೂ ಕತ್ತರಿಸಿದರೆ ತಾನು ಇಲ್ಲಿ ಇನ್ನೊಂದು ಫಜೀತಿಗೆ ಸಿಲುಕುವುದರಲ್ಲಿ ಅನುಮಾನವೇ ಇರಲಿಲ್ಲ. ತಾನು ಅಂತದ್ದೇನೂ ಮಾಡುವುದಿಲ್ಲವೆಂದೂ ಕಚ್ಚಿದ ಜಾಗದ ಬಳಿ ಸಣ್ಣದಾಗಿ ಗಾಯವನ್ನು ತೆರೆಯುವುದಾಗಿ ವಿವರಿಸುವಷ್ಟರಲ್ಲಿ ಮಾಣಿಗನಿಗೆ ಸಾಕು ಸಾಕಾಗಿ ಹೋಗಿತ್ತು...

ನನ್ನನ್ನು ಕೊಂಚ ಆಕಡೆ ತಿರುಗಲು ಹೇಳಿದವ ಕೈಯನ್ನು ಸಣ್ಣಗೆ ಗಾಯದ ಬಳಿ ಆಡಿಸಿದ ಅನುಭವವಾಯಿತು. ಉರಿಯತ್ತಿದ್ದ ಗಾಯದ ಬಳಿ ತಣ್ಣಗಿನ ಅನುಭವವಾಯಿತು.

ಥ್ಯಾಂಕ್ಸ್ ಗಾಡ್ ಇವ ಏನೂ ಎಡವಟ್ಟು ಮಾಡಿಲ್ಲವೆಂದು ತಿರುಗಿದಾಗ ಮಾಣಿಗ ಗಾಯವನ್ನು ಮೆತ್ತಗೆ ಒತ್ತಿದ. ಒಸರುತ್ತಿದ್ದ ಒಂದಷ್ಟು ಹೆಪ್ಪುಗಟ್ಟಿದ್ದ ರಕ್ತವನ್ನು ಒರೆಸಿ ತೆಗೆದವ ಬಿದಿರಿನ ಕೊಳವೆಯನ್ನು ಲಂಬವಾಗಿ ಗಾಯದ

ಮೇಲೆ ಒತ್ತಿ ಹಿಡಿದು ಮೋರೋಣಿಯ ಕೈಲಿದ್ದ ಶಂಕುವಿನಾಕಾರದ ಎಲೆಯಲ್ಲಿದ್ದ ಮದ್ದನ್ನು ಕೊಳವೆಗೆ ಸುರಿದ...!

ಉಗುರು ಬಿಸಿಯಾಗಿದ್ದ ಔಷಧಿ ಉರಿಯುತ್ತಿದ್ದ ಗಾಯವನ್ನು ಸೋಕಿದಾಗ ಹಿತಾನುಭವ ನೀಡಿತು. ಔಷಧಿ ಸುರಿದ ಕೊಳವೆಯನ್ನು ಹಿಡಿದೇ ಇದ್ದ. ಕೊಂಚ ಹೊತ್ತಿನಲ್ಲಿ ಗಾಯದ ಬಳಿ ತಣ್ಣಗಿನ ಅನುಭವವಾಗಲಾರಂಭಿಸಿತು. ಒಂದಷ್ಟು ಹೊತ್ತಿನ ಬಳಿಕ ಕೊಳವೆಯಿಂದ ಕೈಬಿಟ್ಟಾಗ ಕಪ್ಪಗಿನ ಔಷಧಿ ಪಾದದೆಲ್ಲೆಡೆ ಚದುರಿತು...! ಉರಿ ಸುಮಾರು ತೊಂಬತ್ತು ಪ್ರತಿಶತ ಕಡಿಮೆಯಾಗಿತ್ತು... ಆರಾಮವೆನಿಸಿದ ಲಕ್ಷಣ ನನ್ನ ಮುಖದಲ್ಲಿ ಗೋಚರಿಸಿದಾಗ ಮುಗುಳ್ನಕ್ಕು "ಸಾರ್ ಬೇನೆ ಕಮ್ಮಿ ಆಯ್ತಾ ಈಗ?" ಎಂದು ಕೇಳಿದ. ಹೌದು ಎಂದು ತಲೆಯಾಡಿಸಿದೆ. ವಿಷವಿಳಿಯಲು ಗಾಯಕ್ಕೆ ಮಾತ್ರ ಔಷಧಿ ಸಾಕಾಗುವುದಿಲ್ಲವೆಂದೂ ದೇಹಕ್ಕೂ ಬೇಕೆಂದು ತೆಂಗಿನ ಚಿಪ್ಪಿನಲ್ಲಿ ಅರೆದಿಟ್ಟಿದ್ದ ಔಷಧಿಯನ್ನು ಕುಡಿಯಲು ಹೇಳಿದಾಗ ಒಲ್ಲದ ಮನಸ್ಸಿನಿಂದಲೇ ಚಿಪ್ಪನ್ನು ಬಾಯಿಗಿಟ್ಟೆ...

ಬೆವರಿನಿಂದ ತೊಯ್ದ ದೇಹ, ಹೆಗಲಿಗೆ ಹಾಕಿದ್ದ ಕೊಳಕಾದ ಅಂಗವಸ್ತ್ರ. ಅದರಲ್ಲಿ ಕಟ್ಟಿ ತಂದಿದ್ದ ಔಷಧಿ ಸೊಪ್ಪು...! ಥೋ. ವಾಕರಿಕೆ ಬಂತು.

ಅಲ್ಲೇ ನಿಂತಿದ್ದ ನೆರೆಮನೆಯ ಹೆಂಗಸು ಗುನುಗುನಿಸುತ್ತಿತ್ತು.

"ಪೇಂಟೆಯಿಂದ ಬಂದವರಲ್ವಾ. ಇಂಗ್ಲೀಷ್ ಮದ್ದು ಕುಡಿದು ಕುಡಿದು ಅಬ್ಬೇಸ ಆಗಿ ಗಿಡಮುಲಿಗೆಯ ಮದ್ದು ಕುಡಿಯುವುದು ಕಷ್ಟ."

9

ದಿನಗಳು ಉರುಳಿದ್ದೇ ತಿಳಿಯಲಿಲ್ಲ. ಹಿಂದಿನ ರಾತ್ರಿ ಮಲಗುವಾಗ ತಡವಾಗಿದ್ದುದರಿಂದಲೋ ಏನೋ ಅಂದು ಎದ್ದಾಗ ಕೊಂಚ ತಡವಾಗಿತ್ತು. ಸ್ನಾನ ಮುಗಿಸಿ ಮನೆಯಿಂದ ಹೊರ ಬಂದಾಗ ಮೋರೋಣಿ ಕಾಗೆಗಳು ಗೂಡು ಕಟ್ಟಿದ್ದ ಹಲಸಿನ ಮರದ ಬಳಿ ದೊಡ್ಡ ದೋಟಿ ಹಿಡಿದು ಏನನ್ನೋ ಮಾಡುತ್ತಿದ್ದ. ಕಾಗೆಗಳು ಕರ್ಕಶವಾಗಿ ಸದ್ದು ಮಾಡುತ್ತಾ ಆತನ ಸುತ್ತ ಗಿರಿಕಿಹೊಡೆಯುತ್ತಿದ್ದವು. ಬಹುಶಃ ಅಲ್ಲೇನೋ ಕೆಲಸ ಮಾಡುತ್ತಿರಬಹುದು ಎಂದುಕೊಂಡು ಅತ್ತ ನಡೆದಾಗ ಅಲ್ಲಿ ಕಂಡ ದೃಶ್ಯ ಮನಕಲಕುವಂತಿತ್ತು.

ಮುಳ್ಳುಗಳು, ಸಣ್ಣ ಕೋಲುಗಳು, ಮುಳಿಹುಲ್ಲಿನಿಂದ ನೇಯ್ದು ಮಾಡಿದ್ದ ಕಾಗೆಗಳ ಗೂಡು ಧರಾಶಾಯಿಯಾಗಿತ್ತು. ಬಿದ್ದ ರಭಸಕ್ಕೋ ಏನೋ.

ಮೊಟ್ಟೆಯೊಡೆದು ಒಂದಷ್ಟು ದಿನಗಳಾಗಿದ್ದ ಮುಳ್ಳಿನಂತಹ ಪುಕ್ಕಗಳನ್ನು ಹೊಂದಿದ್ದ ಮರಿಗಳೆರಡು ಭೂ ತಾಯಿಯ ಮಡಿಲಲ್ಲಿ ಚಿರನಿದ್ರೆಗೆ ಜಾರಿದ್ದವು. ಮೋರೋಣಿ ಆಗಲೂ ದೋಟಿ ಹಿಡಿದು ನಿಂತಿದ್ದ...

"ಮನುಷ್ಯನೇನೋ ನೀನು?" ನನ್ನ ಬಾಯಿಂದ ಅಪ್ರಯತ್ನವಾಗಿ ಮಾತು ಹೊರಬಂತು.

"ನಿಮ್ಗೆ ಆಚೆ ಈಚೆ ಹೋಗುವಾಗ ತೊಂದ್ರೆ ಅಲ್ವಾ ಸಾರ್, ಅದಕ್ಕೆ ದೋಂಟಿಯಲ್ಲಿ ಕೆಳಗೆ ಹಾಕಿದೆ" ನನ್ನಲ್ಲಿ ಉತ್ತರಿಸಲು ಪದಗಳೇ ಇರಲಿಲ್ಲ.

"ನಿಮ್ಗೆ ತೊಂದ್ರೆ ಆಗ್ತದಂತ ಅಲ್ಲ, ನಂಗೆ ಕೂಡಾ ಹೋಗುವಾಗ ಬರುವಾಗ ತೊಂದರೆಯೆ ಅಲ್ವಾ." ಮಾತು ತಿರುಗಿಸಿದ.

"ನಂಗೆ ತೊಂದ್ರೆ ಆಗುತ್ತಂತ ನಾನ್ ಹೇಳಿದ್ನೇನೋ ನಿಂಗೆ?" ನನ್ನಿಂದಾಗಿ ಮರಿಗಳೆರಡು ಜೀವ ಕಳೆದುಕೊಳ್ಳುವಂತಾಯಿತಲ್ಲಾ ಎಂದು ದುಃಖವಾಯಿತು. ಭೂಮಿ ಎಲ್ಲರಿಗೂ ಸಮಾನವಾಗಿ ಆಶ್ರಯ ನೀಡಿರುವಾಗ ಮಾನವ ಮಾತ್ರ ಯಾಕೆ ತನಗೊಬ್ಬನಿಗೆ ಮಾತ್ರ ಮೊದಲ ಪ್ರಾಶಸ್ತ್ಯ ಕಂಡುಕೊಂಡು ಇತರ ಜೀವಿಗಳೆಲ್ಲಾ ತನ್ನ ನಂತರದಲ್ಲಿ ಬರುವ ಹಕ್ಕುದಾರರೆಂದುಕೊಳ್ಳುತ್ತಿದ್ದಾನೆಂದು ಅರ್ಥವಾಗಲಿಲ್ಲ. ಕಾಗೆಗಳಿನ್ನೂ ನೆಲಕ್ಕಚ್ಚಿದ್ದ ತಮ್ಮ ಗೂಡಿಗೆ ಸುತ್ತು ಹಾಕುತ್ತಾ ಆರ್ತನಾದಗೈಯುತ್ತಿದ್ದವು. ಇವನ ಜತೆ ಹೆಚ್ಚು ಮಾತನಾಡುವುದು ಮೂರ್ಖತನವೆಂದು ಮನೆಯತ್ತ ನಡೆದೆ. ಮಾಡಿದ ತಪ್ಪಿನ ಅರಿವಾಗಿಯೋ, ಮಾಡಿದ ಕೆಲಸ ನನಗಿಷ್ಟವಾಗಿಲ್ಲವೆಂದೋ ಏನೊಂದೂ ಅರ್ಥವಾಗದೆ ಮೋರೋಣಿ ಮನೆಯಂಗಳದಲ್ಲಿ ಸ್ತಬ್ಧವಾಗಿ ನಿಂತಿದ್ದ.

ಇರುವ ಕೆಲಸಗಳೆಲ್ಲವನ್ನೂ ಬಿಟ್ಟು ತೋಟದ ಕೊನೆಯಲ್ಲಿನ ಬಂಡೆಯ ಮೇಲೆ ದೂರಕ್ಕೆ ದೃಷ್ಟಿ ನೆಟ್ಟು ಕೂತಿದ್ದೆ. ಮರದ ವಾರಸುದಾರರನ್ನು ಕೇಳದೆ ಗೂಡು ಕಟ್ಟಿದ ತಪ್ಪಿಗೆ ಅನಂತ ಆಗಸದಲ್ಲಿ ಹಾರಬೇಕಾಗಿದ್ದ ಮೂಕ ಪಕ್ಷಿಗಳೆರಡು ಜೀವತೆತ್ತಿದ್ದವು.

ಹಾಗೆ ಎಷ್ಟು ಹೊತ್ತು ಕುಳಿತಿದ್ದೆನೋ ಗೊತ್ತಿಲ್ಲ. ಹೆಜ್ಜೆ ಸದ್ದು ಕೇಳಿದಾಗ ಎಚ್ಚೆತ್ತೆ... ಸೂರ್ಯ ನೆತ್ತಿಯ ಮೇಲಿದ್ದ. ನೋಡಿದರೆ ಅಂದು ಹಂದಿಗಳಿಗೆ ಉರುಳು ಇಡಲು ಜಾಗದ ಸರ್ವೆ ಮಾಡಿ ಹೋಗಿದ್ದ ಉಮಿಲ! ಜತೆಗೆ ಮಾಣಿಗನೂ ಇದ್ದಾನೆ...! ಮಾಣಿಗ ಟ್ರಾಕ್ಟರು ಟಿಲ್ಲರಿನಂತಹ ಯಾವುದೋ ವಾಹನದ ಒಂದಷ್ಟು ಬ್ರೇಕ್ ವಯರನ್ನು ಸುರುಳಿ ಸುತ್ತಿ ಹಿಡಿದುಕೊಂಡಿದ್ದರೆ ಉಮಿಲ ತುದಿಯಲ್ಲಿ ವೈ ಆಕಾರದ ಕವಲುಗಳಿರುವ ಮಣಭಾರದ ಮರದ ಕೊಂಬೆಗಳನ್ನು ಹಿಡಿದು ನಿಂತಿದ್ದ.

"ನಾವು ಮನೆಯಲ್ಲಿದೀರಂತ ಅಂದುಕೊಂಡಿದ್ವಿ ಸಾರ್, ನೀವು ನೋಡಿದ್ರೆ ಇಲ್ಲಿದ್ದೀರ."

"ಏನೋ ಬೇಜಾರಾಯ್ತು ಕಣ್ರೋ. ಅದಕ್ಕೆ ಬಂದು ಕೂತಿದ್ದೆ" ಎಂದು ನಡೆದ ಘಟನೆಯನ್ನು ವಿವರಿಸಿದೆ...

"ನೀವು ಬೇಜಾರ್ ಅನ್ನುವಾಗ ನಾನು ಎಂತಾಯ್ತು ಅಂತ ಅಂದುಕೊಂಡಿದ್ದೆ ಮಾರ್ರೆ, ಇಷ್ಟು ಚಿಕ್ಕ ವಿಷಯಕ್ಕೆ ಬೇಜಾರ್ ಮಾಡ್ಕೊಳ್ಳೋದಾ" ಎಂದು ನಕ್ಕ.

"ನೋಡೋ ನಿನಗಿದು ಸಣ್ಣ ವಿಚಾರವಾಗಿರಬಹುದು. ಆದರೆ ಇನ್ನೂ ಕಣ್ತೆರೆಯದ ಎರಡು ಮರಿಗಳ ಜೀವ ತೆಗೆಯೋದೆಂದರೆ ಸಣ್ಣ ವಿಚಾರವಲ್ಲ ಕಣೋ" ಎಂದು ಗಂಭೀರವಾಗಿ ಹೇಳಿದೆ. ಕಾಗೆ ಗೂಡು ಧ್ವಂಸ ಮಾಡಿದ ವಿಚಾರವನ್ನು ಲಘುವಾಗಿ ಪರಿಗಣಿಸಿದ್ದು ನನಗಿಷ್ಟವಾಗಲಿಲ್ಲವೆಂದರಿವಾಗಿ "ಅದು ಬಿಡಿ ಸಾರ್ ನಿಮ್ಗೆ ಉರ್ಳು ಇಡ್ಲಿಕ್ಕೆ ಕಲಿಸ್ತೇವೆ" ಎಂದ. ಬೆಳಗ್ಗಿನಿಂದ ಖಾಲಿಹೊಟ್ಟೆಯಲ್ಲಿ ಕುಳಿತಿದ್ದರಿಂದ ಗಂಟಲು ಒಣಗಿ ಹೊಟ್ಟೆ ಚುರುಗುಟ್ಟುತ್ತಿತ್ತು. ಮನೆಯತ್ತ ಧಾವಿಸಿ ನೀರು ಕುಡಿದು ವಾಪಸ್ಸು ಹೊರಟಾಗ ಆರಾಮವೆನಿಸಿತು.

ತೋಟ ಮತ್ತು ಸರಕಾರಿ ಜಾಗವನ್ನು ಪ್ರತ್ಯೇಕಿಸುವಂತೆ ಹಾಕಿದ ಮುಳ್ಳಿನ ಬೇಲಿ ಮತ್ತು ಅಡ್ಡಲಾಗಿ ತೋಡಿದ ಕಣಿವೆಯ ಬಳಿ ಕಾಡು ಪ್ರಾಣಿಗಳ ಖಾಯಂ ಓಡಾಟದ ದಾರಿ ನಿಚ್ಚಳವಾಗಿ ಗೋಚರಿಸುತ್ತಿತ್ತು. ಅದರಲ್ಲಿ ಖಾಯಂ ಓಡಾಟದ ದಾರಿಯಂತೆ ಕಾಣುವ ಮೂರು ದಾರಿಗಳನ್ನು ಆಯ್ಕೆ ಮಾಡಿ ಅದಕ್ಕೆ ಉರುಳು ಇಡಬೇಕೆಂದು ಹೇಳಿದ. ಉಮಿಲ ಉರುಳು ಇಡಲು ತಂದಿದ್ದ ಆಧಾರಗಳನ್ನು ಭದ್ರವಾಗಿ ಬೇಲಿಗೆ ಬಂಧಿಸುತ್ತಿದ್ದ.

ಮಾಣಿಗನ ಬಳಿ ಚೇಳು ಕಡಿತದ ಮದ್ದು ಕೇಳಬೇಕೆಂಬ ವಿಷಯ ಹತ್ತಾರು ಬಾರಿ ಮನಸ್ಸಿಗೆ ಬಂದು ಮಾತು ನಾಲಗೆ ತುದಿಯವರೆಗೆ ಬಂದರೂ ಕೇಳಲು ಇದು ಸೂಕ್ತವಾದ ಸಮಯವಲ್ಲವೆಂದು ನಿಯಂತ್ರಿಸಿಕೊಂಡೆ. ಒಟ್ಟಾರೆಯಾಗಿ ಇಲ್ಲಿಂದ ವಾಪಸ್ಸು ಹೋಗುವ ಮುನ್ನ ಹೇಗಾದರೂ ಮಾಡಿ ಬಾಯಿ ಬಿಡಿಸಬೇಕೆಂದುಕೊಂಡೆ... ಇವರಿಬ್ಬರೂ ಸೇರಿ ಅದಾಗಲೇ ಎರಡು ಉರುಳುಗಳನ್ನು ಕಟ್ಟಿಯಾಗಿತ್ತು. ಮೂರನೇ ಉರುಳಿನಲ್ಲಿ ತನಗೇನೂ ಕೆಲಸವಿಲ್ಲವೆಂದು ಅದನ್ನು ಉಮಿಲನಿಗೆ ಬಿಟ್ಟು ನನ್ನ ಬಳಿ ಹರಟೆ ಹೊಡೆಯುತ್ತಿದ್ದ.

ಅಷ್ಟರಲ್ಲಿ ಮೋರೋಣಿ ಏದುಸಿರುಬಿಡುತ್ತಾ ಓಡಿಬರುವುದು ಕಾಣಿಸಿತು. ಕಾಗೆ ಗೂಡು ಹಾಳು ಮಾಡಿದ ಇವನ ಜತೆ ನನಗೇನು ಕೆಲಸವೆಂದು ಆತನನ್ನು ನೋಡಿದರೂ ಗಮನಿಸದಂತೆ ಮುಖ ಸಿಂಡರಿಸಿ ನಿಂತಿದ್ದೆ. ಬಂದವನೇ ನನ್ನತ್ತ ತಿರುಗಿ "ಸಾರ್ ನಿಮಗೆ ಮೊನ್ನೆ ಇರ್ಬಾಯಿದೆಕ್ಕಲೆ ಬಗ್ಗೆ ಹೇಳಿದ್ದೇನಲ್ಲಾ. ದನದ ಕೊಟ್ಟಿಗೆಗೆ ಹಾಲು ಕುಡಿಲಿಕ್ಕೆ ಬಂದಿದೆ ಬೇಕಾದ್ರೆ ನೋಡಿ" ಎಂದ.

"ಎರಡು ತಲೆಯ ಜಿರಳೆ, ಎರಡು ತಲೆಯ ಜೀವಿ...!"

"ಒಂದು ತಲೆಯನ್ನು ನೆಲಕ್ಕೆ ಊರಿ ಮತ್ತೊಂದು ತಲೆಯಲ್ಲಿ ದನದ ಹಾಲು ಕುಡಿಯುವ ಪ್ರಾಣಿ...!"

ನನ್ನ ಸಂತೋಷಕ್ಕೆ ಪಾರವೇ ಇರಲಿಲ್ಲ... ಬೆಳಗ್ಗಿನ ಕಾಗೆ ಗೂಡಿನ ವಿಚಾರ ಮರೆತೇ ಹೋಗಿತ್ತು.

"ಎಲ್ಲಿ ತೋರಿಸು" ಎಂದಾಗ ಆತನಿಗೂ ಖುಷಿಯಾಗಿ ಮನೆಯತ್ತ ಹೆಜ್ಜೆ ಹಾಕಿದ. ಉಳಿದಿದ್ದ ಒಂದು ಉರುಳನ್ನು ಉಮಿಲನಿಗೆ ಕಟ್ಟಿ ಬರಲು ಹೇಳಿ ಮಾಣಿಗನೂ ನಮ್ಮನ್ನು ಹಿಂಬಾಲಿಸಿದ.

ಮನೆಯತ್ತ ನಡೆದುಕೊಂಡು ಬರುವಾಗ ಎರಡು ತಲೆಯ ವಿಲಕ್ಷಣ ಜೀವಿಯೊಂದು ಹಸುವಿನ ಕೆಚ್ಚಲಿಗೆ ಬಾಯಿ ಹಾಕಿ ಹಾಲು ಕುಡಿಯುತ್ತಿರುವ ದೃಶ್ಯ ಕಣ್‌ಪರದೆಯಲ್ಲಿ ಮಿಂಚಿ ಮರೆಯಾಯಿತು. ನೋಡುವ ತವಕದಲ್ಲಿ ಹೃದಯ ಡವ ಡವ ಬಡಿದುಕೊಳ್ಳುತ್ತಿತ್ತು.

ದನದ ಹಟ್ಟಿಯತ್ತ ಬಂದಾಗ ಮಧ್ಯಾಹ್ನ ಬಾಯಾರಿಕೆ ಕೊಡಲು ತಂದಿದ್ದ ಹಸು ಕೊಟ್ಟಿಗೆಯಲ್ಲಿ ನಿಂತು ಅಕ್ಕಚ್ಚಿ ಕುಡಿಯುತ್ತಿತ್ತು. ಇವನು ಮಾಮೂಲಿನಂತೆ ಕಥೆಕಟ್ಟಿ ಸುಳ್ಳು ಹೇಳುತ್ತಿದ್ದಾನೆನಿಸಿ

"ಎಲ್ಲೋ ಎರಡು ತಲೆಯದ್ದು" ಎಂದು ರೇಗಿದೆ. ಇವ ಅಂದು ಪುಂಗಿದ್ದ ಎರಡು ತಲೆಯ ಜೀವಿ ಜನಪದ ಕಥೆಯ ಪಾತ್ರವೆಂಬುದು ನನ್ನ ಅಭಿಪ್ರಾಯವಾಗಿತ್ತು. ಈ ಊಹೆಗೆ ಭಂಗ ತರುವಂತೆ" ನೋಡಿ ಇದೇ ಇರ್ಬಾಯಿದೆಕ್ಕಲೆ"

ಅಲ್ಲಿ ಇವ ಹೇಳಿದ ಎಕ್ಕಲೆಯೂ ಇರಲಿಲ್ಲ, ಎರಡು ಬಾಯಿಯೂ ಇರಲಿಲ್ಲ. ಬಹುಶಃ ಇಲಿಯೋ ಹೆಗ್ಗಣವೋ ಹಿಡಿಯಲು ಬಂದಿರಬೇಕು, ಗಾತ್ರದಲ್ಲಿ ದಪ್ಪನೆಯ ರೊಣಪ ಹಾವೊಂದು ದನದ ಕೊಟ್ಟಿಗೆಯಲ್ಲಿ ಕದಲದೇ ಬಿದ್ದುಕೊಂಡಿದ್ದನ್ನು ಕಂಡು ನಗು ಬಂತು...

"ಇದೇನಾ ನಿನ್ ಇರ್ಬಾಯಿದ ಎಕ್ಕಲೆ."

"ತಲೆಯನ್ನು ಲಂಬವಾಗಿ ಊರಿ ನಿಂತು ಹಾಲು ಕುಡಿಯೋದು?" ಎಂದು ನಕ್ಕೆ.

"ಇದು ಹಾಲು ಕುಡಿಯೋದು ಸತ್ಯವ ಸುಳ್ಳ. ಅಣ್ಣ ನೀನೆ ಹೇಳು?" ಎಂದು ಕೇಸನ್ನು ಮಾಣಿಗನಿಗೆ ವರ್ಗಾಯಿಸಿದ.

ಮಾಣಿಗ ಏನೋ ಯೋಚಿಸುತ್ತಿದ್ದ. ಆ ಹಾವನ್ನು ನೋಡಿ ಲೆಕ್ಕ ಹಾಕುತ್ತಿದ್ದದ್ದನ್ನು ಕಂಡು

"ಏನೋ ಏನ್ ಕಥೆ" ಎಂದು ಕೇಳಿದೆ.

ನೆಲದಲ್ಲಿದ್ದ ಹಾವನ್ನು ಅನಾಮತ್ತಾಗಿ ಕೈ ಹಾಕಿ ಎತ್ತಿ ಭಾರವನ್ನು ಅಂದಾಜಿಸುತ್ತಿದ್ದ. ಹಾವು ಏನೂ ವಿರೋಧವೊಡ್ಡಲಿಲ್ಲ. ಇವನು ಹೀಗ್ಯಾಕೆ

ಮಾಡುತ್ತಿದ್ದಾನೆಂದು ಅರ್ಥವಾಗಲಿಲ್ಲ. ಇವನು ಎತ್ತಿ ಆಡಿಸಿದರೂ ಪ್ರತಿರೋಧ ತೋರಿಸದಿದ್ದುದನ್ನು ಕಂಡು ಆಶ್ಚರ್ಯವಾಯಿತು. ಪ್ರಶ್ನಾರ್ಥಕವಾಗಿ ಮೋರೊಣಿಯತ್ತ ತಿರುಗಿದಾಗ

"ಅಣ್ಣನ ಕೈಯಲ್ಲಿ ಗರುಡ ರೇಖೆ ಉಂಟು ಸಾರ್, ಹಾಗಾಗಿ ಕಾಡಿನ ಹಾವೆಲ್ಲಾ ಬೇಗ ಕೈಗೆ ಸಿಗ್ತದೆ" ಎಂದ.

ಅಲ್ಲೇ ನಿಂತಿದ್ದ ಮಾಣಿಗನತ್ತ ತಿರುಗುವಷ್ಟರಲ್ಲಿ ಆತ ಅದನ್ನೆಲ್ಲಾ ನನಗೆ ಹೇಳೋದು ಯಾಕೆಂದು ಮೋರೊಣಿಯನ್ನು ಕಣ್ಸನ್ನೆಯಲ್ಲೇ ಆಕ್ಷೇಪಿಸಿದ. ಹೆಚ್ಚು ಪ್ರಶ್ನಿಸಿದರೆ ವಿಷಯಗಳಿಗೆ ತಾನೇ ಅಪ್ಪ ಆಗಿ, ಗತ್ತು ತೋರಿಸುವ ಸಾಧ್ಯತೆಯಿರುವುದರಿಂದ ಹೆಚ್ಚೇನನ್ನೂ ಕೇಳಲಿಲ್ಲ. ಗರುಡ ರೇಖೆಯೆಂದರೆ ಅಂಗೈಯಲ್ಲಿನ ಒಂದು ಕಾಲ್ಪನಿಕ ರೇಖೆ. ಈ ರೇಖೆ ಹೊಂದಿರುವ ವ್ಯಕ್ತಿಗೆ ಹಾವುಗಳು ವಿಧೇಯವಾಗಿರುತ್ತವೆ ಎಂಬುದು ಜನರ ನಂಬಿಕೆ. ಗರುಡ ರೇಖೆಯೋ ಇನ್ನೊಂದೋ ಏನಾದರೂ ಇರಲಿ ನನಗೆ ತಿಳಿಯಬೇಕಾಗಿದ್ದು ಈ ಹಾವಿನ ಬಗ್ಗೆ ಅಷ್ಟೇ ಇವರುಗಳ ಮೈಮೇಲೆ ಯಾವ ಮಚ್ಚೆಯಿದ್ದರೆ ನನಗೇನು ಎಂದುಕೊಂಡೆ.

ಅಷ್ಟರಲ್ಲಿ ಮಾಣಿಗ ಆ ಪಾಪದ ಹಾವನ್ನು ನೂಲಿನ ಗೋಣಿಯಲ್ಲಿ ಸುತ್ತಿ ಎಲ್ಲಿಗೋ ಕೊಂಡೊಯ್ಯಲನುವಾದಾಗ ಅನುಮಾನವಾಗಿ

"ಅದ್ರಷ್ಟಕ್ಕ್ ಬಿಡೋ ಅದ್ನ... ನಿಂಗ್ಯಾಕೋ ಇದೆಲ್ಲಾ. ಸುಮ್ನೆ ಇಲ್ಲದ ಉಸಾಬರಿ?"

"ಅದು ಮನೆಯ ಹತ್ತಿರ ಬಿಟ್ಟರೆ ಬಾರಿ ಒಳ್ಳೆದು ಸಾರ್, ಲಕ್ಕಿ ಬರ್ತದೆ."

"ಯಾವ್ ಲಕ್ಕೀನೋ ನಿಂದು. ಯಾರ್ ಮನೆಗ್ ತಗೊಂಡ್ ಹೋಗ್ತಿಯೋ ಅಲ್ಲಿಗ್ ನಾನೂ ಬರ್ತೀನಿ" ಎಂದು ಪಟ್ಟುಹಿಡಿದೆ. ಹೇಗಾದರೂ ಮಾಡಿ ಈ ಇರ್‌ಬಾಯಿದೆಕ್ಕಲೆಯನ್ನು ಸಾಗಿಸಬೇಕು. ನನ್ನ ಮಾತನ್ನು ಮೀರಿದರೆ ಅನುಮಾನ ದಟ್ಟವಾಗುತ್ತದೆ. ಮಾಣಿಗ ಅಡಕತ್ತರಿಯಲ್ಲಿ ಸಿಕ್ಕಿಕೊಂಡ. ಅಣ್ಣ ತಮ್ಮ ಇಬ್ಬರೂ ಸೇರಿ ಏನೇ ಕಥೆ ಹೇಳಿದರೂ ನಾನು ನಂಬಲು ಸಿದ್ಧವಿಲ್ಲದ್ದರಿಂದ ಕೊನೆಗೆ ನನ್ನನ್ನೂ ಜತೆಗೆ ಕರೆದೊಯ್ಯಲು ಒಪ್ಪಿಕೊಂಡ...

ಸ್ಕೂಟರ್ ಸ್ಟಾರ್ಟ್ ಮಾಡಿ ಹೊರಟಾಗ ಮಾಣಿಗನ ಮುಖ ಸಪ್ಪೆಯಾಗಿತ್ತು. ಹಿಂದೆಲ್ಲಾ ಸ್ಕೂಟರಿನ ಹಿಂದೆ ಕುಳಿತಿದ್ದವ ಅರಳು ಹುರಿದಂತೆ ಮಾತನಾಡುತ್ತಿದ್ದವ ಈ ಬಾರಿ ಬೆಪ್ಪನಂತೆ ಕುಳಿತಿದ್ದನ್ನು ಕಂಡು ಮಾತಿಗೆಳೆದೆ.

"ಅಲ್ವೋ ಈ ಹಾವಿಗೆ ಎಷ್ಟ್ ಸಿಗುತ್ತೋ?" ಬಾಣದಂತಿತ್ತು ನನ್ನ ಮಾತು. ಲಾಭವಿಲ್ಲದೆ ಈ ಹಾವನ್ನು ಹೊತ್ತುಕೊಂಡು ಹೋಗುವವ ಇವನಲ್ಲ ಎಂದು ಅವನ ಹಾವಭಾವದಿಂದಲೇ ಅರ್ಥವಾಗಿತ್ತು.

"ಎಂತ ಸಾರ್" ಏನೂ ಗೊತ್ತಿಲ್ಲದಂತೆ ನಟಿಸಿದಾಗ ಗಾಡಿ ನಿಲ್ಲಿಸಿ,

"ನೋಡೋ ನನ್ ಜತೆ ಸುಳ್ಳು ಹೇಳ್ಬೇಡ ನೀನು, ಸತ್ಯ ಹೇಳು ಯಾರಿಗೆ ಕೊಡೋದಕ್ಕೆ ಇದು?" ಮತ್ತೆ ಮತ್ತೆ ಪ್ರಶ್ನಿಸಿದರೂ ಬಾಯಿ ಬಿಡದಿದ್ದುದನ್ನು ಕಂಡು ಬತ್ತಳಿಕೆಯಿಂದ ಪಾಶುಪಥದಂತಹ ದೊಡ್ಡ ಅಸ್ತ್ರ ಹೊರತೆಗೆದೆ.

ಈ ಹಾವನ್ನು ಅರಣ್ಯ ಕಾಯಿದೆಯಲ್ಲಿ ಸಂರಕ್ಷಿತ ಜೀವಿಗಳ ಪಟ್ಟಿಗೆ ಸೇರಿಸಲಾಗಿದೆಯೆಂದೂ, ಮಾರುವುದು ಕೊಳ್ಳುವುದು ಮಾಡಿದರೆ ಹದಿನೈದು ವರ್ಷ ಜೈಲು ಶಿಕ್ಷೆಯೆಂದೂ. ಮಾರುವುದು ಕೊಳ್ಳುವುದು ಮಾಡದಿದ್ದರೂ ಕೇವಲ ಹಿಡಿದ ವಿಚಾರ ಊರಿನ ಅರಣ್ಯ ಕಾಯುವ ಗಾರ್ಡನಿಗೆ ಗೊತ್ತಾದರೂ ಜೈಲುಶಿಕ್ಷೆ ಖಂಡಿತವೆಂದೂ, ಆ ಜೈಲು ಶಿಕ್ಷೆ ಕೂಡಾ ಸಾಮಾನ್ಯದ್ದಲ್ಲ ಅಂಡಮಾನ್ ದ್ವೀಪಕ್ಕೆ ಗಡಿಪಾರು ಮಾಡುತ್ತಾರೆಂದೂ. ಅಲ್ಲಿನ ಆದಿವಾಸಿಗಳು ಹಿಡಿದು ಕೊಲ್ಲುವ ಸಾಧ್ಯತೆಯಿರುವುದರಿಂದ ಜೀವನದಲ್ಲಿ ಮುಂದೆಂದೂ ಊರಿಗೆ ವಾಪಸ್ಸು ಬರುವ ಸಾಧ್ಯತೆ ಕಡಿಮೆಯೆಂದೂ, ಜತೆಗೆ ಒಂದಷ್ಟು ಬಾಯಿಗೆ ಬಂದ ಸೆಕ್ಷನ್ನುಗಳನ್ನು ಹೇಳುತ್ತಾ ಹೋದೆ.

ಮಾಣಿಗನ ಮುಖದಲ್ಲಿ ಚಿಂತೆಯ ಗೆರೆಗಳು ಮೂಡಿದ್ದು ಸ್ಪಷ್ಟವಾಗಿ ಕಾಣಿಸುತ್ತಿತ್ತು.

"ಹೇಳ್ತೇನೆ ಆದ್ರೆ ಯಾರ ಜತೆಗೂ ಹೇಳ್ಬಾರ್ದು ನೀವು" ಎಂದಾಗ ಭರವಸೆ ನೀಡುವಂತೆ ತಲೆಯಾಡಿಸಿದೆ.

ಇದನ್ನು ಕಲ್ಲು ಕುಟ್ಟುವ ಕೆಲಸದ ತಂಗವೇಲುಗೆ ಕೊಟ್ಟರೆ ಎರಡು ಕೆಜಿ ತೂಗುವ ಒಂದು ಇರ್ತಲೆ ಹಾವಿಗೆ ಐನೂರು ರೂಪಾಯಿ ಕೊಡುತ್ತಾನೆಂದೂ ಫಾರಿನಿನಲ್ಲಿ ಮನೆಕಟ್ಟುವ ಮೊದಲು ಪಾಯದಲ್ಲಿ ಹೂತು ಅದರ ಮೇಲೆ ಮನೆಕಟ್ಟುತ್ತಾರೆಂದೂ ಅದಕ್ಕೆ ಅಲ್ಲಿ ಸಾವಿರ ರೂಪಾಯಿಯಷ್ಟು ಬೆಲೆಯಿದೆಯೆಂದೂ ಅದಕ್ಕಾಗಿ ತಾನು ಅಂಗಡಿಯಲ್ಲಿ ತೂಗಲು ತೆಗೆದುಕೊಂಡು ಹೋಗುತ್ತಿರುವುದಾಗಿಯೂ ಹೇಳಿದ. ಪುಡಿಗಾಸಿನಾಸೆಗೆ ಅವರು ಹೇಳಿದ ಕೆಲಸ ಮಾಡುವ ಮಾಣಿಗನಂತಹ ಅಮಾಯಕರ ಕೈಯಿಂದ ವನ್ಯಜೀವಿಗಳನ್ನು ಸಂಗ್ರಹಿಸಿ ಅದನ್ನು ಹತ್ತಾರುಪಟ್ಟು ಹೆಚ್ಚು ಬೆಲೆಗೆ ಮಾರುವ ಸ್ಮಗ್ಲರ್‌ಗಳ ಷಡ್ಯಂತ್ರವೆಂದು ತಿಳಿಯಲು ಹೆಚ್ಚು ಹೊತ್ತು ಬೇಕಾಗಲಿಲ್ಲ. ಶ್ರೀಮಂತ ವ್ಯಕ್ತಿಗಳ ಮೌಢ್ಯವನ್ನೇ ಈ ಕಿಂಗ್‌ಪಿನ್‌ಗಳು ಬಂಡವಾಳವಾಗಿಸಿಕೊಂಡಿದ್ದಾರೆನಿಸಿತು. ನನಗೀಗ ಯೋಚಿಸಲು ಸಮಯವಿರಲಿಲ್ಲ. ನೇರವಾಗಿ ಡೀಲ್‌ಗೆ ಬರುವ ಎನಿಸಿ

"ನೋಡೋ ನಿನಗೆ ಬೇಕಾಗಿರೋದು ಐನೂರು ರೂಪಾಯಿ, ಈ ಹಾವು ನನಗೆ ಬೇಕು" ಎಂದೆ.

ಮಾಣಿಗನಿಗೆ ನಂಬಲಾಗಲಿಲ್ಲ. ಇಷ್ಟು ಸುಲಭಕ್ಕೆ ಡೀಲ್ ಆಗುವುದಿದ್ದರೆ ತಾನು ದೊಡ್ಮನೆಯ ಅಂಗಳದಲ್ಲೇ ಮಾಡಬಹುದಿತ್ತು ಎನಿಸಿ. "ನಿಮಗ್ಯಾಕೆ ಸಾರ್ ಇದು?" ಎಂದ.

"ಅದೆಲ್ಲಾ ನಿಂಗೆ ಬೇಡದ ವಿಷಯ?"

"ಬೆಂಗ್ಳೂರಲ್ಲಿ ಮನೆ ಕಟ್ತೀರಾ ಸಾರ್?"

"ಹೌದು ಕಟ್ತಿದೇನೆ, ಅದರ ಫೌಂಡೇಷನ್ ಅಡಿಗೆ ಇದನ್ನು ಹಾಕುವಂತಿದ್ದೇನೆ. ಲಕ್ಕಿ ಬಂದ್ರೆ ಬೇರೆ ಯಾರಿಗೋ ಯಾಕೆ ಬರಬೇಕು, ನಂಗೇ ಬರಲಿ ಅಲ್ವಾ?" ಎಂದು ಮುಗುಳ್ನಕ್ಕೆ...

"ಮನೆ ಒಕ್ಕಲಿಗೆ ಕರೀರಿ ಸಾರ್."

"ಲಕ್ಕಿ ಹಾವು ಕೊಟ್ಟವನ್ನ ಕರೀದಿರೋಕಾಗುತ್ತೇನೋ?" ಎಂದು ಮುಗುಳ್ನಕ್ಕಾಗ ಪೆಚ್ಚಾಗಿ ಸುಮ್ಮನಾದ. ಮೊಪೆಡನ್ನು ಮನೆಯತ್ತ ತಿರುಗಿಸಿದೆ.

ಮನೆಯ ಹತ್ತಿರ ಬಂದಾಗ ನೂಲಿನ ಗೋಣಿಯಲ್ಲಿ ಕಟ್ಟಿ ಹಿಡಿದುಕೊಂಡಿದ್ದ ಹಾವನ್ನು ಪಡೆದು ದನದ ಕೊಟ್ಟಿಗೆಯ ಬಳಿಯ ಬಿಲದಲ್ಲಿ ಬಿಡಲನುವಾದೆ. ತಾನು ಈವರೆಗೂ ಹೇಳಿದ್ದು ಸುಳ್ಳೆನಿಸಿ

"ಬಿಡ್ಬೇಡಿ ಸಾರ್, ಗುಡೆಯ ಒಳಗೆ ಹೋದ್ರೆ ಮತ್ತೆ ಸಿಗೂದಿಲ್ಲ" ಮಾಣಿಗನ ಹತಾಶ ದನಿ ಕೇಳಿಸಿತು. ನಾನು ಮಾತನಾಡಲಿಲ್ಲ...

ಇರ್ತಲೆಹಾವು ಮೆತ್ತಗೆ ತೆವಳುತ್ತಾ ಬಿಲದಲ್ಲಿ ತೂರಿ ಮರೆಯಾಯಿತು... ಮಾಣಿಗ ಐನೂರು ರೂಪಾಯಿ ಜೇಬಿಗಿಳಿಸಿಕೊಂಡು ಹೊರಟ...

ಬೆಂಗಳೂರಿಗೆ ಹೋದ ನಂತರ ಉರಗ ತಜ್ಞರ ಜತೆ ಈ ಹಾವಿನ ಬಗ್ಗೆ ಕೇಳಿದಾಗ ಎರಡು ತಲೆಯೆಂಬುದು ಶುದ್ಧಸುಳ್ಳು, ಕೊಳಚೆ ಜಾಗದಲ್ಲಿ ಇಲಿ ಹೆಗ್ಗಣಗಳನ್ನು ಭಕ್ಷಿಸುತ್ತಾ ಬದುಕುವ ಈ ಹಾವು ಅದೃಷ್ಟದ ಲಕ್ಕಿ ಹಾವು ಎಂಬುದು ಯಾರೋ ಕಟ್ಟಿದ ಕಥೆ ಎಂದು ತಿಳಿಯಿತು.

10

ರೀಸರ್ಚ್‌ನಲ್ಲಿ ವಿವಿಧ ಘಟ್ಟಗಳಿರುತ್ತವೆ. ನನ್ನ ಅಧ್ಯಯನ ಸಸ್ಯಗಳ ಮೇಲಾದ್ದರಿಂದ ಅದಕ್ಕೆ ಸಂಬಂಧಿಸಿದ ಒಂದಷ್ಟು ಲಿಟರೇಚರ್ ಸರ್ವೇ ಅಂದರೆ ಅದರ ಕುರಿತಾದ ಒಂದಷ್ಟು ಸಾಹಿತ್ಯಗಳ ಸಮೀಕ್ಷೆಯಾಗಬೇಕು. ನಂತರದಲ್ಲಿ ಸಸ್ಯಗಳ ಸಾರವನ್ನು ಲ್ಯಾಬಿಗೆ ಕೊಂಡೊಯ್ದು ಪರೀಕ್ಷಿಸಬೇಕು. ಈಗ ಕ್ರೊಮ್ಯಾಟೋಗ್ರಫಿ, ಜಿ.ಸಿ.ಎಮ್.ಎಸ್ ನಂತಹ ಸುಧಾರಿತ ಸಾಧನಗಳಿವೆ. ಆಗೆಲ್ಲಾ ಅಂತವೇನೂ ಇರಲಿಲ್ಲ. ಸಾರವನ್ನು ಹತ್ತಾರು ಪರೀಕ್ಷೆಗಳಿಗೆ ಒಳಪಡಿಸಿ ಅದರಲ್ಲಿನ ಧಾತುಗಳನ್ನು ಪರೀಕ್ಷಿಸಿ ನಂತರ ಅದರ ಉಪಯೋಗವನ್ನು ಕಂಡುಹಿಡಿದು, ನಾಲ್ಕೈದು ಪೇಪರ್ ಪಬ್ಲಿಷ್ ಮಾಡಬೇಕು. ಇಲ್ಲಿ ಎಷ್ಟೇ ಸೊಪ್ಪು ಸಂಗ್ರಹಿಸಿದರೂ ಪರೀಕ್ಷೆಗಳನ್ನು ನಡೆಸಲು ನಾನು ಬೆಂಗಳೂರಿಗೇ

ಹೋಗಬೇಕಾಗಿತ್ತು. ಅಪ್ಪನ ಸಹಪಾಠಿ ನರಸಿಂಹರಾಯರು ನನ್ನ ಗೈಡ್ ಆದ್ದರಿಂದ ಮತ್ತಷ್ಟು ಸಮಸ್ಯೆಗಳು ವಕ್ಕರಿಸಿದ್ದವು. ಕೊಂಚ ಹೆಚ್ಚು ಕಮ್ಮಿಯಾದರೂ ನೇರವಾಗಿ ಕರೆ ಮನೆಗೇ ಹೋಗುತ್ತದೆ.

ಯಾವ ಗಳಿಗೆಯಲ್ಲಿ ಅಪ್ಪನ ಆ ಮಿತ್ರರು ಮಗನಿಗೆ ಜೀವನದಲ್ಲಿ ಸೀರಿಯಸ್‌ನೆಸ್ ಬರಬೇಕಾದಲ್ಲಿ ಪಿ.ಎಚ್.ಡಿಯಾಗಬೇಕು, ಇಲ್ಲದಿದ್ರೆ ಉಂಡಾಡಿಯಾಗೇ ತಿರುಗುತ್ತಾನೆಂದು ಹೇಳಿದರೋ ಗೊತ್ತಿಲ್ಲ... ಸ್ನಾತಕೋತ್ತರ ಮುಗಿಸಿ ಯಾವುದೋ ಕಂಪೆನಿಯಲ್ಲೋ ಸ್ಕೂಲಿನಲ್ಲೋ ಮೇಷ್ಟ್ರಾಗಿಯೋ ಬದುಕುತ್ತಿದ್ದೆ... ಅರ್ಧ ಪ್ರಾಯದವರೆಗೂ ಬದುಕು ಓದಿನಲ್ಲಿಯೇ ಸವೆದು ಹೋಗುವುದೆನ್ನುವ ನಿರೀಕ್ಷೆ ಹುಸಿಯಾಗಿದ್ದು ಮಾಳದ ಊರಿಗೆ ಬಂದ ನಂತರವೇ...

ಮಾರನೆಯ ದಿನ ನಾನು ಬೆಂಗಳೂರಿಗೆ ಹೊರಡುವವನಿದ್ದೆ... ಹಾಗಾಗಿ ನಾನು ನೆರಳಲ್ಲಿ ಒಣಗಿಸಿ ಸಂಗ್ರಹಿಸಿದ್ದ ಸಸ್ಯಗಳ ಸಾರವನ್ನು ಮತ್ತೊಮ್ಮೆ ಪರೀಕ್ಷಿಸಿ ಪ್ಯಾಕ್ ಮಾಡುತ್ತಿದ್ದೆ.

ಅಷ್ಟರಲ್ಲಿ ಯಾರೋ ರೂಮಿನ ಬಾಗಿಲು ಬಡಿದ ಸದ್ದು ಕೇಳಿಸಿತು... ಯಾರಪ್ಪಾ ಇಷ್ಟೊತ್ತಿನಲ್ಲಿ ಎಂದು ಬಾಗಿಲು ತೆರೆದಾಗ ಸುಮಾರು ನಲವತ್ತರ ಆಸುಪಾಸಿನ ಹೆಂಗಸೊಬ್ಬಳು ಹಿಂಜರಿಯುತ್ತಾ ನಿಂತಿದ್ದಳು.

"ಏನಮ್ಮಾ... ಯಾರು ಬೇಕಿತ್ತು?"

"ನಾನು ಮುಡಾರಿನಿಂದ ಬಂದಿದ್ದೇನೆ ಡಾಕ್ಟರೇ ನಿಮ್ಮಿಂದ ನನಗೊಂದು ಉಪಕಾರ ಆಗ್ಬೇಕಿತ್ತಲ್ಲಾ?"

"ನಾನು ಡಾಕ್ಟರಲ್ಲಮ್ಮಾ. ಡಾಕ್ಟರೆಂದು ಯಾರು ಹೇಳಿದರು."

"ಯಾರೂ ಹೇಳಿಲ್ಲ ಸಾರ್... ನೀವು ಗಿಡಗಳಿಂದ ಮದ್ದು ಮಾಡುವವರಂತ ಗೊತ್ತು... ನನ್ನ ಮಗನ ಜೀವ ಉಳಿಸಿ ಡಾಕ್ಟರೇ... ನಿಮ್ಮ ಕಾಲು ಹಿಡಿತೇನೆ" ಎಂದು ಪಾದಗಳನ್ನು ಸ್ಪರ್ಶಿಸಲಣಿಯಾದಳು...

ನನ್ನ ಜತೆಗಿರುವವರಲ್ಲೇ ಯಾರೋ ನಾನು ನಾಟಿ ಡಾಕ್ಟರು ಸರ್ವರೋಗಕ್ಕೂ ಮದ್ದು ಕಂಡುಹಿಡಿಯುವ ವಿಜ್ಞಾನಿಯೆಂದು ಹಕ್ಕಿ ಪುಕ್ಕ ಸೇರಿಸಿ ಡಂಗೂರ ಹೊಡೆದಿರಬೇಕೆಂದುಕೊಂಡೆ.

"ಛೆ. ಛೇ. ಏನಮ್ಮಾ ನೀನು... ಯಾವನು ನನ್ನನ್ನ ಡಾಕ್ಟರೆಂದು ಹೇಳಿದವ ತೋರಿಸು ನೋಡಣ... ಮದ್ದು ಬೇಕಾದರೆ ಊರಲ್ಲಿ ಡಾಕ್ಟರರ ಶಾಪಿದೆ. ಅಲ್ಲಿಗೆ ಹೋಗೋದಲ್ವೇನಮ್ಮಾ."

"ಅದಲ್ಲ ಡಾಕ್ಟ್ರೇ... ನನ್ನ ಮಗನಿಗೆ ಯಾರೋ ಆಗದವರು ಮದ್ದು ಹಾಕಿದ್ದಾರೆ... ನನಗೆ ಈ ಊರಲ್ಲಿ ಒಬ್ಬಳ ಮೇಲೆ ಅನುಮಾನವಿದೆ. ಅವಳೇ ಹಾಕಿದ್ದು... ನೋಡ್ಕೋತಾನೆ ದೇವರು. ಮೂರ್ನಾಲ್ಕು ದಿನದಿಂದ ಊಟ

ಮಾಡುತ್ತಿಲ್ಲ... ಅವನ ವರ್ತನೆಯೂ ಮೊದಲಿನಂತಿಲ್ಲ. ಡಾಕ್ಟರು ಮದ್ದ್ ಕಕ್ಕಿಸುವುದಿಲ್ಲ ಎನ್ನುತ್ತಿದ್ದಾರೆ" ಎಂದಳು...

ಓ ಇದಾ ವಿಷಯ... ಈ ಕಾರಣದಿಂದಲೇ ಇವಳು ನನ್ನನ್ನರಸಿ ಬಂದಿದ್ದಾಳೆ... ಇವಳಿಗೆ ವೈಚಾರಿಕವಾಗಿ ಏನೇ ಹೇಳಿದರೂ ಹೊಳೆಯಲ್ಲಿ ಹುಣಸೇ ಹಣ್ಣು ಹಿಂಡಿದಂತೆ ವ್ಯರ್ಥವಾಗುತ್ತದೆ. ನಾನು ಕೂಡಾ ಇವಳ ದಾರಿಯಲ್ಲೇ ಹೋಗಬೇಕೆಂದುಕೊಂಡು

"ನೋಡಮ್ಮಾ... ಮದ್ದು ಕಕ್ಕಿಸುವ ವಿದ್ಯೆ ನನಗೆ ಗೊತ್ತಿಲ್ಲ... ಮುಖ್ಯವಾಗಿ ನಾನು ನಾಟಿ ವೈದ್ಯನಲ್ಲ. ಯಾವ ನಾಟಿ ವೈದ್ಯನಾಗಿದ್ದರೂ ಅವರುಗಳ್ಯಾರೂ ನೀನು ಹೇಳಿದ ಮದ್ದು ಕಕ್ಕಿಸುವ ಕೆಲಸ ಮಾಡಲಾರರು. ನಿನಗೆ ಈ ಊರಿನಲ್ಲಿ ಮದ್ದು ಕಕ್ಕಿಸುವವರು ಯಾರಿದ್ದಾರೆಂದು ವಿಚಾರಿಸಿ ಹೇಳುತ್ತೇನೆ... ನನಗೆ ಸಂಜೆಯವರೆಗೆ ಸಮಯ ಕೊಡು" ಎಂದೆ. ಒಂದು ಕಡೆಯಿಂದ ಉಕ್ಕಿಬರುವ ನಗುವನ್ನು ತಡೆದುಕೊಳ್ಳುವ ಕಷ್ಟ. ಮತ್ತೊಂದು ಕಡೆಯಿಂದ ಅವಳ ದೌರ್ಬಲ್ಯವನ್ನು ನೆನೆದು ದುಃಖವಾಗುತ್ತಿದೆ. ಒಂತರಾ ಇಬ್ಬದಿ ಸಂಕಟದಲ್ಲಿ ಸಿಲುಕುವಂತಾಯಿತು.

"ಡಾಕ್ಟರೇ ಮದ್ದು ಬೇಗ ಕಕ್ಕಿಸಬೇಕು ಇಲ್ಲದಿದ್ದರೆ ಅದರಲ್ಲಿ ರೋಮ ಹುಟ್ಟಿ ಮಗನ ಪ್ರಾಣಕ್ಕೇ ಅಪಾಯ" ಎನ್ನುವಾಗ ಅವಳಿಗೆ ಅಳು ಒತ್ತರಿಸಿ ಬಂದಿತ್ತು...

"ಸರಿಯಮ್ಮಾ ಸಂಜೆ ಬಾ..." ಎಂದು ನನ್ನ ಪ್ಯಾಕಿಂಗ್ ಮುಂದುವರೆಸಿದೆ...

ಇಂತಹ ವಿಷಯಗಳು ಬಂದಾಗ ಮಾಹಿತಿ ನೀಡಿ ನಿಭಾಯಿಸಲು ಸಮರ್ಥವಾದ ವ್ಯಕ್ತಿ ಯಾರೆಂದು ಆಗಲೇ ನನ್ನ ತಲೆಗೆ ಹೊಳೆದಾಗಿತ್ತು.

ಸಂಜೆ ನನಗೆ ಕೊಂಚ ಪೇಟೆಗೆ ಹೋಗಬೇಕಿತ್ತು. ನಾನಿದ್ದ ಮನೆಯ ಬಾಗಿಲು ಕೊಂಚ ಬಿಗಿಯಾಗಿ ತೆರೆದಾಗ 'ಕಿರ್ರ್' ಎಂದು ಸದ್ದು ಹೊರಡಿಸುತ್ತಿತ್ತು. ಇಲಿಗಳ ಕಾಟವೂ ಜಾಸ್ತಿಯಾಗಿತ್ತು. ಗ್ಯಾರೇಜಿನಿಂದ ಕೊಂಚ ಮಡ್ಡಿ ಆಯಿಲು ಮತ್ತು ಒಂದಿಷ್ಟು ಪಾಷಾಣವನ್ನು ಕೊಂಡು ತರಲು ಸ್ಕೂಟರನ್ನು ಪೇಟೆಯತ್ತ ತಿರುಗಿಸಿದೆ.

ಖಾಲಿಯಾದ ಕೆಮ್ಮಿನ ಸಿರಪ್ ಬಾಟಲಿಗೆ ಗ್ಯಾರೇಜಿನ ಮಡ್ಡಿ ಆಯಿಲು ತುಂಬಿಸಿ ರಾಜಣ್ಣನ ದಿನಸಿ ಅಂಗಡಿಯತ್ತ ನಡೆದೆ...

"ಹೋ ಬನ್ನಿ ಬನ್ನಿ ಮಾರ್‍ರೆ. ಇತ್ತೀಚೆಗೆ ಬಾರಿ ಅಪರೂಪ ನೀವು..."

"ಯಾವಾಗ್ಲೂ ಬರೋನಿಗೆ ಅಪರೂಪ ಅಂತೀರಲ್ರೀ. ನಾಳೆ ಬೆಂಗ್ಳೂರಿಗೆ ಹೊರಡೋದ್ ನಾನು. ಸದ್ಯಕ್ಕೆ ಒಂದ್ ಇಲಿಪಾಷಾಣ ಬೇಕಿತ್ತು. ಇಲಿಗಳ ಕಾಟ ಬಾರಿ ಜೋರಿದೆ, ಇಲ್ದಿದ್ರೆ ವಾಪಾಸ್ಸು ಬರೋವಾಗ ಒಂದು ವಸ್ತುವೂ ನೆಟ್ಟಗಿರಲ್ಲ" ಎಂದು ನಕ್ಕೆ.

"ಅಲ್ರೀ ಇನ್ನೊಂದ್ ಸಹಾಯ ಬೇಕಿತ್ ನಿಮ್ಮಿಂದ... ಈ ಊರಲ್ಲಿ ಮದ್ದು ಕಕ್ಕಿಸೋರು ಯಾರಿದ್ದಾರ್ರೀ..." ಇದ್ದಕ್ಕಿದ್ದಂತೆ ಬಂದ ನನ್ನ ಪ್ರಶ್ನೆಗೆ ರಾಜಣ್ಣ ಹುಬ್ಬೇರಿಸಿದರು...

"ಯಾಕ್ಸಾರ್ ಈ ಊರಲ್ಲಿ ನಿಮ್ಗ್ಯಾರ್ ಮದ್ದು ಹಾಕಿದ್ರು."

"ಬೇಕಿತ್ತು ದಣೀ" ಎಂದು ಮುಗುಳ್ನಕ್ಕಾಗ ನನಗೆ ಇದರ ಬಗ್ಗೆ ಹೆಚ್ಚು ವಿವರಣೆ ನೀಡಲು ಇಷ್ಟವಿಲ್ಲವೆಂದವರಿಗೆ ಅರಿವಾಗಿ

"ಇಲ್ಲಿಂದ ಸುಮಾರು ಒಂದು ಮೈಲಿ ದೂರದಲ್ಲಿ ಒಬ್ಬರು ವ್ಯಕ್ತಿ ಇದ್ದಾರೆ ಅವರು ಇಂಥದ್ದರಲ್ಲೆಲ್ಲ ಭಾರಿ ಹುಷಾರು, ಅವರು ಮದ್ದು ಕಕ್ಕಿಸಿದ್ರೆ ಒಂಚೂರೂ ಉಳಿಯಲ್ಲ ಆ ರೀತಿ ಕಕ್ಕಿಸಿ ತೆಗಿತಾರೆ. ಕೊಂಚ ಹೊತ್ತು ನಿಲ್ಲುವಿರಾದರೆ ವ್ಯವಸ್ಥೆ ಮಾಡುತ್ತೇನೆ. ನಮ್ಮ ಹುಡುಗ ಒಬ್ಬ ಸಂಜೆ ಸುವರ್ಣ ಗೆಡ್ಡೆ ತಂದು ಕೊಡುತ್ತೇನೆ ಎಂದಿದ್ದ ಇನ್ನೇನು ಬರಬಹುದು."

ಕತ್ತಲಾಗುತ್ತಾ ಬಂದಂತೆ ಬನಿಯನ್ ಧರಿಸಿದ್ದ ಕುಳ್ಳಗಿನ ಹುಡುಗನೊಬ್ಬ ಮಣಭಾರದ ಚೀಲವೊಂದನ್ನು ಹೊತ್ತು ತಂದು ಅಂಗಡಿಯಲ್ಲಿಟ್ಟ... ದೇಹದಿಂದ ಬೆವರು ಧಾರಾಕಾರವಾಗಿ ಹರಿಯುತ್ತಿತ್ತು...

"ಇವನಿಗೊಂದು ಜ್ಯೂಸ್ ಕೊಡಿ ರಾಜಣ್ಣಾ. ಬೆವರುತ್ತಿದ್ದಾನೆ ನೋಡಿ ಪಾಪ" ಎಂದೆ...

ಜ್ಯೂಸ್ ಕುಡಿದು ನಿಂತವನಿಗೆ ರಾಜಣ್ಣ "ನಾನು ಮತ್ತೆ ತೂಕ ಮಾಡಿ ಹೇಳ್ತೇನೆ ಆಯ್ತಾ..." ಎಂದರು.

ಸರಿ ಎಂದು ಗೋಣಾಡಿಸಿ ಹೊರಡಲನುವಾದಾಗ ಹುಡುಗನನ್ನು "ಇಕಾ... ದೇವು ಇವರಿಗೆ ಯಾರದೋ ಮದ್ದು ಕಕ್ಕಿಸ್ಲಿಕ್ಕೆ ಉಂಟಂತೆ ಮಾರಯಾ. ನಮ್ಮ ಪೊದುವಾಳರು ಯಾವಾಗ ಪುರ್ಸೊತ್ತು ಇರ್ತಾರೆ ಅಂತ ಹೇಳ್ಬಹುದಾ ಮಾರಯಾ" ಎಂದು ಕೇಳಿದರು.

"ಈಗ ಪುರ್ಸೊತ್ತಲ್ಲಿ ಇದ್ದಾರಣಾ ಪೊದುವಾಳರು. ನಿನ್ನೆ ಸಿಕ್ಕಿದ್ರು ನಂಗೆ..."

"ಹಾಗಾದರೆ ಇವರ ಕೆಲಸಕ್ಕೇನೂ ತೊಂದರೆಯಿಲ್ಲ ಅಲ್ವಾ..."

"ಈಗ ಬೇಡ ನಾನು ಬೆಂಗಳೂರಿಗೆ ಹೋಗಿ ಬರುತ್ತೇನೆ. ನಾಡಿದ್ದು ಸೋಮವಾರದ ನಂತರ ಕಕ್ಕಿಸಲು ಬರುತ್ತೇವೆಂದು ಹೇಳು" ನಾನು ಮಧ್ಯೆ ಬಾಯಿ ಹಾಕಿದೆ...

ಸಂಜೆ ಮತ್ತೆ ಪ್ರತ್ಯಕ್ಷವಾಗಿದ್ದಳು ಹೆಂಗಸು... ಆಕೆಯನ್ನು ಕಂಡಕೂಡಲೇ "ನೋಡಮ್ಮಾ ಬರುವ ವಾರ ನಿಮ್ಮ ಮದ್ದು ಕಕ್ಕಿಸಲು ವ್ಯವಸ್ಥೆಯಾಗಿದೆ. ನೀನೇನೂ ಭಯಪಡಬೇಡ... ಮತ್ತೆ ಅದರಲ್ಲಿ ರೋಮ ಹುಟ್ಟಲಿಕ್ಕೆ ಒಂದಾರು

ತಿಂಗಳಾದರೂ ಬೇಕಂತೆ. ಭಯ ಬೇಡ" ವಿಷಯದ ಜತೆಗೆ ಒಂದು ಸುಳ್ಳನ್ನೂ ಬೆರೆಸಿ ಹೇಳಿದೆ.

ಬೆಂಗಳೂರಿನ ಪ್ರಯೋಗಾಲಯದಲ್ಲಿದ್ದರೂ ಮನಸ್ಸು ಮದ್ದು ಕಕ್ಕಿಸುವುದರಲ್ಲೇ ಇತ್ತು...

ಹೇಗೆ ಕಕ್ಕಿಸಬಹುದು?

ಯಾವ ಪದಾರ್ಥವನ್ನು ಕುಡಿಸಿದರೆ ವಾಂತಿಯಾಗುವುದು?

ಇಂತಹುದೇ ಪದಾರ್ಥದಲ್ಲಿ ಮದ್ದು ಹಾಕಿದ್ದಾರೆಂದು ಪೊದುವಾಳ ಹೇಗೆ ನಿರ್ಧರಿಸುತ್ತಾನೆ?

ಮದ್ದಿನ ತೀವ್ರತೆಯನ್ನು ಅಳೆಯಲಿಕ್ಕಿರುವ ಮಾನದಂಡಗಳಾದರೂ ಏನು?

ಇಂತಹ ಅಸಹ್ಯ ಧಂದೆಯಲ್ಲೂ ದುಡ್ಡು ಮಾಡಬೇಕಾ ಇವರಿಗೆ... ಇಂತಹ ಹತ್ತಾರು ವಿಚಾರಗಳು ಮನದಲ್ಲಿ ಮೂಡಿ ಮರೆಯಾದವು.

ಒಂದು ವಾರ ಕಳೆಯಿತು...

ರೂಮಿಗೆ ಬಂದು ಬ್ಯಾಗಿಟ್ಟು, ರೂಮನ್ನೆಲ್ಲಾ ಒಮ್ಮೆ ಗುಡಿಸಿ ಸ್ವಚ್ಛಗೊಳಿಸಿದೆ. ಯಾವುದೇ ವಸ್ತುವನ್ನು ಇಲಿಗಳು ಕಚ್ಚಿದ ಗುರುತು ಕಂಡುಬರಲಿಲ್ಲ. ಟೇಬಲಿನಲ್ಲಿಟ್ಟ ಪಾಷಾಣ ಮಾಯವಾದ ಮೇಲೆ ಗುರುತು ಕಂಡುಬರಲು ಸಾಧ್ಯವಿದೆಯೇ...

ಮಾರನೆಯ ದಿನ ಪೇಟೆಯಲ್ಲಿ ದೇವು ಮತ್ತೆ ಸಿಕ್ಕಿದ. ಈ ಬಾರಿ ಮದ್ದು ಕಕ್ಕಿಸುವ ದಿನವನ್ನು ನಿರ್ಧರಿಸಿ ಅಂಗಡಿ ರಾಜಣ್ಣನಬಳಿ ತಿಳಿಸುವಂತೆಯೂ. ಅದರ ಚಾರ್ಜನ್ನು ನಾನೇ ಭರಿಸುವುದಾಗಿಯೂ ಹೇಳಿ ದುಡ್ಡು ಕೈಲಿಟ್ಟು ಭುಜ ತಟ್ಟಿದೆ. ದುಡ್ಡು ಕಂಡು ದೇವುವಿನ ಮುಖವರಳಿತು...

ಅಂತೂ ಇಂತೂ ಮದ್ದು ಕಕ್ಕಿಸುವ ದಿನ ಬಂದೇ ಬಿಟ್ಟಿತು... ಮದ್ದು ಕಕ್ಕಿಸುವ ದಿನದಂದು ಹುಡುಗ ಖಾಲಿ ಹೊಟ್ಟೆಯಲ್ಲಿ ಪೊದುವಾಳರ ಮಠಕ್ಕೆ ಬರಬೇಕೆಂದೂ ಇಲ್ಲವಾದಲ್ಲಿ ಮದ್ದು ಸಂಪೂರ್ಣವಾಗಿ ಕಕ್ಕಿ ಹೋಗುವ ಸಾಧ್ಯತೆ ಕಡಿಮೆಯೆಂದೂ ಕಟ್ಟಪ್ಪಣೆ ವಿಧಿಸಿದ್ದರು.

ಅಂದು ಬೆಳಿಗ್ಗೆ ಹೇಳಿದ ಸಮಯಕ್ಕಿಂತ ಮೊದಲೇ ಹೆಂಗಸು ಮತ್ತು ಆಕೆಯ ಮಗ ಹಾಜರಿದ್ದರು. ಮಾಸಿದ ಕಂದು ಬರ್ಮುಡಾ ಮತ್ತು ಟವೆಲನ್ನು ಕತ್ತಿಗೆ ಸುತ್ತಿಕೊಂಡ, ಎದೆಗೂಡು ಕಾಣುವ ಬಡಕಲು ಹುಡುಗನನ್ನು ನೋಡಿ ಮನಸ್ಸು ಭಾರವಾಯಿತು.

ಇಂತಹ ಕೂಳಿಗೆ ತಾತ್ವಾರಪಡುವ ಬಡವರಿಗೇ ಯಾಕೆ ಊರವರೆಲ್ಲಾ ಮದ್ದು ಹಾಕೋದೆಂಬ ಪ್ರಶ್ನೆಗೆ ಉತ್ತರ ಸಿಗಲಿಲ್ಲ. ಊರಿನ ಶ್ರೀಮಂತನಿಗೆ. ಸರಕಾರಿ ನೌಕರಿಯಲ್ಲಿನ ಜನರ ಮಕ್ಕಳಿಗೆ, ವಿದ್ಯಾವಂತರ ಮಕ್ಕಳಿಗೆ ಯಾಕೆ

ಯಾರೂ ಮದ್ದು ಹಾಕುವುದಿಲ್ಲ. ಇವರುಗಳ ಪ್ರಕಾರ ಮದ್ದು ಹಾಕೋದು ಎಂದರೆ ಸಾಧಕರಿಗೆ, ಉತ್ತಮ ದುಡಿಮೆಯಿರುವವರಿಗೆ ವಿಮುಖಗೊಳಿಸಲು ಹಾಕುತ್ತಾರೆ. ಇವರ ಜತೆ ಏನಿದೆಯೆಂದು ಮದ್ದುಹಾಕುತ್ತಾರೆ. ಜನರ ದೌರ್ಬಲ್ಯವನ್ನು ನೆನೆದು ದುಃಖವಾಯಿತು...

"ಅಮ್ಮಾ ನೀವಿಲ್ಲೇ ನಿಲ್ಲಿ. ನಾನು ಒಳಗೆ ಹೋಗಿ ಬರುವೆ" ಎಂದು ಹೆಂಗಸನ್ನೂ ದೇವುವನ್ನೂ ಹೊರಗೆ ನಿಲ್ಲಿಸಿದೆ. ಮನೆಯ ಹೊಸಿಲು ದಾಟುವಾಗ ಹೆಂಗಸು "ಸ್ವಾಮೀ ಜುಮಾದೀ. ಎನ್ನ ಮಗನ ಮರ್ದ್ ಮಾತ ಕಕ್ಕ್‌ದ್ ಪೋಂಡ, ಬರ್ಪಿನ ಕೋಲೊಗು ಆಯನ್ ನಿನ್ನಡೆ ಲೆತೊಂದು ಬರ್ಪೆ" ಎಂದು ಪ್ರಾರ್ಥಿಸಿದಳು.

ಪೊದುವಾಳರಿಗೆ ನನ್ನ ಮೇಲೂ ಯಾವುದೇ ಅನುಮಾನವಿರುವಂತೆ ಕಾಣಲಿಲ್ಲ. ಮದ್ದು ಕಕ್ಕಿಸುವಾಗ ಸಹಾಯಕ್ಕೆ ಒಳಬರುವೆನೆಂದ ಅಪರಿಚಿತನನ್ನೂ ಅನುಮಾನಿಸುವುದಿಲ್ಲವೆಂದರೆ ಇವರದ್ದು ಏನಾದರೂ ಬ್ಲ್ಯಾಕ್ ಮ್ಯಾಜಿಕ್ ಇರಬಹುದಾ? ಅಥವಾ ಯಾವುದಾದರೂ ರಾಸಾಯನಿಕ ದ್ರಾವಣ ಸೇವಿಸುವಂತೆ ಮಾಡಿ ವಾಂತಿಯಾಗಿಸಬಹುದಾ. ಹತ್ತಾರು ಆಲೋಚನೆಗಳು ಮೂಡಿ ಮರೆಯಾಗುತ್ತಿದ್ದವು.

ಅಷ್ಟರಲ್ಲಿ ಪೊದುವಾಳರು ಬಡಕಲು ಯುವಕನನ್ನು ಮಣೆಯ ಮೇಲೆ ಕೂರಿಸಿದರು. ಆತನಿಗೆ ಚೊಂಬುಗಳಲ್ಲಿಟ್ಟಿದ್ದ ನಾನಾ ಬಗೆಯ ನೀರುಗಳನ್ನು ಚಿಮುಕಿಸಲಾಯಿತು. ಯಾವುದೋ ಮಂತ್ರಗಳನ್ನು ಉಚ್ಚರಿಸುತ್ತಿದ್ದರು. ನನ್ನ ಕಿವಿಗೆ ಛಟ್-ಫಟ್ ಎನ್ನುವ ಎರಡು ಶಬ್ದಗಳು ಆಗಾಗ ಬಂದು ಬೀಳುತ್ತಿದ್ದವು. ತುಳಸೀ ದಳ, ಜತೆಗೆ ಇನ್ನಿತರ ಕಾಡು ಹೂಗಳನ್ನು ಎರಚಿದರು. ಎಲ್ಲವನ್ನೂ ನಾನು ಸೂಕ್ಷ್ಮವಾಗಿಯೇ ಗಮನಿಸುತ್ತಿದ್ದೆ. ಬಡಕಲು ಹುಡುಗನ ಎದೆಗೂಡು ದೀಪದ ಬೆಳಕಿನಲ್ಲಿ ಹೊಳೆಯುತ್ತಿತ್ತು.

ಈ ಮಂತ್ರ-ತಂತ್ರದ ಕೊನೇಯಲ್ಲಿ ಉದ್ದನೆಯ ಲೋಟದಲ್ಲಿ ಏನನ್ನೋ ನೀಡಿ ಕುಡಿಯಲು ನಿರ್ದೇಶಿಸಿದಾಗ ನಾನು ಜಾಗರೂಕನಾದೆ. ಆ ಲೋಟದಲ್ಲಿ ಏನಿದೆ ಎಂದು ಕಾಣದಂತೆ ಮೇಲೆ ತುಳಸೀದಳದಿಂದ ಮುಚ್ಚಲಾಗಿತ್ತು...

ಅವರು ನೀಡಿದ ದ್ರಾವಣವನ್ನು ಹುಡುಗ ಭಯಭಕ್ತಿಯಿಂದ ಗುಟುಕು ಗುಟುಕಾಗಿ ಕುಡಿಯುತ್ತಿದ್ದ. ಕುಡಿಯುವಾಗ ಲೋಟದಿಂದ ಹೊರಚಾಚಿದ ತುಳಸೀ ದಳದಿಂದ ಬೆಳ್ಳಗಿನ ದ್ರಾವಣ ಮೆತ್ತಗೆ ಕೆಳಗಿಳಿಯುವುದು ಕಂಡು ಬಂತು... ದ್ರಾವಣದ ಸ್ನಿಗ್ಧತೆಯನ್ನು ಗಮನಿಸಿದಾಗ ಇದು ಹಾಲು ಎಂದು ಅರಿವಾಯಿತು! ಹಾಗಾದರೆ ಹಾಲಿಗೆ ಏನೋ ಬೆರೆಸಿ ಕುಡಿಸಿ ವಾಂತಿಯಾಗಿಸುತ್ತಾರೆ. ನಂತರದಲ್ಲಿ ಮದ್ದು ಕಕ್ಕಿಸಿದ್ದೇನೆಂದು ನಂಬಿಸುತ್ತಾರೆ...! ನಾನೇನೂ ಮಾತನಾಡಲಿಲ್ಲ...

ಬಿಳಿಬಣ್ಣದ ಮಂತ್ರದ ನೀರನ್ನು ಕುಡಿಸಿದ ನಂತರವೂ ಹುಡುಗನಿಗೆ ವಾಂತಿಯಾಗುವಂತೆ ಕಾಣಲಿಲ್ಲ. ಪೊದುವಾಳರ ಮಂತ್ರ ಮುಗಿಯುವಂತೆಯೂ ಕಾಣಲಿಲ್ಲ. ಇಷ್ಟು ಮಂತ್ರ–ತಂತ್ರಕ್ಕೆ ದುಡ್ಡೆಷ್ಟು ಹೇಳುವರೋ ಎಂದು ಮನಸ್ಸಿನಲ್ಲೇ ನಕ್ಕೆ.

ಹುಡುಗನ ಹೊಟ್ಟೆಯ ಬಳಿ ವೃತ್ತಾಕಾರವಾಗಿ ಕೈಯಾಡಿಸುತ್ತಾ ಛಟ್–ಪಟ್ ಎಂದು ಮಂತ್ರಿಸುತ್ತಿದ್ದರು ಜೋಯಿಸರು. ಕೆಲವೊಂದು ಬಾರಿ ಹೊಟ್ಟೆಯ ಸಮೀಪದಲ್ಲೇ ಏನನ್ನೋ ಕ್ಯಾಚ್ ಹಿಡಿದಂತೆ ನಟಿಸಿ ಮುಷ್ಟಿಯನ್ನು ತಮ್ಮ ಎದೆಗೆ ಒತ್ತಿಹಿಡಿದು ಮದ್ದಿನ ಶಕ್ತಿಯನ್ನು ಕಡಿಮೆ ಮಾಡುತ್ತಿದ್ದರು...

ಅರ್ಧ ಗಂಟೆ ಕಳೆದಾಗ ಪೊದುವಾಳರ ಪತ್ನಿ ಒಂದು ಹೊಗೆ ಪಾತ್ರೆಯನ್ನು ತಂದಿಟ್ಟರು. ಎಂತದೋ ವಸ್ತುಗಳನ್ನು ಹಾಕಿ ದಟ್ಟವಾದ ಹೊಗೆ ಮೂಡುವಂತೆ ಮಾಡಿದ್ದರು. ಹೊಗೆ ನಿಧಾನವಾಗಿ ಕೋಣೆಯನ್ನು ಆವರಿಸುತ್ತಿತ್ತು. ನನ್ನ ಮನದಲ್ಲೂ ಅನುಮಾನದ ಹೊಗೆಯಾಡಿತು. ಮೈಯೆಲ್ಲಾ ಕಣ್ಣಾಗಿಸಿ ನೋಡುತ್ತಿದ್ದ ನನಗೆ ಸಣ್ಣ ಲೋಟದಲ್ಲಿ ಮತ್ತೇನನ್ನೋ ಕೊಟ್ಟು ಕುಡಿಸಿದ್ದು ಅಸ್ಪಷ್ಟವಾಗಿ ಗೋಚರಿಸಿತು... ಅಷ್ಟರಲ್ಲಿ ನನಗೂ ಹೊಗೆಯಿಂದ ಉಸಿರುಗಟ್ಟಲಾರಂಭಿಸಿತು... ಪೊದುವಾಳರು ನಮ್ಮನ್ನು ನಿಲ್ಲಲು ಆದೇಶಿಸಿದರು. ಏರು ದನಿಯಲ್ಲಿ ಬೈಗುಳದಂತಿರುವ ಅರ್ಥವಾಗದ ಏನನ್ನೋ ಹೇಳುತ್ತಾ ಎರಡೂ ಕೈಗಳನ್ನು ಮೇಲೆತ್ತಿದ್ದರು... ಇದು ಪೂಜೆಯ ಮುಕ್ತಾಯದ ಹಂತವೆಂದು ನನಗರಿವಾಯಿತು...ಯುವಕನಿಗೆ ವಾಕರಿಕೆ ಆರಂಭವಾಗಿತ್ತು...! ಹಿಂಬಾಗಿಲಿನತ್ತ ದಾರಿ ತೋರಿಸಿದರು... ನನಗೆ ಅತ್ತ ಹೋಗಲು ಮನಸ್ಸಾಗಲಿಲ್ಲ... ಚಾವಡಿಯಿಂದ ಅಂಗಳಕ್ಕಿಳಿದು ಜಗುಲಿಯಲ್ಲಿ ಆಸೀನನಾದೆ...

ಸುಮಾರು ಹತ್ತು ನಿಮಿಷ ಆ ಹುಡುಗ ವಾಕರಿಸುವ ಸದ್ದು ಕೇಳಿಸುತ್ತಿತ್ತು... ಎಷ್ಟಾದರೂ ತಾಯಿ ಮನಸ್ಸು ಕೇಳುವುದೇ. ತುಂಬಿದ ಕಣ್ಣುಗಳ ಹೊತ್ತು ಹಿಂಬಾಗಿಲತ್ತ ಹೊರಡಲನುವಾದಾಗ ಪೊದುವಾಳರು "ಅಮ್ಮಾ ವಾಂತಿಯಾಗುವಾಗ ಇತರರು ಹೋದರೆ ಮದ್ದಿನ ಅಂಶ ನಿಮ್ಮ ದೇಹಕ್ಕೆ ವರ್ಗಾವಣೆಯಾಗುವುದಮ್ಮಾ... ಇನ್ನು ಕೊಂಚ ಹೊತ್ತಲ್ಲಿ ಮುಗಿಯುತ್ತದೆ ನಾನಿದ್ದೇನಲ್ಲಾ" ಎಂದು ಹಿಂಬಾಗಿಲತ್ತ ನಡೆದರು.

ಇಷ್ಟೆಲ್ಲಾ ಆಗುವಾಗ ನಾನು ಆ ವ್ಯಕ್ತಿಯಲ್ಲಿ ಗಮನಿಸಿದ್ದೇನೆಂದರೆ ಈ ಪೊದುವಾಳರು ಮಲಯಾಳಿಯಲ್ಲ, ಮಲಯಾಳಿಗಳಂತೆ 'ಕ ಚ ಟ ತ ಪ' ಗಳನ್ನು 'ಗ ಜ ಡ ದ ಬ'ವಾಗಿ ಉಚ್ಚರಿಸುತ್ತಿರಲಿಲ್ಲ ಹೊರತಾಗಿ ತಮಿಳರಂತೆ ಉಚ್ಚರಿಸುತ್ತಿದ್ದರು. ಇದ್ಯಾವುದೋ ಪೊದುವಾಳನ ವೇಷದಲ್ಲಿರುವ ದುಡಿಯಲು ಬಗ್ಗದ ಪಾರ್ಟಿಯೆಂದು ಸ್ಪಷ್ಟವಾಯಿತು... ಕುಣಿಯುವವರಿರುವವರೆಗೂ ಕುಣಿಸುವವರು ಇದ್ದೇ ಇರುತ್ತಾರೆ ಎಂದು ಸುಮ್ಮನಾದೆ.

ರಾತ್ರಿ ತಿಳಿಗಂಜಿಯುಂಡಿದ್ದ ಯುವಕ ಬೆಳಿಗ್ಗೆಯಿಂದ ಬೇರೇನನ್ನೂ ಸೇವಿಸಿರಲಿಲ್ಲ. ಆದ್ದರಿಂದ ಆತನಿಗೆ ನಡೆಯಲೂ ತ್ರಾಣವಿರಲಿಲ್ಲ..." ಇವತ್ತು ಸಂಜೆಯವರೆಗೆ ಏನೂ ಸೇವಿಸಬೇಡಿ ನಂತರ ಲಘು ಆಹಾರ ಸೇವಿಸಬಹುದು ಎಂದು ಪೊದುವಾಳರು ಪಥ್ಯ ವಿಧಿಸಿದರು... ಬೆಳಗ್ಗಿನಿಂದ ಉಪವಾಸವಿದ್ದು ನಿರ್ಜಲೀಕರಣದಿಂದ ನಿತ್ರಾಣನಾಗಿರುವ ಹುಡುಗನನ್ನು ಮತ್ತೂ ಉಪವಾಸವಿರಲು ಹೇಳಿ ಪ್ರಾಣ ತೆಗೆಯುತ್ತಾನೋ ಎಂದು ಆತಂಕವಾಯಿತು...

ಮದ್ದು ಕಕ್ಕಿಸುವ ಡೀಲನ್ನು ವಹಿಸಿಕೊಂಡ ಕರ್ಮಕ್ಕೆ ಅದರ ಚಾರ್ಜನ್ನೂ ನಾನೇ ಭರಿಸಬೇಕಾಯಿತು. ಅಲ್ಲಿಂದ ಹೊರಟಾಗ ಮಗನ ಮದ್ದು ಕಕ್ಕಿಸಿದ ಖುಷಿಯಲ್ಲಿ ಹೆಂಗಸಿನ ಮುಖವರಳಿತ್ತು... ನಾವು ಕೊಂಚ ಸುಧಾರಿಸಿಕೊಂಡು ಸ್ಕೂಟರಲ್ಲಿ ಬರುತ್ತೇವೆಂದು ಆಕೆ ಮತ್ತು ಜತೆಗಿದ್ದ ದೇವುವನ್ನು ಮುಂದೆ ಕಳಿಸಿ ದಾರಿಯಲ್ಲಿ ಸಿಕ್ಕ ಪೆಟ್ಟಿ ಅಂಗಡಿಯಲ್ಲಿ ಹುಡುಗನಿಗೊಂದು ಎಳನೀರು ಗ್ಲೂಕೋಸು ಕುಡಿಸಿದಾಗ ಮುಖದಲ್ಲಿ ಗೆಲುವು ಕಾಣಿಸಿತು... ಮೊದಲಿಗೆ ಆತ ಎಳನೀರು ಕುಡಿಯಲು ನಿರಾಕರಿಸುತ್ತಾನೆಂದುಕೊಂಡಿದ್ದೆ, ಹಸಿವಿನ ಮುಂದೆ ಯಾವ ಶಾಸ್ತ್ರವೂ ಅಡ್ಡ ಬರುವುದುಂಟೇ... ಮೌನವಾಗೇ ಕುಳಿತು ಕುಡಿದ...

"ಅಲ್ವೋ ಅವ ಏನ್ ಕುಡಿಸಿದ್ದು ನಿಂಗೆ."

"ಮೊದಲಿಗೆ ಹಾಲು ಕೊಟ್ಟಿದ್ದು ಸಾರ್... ನೀರು ಹಾಕಿರ್ಲಿಲ್ಲ ಅಂತ ಎನಿಸಿತು. ಗಟ್ಟಿಯಿತ್ತು"

"ನಂತರ ಕುಡಿಸಿದ್ದೆಂತ?"

"ಅದು ಪಚ್ಚ ಕಲರ್ ಇತ್ತು. ರುಚಿ ಕಹೀ ಉಪ್ಪು ಇತ್ತು ಸಾರ್, ಕುಡಿಲಿಕ್ಕೆ ಅಂಟಂಟಾಗಿತ್ತು. ಕುಡಿಲಿಕ್ಕೆ ಗಲೀಜು ಅನಿಸಿತು."

ಮೊದಲು ಗಟ್ಟಿ ಹಾಲು ಕುಡಿಸಿ ಅದು ಜೀರ್ಣವಾಗುತ್ತಾ ಬಂದಾಗ ಉಪ್ಪಿನಕಟು ದ್ರಾವಣದಲ್ಲಿ ಯಾವುದೋ ಸೊಪ್ಪು, ಬೇರನ್ನು ಕುಡಿಸಿ ಕಕ್ಕಿಸಿದ್ದಾನೆಂದು ಅರಿವಾಯಿತು... ಅಬ್ಬಾ ಇದು ಕ್ರಿಮಿನಲ್ ಐಡಿಯಾ... ಎಂದು ಯೋಚಿಸುತ್ತಿದ್ದೆ.

ಮೈಲು ದೂರ ಕ್ರಮಿಸಿ ಇನ್ನೇನು ಹುಡುಗನ ಮನೆ ಬಂತು ಎನ್ನುವಾಗ ಕೊಂಚ ದೂರದಲ್ಲಿ ನಿಲ್ಲಿಸಿದೆ.

"ನೋಡೋ ನೀನು ದುಡಿತೀಯ. ಹುಷಾರಿಲ್ಲದಾಗ ಮದ್ದು ತರಬೇಕು ಅನ್ನುವಷ್ಟು ವಿದ್ಯೆ ನಿನಗಿದೆ ಮುಂದೆ ಯಾವತ್ತೂ ಈ ರೀತಿ ಅಮ್ಮನ್ ಮಾತು ಕೇಳಬಾರದು ಹುಷಾರಿಲ್ಲ ಅಂದಾಗ ನಿನ್ ಮದ್ದನ್ನ ನೀನೇ ತರಬೇಕು... ಜೀವ ಉಳೀಬೇಕಾದ್ರೆ ನಾನು ಹೇಳ್ದಂಗ್ ಮಾಡು" ಎಂದು ಬೆನ್ನು ತಟ್ಟಿ ಕಳುಹಿಸಿದೆ...

11

ಆ ಒಂದು ದೃಶ್ಯ ನೋಡಿದ ಕ್ಷಣದಿಂದ ಮನಸ್ಸೇ ಸರಿಯಿರಲಿಲ್ಲ. ಬೆಂಗಳೂರಿನಿಂದ ಗೈಡ್ ಕರೆ ಮಾಡಿದ್ದರು. ಇಲ್ಲಿ ಫೋನಿನ ಸಂಪರ್ಕವಿಲ್ಲದುದರಿಂದ ಪಕ್ಕದ ಮನೆಯವರು ಹೇಳಿ ಕಳುಹಿಸಿದ್ದರು. ವಾಪಾಸ್ಸು ಕರೆ ಮಾಡಿ ಒಲ್ಲದ ಮನಸ್ಸಿನಿಂದಲೇ ಮಾತನಾಡುತ್ತಿದ್ದೆ. ಒಂದಷ್ಟು ಸೊಪ್ಪು ಸದೆಗಳನ್ನು ಸಂಗ್ರಹಿಸಿ ಲ್ಯಾಬಿಗೆ ನೀಡುವುದು ದೊಡ್ಡ ವಿಷಯವೇ ಅಲ್ಲವೆಂದೂ ಇನ್ನುಳಿದ ಕೆಲಸಗಳೇ ಡಾಕ್ಟರೇಟಿಗೆ ಬಹುಮುಖ್ಯವಾದ ಘಟ್ಟವೆಂದೂ ತಿಳಿಸಿದ್ದರು. ಲಿಟರೇಚರ್ ಸರ್ವೆಗೆ ಓದಿನ ಸಾಮಗ್ರಿಗೆ ಕೊರತೆಯಾದರೆ ಬೆಂಗಳೂರಿನಲ್ಲೇ ಮಾಡಲು ವ್ಯವಸ್ಥೆ ಕಲ್ಪಿಸುವುದಾಗಿ ಹೇಳಿದ್ದರು. ನನಗೆ ಇಲ್ಲಿಂದ ಹೋಗಲು ಮನಸ್ಸಿಲ್ಲದುದರಿಂದ ಇಲ್ಲೇ ಉಳಿದುಕೊಂಡು ಓದುವುದಾಗಿ ಹೇಳಿದೆ... ಎಲ್ಲಾದರೂ ಸರಿ ಓದಿದರೆ ಸಾಕೆಂದು, ಶೀಘ್ರ ಬೆಂಗಳೂರಿಗೆ ಬರುವಂತೆ ತಿಳಿಸಿ ಕರೆತುಂಡರಿಸಿದ್ದರು.

ಹಿಂದಿನ ದಿನದ ರಾತ್ರಿ ಸುಮಾರು ಹನ್ನೊಂದರ ಸಮಯ. ನಿದ್ದೆ ಹತ್ತಿ ಸುಮಾರು ಅರ್ಧ ಒಂದು ಗಂಟೆಯಾಗಿರಬಹುದು... ಮನೆಗೆ ಹತ್ತಿರದಲ್ಲೇ ತೋಟಾ ಸಿಡಿದಂತಹ ಸದ್ದಿನಿಂದ ಬೆಚ್ಚಿಬಿದ್ದು ಎಚ್ಚರಗೊಂಡೆ. ಕಿವಿಗೊಟ್ಟು ಆಲಿಸಿದೆ. ಸಮೀಪದಲ್ಲಿ ಯಾರಾದರೂ ಜನರಿದ್ದಲ್ಲಿ ಮಾತನಾಡುತ್ತಿದ್ದರು, ಯಾರೂ ಮಾತನಾಡುವ ಸದ್ದು ಕೇಳಿಸಲಿಲ್ಲ. ದರೋಡೆಕೋರರ ಕಾಟದಿಂದ ಪೇಟೆಯಲ್ಲಾಗಿದ್ದರೆ ರಾತ್ರಿ ಬಾಗಿಲು ತೆಗೆಯುವುದು ಅಪಾಯಕಾರಿಯಾಗಿತ್ತು. ಅಂಗಳದ ಲೈಟ್ ಹಾಕಿ ಟಾರ್ಚು ಹಿಡಿದು ಹೊರಬಂದೆ. ಮನೆಯ ಸುತ್ತಮುತ್ತ ಯಾರೂ ಕಂಡುಬರಲಿಲ್ಲ. ಕೊಂಚ ಹೊತ್ತು ಅಂಗಳದಲ್ಲಿ ನಿಂತೇ ಇದ್ದೆ... ಅಷ್ಟರಲ್ಲಿ ಮನೆಯ ಹಿಂಭಾಗದಲ್ಲಿ ಹೆಜ್ಜೆಯ ಸದ್ದಿನ ಜತೆ ಅಸ್ಪಷ್ಟವಾದ ಮಾತುಗಳು ಕೇಳಿಬಂದವು. ಟಾರ್ಚಿನ ಬೆಳಕು ಕೂಡಾ ಕಾಣಲಾರಂಭಿಸಿದವು. ಗುಂಪಿನಲ್ಲಿ ಮೂರ್ನಾಲ್ಕು ಜನರಿದ್ದಂತೆ ಕಾಣುತ್ತಿತ್ತು. ಅಂದರೆ ನನಗೆ ಹೇಳದೆಯೇ ಇವರು ಬೇಟೆಗೆ ಹೋಗಿದ್ದಾರೆ...!

ಮನೆಗೆ ಹತ್ತಿರವಾಗುತ್ತಿದ್ದಂತೆ ಮಾಣಿಗನ ದನಿ ಕೇಳಿಸಿತು. ನನ್ನ ಜತೆಗೆ ಬಡಾಯಿ ಕೊಚ್ಚಿಕೊಂಡಂತೆ ಅಲ್ಲೂ ಜೋರು ದನಿಯಲ್ಲಿ ಬಡಾಯಿ ಕೊಚ್ಚಿಕೊಳ್ಳುತ್ತಾ ಬರುತ್ತಿದ್ದ. ಮೆಟ್ಟಿಲಿಳಿದು ಮನೆಯಂಗಳಕ್ಕೆ ಕಾಲಿಡುತ್ತಿದ್ದಂತೆಯೇ ಲೈಟ್ ಹಾಕಿ ನಿಂತಿದ್ದ ನನ್ನನ್ನು ಉದ್ದೇಶಿಸಿ

"ಸಾರ್ ಕರೆಂಟ್ ಕೊಟ್ಟು, ಉರ್ಳು ಇಟ್ರೂ ಒಂದು ಹಂದಿಯೂ ಬೀಳ್ಳಿಲ್ಲ. ಹಂದಿಯ ತಮ್ಮ ಬರ್ಕ ಬಿದ್ದಿದೆ ನೋಡಿ, ನಾವು ಹೊರಡುವಾಗ ರಾತ್ರೆ ಆಗಿತ್ತು ನೀವು ಮಲಗಿರ್ತೀರಂತ ಕರಿಲಿಲ್ಲ" ಎಂದು ನಾನು ಕೇಳುವ

ಮೊದಲೇ ಸಮಜಾಯಿಷಿ ನೀಡಿದ. ಕುಳ್ಳಗಿನ ಬಡಕಲು ವ್ಯಕ್ತಿಯೊಬ್ಬ ಕೈಯಲ್ಲಿ ಯಾವುದೋ ಭಾರವಾದ ವಸ್ತುವನ್ನು ನೇತಾಡಿಸಿ ಹಿಡಿದು ನಿಂತಿದ್ದ. ಕಾಡು ಪ್ರಾಣಿಗಳಲ್ಲೂ ತಮ್ಮ ತಂಗಿ ಇರುವ ವಿಚಾರ ಇವನಿಂದಲೇ ಗೊತ್ತಾಗಿದ್ದು. ನೋಡೋಣ ಇವ ಹೇಳಿದ ಹಂದಿಯ ತಮ್ಮ ಬರ್ಕ ಎಂದು ಇಣುಕಿದೆ. ಆತ ಹಿಂದೆ ನಿಂತಿದ್ದರಿಂದ ಸ್ಪಷ್ಟವಾಗಿ ಕಾಣಿಸಲಿಲ್ಲ. ನಾನು ಬರ್ಕವನ್ನು ನೋಡಲು ಇಣುಕಾಡುತ್ತಿರುವುದನ್ನು ಕಂಡು

"ಏ ಪೂವ. ಎದುರು ಬಾರ. ಅವರು ನೋಡ್ಲಿ" ಎಂದಾಗ ಆ ವ್ಯಕ್ತಿ ಮುಂದೆ ಬಂದು ನನ್ನ ಮುಂದೆ ಹಾಕಿದ.

ಆ ದೃಶ್ಯ ಎಂಥವರ ಹೃದಯವನ್ನೂ ಕರಗಿಸುವಂತಿತ್ತು. ಮುಖ ಚೂಪಾಗಿದ್ದು ಸುಮಾರಾಗಿ ಇಲಿಯನ್ನು ಹೋಲುವ ಕರುವಿನಂತಹ ಮುದ್ದಾದ ಪ್ರಾಣಿಯೊಂದು ರಕ್ತ ಸುರಿಸುತ್ತಾ ನೆಲದಲ್ಲಿ ಬಿದ್ದಿತ್ತು...! ಇದನ್ನು ಕೊಲ್ಲಲು ಮನಸ್ಸು ಹೇಗೆ ಬಂತೋ ಎಂದು ದುಃಖವಾಯಿತು.

ಈ ಬರ್ಕವನ್ನು ನಾವು ಮನೆಗೆ ತೆಗೆದುಕೊಂಡು ಹೋಗುವುದಿಲ್ಲವೆಂದೂ, ಗುಡ್ಡದಲ್ಲೇ ಪಲ್ಯ ಮಾಡಿ ತಿನ್ನುತ್ತೇವೆಂದೂ, ಬರ್ಕದ ಬಾಡಿನಲ್ಲಿ ಸೇಂದಿಯೂ ಇರಲಿದೆಯೆಂದೂ ಏನೇನೋ ವರ್ಣರಂಜಿತವಾಗಿ ಹೇಳುತ್ತಿದ್ದ. ನಾನು ಅವೇನನ್ನೂ ಕೇಳುವ ಸ್ಥಿತಿಯಲ್ಲಿರಲಿಲ್ಲ. ಎಷ್ಟೇ ಪ್ರಯತ್ನಪಟ್ಟರೂ ಆ ಅಮಾಯಕ ಪ್ರಾಣಿಯ ಬಾಡನ್ನು ಕಲ್ಪಿಸಿಕೊಳ್ಳಲು ಸಾಧ್ಯವಾಗಲಿಲ್ಲ.

ಕಾಸಿದ ಕಳ್ಳಬಟ್ಟಿ ಸಾರಾಯಿ ಖಾಲಿಯಾಗಿತ್ತೋ ಏನೋ. ಮಾಣಿಗ ತಾನು ದೊಡ್ಮನೆಯ ಪಕ್ಕದ ತೆಂಗಿನ ಮರಕ್ಕೆ ಕಟ್ಟಿದ್ದ ಕಳ್ಳು ತೆಗೆದ. ಬಾಡಿನ ಆತುರದಲ್ಲಿದ್ದವರಂತಿದ್ದ ಅವರೆಲ್ಲರೂ ಕಳ್ಳು, ಬರ್ಕವನ್ನು ಹಿಡಿದು ಅಲ್ಲಿಂದ ಮರೆಯಾದರು. ನಾನು ಭಾರವಾದ ಮನಸ್ಸಿನಿಂದ ಬಾಗಿಲೆಳೆದುಕೊಂಡು ಮಲಗಿದೆ. ಮಲಗಿದರೂ ತುಂಬಾ ಹೊತ್ತು ನಿದ್ದೆ ಸನಿಹ ಸುಳಿಯಲಿಲ್ಲ. ಬರ್ಕದ ಮುದ್ದಾದ ಮುಖವೇ ಕಣ್ಮುಂದೆ ಮಿಂಚಿ ಮರೆಯಾಗುತ್ತಿತ್ತು.

ಯಾವಾಗ ನಿದ್ರಾ ದೇವಿ ಆವರಿಸಿದ್ದಳೋ ಗೊತ್ತಿಲ್ಲ ಎದ್ದಾಗ ಗಂಟೆ ಒಂಬತ್ತು ದಾಟಿತ್ತು. ಲಗುಬಗೆಯಿಂದ ಸ್ನಾನ ಮುಗಿಸಿ ಕಾಫಿ ಕುಡಿದು ಬರುವಾಗ ದೊಡ್ಮನೆಯ ಅಂಗಳದಲ್ಲಿ ಮೋರೋಣಿ ಮತ್ತು ಮನೆಗೆಲಸದ ದಮಯಂತಿ ಏನೋ ಗಂಭೀರವಾಗಿ ಮಾತನಾಡುತ್ತಿದ್ದರು. ಜತೆಗೆ ಅಪರಿಚಿತ ಹೆಂಗಸೊಬ್ಬಳೂ ಸೇರಿಕೊಂಡಿದ್ದಳು. ನಾನು ಅಂಗಳಕ್ಕೆ ಕಾಲಿಟ್ಟಾಗ ಮೋರೋಣಿ ಆಕಾಶ ಕಳಚಿ ಬಿದ್ದಂತಹ ಪೋಸು ಕೊಟ್ಟು ನಿಂತಿದ್ದ. ನನಗೇನೂ ನಡೆಯಬಾರದ್ದು ನಡೆದಿದೆ ಎನಿಸಿತು.

ವಿಷಯ ಏನೆಂದು ಕೇಳಿದಾಗ ಬಾಕ್ಯಾರು ಮನೆಯ ಸುಬ್ಬಮ್ಮನ ಮಗಳು ಬಾಣಂತನಕ್ಕೆ ತವರಿಗೆ ಬಂದಿದ್ದಾಳೆಂದೂ, ಆಕೆಯ ಎರಡು

ತಿಂಗಳಿನ ಮಗುವನ್ನು ಸ್ನಾನ ಮಾಡಿಸಿ ತೊಟ್ಟಿಲಲ್ಲಿ ಮಲಗಿಸಿದ್ದಾಗಿಯೂ, ಆ ಹೊತ್ತಿನಲ್ಲಿ ಅಟ್ಟಕ್ಕೆ ಕಟ್ಟಿದ ತೊಟ್ಟಲಿನ ಹಗ್ಗದ ಮೂಲಕ ತೊಟ್ಟಿಲು ಸೇರಿದ ಹಾವೊಂದು ಮಗುವಿನ ಮೇಲೆ ಹೆಡೆ ಬಿಚ್ಚಿ ನಿಂತಿರುವುದಾಗಿಯೂ, ಹಾವು ಹಿಡಿಯುವವನನ್ನು ಕರೆದಿರುವುದಾಗಿಯೂ. ಮಗು ನಿದ್ದೆಯಿಂದೆದ್ದು ಕೈ ಕಾಲೇನಾದರೂ ಕೊಡವಿದರೆ ಪ್ರಾಣಕ್ಕೇ ಅಪಾಯವೆಂದು ಹೇಳಿದಾಗ ಮಿಕ್ಕೆಲ್ಲಾ ಕೆಲಸವನ್ನು ಬದಿಗಿಟ್ಟು ಮೂವರೂ ಅತ್ತ ಹೊರಟೆವು...

ನಾನು ಬಾಕ್ಯಾರು ಮನೆಗೆ ಮೊದಲು ಹೋಗುತ್ತಿದ್ದುದರಿಂದ ಮುಂದೆ ನಡೆಯುತ್ತಿದ್ದ ಆ ಮೂವರ ಹಿಂದಿದ್ದೆ. ಮನೆ ನಾನಿದ್ದ ಮನೆಯಿಂದ ಹೆಚ್ಚು ದೂರವೇನೂ ಇರಲಿಲ್ಲ. ಆದರೆ ಆ ಮನೆಯ ದಾರಿ ಯಾರೂ ಹೋಗದೆ ಮುಚ್ಚಿದಂತಿದ್ದುದು ಕಂಡು ಈ ಕುಟುಂಬಸ್ಥರು ಊರವರೊಡನೆ ಅಂತಹ ಬಾಂಧವ್ಯವಿಟ್ಟುಕೊಂಡಿಲ್ಲವೇನೋ ಅನಿಸಿತು. ಹಳ್ಳದಿಣ್ಣೆಗಳನ್ನು ದಾಟಿ ಬಾಕ್ಯಾರು ಮನೆ ಮುಟ್ಟಿದಾಗ ಗಂಟೆ ಹತ್ತೂವರೆ.

ಮಣ್ಣಿನ ಮನೆಯಾದ್ದರಿಂದ ಮನೆಯ ಹೊರಮೈ ಗೋಡೆಯಲ್ಲಿ ಅಲ್ಲಲ್ಲಿ ಗೆದ್ದಲ ಹುತ್ತ ಕಾಣುತ್ತಿದ್ದ ಮಣ್ಣಿನ ನೆಲದ ಈ ಮನೆಗೆ ಹಾವು ಹೊಕ್ಕಿರುವುದು ಏನೂ ಅಚ್ಚರಿಯೆನಿಸಲಿಲ್ಲ. ಇಂತಹ ಮನೆಗಳಲ್ಲಿ ವಿಷಜಂತುಗಳನ್ನು ನಿಯಂತ್ರಿಸುವುದು ಸವಾಲಿನ ವಿಚಾರವೇ ಸರಿಯೆನಿಸಿತು. ಮನೆಯ ಜಗುಲಿಯಲ್ಲಿ ತಲೆಗೆ ಕೈಹೊತ್ತು ಕೂತಿದ್ದ ಸುಬ್ಬಮ್ಮ ನಮ್ಮನ್ನು ಕಂಡಾಗ ತಾನು ಬೆಳಿಗ್ಗೆ ಮಗುವಿಗೆ ಬಿಸಿನೀರಿನಲ್ಲಿ ಎಣ್ಣೆ ಸ್ನಾನ ಮಾಡಿಸಿ ಟಾಲ್ಕಮ್ ಪೌಡರ್ ಹಾಕಿ ಹತ್ತಿಯ ಬಟ್ಟೆಯಲ್ಲಿ ಸುತ್ತಿ ಮಲಗಿಸಿರುವುದಾಗಿಯೂ, ಬಿಸಿ ನೀರಿನ ಸ್ನಾನದಿಂದ ಸುಸ್ತಾಗಿ ಮಲಗಿದ ಮಗು ಏಳುವಾಗ ಮಧ್ಯಾಹ್ನವಾಗುವುದೆಂದೂ ಅಷ್ಟರಲ್ಲಿ ಮಗುವಿನ ಮೇಲೆ ಹೆಡೆಬಿಚ್ಚಿ ನಿಂತಿರುವ ಹಾವಿಗೇನಾದರೂ ಮಾಡಬೇಕೆಂದೂ. ಹಾವು ಹಿಡಿಯುವವರನ್ನು ಕರೆತರಬೇಕಾದರೆ ದೂರದ ಕಾರ್ಕಳದಿಂದ ಕರೆತರಬೇಕೆಂದು ಹೇಳಿದಳು. ಅಳಲಾರಂಭಿಸಿದಳು. ಆಕೆಯ ಮಗಳು ಮನೆಯ ಚಾವಡಿಯಲ್ಲಿ ಗರಬಡಿದಂತೆ ನಿಂತು ನಮ್ಮನ್ನು ದಿಟ್ಟಿಸುತ್ತಿದ್ದಳು.

ಹಾವನ್ನು ನೋಡಲು ಮನೆಯೊಳಗೆ ಹೊರಡಲನುವಾದಾಗ ನನ್ನನ್ನು ಸುಬ್ಬಮ್ಮ ಮತ್ತು ಮೋರೋಣಿ ತಡೆದರು.

"ಏನೂ ಹೆದ್ರ್‌ಬೇಡ್ರೋ ನಾನಿದೀನಿ, ತೊಟ್ಟಿಲಿಂದ ಕೆಳಗೆ ಬಿದ್ರೆ ಸಾಕು, ನಂತ್ರ ಏನಾದ್ರೂ ಮಾಡೋಣ" ಎಂದು ಆಶ್ವಾಸನೆ ನೀಡಿದೆ.

"ಯಾರಾದ್ರೂ ಒಳಗೆ ಹೋದರೆ ಮಗುವಿಗೆ ಕಚ್ತದೆ, ತೊಟ್ಟಿಲನ್ನು ಸ್ವಲ್ಪ ಅಲುಗಾಡಿಸಿದರೂ ಮಗುವಿನ ಆಸೆಯೇ ಬಿಡಬೇಕು" ಎಂದಳು ಸುಬ್ಬಮ್ಮ.

ಆ ಮಗು ನಮಗೆ ಹರಕೆಗೆ ಹುಟ್ಟಿದ ಮಗುವೆಂದೂ ಅದಕ್ಕೇನಾದರೂ ಆದಲ್ಲಿ ತಾನು ಜೀವಂತವಾಗಿರುವುದಿಲ್ಲವೆಂದು ಬೊಚ್ಚು ಬಾಯ್ದೆರೆದು ಮತ್ತಷ್ಟು ಅತ್ತಳು... ನಾವು ಮೂವರೂ ಏನು ಮಾಡಬೇಕೆಂದು ತಿಳಿಯದೆ ಜಗುಲಿಯಲ್ಲಿ ಕುಳಿತಿದ್ದೆವು...

ಅಷ್ಟರಲ್ಲಿ ಎಲ್ಲೋ ಹೋಗಿದ್ದ ಸುಬ್ಬಿಯ ಮಗ ವಾಪಾಸ್ಸು ಬಂದ. ಅವನ ಜತೆಗೆ ಉರಗ ತಜ್ಞನೊಬ್ಬ ಪ್ರತ್ಯಕ್ಷವಾದ... ಅವ ಇನ್ಯಾರೂ ಅಲ್ಲ ಮಾಣಿಗ...! ಇವನ್ಯಾವಾಗ ಹಾವು ಹಿಡಿಯಲು ಕಲಿತ? ಈ ತಲೆಕೆಟ್ಟವನಿಗೆ ಹಾವು ಹಿಡಿಯಲು ಹೇಳಿದರೆ ಮಗುವಿನ ಆಸೆಯೇ ಬಿಡಬೇಕು, ಬಹುಶಃ ಆಪತ್ಕಾಲದ ಸಹಾಯಕ್ಕೆ ಇವನನ್ನು ಕರೆದುಕೊಂಡು ಬರಲು ಹೋಗಿದ್ದಾನೆನಿಸಿತು.

ಆತನ ಕೈಯಲ್ಲೊಂದು ಬೀಳಲಿಂದ ಮಾಡಿದ ದಂಡ ಮತ್ತು ಎಣ್ಣೆ ಖಾಲಿಮಾಡಿದ ತಗಡಿನ ಡಬ್ಬಿಯಿತ್ತು. ಇಂಗ್ಲೀಷ್ ಅಂಕೆ ಒಂಬತ್ತರ ಆಕಾರದಲ್ಲಿ ಬಾಗಿಸಿದ ದಂಡವನ್ನು ಬೀಸುತ್ತಾ ಬರುವ ಸ್ಟೈಲ್ ನೋಡಿದರೆ ತಮಿಳು ಪಿಚ್ಚರು ನೋಡಿದವರಿಗೆ ಅದರ ಹೀರೋ ಬಂದಂತೆ ಭಾಸವಾಗುತ್ತಿತ್ತು. ಮನೆಗೆ ಬಂದವನೇ ಸ್ಟೈಲಾಗಿ ಸುಬ್ಬಮ್ಮನನ್ನು ಉದ್ದೇಶಿಸಿ

"ಸುಬ್ಬಿ ಉಲ್ಲಾಲ್ದಿ ಎಲ್ಲಿ ಉಂಟು ಹಾವು?" ಎಂದು ಕೇಳಿದ. ಆಕೆ ಮನೆಯೊಳಗೆ ಕೈ ತೋರಿಸಿದಳು... ಅನುಮತಿ ಪಡೆದು ಒಳ ಪ್ರವೇಶಿಸಿದಾಗ ಬಾಗಿಲಿಗಡ್ಡವಾಗಿ ನಿಂತಿದ್ದ ಮಗುವಿನ ತಾಯಿ ಸರಿದು ನಿಂತಳು. ನಾನೂ ಆತನನ್ನು ಹಿಂಬಾಲಿಸಲು ಹೋದಾಗ ತಡೆದು, ನೋಡುವ ಇಚ್ಛೆಯಿದ್ದರೆ ಮನೆಯ ಹಿಂದಿನ ಕಿಟಕಿಯ ಬಳಿ ನಿಲ್ಲುವಂತೆಯೂ, ಅಲ್ಲಿಂದ ಮಗುವಿನ ತೊಟ್ಟಿಲು ಸ್ಪಷ್ಟವಾಗಿ ಕಾಣುವುದೆಂದು ಹೇಳಿದ. ಆತನ ಮಾತಿನ ದಾಟಿ ನೋಡಿ ಸತ್ತ ಊರಿಗೆ ಬದುಕಿದ್ದವನೇ ರಾಜ ಎಂಬಂತೆ ಹಾವು ಹಿಡಿಯಲು ಜನರೇ ಸಿಗದ ಸಂದರ್ಭದಲ್ಲಿ ಮಾಣಿಗನಿಗೆ ಮಣೆ ಹಾಕಿದ್ದರಿಂದ ಇವ ಪರಿಸ್ಥಿತಿಯ ಲಾಭಪಡೆದು ಆ ಸಂದರ್ಭಕ್ಕೆ ಅಪ್ಪ ಆಗುತ್ತಿದ್ದಾನೆನಿಸಿತು. ನಾನೂ ಮೋರೋಣಿಯೂ ಪಡಸಾಲೆಯ ಹಿಂದಿನ ಕಿಟಕಿಯ ಬಳಿ ನಿಂತೆವು.

ನಮಗೆ ಪಡಸಾಲೆಯಲ್ಲಿ ಕಟ್ಟಿದ್ದ ಮರದ ತೊಟ್ಟಿಲು ಮಾತ್ರ ಕಾಣಿಸುತ್ತಿತ್ತು. ಬಹುಶಃ ಹಾವು ಅಲ್ಲೇ ಸುರುಳಿ ಸುತ್ತಿ ಮಲಗಿತ್ತೋ ಏನೋ. ತೊಟ್ಟಿಲ ಬಳಿ ನಿಂತಿದ್ದ ಮಾಣಿಗ ಪ್ರೇತಬಿಡಿಸುವವರು ಹೇಳುವಂತೆ ಯಾವುದೋ ಮಂತ್ರ ಹೇಳುತ್ತಿದ್ದ. ಕೈಯನ್ನು ಮೂರ್ನಾಲ್ಕು ಬಾರಿ ಗಾಳಿಯಲ್ಲಿ ಆಡಿಸಿದ. ಒಂದೈದು ನಿಮಿಷ ಇದೇ ಡ್ರಾಮಾ ಮುಂದುವರೆದಾಗ ಕಿಟಕಿಯಲ್ಲಿ ಇಣುಕಿ ನೋಡುತ್ತಿದ್ದ ನನಗೆ ಇವನನ್ನು ಹಾವು ಹಿಡಿಯಲು ಕರೆದಿದ್ದಾರೋ ಅಥವಾ ಪ್ರೇತ ಬಿಡಿಸಲು ಕರೆದಿದ್ದಾರೋ ಅರ್ಥವಾಗದೆ.

"ಹಿಡಿತೀಯೋ ಇದನ್ನೇ ಮಾಡ್ತೀಯೋ" ಎಂದು ರೇಗಿದೆ. ಅದಕ್ಕವನು ಉತ್ತರಿಸದೆ ತೋರುಬೆರಳಲ್ಲಿ 'ಶ್' ಎಂದು ಎಚ್ಚರಿಸಿದ...

ತಾನು ಒಂಬತ್ತು ಅಂಕೆಯ ಆಕಾರದಲ್ಲಿ ಬಾಗಿಸಿ ತಂದಿದ್ದ ಬೀಳಲನ್ನು ತೆಗೆದು ತೊಟ್ಟಿಲಿನ ಬಳಿ ಹಿಡಿದಾಗ ಬುಸ್ಸೆಂದು ಹೆಡೆಬಿಚ್ಚಿದ ನಾಗರಾಜ...! ದಂಡವನ್ನು ಹಾವಿನ ಮುಖದ ಬಳಿ ಮಂತ್ರವಾದಿಯಂತೆ ಆಡಿಸುತ್ತಿದ್ದ. ಹಾವು ಸೆಟೆದು ನಿಂತು ಆತನ ದಂಡಕ್ಕೆ ಕಡಿಯಲು ಪ್ರಯತ್ನಿಸುತ್ತಿತ್ತು. ನನಗೆ ಇವ ಹಾವು ಹಿಡಿಯುತ್ತಾನೆಂಬ ಯಾವ ಭರವಸೆಯೂ ಇರಲಿಲ್ಲ. ಇಂತಹ ನಾಟಕಗಾರನನ್ನು ಕರೆತಂದು ಮಗುವಿನ ಜೀವವನ್ನು ಅನ್ಯಾಯವಾಗಿ ಬಲಿಕೊಡುವಂತಾಗುತ್ತಿದೆಯಲ್ಲಾ ಎಂದು ದುಃಖವೂ ಆಯಿತು. ಮಾತಾಡಿ ಪ್ರಯೋಜನವಿಲ್ಲವೆಂದು ಸುಮ್ಮನೇ ನಿಂತಿದ್ದೆ.

ಹಾವನ್ನು ನೋಡುವ ಭರದಲ್ಲಿ ಪಡಸಾಲೆಯ ಕಿಟಕಿ ಬಳಿ ನಿಂತಿದ್ದ ನಮಗೆ ನಾವು ನಿಂತದ್ದು ಇರುವೆ ಗೂಡಿನ ಮೇಲೆಂದು ಗೊತ್ತೇ ಇರಲಿಲ್ಲ. ಕಾಲಿಡೀ ಇರುವೆ ಮುತ್ತಿದ ಮೇಲೆಯೇ ಗೊತ್ತಾಗಿದ್ದು. ಮೋರೋಣಿ ಕೈಯಿಂದ ಇರುವೆ ಕೊಡವುತ್ತಾ 'ಎಂತ ಮಾರ್ರೆ ಇದು ಸಾವ್‌ದ ಇರುವೆ' ಎಂದು ಗೊಣಗಿದ. ನಾನೂ ಕೈಯಿಂದ ಇರುವೆ ಕೊಡವುತ್ತಿದ್ದಾಗ ಆಕಡೆಯಿಂದ ಭುಸ್ ಎಂಬ ಸದ್ದು ಮತ್ತು ಮಗು ಅಳುತ್ತಿರುವ ಸದ್ದು ಒಟ್ಟಿಗೇ ಕೇಳಿದಾಗ ಒಮ್ಮೆ ಹೃದಯ ಬಡಿತ ನಿಂತ ಅನುಭವವಾಯಿತು. ಕಾಲಿನಲ್ಲಿ ತುಂಬಿದ್ದ ಇರುವೆ ರಾಶಿ ಮರೆತೇ ಹೋಗಿತ್ತು. ಏನು ನಡೆಯುತ್ತಿದೆಯೆಂದು ಅರಿವಾಗಲಿಲ್ಲ. ನೋಡಿದರೆ ಹಾವು ಮಾಣಿಗನ ಕೈಲಿದ್ದ ದಂಡದಲ್ಲಿ ನೇತಾಡುತ್ತಿದೆ...!

ನಾವು ಅಂಗಳಕ್ಕೆ ಬಂದಾಗ ಮಾಣಿಗ ಹಾವನ್ನು ಪಳಗಿಸಿ ತಗಡಿನ ಡಬ್ಬಿಗೆ ತುಂಬುತ್ತಿದ್ದ. ತಾಯಿ ಮಗುವನ್ನು ಸಮಾಧಾನಪಡಿಸುತ್ತಿದ್ದಳು.

ಅಷ್ಟರಲ್ಲಿ ಸುಬ್ಬಮ್ಮ ಒಂದು ಅಗಲವಾದ ಪಾತ್ರೆಯಲ್ಲಿ ನೀರು ತಂದು ಅಂಗಳದಲ್ಲಿಟ್ಟಳು. ಮಗುವಿನ ತಾಯಿ ಒಂದು ಮಣೆ ತಂದಿಟ್ಟು ಅಳುತ್ತಿದ್ದ ಮಗುವನ್ನು ಹಿಡಿದು ಆ ಪಾತ್ರೆಯ ಮುಂದೆ ಕುಳಿತಳು. ಅಷ್ಟರಲ್ಲಿ ಸುಬ್ಬಮ್ಮ ಬೆಂಕಿಯಲ್ಲಿಟ್ಟು ಕಾದು ಕೆಂಪಾಗಿದ್ದ ದೋಸೆಯ ಸಟ್ಟುಗವನ್ನು ಹಿಡಿದು ಹೊರಬಂದಳು. ಮುಂದೇನು ಮಾಡಲಿದ್ದಾರೆಂದು ಉಸಿರು ಬಿಗಿಹಿಡಿದು ನಿಂತಿದ್ದೆ. ಸುಬ್ಬಮ್ಮ ಒಮ್ಮೆಗೇ ಸಟ್ಟುಗವನ್ನು ಬೊಗುಣಿಯ ನೀರಿಗೆ ಮುಳುಗಿಸಿದಳು. 'ಸ್ಸ್' ಎಂಬ ಸದ್ದಿನೊಂದಿಗೆ ಸಟ್ಟುಗ ನೀರಿನಲ್ಲಿ ಮುಳುಗಿ ಹೊಗೆಯೆಬ್ಬಿಸಿತು. ಅಷ್ಟರಲ್ಲಿ ಮಗು ಬೆಚ್ಚಿ ಬಿದ್ದು ಅಳು ನಿಲ್ಲಿಸಿತು.

"ಹಾವೇನೋ ಹಿಡಿದಾಯ್ತೇ... ಇನ್ನು ಮನೆ ಯಾರು ಶುದ್ಧ ಮಾಡೋದು" ಎಂದು ನಮ್ಮತ್ತ ತಾತ್ಸಾರದಿಂದ ನೋಡುತ್ತಾ ಸುಬ್ಬಮ್ಮ ರಾಗ ತೆಗೆದಳು. ಮಾಣಿಗ ಪಡಸಾಲೆ ಪ್ರವೇಶಿಸಿದ್ದು ಮನೆಯ ಶುದ್ಧತೆಗೆ

ಧಕ್ಕೆಯಾಯ್ತು ಎಂಬಂತಿತ್ತು ಮಾತಿನ ದಾಟಿ. ಇವಳ ಅಹಂಕಾರಕ್ಕಿಷ್ಟು ಬೆಂಕಿ ಹಾಕ ಮತ್ತೆಂದೂ ಆಕೆಯ ಮನೆಗೆ ಕಾಲಿಡಲಾರೆ ಎಂದೆನಿಸಿ ನಾನು ಹೊರಡಲನುವಾದೆ.

ಮಾಣಿಗನಿಗಿದೆಲ್ಲಾ ಮಾಮೂಲು. ಆತನೂ ಹೊರಡಲೆಂದು ಗಂಟುಮೂಟೆ ಕಟ್ಟುತ್ತಿದ್ದ. ನಮ್ಮ ಜತೆ ಬಂದಿದ್ದ ಮೋರ್ರೋಣಿ ಮತ್ತು ದಮಯಂತಿ ಕೂಡಾ ವಾಪಸ್ಸು ಕೆಲಸಕ್ಕೆ ಹೊರಡಲಣಿಯಾದಾಗ ನಾನು ಕಣ್ಸನ್ನೆಯಿಂದಲೇ ಮಾಣಿಗನ ಜತೆ ಕೊಂಚ ಕೆಲಸವಿದೆಯೆಂದು ಮತ್ತೆ ಬರುತ್ತೇನೆಂದು ಕಣ್ಸನ್ನೆ ಮಾಡಿದೆ. ನಾನು ಮಾಣಿಗನ ಹಿಂಬಾಲಿಸಿದಾಗ ಗಲಿಬಿಲಿಗೊಂಡು

"ನೀವೆಲ್ಲಿಗೆ ಸಾರ್" ಎಂದು ಕೇಳಿದ.

"ನಂಗೆ ಈ ಹಾವನ್ನು ಕಾಡಿಗೆ ಬಿಡೋದು ನೋಡ್ಬೇಕು!" ದೃಢವಾಗಿ ಹೇಳಿದಾಗ ಈ ಜನ ನನ್ನ ಮಾತು ಕೇಳುವ ಆಸಾಮಿಯಲ್ಲವೆಂದರಿವಾಗಿ ಮರುಮಾತಾಡದೆ ಅಲ್ಲಿಂದ ಹೊರಟ. ನನಗೆ ಇರ್ತಲೆ ಹಾವಿನಂತೆಯೇ ಇದರಲ್ಲೂ ಏನೋ ಡೀಲ್ ಇರಬಹುದು ಎಂಬ ಅನುಮಾನವಿತ್ತು. ಆ ಕಾರಣಕ್ಕಾಗಿಯೇ ನಾನವನನ್ನು ಹಿಂಬಾಲಿಸಿದ್ದು. ಇರ್ತಲೆ ಹಾವಿನ ಬಗ್ಗೆ ತಿಳಿದಿದ್ದು ಇಲ್ಲಿಗೆ ಬಂದ ನಂತರವಾದರೂ ನಾಗರಹಾವಿನ ವಿಷ ಸಾವಿರಾರು ರೂಪಾಯಿಗಳಿಗೆ ಮಾರಾಟವಾಗುತ್ತಿದ್ದುದನ್ನು ಕೇಳಿದ್ದೆ. ಎಲ್ಲದರಲ್ಲೂ ಅನುಮಾನ ವ್ಯಕ್ತಪಡಿಸುವುದು ತಪ್ಪೆಂದು ಆ ಬಗ್ಗೆ ಏನೂ ಪ್ರಶ್ನಿಸಲು ಹೋಗಲಿಲ್ಲ. ಮೌನವಾಗಿ ನಡೆಯುತ್ತಿದ್ದವನನ್ನುದ್ದೇಶಿಸಿ

"ಯಾಕೋ ಮಾತಾಡ್ತಿಲ್ಲ, ಕೋಪಾನೇನೋ" ಎಂದೆ.

"ಇಲ್ಲ ಸಾರ್ ಯಾಕೋ ಬೇಜಾರು."

"ಇಷ್ಟ್ ದೊಡ್ಡ ಹಾವ್ ಹಿಡ್ದೆ ಇನ್ನೂ ಯಾಕೋ ಬೇಜಾರು?"

"ಹಾವು ಹಿಡಿದ್ರೂ ಒಂದ್ರುಪಾಯಿ ಕೊಡ್ಲಿಲ್ಲ ಸಾರ್."

"ದುಡ್ ಯಾಕೋ ನಿಂಗೆ."

"ನಂಗೂ ಕುಟುಮಸಂಸಾರ ಎಲ್ಲಾ ಉಂಟು ಸಾರ್."

"ಹಾವು ಹಿಡ್ದಿದ್ದಕ್ಕೆ ದುಡ್ಡಲ್ವಾ, ನಾನ್ ಕೊಡ್ತೀನಿ" ಎಂದು ಜೇಬಿನಲ್ಲಿದ್ದ ಐವತ್ತು ರೂಪಾಯಿ ತೆಗೆದು ಕೈಗಿತ್ತೆ. ಯಾರದೋ ಮನೆಯ ಹಾವು ಹಿಡಿದದ್ದಕ್ಕ ನೀವ್ಯಾಕೆ ದುಡ್ಡು ಕೊಡಬೇಕೆಂದು ನಿರಾಕರಿಸಿದ. ಮತ್ತೂ ಒತ್ತಾಯಿಸಿದಾಗ ಇದು ಹೆಚ್ಚಾಯಿತೆಂದು ಇಪ್ಪತ್ತು ರೂಪಾಯಿ ತೆಗೆದು ಸೊಂಟಕ್ಕೆ ಸಿಕ್ಕಿಸಿಕೊಂಡು ಮಿಕ್ಕಿದ್ದನ್ನು ವಾಪಸ್ಸು ನೀಡಿದ.

ಈ ಹಾವನ್ನು ಕೊಂಡೊಯ್ದು ಬೆರ್ಮೆರೆ ಕಾಡಿಗೆ ಬಿಟ್ಟರೆ ಮತ್ತೆ ವಾಪಸ್ಸು ಬರಲಾರದೆಂದೂ ಇಲ್ಲೇ ಬಿಟ್ಟರೆ ಮತ್ತೆ ವಾಪಾಸ್ಸು ಬಂದು ತೊಂದರೆ ಕೊಡುವುದೆಂದು ಹೇಳಿದ. ಕೇಳಬೇಕಾಗಿದ್ದ ವಿಚಾರಗಳು ನೂರಾರಿದ್ದರೂ

ನಾನು ಮೌನವಾಗೇ ನಡೆಯುತ್ತಿದ್ದೆ. ಅಷ್ಟರಲ್ಲಿ ಮುಂದೆ ನಡೆಯುತ್ತಿದ್ದವ ದಡಕ್ಕನೆ ತಿರುಗಿ

"ಸಾರ್ ಅಲ್ಲಿ ನೋಡಿ ಜೋಡಿ ಮುಂಗುಲಿ, ನಮ್ಮ ದಾರಿಗೆ ಅಡ್ಡ ಹೋಗಿದ್ದು" ಮಾಣಿಗನ ಮುಖದಲ್ಲಿ ಸಂತಸವಿತ್ತು. ಮುಂಗುಸಿಗಳೆರಡೂ ತಮ್ಮ ಪಾಡಿಗೆ ತಾವು ಕಾಲುದಾರಿಯನ್ನು ದಾಟಿ ಹೋಗುತ್ತಿದ್ದವು. ದುಡ್ಡು ಕೊಟ್ಟರೂ ಸಿಗದ ಸಂತಸ ಮುಂಗುಸಿಯನ್ನು ಕಂಡಾಗ ಸಿಕ್ಕಿದ್ದೇಗೆ ಎಂದೆನಿಸಿ

"ಮುಂಗುಸಿ ಹೋದ್ರೆ ಏನಾಯ್ತೋ?" ಎಂದು ಕೇಳಿದೆ.

"ಮುಂಗುಲಿ ದಾರಿಗೆ ಅಡ್ಡ ಹೋದ್ರೆ ಗೇಲ್ ಸಿಕ್ಕಿದಾಗೆ ಸಾರ್, ಅದ್ರಲ್ಲೂ ಎರಡು ಮುಂಗುಲಿ ಅಡ್ಡ ಹೋದ್ರೆ ಡಬಲ್ ಲಕ್ಕಿ ಸಿಗ್ತದೆ" ಎಂದು ನಕ್ಕ. ಆ ನಗುವಿನಲ್ಲಿ ಎಲೆ ಅಡಿಕೆ ಜಗಿದ ಮೂವತ್ತೆರಡೂ ಹಲ್ಲುಗಳು ಮಿಂಚಿದವು. ಮುಂಗುಸಿ ಸಿಕ್ಕಿದ್ದೇ ಸಿಕ್ಕಿದ್ದು ಮಂಗಳೂರು ಆಕಾಶವಾಣಿಯ ರೇಡಿಯೋ ಆನ್ ಆಯಿತು. ಬೆರ್ಮರ ಕಾಡು ತಲುಪಲು ಇನ್ನೂ ಒಂದಷ್ಟು ದೂರವಿತ್ತು. ಅವನ ಕೈಯಲ್ಲಿ ಗರುಡ ರೇಖೆ ಇರುವುದರಿಂದ ಹಾವುಗಳು ಪ್ರತಿಭಟಿಸದೆ ಸುಲಭವಾಗಿ ಸಿಗುವವೆಂದೂ ಮಿಕ್ಕವರಿಗಾದರೆ ಇದು ಅಪಾಯಕಾರಿಯೆಂದೂ ಹೇಳಿದ. ಅವ ಖುಷಿಯಾಗಿರುವ ಸಮಯದ ಲಾಭ ಪಡೆದುಕೊಳ್ಳಬೇಕೆನಿಸಿ

"ಲೋ, ನೀನ್ ಆವತ್ತು ಚೇಳು ಕಚ್ಚಿದ್ದಕ್ಕೆ ಮದ್ದು ಕೊಟ್ಟಲ್ವೇನೋ... ನಂಗೂ ಹೇಳ್ಕೊಡೋ. ನಿನ್ ಫ್ರೆಂಡಲ್ವೇನೋ ನಾನು" ಎಂದು ಕೇಳಿದೆ.

ಅಲ್ಲಿವರೆಗೂ ತಮಾಷೆಯಾಗಿ ಹರಟುತ್ತಿದ್ದವ ಒಮ್ಮೆಗೇ ಗಂಭೀರವಾಗಿ "ಅದೆಲ್ಲಾ ಹೇಳಿಕೊಡ್ಲಿಕ್ಕೆ ಆಗುದಿಲ್ಲ ಸಾರ್" ಎಂದ. ಆ ದನಿಯಲ್ಲಿ ದೃಢತೆಯಿತ್ತು...

"ಯಾಕೋ?, ಹೇಳ್ಕೊಟ್ರೆ ನಿನ್ ಗಂಟೇನು ಹೋಗುತ್ತೆ" ಉಡಾಫೆಯಿಂದ ಮರು ಪ್ರಶ್ನೆ ಹಾಕಿದೆ.

"ಅದು ಹಾಗೆ ಸುಮ್ಮನೆ ಹೇಳ್ಳಿಕ್ಕೆ ಆಗುದಿಲ್ಲ ಸಾರ್ ಅದಕ್ಕೆ ಕ್ರಮ ಎಲ್ಲಾ ಉಂಟು."

"ಏನ್ ಕ್ರಮ, ಹಾಗಾದ್ರೆ ಅದನ್ನ ಮಾಡೀನೇ ಹೇಳ್ಕೊಡು" ಎಂದಾಗ ಯಾವುದೇ ಮದ್ದಾಗಿರಲಿ ತನ್ನ ಕುಲದವರಿಗೆ ಮಾತ್ರ ಹೇಳಿಕೊಡುವಂತದ್ದು, ಅದಕ್ಕಿರುವ ಕ್ರಮಗಳನ್ನು ವಿವರಿಸಿ ತನ್ನ ತೋಳಿನಲ್ಲಿ ಹಾಕಿದ ಹಚ್ಚೆಯನ್ನು ತೋರಿಸಿದ. ನನಗೇನೂ ಮರು ಮಾತನಾಡುವಂತಿರಲಿಲ್ಲ. ಪ್ಲಾನ್ ಬಿ ಪ್ರಯತ್ನಿಸುವುದೊಂದೇ ಮುಂದಿನ ಯೋಜನೆಯಾಗಿತ್ತು. ಇಂತಹ ಕಂದಾಚಾರಗಳಿಂದ ಕೂಡಿದ ನಂಬಿಕೆಗಳಿಂದಲೇ ನಾಟಿ ಔಷಧ ಊರಿಂದ ಮರೆಯಾಗುತ್ತಿದೆಯೆನಿಸಿತು. ಇನ್ನು ಇವನ ಜತೆ ಹೆಚ್ಚು ಮಾತಾಡಿ ಉಪಯೋಗವಿಲ್ಲವೆಂದೆನಿಸಿ ಮೌನವಾಗಿ ಹೆಜ್ಜೆ ಹಾಕಿದೆ.

ಬೆರ್ಮರಕಾಡು ತಲುಪುವಾಗ ಸೂರ್ಯ ನೆತ್ತಿಯ ಮೇಲಿದ್ದ. ಅಲ್ಲೇ ಸಿಕ್ಕಿದ ಹುತ್ತವೊಂದನ್ನು ತೋರಿಸಿ ಇದು ಪವಿತ್ರ ಹುತ್ತವೆಂದೂ ಗೆದ್ದಲಿನ ಹುತ್ತಗಳು ಸಣ್ಣದಾಗಿರುತ್ತವೆಂದೂ ಅಂತಹ ಹುತ್ತದಲ್ಲಿ ಹಾವು ವಾಸಿಸಲಾರದೆಂದೂ, ಹಾವು ವಾಸಿಸಬೇಕಾದಲ್ಲಿ ಇಂತಹ ಒಳ್ಳೆಯ ಹುತ್ತವೇ ಆಗಬೇಕು ಎಂದು ಹೇಳಿದ. ಕೆಳಗಿಟ್ಟಿದ್ದ ತಗಡಿನ ಡಬ್ಬಿಯನ್ನು ಎಚ್ಚರಿಕೆಯಿಂದ ಬಿಚ್ಚಿ ಹಾವನ್ನು ಅದೇ ಹುತ್ತದ ಬಳಿ ಬಳಿ ಬಿಟ್ಟ. ಹಾವು ಮಾಣಿಗನ ಪವಿತ್ರ ಹುತ್ತವನ್ನು ಕಣ್ಣೆತ್ತಿಯೂ ನೋಡಲಿಲ್ಲ. ಡಬ್ಬದಲ್ಲಿ ಕಟ್ಟಿದ್ದ ಹಾವು ವ್ಯಗ್ರವಾಗಿರುತ್ತದೆಂದುಕೊಂಡಿದ್ದೆ. ಆದರೆ ನನ್ನ ನಿರೀಕ್ಷೆಯನ್ನು ಸುಳ್ಳು ಮಾಡುವಂತೆ ಹಾವು ಮೌನವಾಗಿ ಯಾವುದೋ ಪೊದೆಯ ಮರೆಗೆ ಸಾಗಿ ಮರೆಯಾಯಿತು.

ವಾಪಸ್ಸು ಬರುವಾಗ ನನಗೆ ಸಾಕಾಗಿತ್ತು. ಹಸಿವು ಬಾಯಾರಿಕೆಗಳಿಂದ ಬೆಂಡಾಗಿದ್ದೆ. ಅನುಭವಿಯಾದ್ದರಿಂದಲೋ ಏನೋ ಮಾಣಿಗ ದೇಹದಲ್ಲಿ ಬೆವರು ಸುರಿಯುತ್ತಿದ್ದರೂ ಆರಾಮಾಗಿಯೇ ನಡೆಯುತ್ತಿದ್ದ. ಈ ಬಾರಿಯೂ ನನ್ನ ಮುಂದಿನಿಂದ ನಡೆದುಹೋಗುತ್ತಿದ್ದ ಮಾಣಿಗನಿಗೆ ಇನ್ನೇನು ದಟ್ಟವಾದ ಕಾಡು ಕೊನೆಯಾಗಿ ಬಯಲು ಪ್ರದೇಶ ಬಂತೆನ್ನುವಾಗ ಏನೋ ಒಂದು ಗೋಚರಿಸಿತು.

ಅದೊಂದು ಹಿಂದೆ ಯಾರೋ ಕಡಿದುಬಿಟ್ಟ ಅಸ್ತಿಪಂಜರದಂತಹ ಮರದ ಬುಡ. ಮರದ ಕಾಂಡವಾಗಲಿ, ಬುಡವಾಗಲಿ ಕಡಿದು ಹಾಗೆಯೇ ಪ್ರಕೃತಿಯಲ್ಲಿ ಬಿಟ್ಟಾಗ ಅದರ ಮೆದುವಾದ ಭಾಗವೆಲ್ಲಾ ಕರಗಿ ತಿರುಳು ಉಳಿಯುವುದು. ಬಲಿತ ಮರವಾದರೆ ಆ ತಿರುಳುಗಳು ಅಲ್ಲಲ್ಲಿ ಚೂಪು ಚೂಪಾಗಿ ಭರ್ಜಿಯಂತೆ ಕಾಣಸಿಗುತ್ತವೆ. ಇಲ್ಲಿ ಸಿಕ್ಕಿದ್ದೂ ಅಂತದೇ ಕಾಡು ಮರದ ಬುಡ. ಇದರಲ್ಲೇನು ವಿಶೇಷ ಎಂದು ಕುತೂಹಲದಿಂದ ಗಮನಿಸುತ್ತಿದ್ದೆ. ಮಾಣಿಗ ಆ ತಿರುಳನ್ನು ತನ್ನ ಸೊಂಟಗತ್ತಿಯಿಂದ ಕೆರೆದು ಮೂಗಿಗೆ ಹಿಡಿದ. ಮಾಣಿಗನ ಕಣ್ಣುಗಳು ಸಾವಿರ ಕ್ಯಾಂಡಲ್ ಬಲ್ಬಿನಂತೆ ಹೊಳೆದವು! ಏನಾದರೂ ಮಾದಕ ವಸ್ತುವಾಗಿರಬಹುದೇ ಎನ್ನಿಸಿ ನಾನೂ ಪರಿಮಳ ನೋಡಿದಾಗ ಅದು ಶ್ರೀಗಂಧದ ಮರದ ತಿರುಳು...! ಸಿಪ್ಪೆಯೆಲ್ಲಾ ಕರಗಿ ಉಳಿದ ಇಪ್ಪತ್ತೆಂಟು ಕ್ಯಾರೇಟ್ ಶ್ರೀಗಂಧದ ತಿರುಳು!

ಮಣ್ಣು ಮೆದುವಾಗಿದ್ದರಿಂದಲೋ ಏನೋ ಒಂದೆರಡು ಭಾರಿ ಮರದ ಬುಡವನ್ನು ಶಕ್ತಿ ಹಾಕಿ ಅಲ್ಲಾಡಿಸಿದಾಗ ಕಿತ್ತು ಬಂತು. ಸುಮಾರು ಮೂರು ಕೆಜಿ ಶ್ರೀಗಂಧದ ತಿರುಳನ್ನು ಕಂಡ ಮಾಣಿಗನಿಗೆ ಖುಷಿಯಲ್ಲಿ ಪಾರವೇ ಇರಲಿಲ್ಲ... ಈ ತಿರುಳನ್ನು ಎಲ್ಲಿಗೆ ಕೊಂಡೊಯ್ಯುತ್ತಿಯೆಂದು ಕೇಳಿದರೂ ಸರಿಯಾದ ಉತ್ತರ ಸಿಗಲಾರದೆಂದು ಗೊತ್ತಿದ್ದರಿಂದ ಕೇಳಲು ಹೋಗಲಿಲ್ಲ. ಮನೆ ತಲುಪುವ ಕವಲು ರಸ್ತೆಯವರೆಗೆ ಜೊತೆಗಿದ್ದವ ತನ್ನ ಮನೆಗೆ ಸಾಗುವ ಕಾಲುದಾರಿಯಲ್ಲಿ ಮರೆಯಾದ. ಜೋಡಿ ಮುಂಗುಸಿ ಮಹಿಮೆಯಿಂದ ಮಾಣಿಗನಿಗೆ ಜ್ಯಾಕ್‌ಪಾಟ್ ಹೊಡೆಯಿತು...

12

ಗಂಧದ ಬೇರು ಸಿಕ್ಕ ನಂತರ ಒಂದಷ್ಟು ದಿನ ಮಾಣಿಗನ ಪತ್ತೆಯಿರಲಿಲ್ಲ. ಈಸಲ ಅವನು ಸಿಕ್ಕಾಗ ನಾಟಿ ಮದ್ದಿನ ಬಗ್ಗೆ ಬಾಯಿ ಬಿಡಿಸಲು ಸೂಪರ್ ಐಡಿಯಾವೊಂದನ್ನು ಹಾಕಿ ಕಾಯುತ್ತಿದ್ದೆ. ಕೊನೆಗೂ ಆ ದಿನ ಬಂದೇ ಬಿಟ್ಟಿತು.

ಅಂದು ದೊಡ್ಮನೆಯ ಹಿತ್ತಲಲ್ಲಿ ಯಾರೋ ಬೀಳಲುಗಳನ್ನು ತಂದು ರಾಶಿ ಹಾಕುತ್ತಿರುವುದು ಕಾಣಿಸಿತು. ಬಂದು ನೋಡಿದರೆ ಮಾಣಿಗ ನಿಂತಿದ್ದಾನೆ. ಬೆಲೆಬಾಳುವ ವಸ್ತುಗಳು ಸಿಕ್ಕನಂತರ ಒಂದಷ್ಟು ದಿನ ಅವನ ಪತ್ತೆಯಿರಲಾರದು ಎನ್ನುವುದು ಅದಾಗಲೇ ನನಗರ್ಥವಾಗಿತ್ತು. ನನ್ನನ್ನು ಕಂಡ ಕೂಡಲೇ ಲೋಕಾಭಿರಾಮವಾಗಿ

"ಏನು ಸಾರ್ ಬಾರಿ ಅಪರೂಪ ನೋಡ್ಲಿಕ್ಕೇ ಇಲ್ಲ" ಎಂದ. ಆತನ ಮಾತಿನ ವ್ಯಂಗ್ಯವನ್ನು ಗಮನಿಸಿ "ಅಪರೂಪ ನೀನು, ಬೇರು ಎತ್ಕೊಂಡ್ ಹೋದೋನ್ದ್ ಸುದ್ದೀನೆ ಇಲ್ಲ. ದೊಡ್ಡ ಗಂಟೇ ಸಿಕ್ಕಿದೆ ಹಾಗಾದ್ರೆ. ದುಡ್ಡು ಖಾಲಿಯಾಗುವವರೆಗೆ ಈಕಡೆ ತಲೇನು ಹಾಕಲ್ಲ ಬಿಡು ನೀನು" ಎಂದು ಚುಚ್ಚಿದೆ.

"ಇಲ್ಲ ಸಾರ್ ಅದ್ರಲ್ಲಿ ತಿರುಲು ಎಂತ ಕೂಡ ಇರ್ಲಿಲ್ಲ. ಇದ್ದದ್ದು ಬರೀ ಬಂಬು" ಎಂದು ಅಲವತ್ತುಕೊಂಡ. ಸುಳ್ಳು ಹೇಳುವುದು ಇವನಿಗೆ ಜನ್ಮಜಾತವಾಗಿ ಬಂದ ಕಲೆಯೆನಿಸಿ "ನೋಡೋ ನಿಂಗ್ ದುಡ್ ಸಿಕ್ರೆ ನಾನ್ ಕೇಳ್ತೀನೇನೋ. ಯಾಕೋ ಹಸಿ ಹಸಿ ಸುಳ್ ಬಿಡ್ತೀಯಾ? ಹೀಗ್ ಸುಳ್ ಹೇಳಿದ್ರೆ ನಿನ್ನ ಯಾರೂ ನಂಬಲ್ಲ ನೋಡು" ಎಂದು ಗದರಿಸಿದೆ. ಪೆಚ್ಚಾಗಿ ನಗುತ್ತಾ ಬುಟ್ಟಿ ಹೆಣೆಯುವ ಕೆಲಸ ಮುಂದುವರೆಸಿದ. ಅಷ್ಟರಲ್ಲಿ ನಾನು ನನ್ನ ಪ್ಲಾನನ್ನು ಕಾರ್ಯರೂಪಕ್ಕೆ ತರಲು ಸಿದ್ಧವಾಗಿದ್ದೆ. ಮಾಣಿಗನನ್ನು ಉದ್ದೇಶಿಸಿ

"ಲೋ ಮಾಣಿಗಾ. ನಿಂಗಿವತ್ತು ಪುರ್ಸೊತ್ತಿದ್ಯೇನೋ?"

"ಯಾಕೆ ಸಾರ್."

"ಒಂದು ರೇಡಿಯೋ ರಿಪೇರಿ ಮಾಡಕ್ಕಿತ್ತು ಕಣೋ. ನಂಗ್ ಅವ್ನ ಅಂಗ್ಡಿ ಗೊತ್ತಿಲ್ಲ."

"ಈಗ ಕತ್ತೆರಿ ಇಟ್ಟಿದ್ದು ಮಾತ್ರ ನೋಡಿ, ಬುಟ್ಟಿ ಹಣೆದು ಮುಗಿವಾಗ ಮದ್ಯಾನ ಆಗಬೋದು ಸಾರ್, ಸಂಜೆ ಹೋಗುವನಾ ನಾವು?" ಎಂದು ಬುಟ್ಟಿ ಹೆಣಿಯಲು ಆಗ ತಾನೇ ಎರಡು ಬೀಳಲುಗಳನ್ನು ಕತ್ತರಿಯಾಗಿಟ್ಟಿದುದನ್ನು ತೋರಿಸಿದ.

"ಸರಿ ಸಂಜೆ ಹೋಗುವ ಈಗ್ಲೇ ಹೇಳ್ತಿದೇನೆ ಕೈ ಕೊಡ್ಬಾರ್ದು ಮತ್ತೆ..."

"ಅಯ್ಯಯ್ಯೋ ಇಲ್ಲ ಸಾರ್ ದೇವೆರ್ನಾಜ ಇಲ್ಲ"

ಅವನು ಹೆಣೆಯುತ್ತಲೇ ಇದ್ದ. ನಾನು ಅಂಗಳದಲ್ಲಿ ಕೆಲಸ ಮಾಡುತ್ತಿದ್ದ ಮೋರೋಣಿಯೊಡನೆ ಕೊಂಚ ಮಾತಾಡಿ ಮನೆಯತ್ತ ಹೆಜ್ಜೆ ಹಾಕಿದೆ. ನಾನು ಹಾಕಿದ ಪ್ಲಾನೆಂದರೆ ದೊಡ್ಮನೆಯ ಕೊಟ್ಟಿಗೆಯಲ್ಲೊಂದು ಹಳೇಯ ರೇಡಿಯೋ ಇತ್ತು. ಅದನ್ನು ಕರೆಂಟಿಗೆ ಸಿಕ್ಕಿಸಿ ಪರೀಕ್ಷಿಸಿದಾಗ ಅದು ಬಳಸದೆ ಇಟ್ಟಿದ್ದರಿಂದ ಹಾಗಾಗಿದೆಯೆಂದು ಗೊತ್ತಾಯಿತು. ಹೆಡ್ ಚೇಂಜ್ ಮಾಡಿದರೆ ಕ್ಯಾಸೆಟ್ ಹಾಕಬಹುದು. ಸರ್ವಿಸ್ ಮಾಡಿ ವಾರ್ತೆಗಳನ್ನಾದರೂ ಕೇಳಬಹುದು ಎಂದು ಯೋಚಿಸಿ ಮೋರೋಣಿಯ ಬಳಿ ಹೇಳಿದಾಗ ಅದು ದಣಿಗಳು ವ್ಯರ್ಥವಾಗಿ ಬಿಸಾಕಿದ ರೇಡಿಯೋ ಎಂದೂ, ರಿಪೇರಿ ಮಾಡಿದರೆ ಖುಷಿಯೆಂದು ಹೇಳಿ, ಊರಲ್ಲಿ ಪಾಂಡಿ ಎನ್ನುವವ ರೇಡಿಯೋ ರಿಪೇರಿ ಮಾಡುವವ ಇರುವ ವಿಚಾರವನ್ನೂ ತಿಳಿಸಿದ್ದ. ಅದೆಲ್ಲದರ ಜತೆಗೆ ನಾನು ಮತ್ತೊಂದು ಪ್ಲಾನ್ ಕೂಡಾ ಮಾಡಿದ್ದೆ!

ಮಾಡಬೇಕಿದ್ದ ಕೆಲಸವನ್ನೆಲ್ಲಾ ಮುಗಿಸಿ ಮಧ್ಯಾಹ್ನದ ಊಟಕ್ಕೆ ಹೊರಡುವ ಹೊತ್ತಲ್ಲೂ ಮಾಣಿಗ ಬುಟ್ಟಿ ಹೆಣೆಯುತ್ತಲೇ ಇದ್ದ. ಫಿನಿಷಿಂಗ್ ಸ್ಟೇಜಿನಲ್ಲಿ ಬುಟ್ಟಿ ಹೆಣೆದು ಅದರ ಅಂಚನ್ನು ಹೊಸೆಯುತ್ತಿದ್ದ. ಅಲ್ಲಿ ನನಗೊಂದು ಅಚ್ಚರಿ ಗೋಚರಿಸಿತು.

ಅಂದು ಮೋರೋಣಿ ಕಾಗೆ ಗೂಡು ಧ್ವಂಸಗೈದ ಹಲಸಿನ ಬುಡದ ಬೇರಿನಲ್ಲಿ ಕುಳಿತು ಬುಟ್ಟಿ ಹೆಣೆಯುತ್ತಿದ್ದ ಮಾಣಿಗನ ಮೈಯಿಡೀ ಕೆಂಪಿರುವೆಗಳು ಮುತ್ತಿದ್ದವು... ಮುಖವೊಂದನ್ನು ಬಿಟ್ಟು...! ನನಗಿದು ಒಗಟಾಗಿ ಕಂಡು.

"ಲೇ ಹುಚ್ಚಾ. ಒಂದ್ ಕಥೆ ಹೇಳ್ತೀನಿ ಕೇಳು. ಒಬ್ಬ ಸನ್ಯಾಸಿ ತನ್ನಿಡೀ ಗಡ್ಡಕ್ಕೆ ಇರುವೆಗಳು ಮುತ್ತೋವರೆಗ್ ಕೂತ್ಕೊಂಡಿದ್ನಂತೆ. ಇಡೀ ಗಡ್ಡ ಮುತ್ತಿದ್ಮೇಲೆ ಗಡ್ಡಕ್ಕೇ ಬೆಂಕಿ ಕೊಟ್ನಂತೆ. ಹಾಗಾಯ್ತು ನಿನ್ ಕಥೆ" ಎಂದು ನಕ್ಕ... ಆತ ನಗುತ್ತಲೇ ಇದ್ದ. ತಪಸ್ಸಿಗೆ ಕುಳಿತ ಸನ್ಯಾಸಿಯಂತೆ!

ಬುಟ್ಟಿಯ ಅಂಚನ್ನೆಲ್ಲಾ ಬಿಗಿದ ನಂತರ ಅದನ್ನು ಬದಿಗಿಟ್ಟು ಒಂದು ಬೀಡಿ ಹೊತ್ತಿಸಿದ. ಹೊಟ್ಟೆಯ ಭಾಗಕ್ಕೆಲ್ಲಾ ಹೊಗೆ ಬಿಡಲಾರಂಭಿಸಿದಾಗ ಕೆಂಪಿರುವೆಗಳು ಒಂದೊಂದಾಗಿಯೇ ಜಾಗ ಖಾಲಿ ಮಾಡಲಾರಂಭಿಸಿದವು. ಒಂದಷ್ಟು ಇರುವೆಗಳು ಹೊರಡಲಾರಂಭಿಸಿದಂತೆಯೇ ಮಿಕ್ಕ ಇರುವೆಗಳೂ ಅವನ್ನು ಹಿಂಬಾಲಿಸಿದವು. ಐದು ನಿಮಿಷದಲ್ಲಿ ಒಂದೆರಡು ಇರುವೆಗಳನ್ನು ಬಿಟ್ಟರೆ ಆತನ ದೇಹವೆಲ್ಲಾ ಇರುವೆ ಮುಕ್ತವಾಗಿತ್ತು. ಅವನು ಪಂಚಭುಜಾಕೃತಿಯ ಕಣ್ಣುಗಳಿರುವ ಗೊಬ್ಬರದ ಭುಟ್ಟಿಯನ್ನು ಹೆಗಲಿಗೇರಿಸಿ ಹೊರಟರೆ ನಾನು ಊಟಕ್ಕೆಂದು ಹೊರಟೆ.

ಬಿಸಿಲಲ್ಲಿ ಊಟ ಮುಗಿಸಿ ಬಂದು ಗಡದ್ದಾಗಿ ನಿದ್ದೆ ಹೊಡೆಯುತ್ತಿದ್ದವನಿಗೆ ಎಚ್ಚರವಾದದ್ದು ನಾಲ್ಕು ಗಂಟೆಗೆ ಮಾಣಿಗ ಬಂದು ಬಾಗಿಲು ಬಡಿದಾಗಲೇ!

ಎದ್ದು ಮುಖ ತೊಳೆದು ಮೊಪೆಡ್ ಏರಿ ನಾನೂ ಮಾಣಿಗನೂ ಹೊರಟಾಗ ಅಂಗಳದಲ್ಲಿ ನಿಂತಿದ್ದ ಮೋರೋಣಿಯ ಮುಖಭಾವ "ಹರಕು ರೇಡಿಯೋಗೆ ದುಡ್ಡು ಹಾಕಲು ಇವನಿಗೇನು ಹುಚ್ಚಾ?" ಎಂಬಂತಿತ್ತು.

ಅಂಗಡಿಯಲ್ಲಿ ಪಾಂಡಿ ಇರಲಿಲ್ಲ. ಎಲ್ಲೋ ಹೋಮ್ ಸರ್ವಿಸಿಗೆ ಹೋಗಿದ್ದಾನೆಂದು ಗೊತ್ತಾಯಿತು. ಇಡೀ ಅಂಗಡಿ ಗುಜರಿಗಳಿಂದಲೇ ತುಂಬಿಹೋಗಿತ್ತು. ನಾನು ಆ ಗುಜರಿಗಳ ನಡುವೆ ಇಟ್ಟಿದ್ದ ಮುರುಕಲುಕುರ್ಚಿಯಲ್ಲಿ ಕುಳಿತರೆ ಮಾಣಿಗ ರೂಮಿನ ಹೊಸ್ತಿಲಲ್ಲಿ ಕುಳಿತಿದ್ದ. ಹತ್ತು ಹದಿನೈದು ನಿಮಿಷದ ನಂತರ ಪಾಂಡಿಯ ಆಗಮನವಾಯಿತು. "ಈ ಜನ ಎಸ್ಟು ಝುಲ ಹೇಲಿದ್ರು ಕೇಳುದಿಲ್ಲ ಮರ್ರೇ. ಹೆಡ್ ಅನ್ನು ತೆಂಗಿನ ಎನ್ಣೆಯಲ್ಲಿ ಒರೆಝುವುದು ಬೇಡ ಅಂದ ಹೇಗೆ ಹೇಲುವುದು ಮರ್ರೆ ಇವರಿಗೆ" ಎಂದು ಯಾರನ್ನೋ ಬೈಯುತ್ತಾ ಗೊಣಗುತ್ತಾ ಬರುತ್ತಿದ್ದ. ನಮ್ಮನ್ನು ನೋಡಿ ಪ್ರಶ್ನಾರ್ಥಕ ನೋಟ ಬೀರಿದಾಗ ಮಾಣಿಗ ರೇಡಿಯೋ ರಿಪೇರಿ ಮಾಡಬೇಕಾಗಿರುವ ವಿಚಾರ ಹೇಳಿದ. ಕಣ್ಸನ್ನೆಯಿಂದ ಎಷ್ಟೇ ತಡೆದರೂ ನನ್ನನ್ನು ಪಾಂಡಿಗೆ ಪರಿಚಯಿಸಿಯೇ ಬಿಟ್ಟ.

"ಹೋ ಇವರೇನಾ ಅದು, ವೆಂಗ್ಲೂರಿಗೆ ಗುಡ್ಡದಿಂದ ಸೊಪ್ಪು ತಗೊಂಡು ಹೋಗ್ಲಿಗ್ಗೆ ವಂದಿವರು" ಎಂದು ಮಲಯಾಳಿ ದಾಟಿಯಲ್ಲಿ ಕೇಳಿದ. ಕೋಣನ ಮುಂದೆ ಕಿನ್ನರಿಯೇಕೆ ಬಾರಿಸಬೇಕೆಂದೆನಿಸಿ ನಾನೇನೂ ಹೇಳದೆ ರೇಡಿಯೋವನ್ನು ನೀಡಿದೆ. ಅದನ್ನು ನೋಡಿದ ಕೂಡಲೇ ಮುಖವರಳಿ

"ಇದು ಎಡ್ಡೆ ರೇಡಿಯ ಮಾರ್ರೆ, ನೀವು ಮಾರುದ್ದಿರಾದ್ರೆ ನನಗೆ ಗೊಡಿ ಆಯ್ದಾ?" ಎಂದ. ಯಾರದೋ ಮನೆಯ ರೇಡಿಯೋವನ್ನು ವಿಶ್ವಾಸದಿಂದ ತಂದು ಇನ್ಯಾರಿಗೋ ಮಾರುವುದು ನೈತಿಕತೆಯಲ್ಲ, ಹೊರತಾಗಿ ತಾನು ಬಂದ ವಿಷಯ ಬೇರೆಯೇ ಇರುವುದರಿಂದ ಆತನ ಮಾತಿಗೆ ಏನೂ ಹೇಳದೆ 'ತನಗೆ ಮನೆಯಲ್ಲಿದ್ದು ಬೋರು ಹೊಡೆಯುವುದೆಂದೂ ರೇಡಿಯೋ ಇದ್ದಿದ್ದರೆ ಉಪಯೋಗವಾಗುತ್ತಿತ್ತೆಂದೂ' ಹೇಳಿದೆ. ಅದಕ್ಕವನು ಇದು ಕಾಸ್ಲಿ ರೇಟಿನ ರೇಡಿಯೋ ಎಂದೂ ಇದರ ಪಾರ್ಟ್ಸ್‌ಗಳು ದುಬಾರಿಯಾಗಿರುವುದರಿಂದ ರೇಡಿಯೋವನ್ನು ತನಗೆ ಮಾರಿದರೆ ಒಳ್ಳೆಯ ರೇಟು ನೀಡುವುದಾಗಿಯೂ ಹೇಳಿದ. ಎಷ್ಟು ರೇಟಾದರೂ ಸರಿ ನೀಡುವೆನೆಂದು ಒಪ್ಪಿ, ರೇಡಿಯೋ ಮಾರಲು ಒಪ್ಪದಿದ್ದುದು ನೋಡಿ ಒಂದು ವಾರದೊಳಗೆ ರಿಪೇರಿ ಮಾಡಿ ಕೊಡುವುದಾಗಿ ಭರವಸೆಯಿತ್ತ. ಮಾಣಿಗ ಹೊರಗೆ ನಿಂತು ನೋಡುತ್ತಿದ್ದ. ಪಾಂಡಿಗೆ ಹೋಗಿ ಬರುವುದಾಗಿ ಹೇಳಿ ಅಂಗಡಿಯಿಂದ ಹೊರ ಬಂದು ಸ್ಕೂಟರ್ ಸ್ಟಾರ್ಟ್ ಮಾಡಿದಾಗ ಮಾಣಿಗನೂ ಹತ್ತಿ ಕುಳಿತ.

ಸ್ಕೂಟರು ಪಾಂಡಿಯ ರೇಡಿಯೋ ರಿಪೇರಿಯ ಅಂಗಡಿಯಿಂದ ಬಲಕ್ಕೆ ತಿರುಗಿದಾಗ ಅನುಮಾನಗೊಂಡ ಮೋರೋಣಿ ಎತ್ತ ಹೋಗುತ್ತಿದ್ದೀರೆಂದು ಪ್ರಶ್ನಿಸಿದಾಗ ತನಗೆ ಸಂಜೆಯ ಕಾಫಿ ಕುಡಿಯೋಣವೆನಿಸಿರುವುದಾಗಿ ಹೇಳಿ ಹೊರಟೆ.

ಹೋಟೆಲ್ ಕಡೆ ಸಾಗಬೇಕಾದ ಗಾಡಿ ವೈನ್ ಶಾಪಿನ ಮುಂದೆ ನಿಂತಾಗ ಮಾಣಿಗ ಹುಬ್ಬೇರಿಸಿದ. ನಾನೇನೂ ಮಾತನಾಡದೆ ವೈನ್ ಶಾಪಿನ ಒಳಗೆ ಹೋಗಿ ಟೇಬಲಿನಲ್ಲಿ ಕುಳಿತು ಮಾಣಿಗನನ್ನು ನನ್ನೆದುರು ಕುಳಿತುಕೊಳ್ಳಲು ಹೇಳಿದಾಗ ಆತ ಹಿಂಜರಿದ. ಇಲ್ಲಿಯವರೆಗೆ ನಾನು ಮದ್ಯಪಾನ ಮಾಡುವುದಿಲ್ಲವೆಂದು ಎನಿಸಿದ್ದವನಿಗೆ ಒಮ್ಮೆಗೇ ವೈನ್ ಶಾಪಿನೊಳಗೆ ಕರೆತಂದಿದ್ದು ಆಶ್ಚರ್ಯವೆನಿಸಿ

"ಸಾರ್ ನೀವೂ ಕುಡಿತೀರಾ" ಎಂದ.

"ಊಂ ಕಣೋ ಕುಡಿತೀನಿ, ನೀನೀಗ ಕೂತ್ಕೋ ಇಲ್ಲಿ" ಎಂದು ಕೂರಿಸಿದೆ. ಅಸಲಿಗೆ ಕಂಟ್ರಿ ಸಾರಾಯಿ ಪ್ರಿಯನಾದ ಮಾಣಿಗ ಅದನ್ನು ಬಿಟ್ಟರೆ ಕುಡಿಯುತ್ತಿದ್ದದ್ದು ತೊಟ್ಟೆ ಸಾರಾಯಿ ಮಾತ್ರ. ಕೆಂಪು ಕಲರಿನ ಬ್ರಾಂದಿ–ವಿಸ್ಕಿಯನ್ನಾತ ಜೀವನದಲ್ಲಿ ಕುಡಿದದ್ದೇ ಎರಡು ಸಲವಂತೆ, ಅದೂ ಕೌಂಟರ್ ಬಳಿ ನಿಂತೇ ಕುಡಿದಿರುವುದರಿಂದ, ನನ್ನೆದುರು ಕುಳಿತು ಕುಡಿದರೆ ಊರವರೇನು ಎಂದುಕೊಳ್ಳುತ್ತಾರೆಂಬುದು ಅವನ ಭಯವಾಗಿತ್ತು. ಅವನು ಅಭ್ಯಾಸವಿಲ್ಲದೆ ಹಾಗಾಡುತ್ತಿದ್ದಾನೆಂದೂ, ಬೆಂಗಳೂರಿನಲ್ಲಾಗಿದ್ದರೆ ಎಲ್ಲರೂ ಹೀಗೆ ಟೇಬಲಿನಲ್ಲಿ ಕುಳಿತೇ ಕುಡಿಯುತ್ತಾರೆಂದೂ ಹೇಳಿದಾಗ ಮನಸ್ಸು ಬದಲಿಸಿ ನನ್ನೆದುರು ಕುಳಿತ. ಕುಳಿತಿದ್ದರೂ ಅವನ ಭಂಗಿ ಮುದುರಿಕೊಂಡೇ ಇತ್ತು. ಇರು ಮುದುರಿದ ನಿನ್ನನ್ನು ಮದ್ಯಪಾನ ಎಬ್ಬಿಸುತ್ತದೆ ಎಂದುಕೊಂಡು ವೈಟರನ್ನು ಕರೆದಾಗ, ನಾನು ಆರ್ಡರ್ ಮಾಡಲು ಬಾಯ್ದೆರೆಯುವ ಮೊದಲೇ

"ನಂಗೆ ಒಂದು ಎಮ್ಮೆಲ್ಲ್. ತಿನ್ಲಿಕ್ಕೆ ಚಕ್ನ ಎಂತ ಉಂಟು ಮತ್ತೆ" ಎಂದಾಗ ತಿನ್ನಲು ಉಪ್ಪಿನಕಾಯಿ, ಹುರಿಗಡಲೆ ಬಿಟ್ಟರೆ ಬೇರೇನೂ ಇಲ್ಲವೆಂದಾಗ ಉಪ್ಪಿನಕಾಯಿ ಸಾಕೆಂದ. ಎಮ್ಮೆಲ್ಲ್ ಎಂದರೆ ಮದ್ಯದ ಬ್ರಾಂಡು ಮೈಸೂರ್ ಲ್ಯಾನ್ಸರ್ ಎಂದೂ, ಚಕ್ನ ಎಂದರೆ ಮುಂಬೈ ತುಳುವರು ಮದ್ಯದ ಜತೆ ಸೇವಿಸುವ ಸ್ನ್ಯಾಕ್ಸ್ ಎಂದು ನಂತರದಲ್ಲಿ ತಿಳಿದು ಬಂತು. ನನಗೇನೂ ಬೇಡವೇ ಎಂದು ಕೇಳಿದಾಗ ನಾನು ಅಲ್ಲಿಗೆ ಮಾಣಿಗನನ್ನು ಕರೆದುಕೊಂಡು ಹೋದ ಉದ್ದೇಶ ಬೇರೆಯಾದ್ದರಿಂದ ಬೇಕೆಂದೇ ಅಲ್ಲಿ ಸಿಗದ ದುಬಾರಿ ಬೆಲೆಯ ಒಂದಷ್ಟು ವಿದೇಶಿ ಮದ್ಯಗಳ ಹೆಸರು ಹೇಳಿ ಅವು ಸಿಗುವುದಿಲ್ಲವೆಂದು ಗೊತ್ತಾದಾಗ ನಿರಾಶೆ ನಟಿಸಿದೆ.

ಮಾಣಿಗನಿಗೆ ಎಮ್ಮೆಲ್ಲ್ ಮಾಲು ಕೊಂಚ ಕೊಂಚವೇ ತಲೆಗೇರುತ್ತಿತ್ತು. ಮೌನವಾಗಿ ಕುಳಿತಿದ್ದವನ ಬಾಯಿಂದ ಬರುತ್ತಿದ್ದ ಮಾತುಗಳೇ ಅದಕ್ಕೆ

ಸಾಕ್ಷಿಯಾಗಿದ್ದವು. ಮೊದಮೊದಲು ಒಂದರ್ಧ ಕ್ವಾರ್ಟರ್‌ವರೆಗೆ ಮೆತ್ತಗೆ ಕುಡಿಯುತ್ತಿದ್ದವ ಕೊನೆ ಕೊನೆಯದನ್ನು ನೀರು ಬೆರೆಸದೆಯೇ ಸುರಿದುಕೊಂಡ. ಪ್ರತಿದಿನ ಕಂಟ್ರಿ ಸಾರಾಯಿ ಕುಡಿದು ಅಭ್ಯಾಸವಿರುವ ಇವ ಈ ರೀತಿ ಕುಡಿಯುವುದೇನೂ ವಿಶೇಷವಾಗಿ ಕಾಣಲಿಲ್ಲ. ಒಂದು ಖಾಲಿಯಾದಾಗ ಅವನೇ ಮುಂದುವರೆದು ವೈಟರನ್ನು ಕರೆದು ಇನ್ನೊಂದು ಕ್ವಾರ್ಟರ್ ಬೇಕೆಂದ... ಆತ ಅತ್ತ ಹೋದ ಕೂಡಲೇ ಮಾತು ಶುರುಮಾಡಿದ.

"ಸಾರ್ ಆ ಪಾಂಡಿ ಇದಾನಲ್ಲಾ... ಅವನನ್ನ ಪೂರ್ತಿ ನಂಬೇಡಿ ನೀವು. ಮಹಾ ಕಲುವ ಅವ. ಎಷ್ಟು ಜನದ ರೇಡಿಯ ಮುಕ್ಕಿ ತಿಂದಿದ್ದಾನೆ ಗೊತ್ತುಂಟಾ ನಿಮ್ಗೆ" ಎಂದ. ಮದ್ಯ ಇವನಿಂದ ಈ ಮಾತುಗಳನ್ನು ಹೇಳಿಸುತ್ತಿದೆಯೆಂದೆನಿಸಿತು. ನನ್ನ ಹೊಟ್ಟೆಯಲ್ಲಿದ್ದ ಪ್ರಶ್ನೆಗಳನ್ನು ಎಸೆಯಲು ಕಾಯುತ್ತಿದ್ದೆ.

ಇನ್ನೊಂದು ಕ್ವಾರ್ಟರ್‌ನಲ್ಲಿ ಅರ್ಧ ಖಾಲಿಯಾಗಿ ನಾಲಗೆ ತೊದಲುತ್ತದೆ ಎಂದೆನ್ನುವಾಗ ನಾನು ಜಾಗೃತನಾದೆ

"ಮಾಣಿಗಾ ನೀನು ಭಯಂಕರ ಮದ್ದು ಕೊಟ್ತೀಯಲ್ವೇನೋ. ಯಾವ್ ಯಾವುದಕ್ಕೆಲ್ಲಾ ಕೊಡ್ತಿಯೋ?" ಎಂದು ಕೇಳಿದೆ.

"ದೇವೆರ ದಯೆಯಿಂದ ಎಲ್ಲದಕ್ಕೂ ಕೊಡ್ತೇನೆ ಸಾರ್... ನಿಮ್ಮ ಕೆನ್ಸರ್ ಉಂಟಲ್ಲಾ. ಅದಕ್ಕೂ ಕೊಡ್ತೇನೆ ಬೇಕಾದ್ರೆ" ಎಂದ. ಅವ ಕ್ಯಾನ್ಸರಿಗಾದರೂ ಕೊಡಲಿ ಏಡ್ಸ್‌ಗಾದರೂ ಕೊಡಲಿ ನನಗೆ ಹೇಳಿಕೊಟ್ರೆ ಸಾಕು ಎಂದುಕೊಂಡು ಸುಮ್ಮನಿದ್ದೆ. ಅವನು ಮಾತನಾಡುತ್ತಲೇ ಇದ್ದ. ನನಗೊಂದು ಅನುಮಾನವಿತ್ತು. ಮಾಣಿಗ ಕೇವಲ ಚೇಳು ಹುಳಗಳ ಕಡಿತಕ್ಕೆ ಮದ್ದು ಕೊಡುತ್ತಾನೋ ಅಥವಾ ವಿಷಕಾರಿ ಹಾವುಗಳ ಕಡಿತಕ್ಕೂ ಮದ್ದು ಕೊಡುತ್ತಾನೋ ಎಂಬ ಗೊಂದಲವಿತ್ತು. ಏನೇ ಆಗಲಿ ಪರಿಹರಿಸೋಣವೆನಿಸಿ

"ನೀನು ನಾಗ್ರಾವ್ ಕಡಿದಿದ್ದಕ್ಕೂ ಮದ್ದು ಕೊಡ್ತಿಯಂತಲ್ವೇನೋ, ಇದೆಲ್ಲಾ ಎಲ್ಲೋ ಕಲ್ತೆ ನೀನೂ" ಎಂದು ಪ್ರಶ್ನಿಸಿದೆ.

"ನಾಗ್ರಾವಿಗೂ ಕೊಡ್ತೇನೆ, ಕಂದೊಡಿಗು ಕೊಡ್ತೇನೆ, ಆದ್ರೆ ನಾಗ್ರಾವು ಕಚ್ಚಿದ್ರೆ ಬೇಗ ಕರ್ಕೊಂಬರ್ಬೇಕು ಸಾರ್. ತಡ ಆದ್ರೆ ಮದ್ದು ನಡಿಯುದಿಲ್ಲ."

ನಾನು ನೋಡಿದಂತೆ ಹಾವು ಕಡಿತಕ್ಕೆ ಅಲೋಪಥಿಕ್ ಆಸ್ಪತ್ರೆಗಳಲ್ಲಿ ಪ್ರತಿವಿಷ ನೀಡಿ ಚಿಕಿತ್ಸೆ ನೀಡುತ್ತಾರೆ. ಇವ ನೋಡಿದರೆ ಗಿಡಮೂಲಿಕೆಗಳಿಂದ ಗುಣಪಡಿಸುತ್ತೇನೆ ಎನ್ನುತ್ತಿದ್ದಾನೆ. ಚೇಳು ಕಡಿತಕ್ಕೆ ಯಾವ ವೈದ್ಯನಿಗೂ ಕಮ್ಮಿಯಿಲ್ಲದಂತೆ ಶುಶ್ರೂಷೆ ನೀಡಿದ್ದು ಕಣ್ಣ ಮುಂದಿದೆ. ಇವನನ್ನು ಆಕಡೆ ನಂಬುವುದಕ್ಕೂ ಅಲ್ಲ ಬಿಡುವುದಕ್ಕೂ ಅಲ್ಲ ಎನಿಸಿ "ಲೋ ಮಾಣಿಗಾ. ಚೇಳು ಕಚ್ಚಿದ್ದಕ್ಕೆ ಮದ್ದು ಹಚ್ದೆ. ಹೊಟ್ಟೆಗೂ ಏನೋ ಕುಡುಸ್ದೆ. ಗುಣ ಆಯ್ತು. ಹಾವಿನ್

ವಿಷ ತಲೆಗ್ ಅಲ್ವೇನೋ ಏರೋದು. ಅದ್ನ ಎಂಗೋ ಸರಿ ಮಾಡ್ತೀಯಾ" ನಾನು ನಿರಂತರವಾಗಿ ಪ್ರಶ್ನಿಸುತ್ತಿರುವುದನ್ನು ಕಂಡು ಹೆಮ್ಮೆಯಿಂದ "ಹಾವು ಕಚ್ಚಿದ್ರೆ ಮದ್ದು ಮಾಡೋದು ಕಚ್ಚಿದ ಗಾಯಕ್ಕಂತ ಯಾರು ಹೇಳಿದ್ರು ನಿಮಗೆ" ನಾಲಗೆ ತೊದಲುತ್ತಿತ್ತು.

"ಮತ್ತೆಲ್ಲಿಗೆ."

"ನೆತ್ತಿಗೆ." ನಾನು ಬೆಚ್ಚಿ ಬಿದ್ದೆ. ಇಂತಹ ಒಂದು ವಿದ್ಯೆಯನ್ನು ಅಂಡಮಾನ್ ನಿಕೋಬಾರ್‌ನ ಆದಿವಾಸಿಗಳು ಮಾತ್ರ ತಿಳಿದಿದ್ದಾರೆಂದು ಓದಿದ್ದೆ. ಆದರೆ ಅವರು ಮಾಡರ್ನ್ ಮನುಷ್ಯರಿಂದ ಹಗಲು ರಾತ್ರಿಯಂತೆ ಅಂತರ ಕಾಯ್ದುಕೊಂಡಿದ್ದಾರೆಂದೂ ಓದಿದ್ದೆ. ಮಾಣಿಗ ನಿಗೂಢ ವ್ಯಕ್ತಿಯಾಗಿ ಕಾಣುತ್ತಿದ್ದ...! ಅಂಡಮಾನ್ ನಿಕೋಬಾರಿನ ವಿಷ ಇಳಿಸುವ ವಿದ್ಯೆ ಇವನಿಗೆ ಗೊತ್ತಿದೆಯೆಂದರೆ ಇವನನ್ನು ಬಿಡಬಾರದು, ಹೇಗಾದರೂ ಮಾಡಿ ಬಾಯಿ ಬಿಡಿಸಬೇಕೆಂದುಕೊಂಡು ಏನೂ ತಿಳಿಯದಂತೆ

"ಜನ ನೆತ್ತಿಯ ಮೇಲೆ ಕುಯ್ಯಕೆ ಬಿಡ್ತಾರೇನೋ" ಎಂದು ಕೇಳಿದೆ.

"ಬದುಕ್ಬೇಕಾದ್ರೆ ಬಿಡ್ಬೇಕು" ಎಂದ...

ಎರಡನೆ ಕ್ವಾಟ್ರಲ್ಲಿ ಕೊಂಚ ಉಳಿದಿತ್ತು. ಮಾಣಿಗ ಮಾತನಾಡುತ್ತಲೇ ಇದ್ದ. ತನ್ನ ಸಾಧನೆಯನ್ನು ವಿವರಿಸುತ್ತಲೇ ಇದ್ದ. ತಾನು ಅವನನ್ನು ಉಳಿಸಿದ್ದೇನೆ ಇವನನ್ನು ಉಳಿಸಿದ್ದೇನೆ ಎನ್ನುತ್ತಾ ಒಂದರ್ಥದಲ್ಲಿ ಇಡೀ ಊರಿಗೆ ಊರೇ ತನ್ನಿಂದಾಗಿ ಬದುಕಿದೆ ಎಂಬಂತಿತ್ತು ಆ ದಾಟಿ. ನಾನು ಕೇಳಬೇಕೆಂದಿದ್ದ ವಿಷಯದ ಪೀಠಿಕೆಯೆಲ್ಲಾ ಮುಗಿದಿದ್ದರಿಂದ ಪ್ರಶ್ನೆಗೆ ಬಂದೆ...

"ಲೇ ಮಾಣಿಗಾ. ನೀನು ನಂಗೆ ಇಷ್ಟೊಂದ್ ಫ್ರೆಂಡ್ ಇದೀಯ ನಾನ್ ನಿನ್ನ ಯಾವತ್ತಾದ್ರೂ ಕಷ್ಟದಲ್ಲಿ ಬಿಟ್ಟಾಕಿದೀನಾ ಹೇಳು?"

"ಇಲ್ಲ ಸಾರ್."

"ಒಂದ್ ಕೇಳ್ತೀನಿ ಇಲ್ಲ ಅನ್ಬಾರ್ದು."

"ಕೇಳಿ ಸಾರ್ ನನ್ನ ಪ್ರಾಣ ಬೇಕಾದ್ರೂ ಕೊಡ್ತೀನಿ" ಎಂದು ಎದೆ ತಟ್ಟಿದ. ನಾಲಗೆ ಕಂಟ್ರೋಲಿಲ್ಲದೆ ಅಡ್ಡಡ್ಡ ಬೀಳುತ್ತಿತ್ತು. ಆದದ್ದಾಗಲಿ ಕೇಳುವುದಕ್ಕೇನು ಎಂದು "ನಂಗೆ ಚೇಳು ಕಡಿತದ ಮದ್ದು ಹೇಳ್ಕೊಡೋ" ಎಂದೆ. ಒಮ್ಮೆಗೇ ಹಾವು ಕಡಿತಕ್ಕೆ ಮದ್ದು ಕೇಳುವುದು ಯಾಕೋ ಸರಿಕಾಣಲಿಲ್ಲ.

ಆ ಮಾತು ಕೇಳಿದ್ದೇ ತಡ, ಮಾಣಿಗ ಗೋಳೋ ಎಂದು ಅಳಲಾರಂಭಿಸಿದ. ಮನೆಯಲ್ಲಿ ಯಾರಾದರೂ ಮನಸ್ಸಿಗೆ ಹತ್ತಿರವಿದ್ದವರ ಸಾವಾದರೆ ಅಳುತ್ತಾರಲ್ಲಾ ಆ ರೀತಿ ಇತ್ತು ಅವನ ಅಳು. ಇವನಿಗೆ ನಾನು ಅಂತದ್ದೇನು ಮಾಡಿದೆ ಎಂದು ಒಂದು ಕ್ಷಣ ಗಲಿಬಿಲಿಯಾದರೂ ಸಾವರಿಸಿಕೊಂಡು

"ಏನಾಯ್ತೋ" ಎಂದು ಕೇಳಿದೆ.

"ನೀವು ನನ್ನ ಮನೆಯಲ್ಲಿ ಯಾಕೆ ಹುಟ್ಟಿಲ್ಲ ಸಾರ್" ಎಂದು ಮತ್ತೆ ಅಳಲಾರಂಭಿಸಿದ. ಇದಾ ವಿಷಯ ಎಂದು ನಗು ಬಂತು. ತನ್ನ ಕುಲದವರನ್ನು ಬಿಟ್ಟು ಮಿಕ್ಕವರಿಗೆ ಈ ವಿದ್ಯೆಯನ್ನು ಹೇಳಿಕೊಡಬಾರದೆಂಬ ನನಗೆ ಗೊತ್ತಿರುವ ವಿಚಾರವನ್ನು ಹೇಳಲು ಇಷ್ಟು ಹೈಡ್ರಾಮಾ ಮಾಡಬೇಕೇ ಎನಿಸಿತು. ಆದರೂ ಮತ್ತೊಮ್ಮೆ ಪ್ರಯತ್ನಿಸೋಣವೆನಿಸಿ

"ನಾನೂ ನಿನ್ ಮನೆಯವ್ನೇ ಅಂತ ತಿಳ್ಕೊಳೋ, ಲೋ ಹೇಳೋ" ಎಂದು ವಿನಂತಿಸಿದೆ. ಅವನು ಅಳುತ್ತಲೇ ಇದ್ದ...

ಯಾವ ಸೆಂಟಿಮೆಂಟಲ್ ಡೈಲಾಗಿಗೂ ಬಗ್ಗುವಂತೆ ಕಾಣಲಿಲ್ಲ. ತನ್ನ ವಾರಿಸುದಾರರ ಹೊರತಾಗಿ ಯಾರಿಗೂ ಹೇಳಿಕೊಡುವುದಿಲ್ಲವೆಂದು ತನ್ನ ಅಪ್ಪನೆದುರು ಆಣೆ ಮಾಡಿದ್ದೇನೆಂದೂ, ಹೇಳಿದರೆ ಅಲ್ಲೇ ರಕ್ತಕಾರಿ ಸಾಯುತ್ತೇನೆಂದೂ. ಹೀಗೆ ಏನೇನೋ ಒದರುತ್ತಿದ್ದ... ಕೇಳಿದರೆ ಜೀವ ಕೂಡಾ ನೀಡುತ್ತೇನೆ ಎಂದವನು ಈರೀತಿ ಹೇಳುತ್ತಿದ್ದಾನಲ್ಲಾ ಎನಿಸಿತು. ನಾನು ತುಂಬಾ ನಂಬಿಕೆಯಿಟ್ಟಿದ್ದ ಸಾರಾಯಿಯ ಅಮಲು ಕೂಡಾ ಈ ರಹಸ್ಯವನ್ನು ಅವನಿಂದ ಹೊರಹಾಕಲು ವಿಫಲವಾಯಿತು. ಇಷ್ಟೆಲ್ಲಾ ಆದ ಮೇಲೆ ಅವ ಯಾವ ಆಮಿಷಕ್ಕೂ ಬಗ್ಗಲಾರ ಎನಿಸಿತು...

ಎರಡು ಕ್ವಾರ್ಟರ್ ಮುಗಿದ ಮೇಲೆ ಬಿಲ್ ನೀಡಿ ಮಾಣಿಗನನ್ನು ಹೊರಡಿಸಿದೆ. ಈ ಬಾರಿ ಸ್ಕೂಟರಿಗೆ ಹಳ್ಳದಿಣ್ಣೆಗಳ ಸಮಸ್ಯೆಗಿಂತ ಮಾಣಿಗನ ಸಮಸ್ಯೆಯೇ ಹೆಚ್ಚಾಗಿತ್ತು. ಸರಿಯಾಗಿ ಕುಳಿತುಕೊಳ್ಳಲಾರದೆ ಆಗಾಗ್ಗೆ ಎಡಬಲಕ್ಕೆ ವಾಲುತ್ತಿದ್ದ. ಸ್ಕೂಟರ್‌ನಿಂದ ಇಳಿದ ಮಾಣಿಗ ಮನೆಯ ದಾರಿ ಹಿಡಿದ. ಕೊಂಚ ದೂರ ಸಾಗಿ ಸ್ಕೂಟರ್ ನಿಲ್ಲಿಸಿ ಹಿಂದಿರುಗಿ ನೋಡಿದೆ. ಅವನು ಏರಿಗೊಂದು ನೀರಿಗೊಂದರಂತೆ ಹೆಜ್ಜೆಯಿಡುತ್ತಾ ಗುಡ್ಡ ಹತ್ತುತ್ತಿದ್ದ...

13

ಆವತ್ತು ಸೂರ್ಯ ಮಾಮೂಲಿಗಿಂತ ಕೊಂಚ ಬೇಗನೆ ಉದಯಿಸಿದ್ದ. ಬಾಗಿಲು ತೆರೆದಾಗ ನನ್ನನ್ನು ಸ್ವಾಗತಿಸಿದವ ಮೋರೋಣಿ...! ನನ್ನ ನಿದ್ದೆಗೆ ತೊಂದರೆಯಾಗುತ್ತದೆ ಎಂದೋ ಏನೋ ಬಾಗಿಲು ತಟ್ಟದೆ ಸುಮ್ಮನೆ ನಿಂತಿದ್ದ. ದೂರದಿಂದ ಓಡಿ ಬಂದಿದ್ದರಿಂದಲೋ ಏನೋ ಏದುಸಿರು ಬಿಡುತ್ತಿದ್ದ. ಆತನ ಬದಲಾದ ಮುಖಭಾವ ಕಂಡು ಇಲ್ಲೇನೋ ಅಚಾತುರ್ಯವಾಗಿದೆಯೆನಿಸಿ "ಏನಾಯ್ತೋ?" ಎಂದು ಕೇಳಿದೆ.

"ಅಣ್ಣನನ್ನು ಪೋಲೀಸರು ಹಿಡಿದಿದ್ದಾರೆ."

"ಯಾಕೆ."

"ಗಂಗಸರ ಬೇಯಿಸಿದ್ದಕ್ಕೆ."

ಮಾಳದಲ್ಲಿ ಕಂಟ್ರಿ ಗಂಗಸರದ ಹೆಸರು ಬಂದಾಗ ಕಾಡಿನೊಳಗೆ ಮಾಣಿಗನ ಸಾರಾಯಿ ಅಡ್ಡಾ ನೆನಪಿಗೆ ಬಂತು... ಒಮ್ಮೆ ಮಾಣಿಗನ ಜತೆ ಮಾತನಾಡುತ್ತಿದ್ದಾಗ ಈ ಬಗ್ಗೆ ಪ್ರಶ್ನಿಸಿದ್ದೆ.

"ಮಾಣಿಗಾ... ನೀನು ಭಯಂಕರ ಅಂತ ಜನರೆಲ್ಲಾ ಮಾತಾಡ್ತಾರೆ ಮಹಾರಾಯಾ... ಗೋವಾ ಪೆನ್ನಿಗೆ ಚಾಲೆಂಜ್ ಹಾಕುವಂತೆ ಸಾರಾಯಿ ಮಾಡ್ತೀಯಂತೆ, ನಂಗೂ ಸ್ವಲ್ಪ ಹೇಳಿಕೊಡಬಾರದೇನೋ... ನಾನೇನೂ ಈ ವಿಷಯದಲ್ಲಿ ನಿನಗೂ ಪ್ರತಿಸ್ಪರ್ಧಿಯಾಗುತ್ತೇನೆಂದುಕೊಳ್ಳಬೇಡ. ಪ್ಲೀಸ್ ಹೇಳ್ಕೊಡೋ."

"ಅದೆಲ್ಲಾ ಹೇಳಿ ಕೊಡೋದು ಕಷ್ಟ ಸಾರ್... ಹೇಳಿದ ಮೇಲೆ ನಾನು ಬದುಕೋದೇ ಇಲ್ವಂತೆ. ಯಾರಿಗೂ ಹೇಳಿಕೊಡಬಾರದೆಂದು ಅಪ್ಪ ಮುಪ್ಪಣ್ಣ ದೇವರ ಮೇಲೆ ಆಣೆ ಮಾಡಿಸಿದ್ದಾನೆ" ಎಂದಿದ್ದ.

ಇದಾದ ಕೊಂಚ ದಿನದ ನಂತರ ಪರಿಚಯದ ಹುಡುಗನೊಬ್ಬನಿಗೆ ಹಣದಾಸೆ ತೋರಿಸಿ ಇವನ ಸಾರಾಯಿ ಅಡ್ಡಾವನ್ನು ಪತ್ತೆ ಮಾಡಿದ್ದೆ...

ಕರಿಗಲ್ಲಿನ ಸಂದಿನಲ್ಲಿ ಪ್ರಶಾಂತವಾಗಿ ಹರಿಯುವ ಒಂದು ತೊರೆ. ಹತ್ತಿರದಲ್ಲೆಲ್ಲಾ ಗುಂಡಗಿನ ಕಲ್ಲುಗಳು ಕುಡಿಯಲು ಬರುವ ಮಾಣಿಗನ ಗೆಳೆಯರಿಗೆ ಅವೇ ಚೇರುಗಳು. ಅಲ್ಲೇ ಪಕ್ಕದಲ್ಲಿ ಮೂರು ಕಲ್ಲುಗಳಿಂದ ಮಾಡಿದ ಒಂದು ಒಲೆ. ಪಕ್ಕದಲ್ಲೇ ಮಳೆಯಿಂದ ರಕ್ಷಿಸಲು ಮುಳಿಹುಲ್ಲನ್ನು ಇಳಿಜಾರಿನಂತೆ ಹೊದೆಸಿಟ್ಟಿದ್ದ ಸೌದೆಯ ರಾಶಿ...

ಪ್ರಜ್ವಲಿಸುತ್ತಾ ಉರಿಯುತ್ತಿದ್ದ ಒಲೆಯ ಮೇಲೆ ಮಧ್ಯಮ ಗಾತ್ರದ ಹಂಡೆಯೊಂದನ್ನು ಇಡಲಾಗಿತ್ತು... ಅದರಲ್ಲಿರೋದು ಬೆಲ್ಲದ ಹುಳಿಯಾಗಿರಬಹುದು ಎಂದು ಅಂದಾಜಿಸಿದೆ. ಹಂಡೆಯ ಮೇಲೆ ಮಣ್ಣಿನ ಪಾತ್ರೆಯೊಂದನ್ನು ಇಟ್ಟು, ಹಂಡೆ ಬಾಯಿ ಮತ್ತು ಪಾತ್ರೆಯ ಮಧ್ಯೆಯಿರುವ ಕೊಂಚವೇ ಕೊಂಚ ಇರುಕನ್ನು ಆವೆ ಮಣ್ಣಿನಿಂದ ಸೀಲ್ ಮಾಡಲಾಗಿತ್ತು... ಮೇಲಿಟ್ಟಿರುವ ಮಣ್ಣಿನ ಮಡಕೆಯ ಮೇಲೆ ಮಗದೊಂದು ಅಲ್ಯುಮಿನಿಯಮ್ ಪಾತ್ರೆಯನ್ನಿಟ್ಟು ಅದನ್ನೂ ಆವೆ ಮಣ್ಣಿನಿಂದ ಸೀಲ್ ಮಾಡಲಾಗಿತ್ತು. ಮಧ್ಯೆಯಿರುವ ಮಣ್ಣಿನ ಮಡಕೆಯಲ್ಲಿ ಪುಟ್ಟ ರಂಧ್ರವೊಂದನ್ನು ಕೊರೆದು ಅದಕ್ಕೆ ಪ್ಲಾಸ್ಟಿಕ್ ಪೈಪನ್ನು ಅಳವಡಿಸಿ ಬಿಳಿಯಾದ ಕ್ಯಾನಿಗೆ ಇಳಿಬಿಡಲಾಗಿತ್ತು.

ಮಣ್ಣಿನ ಪಾತ್ರೆ ಮಧ್ಯೆ ಬರುವಂತೆ ಮೂರು ಪಾತ್ರೆಗಳನ್ನು ಮೇಲು ಮೇಲಾಗಿ ಜೋಡಿಸಿಡಲಾಗಿತ್ತು. ಮಣ್ಣಿನ ಪಾತ್ರೆ ಉಷ್ಣ ಅವಾಹಕವಾದ್ದರಿಂದ ಮಧ್ಯೆ ಇಡಲಾಗಿತ್ತು. ಎಲ್ಲಕ್ಕಿಂತ ಮೇಲಿರುವ ಅಲ್ಯುಮಿನಿಯಮ್ ಪಾತ್ರೆಗೆ

ತಣ್ಣಗಿನ ನೀರು ಸುರಿದಾಗ ಹಂಡೆಯಿಂದ ಬಂದು ಮಣ್ಣಿನ ಪಾತ್ರೆಯಲ್ಲಿ ಶೇಖರವಾದ ಆವಿ ಸಾಂದ್ರೀಕರಣಗೊಂಡು ಕ್ಯಾನಿಗೆ ಇಳಿಯುತ್ತದೆ... ನೀರು ಬಿಸಿಯಾಗುತ್ತಿದ್ದಂತೆ ಬಿಸಿ ನೀರನ್ನು ಹೊರಚೆಲ್ಲಿ, ತೊರೆಯ ತಣ್ಣೀರನ್ನು ಸುರಿಯುತ್ತಿದ್ದ. ಮೈಮರೆತು ನೊಡುತ್ತಿದ್ದ ನನಗೆ ಆಶ್ಚರ್ಯವಾಯಿತು. ವಿಜ್ಞಾನ ತರಗತಿಗಳಲ್ಲಿ ಏನು ಕಲಿಸುತ್ತಾರೋ ಅದನ್ನು ಮಾಣಿಗ ಪ್ರಾಕ್ಟಿಕಲ್ಲಾಗಿ ಮಾಡುತ್ತಿದ್ದಾನೆ...! ಅನಕ್ಷರಸ್ಥನೊಬ್ಬನಿಗಿರುವ ಪ್ರಾಕ್ಟಿಕಲ್ ಜ್ಞಾನವನ್ನು ಕಂಡು ಅಚ್ಚರಿಯಾಯಿತು.

ನೆನಪಿನಾಳದಿಂದ ಹೊರಬಂದೆ. ಈವತ್ತು ನೋಡಿದರೆ ಮೋರೊಣಿ ಬಂದು ಮಾಣಿಗನನ್ನು ಪೊಲೀಸರು ಬಂಧಿಸಿದ್ದಾರೆ ಎನ್ನುತ್ತಿದ್ದಾನೆ...!

ಆ ದಿನ ಯಾರ ಮುಖ ನೋಡಿದ್ದನೋ ಏನೋ, ರಾತ್ರಿ ಮಾಮೂಲಿನಂತೆಯೇ ಕಳ್ಳಬಟ್ಟಿ ಪಾರ್ಟಿಯಲ್ಲಿದ್ದ ಮಾಣಿಗನನ್ನು ಪೊಲೀಸರು ಮಾಲು ಸಮೇತವಾಗಿ ಬಂಧಿಸಿದ್ದರು. ಬೇರೆ ಯಾರಾದರೂ ಆಗಿದ್ದರೆ ನಾನು ತಲೆಕೆಡಿಸಿಕೊಳ್ಳುತ್ತಿರಲಿಲ್ಲ. ಮಾಣಿಗನನ್ನು ಕಂಬಿಯ ಹಿಂದಿರಲು ಬಿಟ್ಟರೆ ನನ್ನ ಅಧ್ಯಯನಕ್ಕೆ ಅರ್ಥವಿಲ್ಲದಂತಾಗುತ್ತದೆ ಎಂದೆನಿಸಿತು. ನನ್ನ ರೀಸರ್ಚ್‌ನಲ್ಲಿ ಆತನ ಪಾಲೂ ಇರುವುದರಿಂದ ಥೀಸೀಸ್‌ನಲ್ಲಿ ಧನ್ಯವಾದ ತಿಳಿಸಿದರೂ ಅನಕ್ಷರಸ್ಥನಾದ ಅವ ಓದಲಾರ, ಕಾನೂನು ಕಟ್ಟಳೆಗಳನ್ನು ಬದಿಗಿಟ್ಟು ಕಷ್ಟದಲ್ಲಿದ್ದಾಗ ಸಹಾಯ ಮಾಡುವುದೇ ಸರಿಯೆನಿಸಿತು.

ಊರಿನಲ್ಲಿ ಮೀಸೆ ತಿರುವುವ ದೊಡ್ಡ ದೊಡ್ಡ ತಲೆಗಳಿರುವಾಗ ಮೋರೊಣಿ ನನ್ನ ಜತೆ ಸಹಾಯ ಕೇಳಲು ಕಾರಣವೇನೆಂದು ಹೊಳೆಯಲಿಲ್ಲ. ಮಾಣಿಗ ನನಗೆ ತುಂಬಾ ಬೇಕಾದವ ತಾನೇ ಏನಾದರೂ ಮಾಡಲೇಬೇಕಲ್ಲಾ... ಕೊನೇಪಕ್ಷ ಪೊಲೀಸರು ಅಂಟು ಮಾಡುವುದನ್ನಾದರೂ ತಪ್ಪಿಸಬೇಕೆಂದುಕೊಂಡು

“ಬಂಧಿಸಿದ ಜಾಗದಲ್ಲಿ ನಿಮ್ಮ ಕಂಟ್ರಿ ಮಾಲು ಏನಾದ್ರೂ ಸಿಕ್ಕಿದೆಯೇನೋ”

“ಊಂ ಸಿಕ್ಕಿದೆ, ಅಜ್ಜನ ಕಾಲದ್ದೂ ಅಲ್ಲಲ್ಲ. ಪಿಜ್ಜನ ಕಾಲದ ತಾಮ್ರದ ಗುರ್ಕೆಯನ್ನೂ ಪೊಲೀಸರು ಹೊತ್ತೊಯ್ದಿದ್ದಾರೆ ಸಾರ್. ಮಣ್ಣಿನ ಮಡಕೆ ಹೋದ್ರೆ ಸಾಯ್ಲಿ” ಎಂದು ಅಳು ಮೋರೆ ಹಾಕಿಕೊಂಡು ಹೇಳಿದ. ನನಗೆ ಆ ತಾಮ್ರದ ಹಂಡೆಯ ಮೌಲ್ಯ ಅರ್ಥವಾಯಿತು. ಮೋರೊಣಿ ಹೇಳಿದ ಆ ಗುರ್ಕೆಯನ್ನೊಮ್ಮೆ ನೋಡಿದ್ದೆ. ನಾನೊಮ್ಮೆ ಇವರ ಮನೆಗೆ ಹೋಗಿದ್ದಾಗ ಮಾಣಿಗನ ಪತ್ನಿ ಪೀಂಪಿರಿ ಮಸಿ ಹಾಕಿ ತಿಕ್ಕುತ್ತಿದ್ದಳು.

ಈ ರೀತಿಯ ಕಾನೂನು ಬಾಹಿರ ಚಟುವಟಿಕೆಗಳ ಮೇಲೆ ಪೊಲೀಸ್ ದಾಳಿ ನಡೆದು ಪ್ರಕರಣಕ್ಕೆ ಸಂಬಂಧಿಸಿದ ವಸ್ತುಗಳನ್ನು ವಶಪಡಿಸಿಕೊಂಡ ಪ್ರಕರಣಗಳಲ್ಲಿ ಅಪರಾಧಿಯನ್ನು ಬಿಡಿಸಿಕೊಳ್ಳುವುದು ಸುಲಭದ ಮಾತಲ್ಲ. ಕೋರ್ಟಿಗೆ ಹಾಜರುಪಡಿಸಿದರೆ ತಪ್ಪೊಪ್ಪಿಕೊಂಡರೂ ಸ್ವಲ್ಪ ಶಿಕ್ಷೆಯಾಗೇ

ಆಗುತ್ತದೆ. ಏನು ಮಾಡುವುದೆಂದು ತೋಚದೆ ಮೋರೋಣಿಯನ್ನು ಕೊಂಚ ನಿಲ್ಲಲು ಹೇಳಿ ಸ್ಕೂಟರ್ ಹತ್ತಿ ಹೊರಟೆ.

ವಾಪಸ್ ಬಂದಾಗಲೂ ಮೋರೋಣಿ ಅಲ್ಲಿಯೇ ಪೆಚ್ಚುಮೋರೆ ಹಾಕಿಕೊಂಡು ನಿಂತಿದ್ದ. ಸ್ಟಾರ್ಟ್ ಮಾಡಿಟ್ಟಿದ್ದ ಸ್ಕೂಟರ್ ಅಲ್ಲಿಯೇ ತಿರುಗಿಸಿ ಕುಳಿತುಕೊಳ್ಳುವಂತೆ ಸಂಜ್ಞೆ ಮಾಡಿದೆ ಎಲ್ಲಿಗೆ ಹೋಗುತ್ತಿದ್ದೇವೆ ಎಂದು ಆತ ಕೇಳಲು ಇಲ್ಲ ನಾನು ಹೇಳಲೂ ಇಲ್ಲ. ಸ್ಟೇಷನ್ನಿಗೆ ಬಂದಾಗ ಸುಮಾರು ಹತ್ತರ ಸಮಯ. ಎದುರುಗಡೆ ಎಂಟ್ರೆನ್ಸ್‌ನಲ್ಲಿ ಕೂತಿದ್ದ ಪೋಲೀಸಪ್ಪ,

"ಏನ್ರೀ ನಿಮ್ ಸಮಸ್ಯೇ?"

"ಎಸ್‌ಐ ನಮ್ ಫ್ರೆಂಡು ಸರ್, ಖಾಸಗಿಯಾಗಿ ಕೊಂಚ ಮಾತನಾಡುವುದಿತ್ತು"

"ಏನ್ರೀ ಸುಳ್ಳೇಳ್ತಿದೀರಾ, ನಮ್ ಇನ್‌ಸ್ಪೆಕ್ಟರು ಟೈಗರ್ ಸಾಹೇಬ್ರ ಕಂಡ್ರೆ ಊರಿಗ್ ಊರೇ ನಡುಗತ್ತೆ ಅಂತದ್ರಲ್ಲಿ ಫ್ರೆಂಡು ಅಂತೀರಲ್ರೀ."

"ನಿಜ ಸರ್ ನನಗವರು ಗೊತ್ತು ನಾನು ಬೆಂಗ್ಳೂರಿನವ."

"ಸರಿ ಸರಿ. ಎಸ್‌ಐ ಸಾಹೇಬ್ರು ಹೊರಗ್ ಹೋಗವ್ರೆ ಹನ್ನೊಂದಾಗುತ್ತೆ ಬರುವಾಗ, ಅಲ್ಲಿಯವರೆಗೆ ನೀವು ಕಾಯ್ತೀರಾ ಮತ್ತೆ ಬರ್ತೀರಾ"

"ಕಾಯ್ತೀವಿ ಸಾರ್" ಎಂದು ಹತ್ತಿರದ ಕ್ಯಾಂಟೀನಿನತ್ತ ಹೆಜ್ಜೆ ಹಾಕಿದೆವು. ಹೆಸರಿನ ಜತೆ ಟೈಗರ್ ಎಂದಿರಬೇಕಾದರೆ ಇವನು ಶಿಸ್ತಿನ ಮನುಷ್ಯನೇ ಆಗಿರಬಹುದು ಎಂದುಕೊಂಡೆ.

ಕಾಫಿ ತಿಂಡಿಗೆ ಹೇಳಿದಾಗ ಮೋರೋಣಿ "ನನಗೇನೂ ಬೇಡ ಸಾರ್... ಮೊದ್ಲು ಅಣ್ಣನ್ ಕೆಲಸವಾಗ್ಲಿ" ಎಂದಾಗ ರೇಗಿ

"ಹನ್ನೊಂದ್ ಗಂಟೆಗ್ ಸಿಗ್ತಾರಂತ ಹೇಳಿದ್ದಲ್ವೇನೋ. ತಿನ್ನೋ" ಹಠ ಮಾಡಿ ಅವನಿಗೊಂದು ಕಾಫಿ ತಿಂಡಿ ಹೇಳಿ ನಾನು ಕಾಫಿ ಹೀರುತ್ತಾ ಕುಳಿತೆ. ಮೌನವಾಗೇ ತಿನ್ನುತ್ತಿದ್ದವನನ್ನು ಮಾತಿಗೆಳೆದು

"ಲೋ... ನೀನು ಜೇನು ತೆಗೆಯೋದ್ರಲ್ಲಿ ಭಯಂಕರ ಎಕ್ಸ್‌ಪರ್ಟಂತಲ್ವೇನೋ. ನಂಗೂ ಹೇಳ್ಕೊಡೋ..."

"ಅದೆಲ್ಲಾ ನಮ್ಗ್ ಹೇಳಿದ ಕೆಲ್ಸ ಸಾರ್. ನೀವೆಲ್ಲಾ ಓದ್ದೋರ್ ಮಾಡೋ ಕೆಲ್ಸ ಅಲ್ಲ..."

"ನೋಡು ಇದೇ ನಂಗಾಗಲ್ಲ. ನಿಂಗಿಂತ ನಿಮ್ಮಣ್ಣನೇ ಎಷ್ಟೋ ವಾಸಿ ಕಣೋ. ಕೇಳಿದ್ರೆ ಇಲ್ಲ ಅನ್ನಲ್ಲ" ಎಂದು ಮಾಣಿಗನನ್ನು ಸುಮ್ಮನೆ ಹೊಗಳಿದೆ. ಅಣ್ಣನಿಗೆ ಸಿಕ್ಕಿದ ಹೊಗಳಿಕೆಯನ್ನು ಕೇಳಿ

"ಜೇನು ಸಿಕ್ಕಾಗ ಕರಿತೀನಿ ಸಾರ್, ಮತ್ತೆ ಹುಳಾ ಕಚ್ಚಿತಂತ ನನ್ನ ಬೈಬಾರ್ದು."

"ಏ ಇಲ್ಲ ಕಣೋ... ನಾವ್ ಎಂತೆಂತಾ ಜೇನ್ ಗೂಡು ನೋಡಿಲ್ಲ. ಇದ್ಯಾವ ಲೆಕ್ಕ" ಎಂದೆ. ಅಷ್ಟರಲ್ಲಿ ಕ್ಯಾಂಟೀನ್ ಹುಡುಗ ತಟ್ಟೆ ತೆಗೆಯಲು ಬಂದ. ಆತನನ್ನು ಮೆತ್ತಗೆ ಕರೆದು. "ನಮ್ ಇನ್ಸ್‌ಪೆಕ್ಟರು ಜನ ಹೆಂಗೋ?" ಎಂದು ಕೇಳಿದೆ.

"ಅವರ ಹೆಸರು ಟೈಗರ್ ಜಯಕರ ಸಾರ್, ಭಾರಿ ಸ್ಟಿಕ್ಕಿನಜನ. ಕಳ್ಳರು ಅವರನ್ನು ನೋಡಿದರೆ ಸಾಕು ಒಂದಕ್ಕೆ ಮಾಡ್ಕೊಳ್ತಾರೆ. ಆದರೆ ನಾನು ಸ್ಟೇಷನಿಗೆ ಚಾ ತಕೊಂಡು ಹೋಗುವಾಗ ಚಂದ ಮಾತಾಡ್ತಾರೆ" ಎಂದ.

'ಢೈಂ ಢೈಂ' ಎಂದು ಕ್ಯಾಂಟೀನಿನ ಗಂಟೆ ಹನ್ನೊಂದು ಬಾರಿಸಿತು... ಕ್ಯಾಂಟೀನಿನ ಬಿಲ್ ನೀಡಿ ಸ್ಟೇಷನಿನತ್ತ ಹೊರಟೆವು...

ಎಸ್ಐ ಸ್ಟೇಷನಿಗೆ ಬಂದಿದ್ದರು. ನಾವು ಬಂದಾಗ ಹೊರಗಡೆ ಕುಳಿತಿದ್ದ ಕಾನ್ಸ್‌ಟೇಬಲು ಒಳಗೆ ಯಾರೋ ದೂರು ಕೊಡಲು ಬಂದವರು ಇರುವುದಾಗಿಯೂ ಅವರು ಹೊರ ಬಂದ ನಂತರ ಒಳ ಹೋಗುವಂತೆ ತಿಳಿಸಿದ. ಯಾರೋ ಮುದುಕಿ ತನ್ನ ಮೊಮ್ಮಗಳು ಅನಿಸುತ್ತೆ ಚಿಕ್ಕ ಹುಡುಗಿಯೊಂದಿಗೆ ಟೈಗರ್ ಜಯಕರನ ಕೋಣೆಯಿಂದ ಹೊರಬಂದಳು. ಮೋರೋಣಿಯನ್ನು ಕೊಂಚ ಹೊರಗೆ ಕುಳಿತುಕೊಳ್ಳಲು ಹೇಳಿ ಒಳನಡೆದೆ.

"ಏನ್ರೀ ಏನಾಗ್ಬೇಕಿತ್ತು...?"

"ಸಾರ್ ಬೆಂಗಳೂರು ಎಸ್ಪಿ ಚಿನ್ನಸ್ವಾಮಿಯವರು ಕರೆ ಮಾಡಿದ್ರಲ್ಲಾ ಆ ಮ್ಯಾಟರು" ಮಾತು ಮುಗಿಸುತ್ತಿದ್ದಂತೆಯೇ ಎದ್ದು ನಿಂತ ಟೈಗರ್ ಹಸ್ತಲಾಘವ ನೀಡಿದ...

"ರೀ ಪೀಸಿ... ಒಂದ್ ಕಾಫಿ ತನ್ರೀ"

ಅದಾಗಲೇ ಕಾಫಿ ಕುಡಿದಿದ್ದರೂ ನನ್ನ ಕೆಲಸವಾಗಬೇಕಾದುದರಿಂದ ಬೇಡವೆನ್ನಲಿಲ್ಲ. ಅಷ್ಟರಲ್ಲಿ ಒಂದು ವಿಷಯ ಕಾಣಿಸಿತು. ಇನ್ಸ್‌ಪೆಕ್ಟರಿನ ಟೇಬಲ್ ಮೇಲಿನ ನೇಮ್ ಬೋರ್ಡ್ ಗಮನಿಸಿದೆ. ಅಲ್ಲಿ ನೋಡಿದರೆ 'ತಿಪ್ಪೇಸ್ವಾಮಿ' ಎಂದಿದೆ. ಎಲಾ ಇವನಾ. ಟೈಗರ್ ಜಯಕರ ಎಂಬುದು ಖಂಡಿತವಾಗಿಯೂ ಜನ ಇವನನ್ನು ಖಡಕ್ ಆಫಿಸರ್ ಎಂದುಕೊಳ್ಳಲಿ ಎಂದು ಸ್ವಯಂಘೋಷಿತವಾಗಿ ಇಟ್ಟುಕೊಂಡ ಹೆಸರಾಗಿರಬಹುದು ಎನಿಸಿತು. ಅಷ್ಟರಲ್ಲೇ ಮತ್ತೊಂದು ಯೋಚನೆಯೂ ತೇಲಿ ಬಂತು. ಹೇಗೂ ಟೈಗರ್ ಪ್ರಭಾಕರ್ ಅವರಿಗೆ ಚಿತ್ರರಂಗದಲ್ಲಿ ಹೆಸರಿದೆ. ಇವ ಜಯಕರ ಎಂದು ಹೆಸರಿಟ್ಟುಕೊಳ್ಳಲು ಅವರೂ ಕಾರಣವಾಗಿರಬಹುದೆನಿಸಿತು. ಏನಾದರೂ ಮಾಡಿಕೊಳ್ಳಲಿ ನನಗೇನು ಇವನಿಷ್ಟದಂತೆಯೇ ಕರೆಯುವ ಎಂದು ಯೋಚಿಸುತ್ತಿರುವಾಗ ನನ್ನ ಆಲೋಚನೆಗೆ ಕತ್ತರಿ ಹಾಕುವಂತೆ

"ನೋಡ್ರೀ... ಇವನ ಕೇಸಲ್ಲಿ ಯಾರಾದರೂ ಬರುತ್ತಾರೋ ಎಂದು ಎಫ್‌ಐಆರ್ ಹಾಕಿಲ್ಲ, ಆಕಡೆ ಲಾಕಪ್ಪಲ್ಲಿದ್ದಾನೆ ನೋಡಿ. ಬೆಳಿಗ್ಗೆ ಕಾಫಿ ತಿಂಡಿ ಕೊಟ್ಟಿದ್ದೇವೆ... ಚಿನ್ನಸ್ವಾಮಿ ನನ್ನ ಪೊಲೀಸ್ ಅಕಾಡೆಮಿಯ ಗುರುಗಳು. ನಿಮ್ ಬಗ್ಗೆ ಎಲ್ಲಾ ಹೇಳಿದಾರೆ" ನಾನು ಕೈ ಕಟ್ಟಿ ಕುಳಿತಿದ್ದೆ.

"ಅಲ್ರೀ ನೀವು ರೀಸರ್ಚ್ ಸ್ಕಾಲರು. ಲಂಡನ್‌ವರೆಗೆ ಕಾಂಟ್ಯಾಕ್ಟ್‌ಇದ್ಯಂತೆ... ಈ ಕಳ್ ಬಡ್ಡೇತವ್ ಜತೆ ಏನ್ರೀ ಮಾಡ್ತಿದೀರಾ? ಕಳ್‌ಬಟ್ಟಿ ಕಾಯ್ಸೋ ಕೆಲ್ಸದಲ್ಲೇ ರೀಸರ್ಚೇನ್ರೀ ನಿಮ್ದೂ" ಎಂದು ನಕ್ಕರು. ಹಾಗಾದರೆ ಟೈಗರು ಕೂಡಾ ನಮ್ಮ ತರಾನೇ ಜಾಲಿ ಮನುಷ್ಯನೆನಿಸಿ ಆರಾಮೆನಿಸಿತು.

"ಸಾರ್ ಅವನು ನಾನು ನೀವು ನೋಡಿದಂತಿಲ್ಲ. ಹುಳುಹುಪ್ಪಟೆ. ವಿಷಕಾರಿ ನಾಗರಹಾವು ಕಚ್ಚಿದಾಗ ಮೆದುಳಿಗೇರುವ ನ್ಯೂರೋಟಾಕ್ಸಿಕ್ ವೆನಮ್ ಇಳಿಸುವ ಫಾರ್ಮುಲಾ ಕೂಡಾ ಗೊತ್ತಿದೆಯಂತೆ ಅವ್ನಿಗೆ. ಜನ ಹೇಳ್ತಾರೆ ಇಲ್ಲಿ, ಮೊನ್ನೆ ಚೇಳು ಕಚ್ದಾಗ ಹೇಗ್ ಮದ್ದು ಕೊಟ್ಟ ಗೊತ್ತಾ. ಬ್ರಿಟೀಷರ ಕಾಲದಲ್ಲಿದ್ದಿದ್ರೆ ಆಗ್ಲೇ ಇಂಗ್ಲೆಂಡಿಗೆ ಎತ್ತಾಕೊಂಡೋಗ್ತಿದ್ರು" ಎಂದೆ. ಎಸ್‌ಐ ಆಶ್ಚರ್ಯಚಕಿತರಾಗಿ ಕಣ್ಣಗಲಿಸಿ ಕೇಳುತ್ತಿದ್ದರು.

"ನಾನು ಹೇಳಿದ ಈ ವಿಷಯ ನಮ್ಮಲ್ಲೇ ಇರ್ಲಿ ಸಾರ್, ಹೊರಗೆ ಗೊತ್ತಾದರೆ ಅವನ ಜೀವಕ್ಕೂ ಅಪಾಯವೊದಗುವ ಸಾಧ್ಯತೆಯಿದೆ. ನಾನು ಹೇಳಿದ ಯಾವುದನ್ನೂ ನೀವು ಅವನೆದುರು ಹೇಳಬೇಡಿ. ಹಾಗಾದಲ್ಲಿ ಶಾಶ್ವತವಾಗಿ ಅದನ್ನು ನಮ್ಮಿಂದ ಮುಚ್ಚಿಡುವ ಸಾಧ್ಯತೆಯಿದೆ" ಎಂದು ಇಲ್ಲಿಯವರೆಗೆ ನಡೆದ ಎಲ್ಲಾ ಘಟನೆಗಳನ್ನು ಅವರ ಮುಂದೆ ಬಿಚ್ಚಿಟ್ಟೆ.

"ಸರಿ ನಿಮ್ಮಿಷ್ಟದಂತೆಯೇ ಆಗಲಿ. ಆದರೆ ಒಂದು ರಿಕ್ವೆಸ್ಟ್ ನಿಮ್ಮೊಂದಿಗೆ."

"ಏನ್ಸಾರ್ ಜರೂರಾಗಿ ಕೇಳಿ."

"ನೀವು ಹೇಳುತ್ತಿರುವುದನ್ನು ಕೇಳಿ ನನಗೆ ಕುತೂಹಲ ತಡೆಯಲಾಗುತ್ತಿಲ್ಲ. ಮುಂದೆ ಎಂದಾದರೂ ಅವನ ಪಾಂಡಿತ್ಯ ನಿಮಗೆ ಗೊತ್ತಾಗಬಹುದು. ನನಗೂ ಇವನ್ನೆಲ್ಲಾ ತಿಳಿದುಕೊಳ್ಳುವಾಸೆ. ಗೊತ್ತಾದರೆ ತಿಳಿಸಿ"

"ಅವ ಕಳ್‌ನನ್ಮಗ ಮೊದಲು ನನಗೆ ಹೇಳಿಕೊಡಲಿ. ನಂತರ ನಿಮಗೊಬ್ಬರಿಗಲ್ಲ. ಇಡೀ ಜಗತ್ತಿಗೇ ಹೇಳುವ ಜವಾಬ್ದಾರಿ ನನ್ನದು" ಎಂದು ನಕ್ಕೆ.

"ನನ್ನ ಪ್ರಕಾರ ಈ ಕೇಸು ಅಂತ ದೊಡ್ಡ ಕೇಸಲ್ಲ... ಕಳ್ಳಬಟ್ಟಿ ಕುಡಿದು ಜನ ಮೃತಪಟ್ಟಾಗ ಅದು ದೊಡ್ಡ ಸುದ್ದಿಯಾಗುತ್ತದೆ. ಮಾಹಿತಿ ಕೊಟ್ಟವರೇನೂ ನನಗೆ ಕೇಳಲಾರರು. ಏನೇ ಆದರೂ ಮುಂದೆ ಅವನು ಜಾಗೃತರಾಗಿರುವಂತೆ ತಿಳಿಸಿ."

"ಸಾರ್ ಅಸಲಿಗೆ ಈ ಮಾಹಿತಿ ನಿಮಗೆ ಕೊಟ್ಟವರು ಯಾರು."

"ಅದೆಲ್ಲಾ ಡಿಪಾರ್ಟ್‌ಮೆಂಟ್ ಸೀಕ್ರೆಟ್. ಹೇಳೋವಾಗಿಲ್ರೀ. ಮುಂದೊಮ್ಮೆ ಹೇಳ್ತೀನಿ ನಿಮ್ಗೆ... ಮೊದ್ಲು ಅವ್ನಿಗೆ ನವಸಾಗರ ಎಲ್ಲಿಂದ ತಂದೇಂತ ಕೇಳಿ" ಎಂದು ಮುಗುಳ್ನಕ್ಕರು...

ಅಂದರೆ ಯಾರೋ ಇವನಿಗೆ ಬೆಲ್ಲದ ಹುಳಿಗೆ ಅಮೋನಿಯಂ ಕ್ಲೋರೈಡ್ ಎಂದು ಕರೆಯಲ್ಪಡುವ 'ನವಸಾಗರ' ಸೇರಿಸಿದರೆ ಶೀಘ್ರವಾಗಿ ಮದ್ಯವನ್ನು ಭಟ್ಟಿ ಇಳಿಸಬಹುದೆಂದು ತಲೆಕೆಡಿಸಿದ್ದಾರೆ. ಬಿ.ಎಸ್ಸಿಯಲ್ಲಿ ನವಸಾಗರದ ಬಗ್ಗೆ ಕೇಳಿದ್ದೆ... ಅದೊಂದು ಹುಳಿ ಬರಿಸುವ ಕೆಮಿಕಲ್. ಕಳ್ಳಬಟ್ಟಿ ಇಳಿಸುವವರು ಹೆಚ್ಚಾಗಿ ಬಳಸುವುದರಿಂದ ಅದಕ್ಕೇ ಫೇಮಸ್. ಮಾಣಿಗ ಸೇಸಾದ್ರಿಯ ಅಂಗಡಿಯಲ್ಲಿ ಹೋಗಿ ಜೋರುದನಿಯಲ್ಲಿ ನವಸಾಗರ ಕೊಡಿ ಎಂದು ಕೇಳಿದಾಗ ಅಲ್ಲಿದ್ದ ಯಾರಿಗೋ ಅನುಮಾನ ಬಂದು ಇವನ ಮೇಲೆ ಕಣ್ಣಿಟ್ಟು ಪೊಲೀಸರಿಗೆ ಹೇಳಿದ್ದಾರೆ ಎಂದು ಲೆಕ್ಕ ಹಾಕಿದೆ. ಪಿಸಿಯನ್ನು ಕರೆದು.

"ಆ ಸೆಕೆಂಡ್ ಸೆಲ್‌ನಲ್ಲಿರೋ ಮಾಣಿಗನ್ನ ಕರ್ಕೊಂಬರ್ರೀ..."

ಸೊಂಟಕ್ಕೆ ತುಂಡು ಲುಂಗಿ ಕಟ್ಟಿಕೊಂಡು ಅರೆನಗ್ನವಾಗಿ ನಿಂತಿದ್ದವನನ್ನು ಕಂಡಾಗ ಅಯ್ಯೋ ಎನ್ನಿಸಿತು...

ಇವರೆಲ್ಲಾ ಹೊಡೆದರೋ ಏನೋ ಎಂದು ಸೂಕ್ಷ್ಮವಾಗಿ ಗಮನಿಸುತ್ತಿದ್ದುದು ಅರಿವಾಗಿ ಎಸ್‌ಐ "ಯಾರೂ ಹೊಡ್ದಿಲ್ಲ ಸಾರ್, ರೈಡಾದಾಗ ಅವನೇ ತಪ್ಪಿಸಿಕೊಳ್ಳಲು ಹೋಗಿ ಬಿದ್ದಿದ್ದು... ಏಟಾಗಿರಬಹುದು ಕೊಂಚ. ನಿನ್ನೆ ಎಣ್ಣೆಯೇಟಲ್ಲಿ ಗೊತ್ತಾಗಿಲ್ಲ ಅಷ್ಟೇ" ಎಂದು ಮುಗುಳ್ನಕ್ಕರು. ಮಾಣಿಗನೂ ಹೌದೆನ್ನುವಂತೆ ತಲೆಯಾಡಿಸಿದ.

"ಅದೆಲ್ಲಾ ಸರಿಯಾಗುತ್ತೆ ಸರ್... ನಿಮ್ ಮೇಲೆ ನಂಬಿಕೆಯಿದೆ" ಎಂದವ ಮಾಣಿಗನತ್ತ ತಿರುಗಿ "ಮುಂದೆ ಜೇನು ಸಿಕ್ಕಾಗ ಸಾಹೇಬ್ರಿಗೊಂದ್ ಲೀಟರ್ ಫ್ರೆಷ್ ತಂದ್ಕೊಡೋ" ಎಂದವ ಮುಂದುವರೆದು...

"ನಾವಿನ್ನು ಹೊರಡಬಹುದಾ ಸಾರ್" ಎಂದು ಕೇಳಿದೆ... ಎಸ್‌ಐ ಸರಿ ಎಂದು ತಲೆಯಾಡಿಸಿದರು... ಮಾಣಿಗನ ಮುಖದಲ್ಲಿ ಅಸಮಾಧಾನ ಇನ್ನೂ ಮರೆಯಾಗದಿರುವುದನ್ನು ಕಂಡು "ಮತ್ತೇನಾಯ್ತೋ" ಎಂದು ಕೇಳಿದೆ.

"ಚೊಂಬುದ ಗುರ್ಕೆ" ಎಂದು ಮೆತ್ತಗೆ ಪಿಸುಗುಟ್ಟಿದ...

"ಸಾರ್ ಇವನ ತಾಮ್ರದ ಹಂಡೆಯನ್ನು ನೀವು ತಂದಿದ್ದಿರೆನ್ನುತ್ತಾನೆ. ನಾವದನ್ನು ತೆಗೆದುಕೊಂಡು ಹೋಗಬಹುದೇ."

"ನೋಡ್ರೀ ಹಂಡೆ ಸ್ಟೇಷನ್ ಹಿಂದಿದೆ. ಹಗಲೊತ್ತಲ್ಲಿ ತೆಗೆದುಕೊಂಡು ಹೋದರೆ ನನ್ ಕೆಲಸಕ್ಕೇ ತೊಂದರೆ. ಭಾನುವಾರಾನೋ, ಸೋಮವಾರನೋ ಕತ್ತಲಾದ ಮೇಲೆ ತಕೊಂಡ್ಹೋಗಿ. ಇಲ್ಲಿರೋವರೆಗೂ ಸೇಫಾಗಿರುತ್ತೆ. ಡೋಂಟ್ ವರಿ" ಎಂದವರು ಮತ್ತೆ ಮಾಣಿಗನತ್ತ ತಿರುಗಿ "ನಮ್ ದಣಿ. ಮತ್ತೆ ಸ್ಟೇಷನಿಗೆ

ಬರೋ ತರ ಪ್ಲಾನ್ ಇದ್ದಂಗೆ ಕಾಣ್ಸುತ್ತೆ... ರೀ ಸುಮ್ನೆ ಅಸಡ್ಡೆ ಮಾಡಬೇಡ್ರೀ. ಇದು ನನ್ ಮೇಲಧಿಕಾರಿಗಳಿಗೆ ಗೊತ್ತಾದ್ರೆ ಸಮಸ್ಯೆಯಾಗುತ್ತೆ ನನ್ನ ಕರ್ತವ್ಯ ನಾನು ಮಾಡಲೇಬೇಕಾಗುತ್ತದೆ" ಮಾಣಿಗನತ್ತ ಗಂಭೀರ ನೋಟ ಬೀರಿದರು.

ನಾನು ಮಧ್ಯೆ ಬಾಯಿ ಹಾಕಿ "ಇನ್ನು ಇದೆಲ್ಲಾ ಮಾಡಲ್ಲ ಸರ್ ಅವನು. ಅಲ್ವೇನೋ?" ಎಂದು ಕೇಳಿದೆ. ಹೌದು ಎಂಬಂತೆ ಗೋಣಾಡಿಸಿದ.

ಮತ್ತೊಮ್ಮೆ ಎಸ್‌ಐ ಕೈಕುಲುಕಿ ಸ್ಟೇಷನ್‌ನಿಂದ ಹೊರಟೆವು. ಟೈಗರ್ ಜಯಕರನ ಛೇಂಬರಿಂದ ಹೊರಬರುವಾಗ ಹುಲಿ ಬೋನಿನಿಂದ ಹುಲ್ಲೆಯ ಕರೆತಂದ ಅನುಭವವಾಯಿತು.

ಜತೆಗಿರುವ ಮೋರ್ರೋಣಿಯ ಕೈಯಲ್ಲಿ ಕೊಂಚ ದುಡ್ಡುಕೊಟ್ಟು ಬಸ್ಸಿನಲ್ಲಿ ಬರುವಂತೆ ತಿಳಿಸಿ ಬರಿಮೈಯಲ್ಲಿದ್ದ ಮಾಣಿಗನನ್ನು ಸ್ಕೂಟರಲ್ಲಿ ಕೂರಿಸಿ ಹೊರಟೆ...

ಅರ್ಧ ದಾರಿ ಕಳೆದಾಗ ಮಾಣಿಗ ಮೆತ್ತಗೆ ಮಾತಿಗಿಳಿದ

"ಸಾರ್."

"ಏನಾಯ್ತು..."

"ಆ ಎಸ್‌ಐ ಹೇಗೆ ಗುರ್ತ ನಿಮ್ಗೆ. ನನ್ನ ಬಿಡಿಸ್ಲಿಕ್ಕೆ ದೊಡ್ಡು ಕೊಟ್ರಾ?"

"ಅದು ಹಳೆ ಪರಿಚಯ ಕಣೋ ಅದ್ನೆಲ್ಲಾ ನಿಂಗೆ ಮತ್ತೊಮ್ಮೆ ಡಿಟೈಲಾಗಿ ಹೇಳ್ತೇನೆ. ನಮ್ ಫ್ರೆಂಡು ಕಣೋ ಅವ್ರು. ದುಡ್ಡೆಲ್ಲಾ ಯಾಕೋ ಸುಮ್ನೆ" ಎಂದು ಮಾತು ಹಾರಿಸಿದೆ.

ಎಸ್ಪಿ ಚಿನ್ನಸ್ವಾಮಿಯವರು ಅಪ್ಪನ ಕ್ಲಾಸ್‌ಮೇಟು. ಮಾಳದಲ್ಲಿ ನನ್ನ ರೀಸರ್ಚಿನ ಸಹಾಯಕನಾಗಿರುವ ಮಿತ್ರ ಮಾಣಿಗನಿಗೆ ತೊಂದರೆಯಾಗಿರುವ ಬಗ್ಗೆ ಅಪ್ಪನ ಬಳಿ ಹೇಳಿದಾಗ... ಅವರು ತಮ್ಮ ಸಹಪಾಠಿಯ ಬಳಿ ಸಹಾಯ ಕೇಳಿದ್ದರು... ಕಾಕತಾಳೀಯವೆಂಬಂತೆ ಕೃಷ್ಣಸ್ವಾಮಿ ಟೈಗರ್ ಜಯಕರನ ಗುರುಗಳಾಗಿದ್ದರು.

ಮಾಣಿಗ ಇಳಿಯುವ ಜಾಗ ಬಂದಾಗ ಇಳಿಸಿ "ಹುಷಾರಾಗಿರೋ. ಎಲ್ಲಾ ದಿನಗಳೂ ಭಾನುವಾರವಾಗಿರಲ್ಲ..."

ರೋಡು ಮತ್ತು ಮಾಣಿಗ ಮನೆಗೆ ಅಡ್ಡಲಾಗಿರುವ ಜೋಗಿಗುಡ್ಡ ಹತ್ತಲೆಂದು ಎರಡು ಹೆಜ್ಜೆಯಿಟ್ಟವನು ಮತ್ತೆ ಹಿಂದಿರುಗಿ ನೋಡಿದ.

"ನಿನ್ ಪೂರ್ವಜರ ಸ್ವತ್ತು ತಾಮ್ರದ ಹಂಡೆನ ವಾಪಾಸ್ ಕೊಡ್ತಾರಂತಲ್ಲೋ. ಮತ್ತೇನೋ ಗೋಳು ನಿಂದು...?"

"ಸಾರ್ ಕಂಟ್ರಿ ತೆಗೆಯುವ ಮಡಕೆ ಹೊಸತು... ಮೊನ್ನೆ ಸಂತೆಯಿಂದ ತಂದದ್ದು... ಅದನ್ನೂ ಪೋಲೀಸರು ಒಡ್ದಾಕಿದ್ದಾರೆ..."

"ನಿನ್ ಗೋಳು ಈ ಜನ್ಮದಲ್ಲಿ ಮುಗಿಯೋದಲ್ಲ" ಎಂದು ಸ್ಕೂಟರ್ ಸ್ಟಾರ್ಟ್ ಮಾಡಿದೆ.

14

ಮಾಣಿಗನ ಕಳ್ಳಬಟ್ಟಿಯ ಕಥೆ ಮುಗಿದು ತಿಂಗಳಾಗುತ್ತಾ ಬಂದಿತ್ತು. ಅವಶ್ಯವೆನಿಸಿದಾಗ ಒಂದೆರಡು ಬಾರಿ ಮನೆಯತ್ತ ಮುಖ ಮಾಡಿದ್ದೆ. ಅಪ್ಪ ಗಂಟು ಮುಖ ಹೊತ್ತಿದ್ದರೆ, ಹೊರಡುವಾಗ ಹಳ್ಳಿಯೆಂದು ಮೂಗು ಮುರಿಯುತ್ತಿದ್ದ ಮಗ ಅಲ್ಲಿಂದ ವಾಪಸ್ಸು ಬರಲು ಮೀನಮೇಷ ಎಣಿಸುವುದನ್ನು ಕಂಡು ಅಮ್ಮ ಖುಷಿಪಟ್ಟಿದ್ದಳು. ನಿನಗೆ ಕರಾವಳಿ ಹಿಡಿಸುವುದೆಂದೂ ಅಲ್ಲೇ ಒಂದು ಹುಡುಗಿ ಹುಡುಕಬೇಕೆಂದೂ ತವರಿನ ಋಣ ತೀರಿಸಿದ ಹಾಗೂ ಆಗುತ್ತದೆ ಎಂದಿದ್ದಳು.

ಮಾಣಿಗ ಎಷ್ಟೇ ಚಾಡಿ ಹೇಳಿ ಆರೋಪ ಮಾಡಿದ್ದರೂ ಪಾಂಡಿ ರೇಡಿಯೋ ರಿಪೇರಿಯಲ್ಲಿ ಅದ್ಭುತವಾಗಿ ಕೈಚಳಕ ತೋರಿಸಿದ್ದ. ಇತರ ಅಂಗಡಿಯವರಂತೆ ಸಿಕ್ಕಿದ್ದು ಸೀರುಂಡೆ ಎಂದು ಅನಾವಶ್ಯಕವಾಗಿ ಎಲ್ಲೂ ದುಡ್ಡು ಪೀಕಿರಲಿಲ್ಲ. ಹೊರಭಾಗಕ್ಕೂ ಯಾವುದೋ ದ್ರಾವಣದಿಂದ ಉಜ್ಜಿ ಹಳೇಯ ರೇಡಿಯೋದ ಕಳೆಯೇ ಇಲ್ಲದಂತೆ ಮಾಡಿದ್ದ... ಮುರಿದು ಗುಜಿರಿಯವನಿಗೆ ನೀಡಬೇಕಾಗಿದ್ದ ರೇಡಿಯೋ ಹೊಸದರಂತೆ ಹೊಳೆಯುತ್ತಿತ್ತು. ಬೆಳಿಗ್ಗೆ ಆಕಾಶವಾಣಿಯ ವಾರ್ತಾ ಸಮಾಚಾರ ಕೇಳುತ್ತಾ ಕುಳಿತಿದ್ದವನಿಗೆ ಮನೆಯ ಮೇಲೆ ದಡಾರನೆ ಏನೋ ಬಿದ್ದಂತಾಗಿ ಗಾಬರಿಯಾಗಿ ಹೊರ ಬಂದಾಗ ತೆಂಗಿನ ಹಸಿ ಗರಿಯೊಂದು ಬಿದ್ದು ಮೂಲೆ ಮಾಡಿನ ಮೂರುನಾಲ್ಕು ಹೆಂಚುಗಳು ಒಡೆದಿರುವುದು ಗಮನಕ್ಕೆ ಬಂತು. ಹಸಿ ಗರಿ ಇದ್ದಕ್ಕಿದ್ದಂತೆಯೇ ಬೀಳಲು ಹೇಗೆ ಸಾಧ್ಯ? ಗರಿಯನ್ನು ಎಳವೆಯಲ್ಲೇ ಬೀರುಂಡೆ ಕತ್ತರಿಸಿದ್ದರೆ ಕೆಲವೊಮ್ಮೆ ಕುಸಿದು ಬೀಳುವುದು, ಆದರೆ ಗರಿಯಲ್ಲಿ ಕತ್ತಿಯ ಗುರುತು ಕಂಡು ಬಂತು. ಜತೆಗೆ ತೆಂಗಿನ ಕಾಯಿಯ ತೊಂಪೆಯೊಂದು ಬಿದ್ದು ಚದುರಿಕೊಂಡಿತ್ತು. ತಲೆಯೆತ್ತಿ ನೋಡಿದಾಗ ವ್ಯಕ್ತಿಯೊಬ್ಬ ತೆಂಗಿನ ಕಾಯಿ ಕೀಳುತ್ತಿದ್ದ... ಒಮ್ಮೆ ಕೆಳಗಿಳಿಯಲಿ ಸರಿಯಾಗಿ ಝಾಡಿಸಬೇಕು, ಪ್ರಜ್ಞೆಯಿಲ್ಲದವ ಮನೆಯೊಳಗೆ ಇದ್ದಾರೆಂದು ಗೊತ್ತಿದ್ದೂ ಕಾಯಿ ಕೀಳುತ್ತಿದ್ದಾನಲ್ಲಾ ಎಂದುಕೊಂಡು ಅಂಗಳದಲ್ಲಿ ನಿಂತೆ. ಅಷ್ಟರಲ್ಲಿ ಒಂದು ಅನಿರೀಕ್ಷಿತವಾದ ಘಟನೆ ನಡೆಯಿತು. ಇದ್ದಕ್ಕಿದ್ದಂತೆಯೇ ತೆಂಗಿನ ಮರದಿಂದ ಹಗ್ಗದಂತಹ ವಸ್ತುವೊಂದು ಕೆಳಕ್ಕೆ ಬಿದ್ದು ನನ್ನ ಪಕ್ಕದಲ್ಲೇ ತೆವಳುತ್ತಾ ಸಾಗಿ ಮರೆಯಾಯಿತು. ನೋಡಿದರೆ ಕೇರೆ ಹಾವು...!

ಬಹುಶಃ ನಾನಾಗಿದ್ದರೆ ಕೈ ಬಿಟ್ಟು ಬಿಡುತ್ತಿದ್ದೆನೋ ಏನೋ. ಆ ವ್ಯಕ್ತಿ ಅದಕ್ಕೆ ಕೇರ್ ಮಾಡದಂತೆ ಮರ ಇಳಿಯುತ್ತಿದ್ದ. ಕಾಯಿ ಕೀಳುತ್ತಿದ್ದ ಆಸಾಮಿ ಮರದಿಂದ ಮೆತ್ತಗೆ ಕೆಳಗಿಳಿಯುತ್ತಿದ್ದಂತೆ ನನಗವನ ಗುರುತು ಸಿಕ್ಕಿತು. ಅವ ಮಾಣಿಗನ ಶಿಷ್ಯ ಉಮಿಲ!

"ಮನೆಯೊಳಗಿರೋದ್ ಕಾಣ್ಲಿಲ್ವೇನೋ. ಮನೆ ಮಾಡಿಗೇ ಗರಿ ಕಿತ್ತಾಕ್ತಿಯಾ. ತಲೆಗಿಲೆಗ್ ಬಿದ್ರೆ ಯಾರ್ ಗತಿ" ಎಂದು ಗದರಿದೆ.

"ನೀವು ಊರಿಗೆ ಹೋಗಿದ್ರಂತ ಮೋರೋಣಿ ಹೇಳಿದ ಸಾರ್, ಇಲ್ಲದಿದ್ರೆ ಕರಿಯದೆ ಇರ್ತೇನಾ... ಮನೆಯೊಳಗೆ ಜನ ಇದ್ರೆ ಮನೆ ಪಕ್ಕದ ಮಡಲು ಎಲ್ಲಾ ಕಡಿಯುದಿಲ್ಲ ಸಾರ್ ನಾನು" ಎಂದ ಪಾಪ ಪ್ರಜ್ಞೆಯಿಂದ.

ನನಗೂ ಒಂದೆರಡು ದಿನದಿಂದ ಮೋರೋಣಿ ಕಂಡಿರಲಿಲ್ಲ, ಅವನ ಬದಲಿಗೆ ಇನ್ಯಾರೋ ವ್ಯಕ್ತಿ ಇದ್ದ. ಅವ ಕೇಳಿದ್ದಕ್ಕೆ ಮಾತ್ರ ಹೂಂಗುಟ್ಟುವ, ಹೆಚ್ಚು ಮಾತನಾಡದ ಅಂತರ್ಮುಖಿಯಂತೆ ಕಂಡಿದ್ದರಿಂದ ನಾನು ಮಾತಿಗೆಳೆಯಲು ಹೋಗಲಿಲ್ಲ. ನನ್ನ ಡಿಟಿಪಿ ವಿಷಯಕ್ಕಾಗಿ ಎರಡು ದಿನ ದೂರದ ಉಡುಪಿಯಲ್ಲಿರಬೇಕಾಗಿ ಬಂದಿತ್ತು. ಹೋಗುವಾಗ ಬೀಳ್ಕೊಟ್ಟಿದ್ದ ಮೋರೋಣಿ ವಾಪಸ್ಸು ಬಂದಾಗ ಮಾಯವಾಗಿದ್ದ. ಹೋ ಹಾಗಾದರೆ ನಾನು ಬಂದಿರುವ ವಿಷಯ ಮೋರೋಣಿಗೆ ಗೊತ್ತಿಲ್ಲವೆಂದುಕೊಂಡೆ... ಇಷ್ಟಾದರೂ ತೆಂಗಿನ ಗರಿ ಕಡಿದು ಹಾಕಿದ ವಿಷಯವನ್ನು ಲಘುವಾಗಿ ಪರಿಗಣಿಸದೆ "ಆದ್ರೂ ನೀನು ಮನೆಯಲ್ಲಿ ಯಾರಾದ್ರೂ ಇದಾರಾಂತ ಪರೀಕ್ಷಿಸದೆ ತೆಂಗಿನ ಗರಿ ಕಡಿದು ಹಾಕಿದ್ದು ತಪ್ಪು ಕಣೋ" ಎಂದೆ.

"ದೂರದಲ್ಲಿ ಬೀಗ ಹಾಕಿದೆ ಅಂದುಕೊಂಡೆ ಸಾರ್, ನೀವು ಚಿಲ್ಕ ಹಾಕಿ ಒಳಗಿದ್ರಿ. ಮಾಫ್ ಮಾಡಿ ಸಾರ್ ತಪ್ಪಾಯ್ತು. ದೇವರ ದಯೆಯಿಂದ ನಿಮ್ಗೇನೂ ಆಗಿಲ್ಲ ನೋಡಿ" ಎಂದ. ನಾನೇನೂ ಹೆಚ್ಚು ವಾದಿಸಲು ಹೋಗಲಿಲ್ಲ.

"ಅದೆಲ್ಲಾ ಇರ್ಲಿ. ಆ ಕೇರೆ ಹಾವು ತೆಂಗಿನ ಕುವೆಯಲ್ಲೇನ್ ಮಾಡ್ತಿತ್ತು? ಅದಕ್ಕೆ ಅಲ್ಲೇನ್ ಕೆಲ್ಸ. ಅಲ್ವೋ ನಿಂಗ್ ಭಯಾನು ಆಗಲ್ವೇನೋ" ಎಂದು ಕೇಳಿದೆ.

"ಓ ಅದಾ. ಅದು ಇಲಿ ಎಲ್ಲಾ ಉಂಟಾಂತ ಹುಡುಕ್ಲಿಕ್ಕೆ ಹೋಗ್ತದೆ ಸಾರ್. ಆ ತೆಂಗಿನ ಮರಕ್ಕೆ ತಾಗಿಕೊಂಡು ಪೆಲತ್ತ ಮರ ಉಂಟಲ್ಲಾ. ಅದರ ಮೂಲಕ ಹೋಗಿರ್ತದೆ. ಅದಕ್ಕೆ ತೆಂಗಿನ ಮರ ಹತ್ಲಿಕ್ಕೆ ಆಗಲ್ಲ. ಹಿಹ್ಹಿ" ಎಂದವ ಮುಂದುವರೆದು "ನಂಗೆ ಒಮ್ಮೆ ನಾಗರ ಹಾವೇ ಸಿಕ್ಕಿದೆ ಅಂತೆ ತೆಂಗಿನ ಕುವೆಯಲ್ಲಿ, ಬಾಲದಲ್ಲಿ ಹಿಡಿದದ್ದು ಕೆಳಗೆ ಹಾಕಿದ್ದು. ಆದದ್ದಾಗ್ಲಿ ದೇವರಿದ್ದಾರಂತ... ಹಿಹ್ಹಿ" ಎಂದ. ಈ ವಿಷಯವನ್ನು ನಾನು ಸಂಪೂರ್ಣವಾಗಿ ನಂಬಲು ಹೋಗಲಿಲ್ಲ. ಇದ್ದರೂ ಇರಬಹುದು ಎಂದುಕೊಂಡೆ.

ಕಾಯಿ ಕಿತ್ತಾದ ನಂತರ ಮೂಲೆ ಮಾಡಿನ ಹೆಂಚನ್ನು ತಾನು ಹಾಕಿ ಕೊಡುವೆನೆಂದೂ, ಕಾಯಿ ಬಿದ್ದು ಹೆಂಚು ಒಡೆಯುವುದು ಇಲ್ಲಿ ಸರ್ವೇ ಸಾಮಾನ್ಯವೆಂದೂ ತನ್ನ ಕೆಲಸದಲ್ಲಿ ನಿರತನಾದ. ನಾನು ಬಾಗಿಲೆಳೆದುಕೊಂಡು ರೇಡಿಯೋ ಆಲಿಸುವುದರಲ್ಲಿ ಮಗ್ನನಾದೆ.

ಸುಮಾರು ಅರ್ಧ ಗಂಟೆಯ ನಂತರ ತೆರೆದಿಟ್ಟ ಬಾಗಿಲು ಬಡಿದು ಕರೆದಂತಾಗಿ ನೋಡಿದಾಗ ಮತ್ತೆ ಉಮಿಲ ನಿಂತಿದ್ದಾನೆ. ಈ ಸಲ ಇವನಿಗೇನಾಯ್ತೆಂದು ನೋಡಿದಾಗ ಕೈಯಲ್ಲೊಂದು ಕೆತ್ತಿದ ಎಳನೀರು ಹಿಡಿದು ನಿಂತಿದ್ದಾನೆ.

"ಏನಿದು."

"ಬೊಂಡ ಸಾರ್ ನಿಮಗೆ, ಸೀತ ಆಗ್ತದಾದ್ರೆ ಬಿಸಿ ಮಾಡಿ ಕುಡೀರಿ."

"ಎಳ್ನೀರು ಕುಡಿದ್ರೂ ಶೀತ ಆಗುತ್ತೇನೋ" ಎನ್ನುವಾಗ ನಗು ಬಂತು. ಆತ ಗಂಭೀರನಾಗೇ ಇದ್ದ. ಎಳನೀರು ಎಲ್ಲಾ ದೇಹ ಪ್ರಕೃತಿಯವರಿಗೂ ಸರಿ ಹೊಂದದೆಂದೂ ಜ್ವರ ಶೀತ ಇದ್ದರೆ ಬಿಸಿ ಮಾಡಿ ಕಾಳು ಮೆಣಸಿನ ಪುಡಿ ಉದುರಿಸಿ ಕುಡಿಯಬೇಕೆಂದೂ ಸಲಹೆಯಿತ್ತ. ಎಳನೀರು ನನಗೂ ಇಷ್ಟವೇ, ಇವ ಕೇವಲ ಕೆತ್ತಿ ನೀಡುತ್ತಿದ್ದಾನಲ್ಲಾ. ಇನ್ನು ರಂದ್ರ ಯಾರು ಮಾಡೋದು ಎಂದುಕೊಂಡು.

"ಇದಕ್ಕೇ ಒಂದ್ ತೂತ್ ಮಾಡ್ಕೊಡೋದಲ್ವೇನೋ" ಎಂದು ಕೇಳಿದೆ. ಅದಕ್ಕವ ಹಿಂಜರಿಕೆಯಿಂದಲೇ

"ನಾವು ತೂತು ಮಾಡಿ ಕೊಟ್ರೆ ಸರಿಯಾಗುದಿಲ್ಲ ಸಾರ್. ನೀವೇ ಮಾಡ್ಕೊಳ್ಳುಬೇಕು" ಎಂದು ಕತ್ತಿ ಮತ್ತು ಎಳನೀರನ್ನು ನನ್ನ ಕೈಗಿತ್ತ. ಇವನ ಕಂದಾಚಾರಗಳಿಗೆ ಮಣ್ಣು ಬೀಳಲಿ ಎಂದು

"ನೋಡ್ವ ಅದೇನಾಗುತ್ತೋ ಹೇಳಿ, ಎಳನೀರಿಗೆ ನೀನೇ ರಂಧ್ರ ಮಾಡಿ ಕೊಡ್ತಿದೀಯಾ. ನನ್ ಗಂಟಲಲ್ಲಿ ಇಳಿಯುತ್ತೋ ಇಲ್ವೋ ನೋಡ್ವಾ" ಎಂದು ಸವಾಲೆಸೆದದ್ದನ್ನು ಕಂಡು. ಒಲ್ಲದ ಮನಸ್ಸಿನಿಂದಲೇ ರಂಧ್ರ ಕೊರೆದು ನೀಡಿ ನಾನು ಕುಡಿಯುವುದನ್ನೇ ನೋಡುತ್ತಾ ನಿಂತಿದ್ದ. ಅಭ್ಯಾಸವಿಲ್ಲದ ನನ್ನ ಬಾಯಿಂದ ಎಳನೀರು ಚೆಲ್ಲುತ್ತಿರುವುದನ್ನು ಕಂಡು

"ನಿಮಗೆ ಲೋಟೆಗೆ ಹಾಕಿ ಕುಡಿಬೋದಿತ್ತು, ಕಷ್ಟ ಆದ್ರೆ" ಎಂದ.

ನಾನು ಉಡಾಫೆಯಿಂದಲೇ "ಓಹ್ ಇದರಲ್ಲೆಲ್ಲಾ ನಾವು ಪಂಟ್ರು ಬಿಡೋ" ಎಂದವ, "ಅದೆಲ್ಲಾ ಸರಿ ನೀನ್ ಕುಡಿಯಲ್ವಾ ಎಳನೀರು?" ಎಂದು ಕೇಳಿದೆ.

"ನಾನು ಆಗಲೇ ಕುಡಿದೆ ಸಾರ್. ಎರಡು ಕುಡಿದೆ" ಎಂದವ ತನ್ನ ಕೆಲಸವಿನ್ನೂ ಮುಗಿದಿಲ್ಲವೆಂದು ತೋಟದತ್ತ ನಡೆದ. ನಾನು ಮೋರೋಣಿಯನ್ನು ಮಾತಾಡಿಸಲು ದೊಡ್ಮನೆಯತ್ತ ನಡೆದೆ.

ವಾಪಸ್ಸು ಬಂದಾಗ ಅಂಗಳದಲ್ಲಿ ನಿಂತು ಹಸಿ ತೆಂಗಿನ ಗರಿಯ ಎಳೆಯೊಂದನ್ನು ಮಡಚಿದ ಗುರುತನ್ನು ಎಣಿಸುತ್ತಿದ್ದ. ಆ ಗರಿಯ ಎಳೆಯ ಮೇಲೆ ಸ್ಕೇಲ್‌ನಂತಹ ಮಾರ್ಕುಗಳು ಮೂಡಿದ್ದವು. ಅದೇನೆಂದು ಕೇಳಿದಾಗ, ತಾನು ಪ್ರತಿಯೊಂದು ತೆಂಗಿನ ಮರ ಹತ್ತಿದಾಗಲೂ ಈ ಎಳೆಯನ್ನು ಮಡಚಿ

ಗುರುತು ಮಾಡಿಕೊಂಡು ಸೊಂಟಕ್ಕೆ ಸಿಕ್ಕಿಸುವುದಾಗಿಯೂ, ನಂತರದಲ್ಲಾದರೆ ಹತ್ತಿದ ಮರದ ಲೆಕ್ಕ ಸಿಗಲಾರದೆಂದೂ ಹೇಳಿದ. ಅಷ್ಟರಲ್ಲಿ ನನಗೆ ಆ ಒಂದು ದೃಶ್ಯ ಕಣ್ಣಿಗೆ ಬಿತ್ತು.

ಅಂಗಳದ ಮೂಲೆಯ ಕಟ್ಟೆಯ ಮೇಲೆ ಹತ್ತಾರು ಅಡಿಕೆ ಹೂವುಗಳನ್ನು ಕಿತ್ತು ರಾಶಿಹಾಕಲಾಗಿತ್ತು...! ಇದೇನಪ್ಪಾ ಬಂತು ಇವನಿಗೆ ಕೇಡುಗಾಲ ಎಂದುಕೊಂಡು

"ಅಡಿಕೆ ಆಗಬೇಕಾಗಿರೋ ಹೂವುಗಳನ್ನೆಲ್ಲಾ ಕಿತ್ತು ಗುಡ್ಡೆ ಹಾಕಿದ್ಯಲ್ಲೋ. ನೀನು ಕಲಿತದ್ದು ಜಾಸ್ತಿ ಆಯ್ತಾ ಅಂತಲ್ವಾ" ಎಂದು ಬೈದೆ.

"ಅದು ಪಿಂಗಾರ ಸಾರ್, ಬಾಕ್ಯಾರು ಸುಬ್ಬಮ್ಮನ ಮನೆಯಲ್ಲಿ ದರ್ಶನ ಇದೆ. ಅದಕ್ಕೆ ಕೊಯ್ದದ್ದು. ದೊಡ್ಡ ದಣಿಯವರತ್ರ ಕೇಳಿಯೆ ಕೊಯ್ದದ್ದು" ಎಂದು ಸಮಜಾಯಿಷಿ ನೀಡಿದ. ನಾನೇನೂ ಮಾತನಾಡಲಿಲ್ಲ. ಕೋಲವಾದರೆ ಹೋಗುವ ಮನಸ್ಸಿತ್ತು ಇದು ಅವರ ಕುಟುಂಬದ ದರ್ಶನವಾದ್ದರಿಂದ ನಾವ್ಯಾಕೆ ಆಕಡೆ ಹೋಗೋದೆಂದು ಸುಮ್ಮನಾದೆ. ಹೇಳಿ ಕೇಳಿ ಅದು ಸುಬ್ಬಮ್ಮನ ಮನೆ. ಆವಮ್ಮ ಆವತ್ತು ಮಗುವನ್ನು ಹಾವಿನಿಂದ ಕಾಪಾಡಿದ ಮಾಣಿಗನಿಗೆ ಒಂದು ಥ್ಯಾಂಕ್ಸ್ ಸಮೇತ ಹೇಳಿಲ್ಲ. ಅಂತಹ ಮನೆಗೆ ಹೋಗುವುದು ಸರಿ ಕಾಣದೆಂದು ಸುಮ್ಮನಾದೆ. ಉಮಿಲ ದೊಡ್ಮನೆಯ ಹಿಂಬಾಗದಿಂದೆರಡು ಹೆಂಚು ತಂದು ಮಾಡು ಸರಿ ಮಾಡಿಟ್ಟು ಮರೆಯಾದ.

ಸಂಜೆ ಸುಮಾರು ನಾಲ್ಕು ಗಂಟೆಯಾಗಿರಬಹುದು. ಅಂಗಳದಲ್ಲಿ ನಿಂತಿದ್ದಾಗ ದೂರದಲ್ಲೊಬ್ಬ ವ್ಯಕ್ತಿ ಮನೆಯ ಕಡೆಗೆ ಬರುತ್ತಿರುವುದು ಕಾಣಿಸಿತು. ಕೆಂಪು ಬಣ್ಣ ದೂರದವರೆಗೆ ಸಂಚರಿಸುವುದರಿಂದಲೋ ಏನೋ ಆತನ ಕೆಂಪು ಚಡ್ಡಿ ಮಾತ್ರ ಗೋಚರಿಸುತ್ತಿತ್ತು. ಅದು ಜನ ಸಂಚಾರದ ದಾರಿಯಾದ್ದರಿಂದ ಸಂಜೆಯಾಗುತ್ತಿದ್ದಂತೆಯೇ ಜನರ ಓಡಾಟವಿರುತ್ತಿತ್ತು. ನಾನು ಅಷ್ಟು ತಲೆಕೆಡಿಸಿಕೊಳ್ಳಲು ಹೋಗಲಿಲ್ಲ. ಹತ್ತಿರವಾಗುತ್ತಿದ್ದಂತೆ ಆತನ ಗುರುತು ಸಿಕ್ಕಿತು. ಪೋಸ್ಟ್ ಮ್ಯಾನ್ ಗೋಪಾಲ! ಯೂನಿಫಾರಮ್‌ನಲ್ಲಿ ಇರದಿದ್ದುರಿಂದಲೋ ಏನೋ ನನಗೆ ಪಕ್ಕನೆ ಗುರುತು ಸಿಗಲಿಲ್ಲ. ನನ್ನ ಬಳಿಯೇ ಬಿರಬಿರನೆ ನಡೆದು ಬರುತ್ತಿದ್ದವನನ್ನು ಕಂಡು ವಿಷಯ ಏನೆಂದು ಹುಬ್ಬೇರಿಸಿದೆ.

"ಸಾರ್ ಈಕಡೆ ಮಾಣಿಗ ಬಂದಿದ್ದನಾ."

"ಇಲ್ಲ ಕಣೋ ಯಾಕೆ, ಸುಮಾರ್ ದಿನಾಯ್ತು ಈಕಡೆ ಬರದೆ."

"ಅವನ ಜತೆ ಸ್ವಲ್ಪ ಕೆಲಸ ಇತ್ತು" ಎಂದ ಆತನ ಮಾತಿನಲ್ಲಿ ಕಂಡೂ ಕಾಣದ ಅಸಮಾಧಾನವಿತ್ತು. ಏನೋ ಎಡವಟ್ಟಾಗಿದೆಯೆನಿಸಿ ಕುತೂಹಲದಿಂದ

"ಏನ್ ಕೆಲಸ" ಎಂದು ಕೇಳಿದೆ.

"ಏನಿಲ್ಲ ಸಾರ್" ಹೇಳಲು ಹಿಂಜರಿದ.

"ಹೇಳೋ. ನಾನೂ ಮಾಣಿಗನೂ ತುಂಬಾ ಕ್ಲೋಸ್ ಗೆಳೆಯರು" ಎಂದಾಗ ಹೇಳಲು ಶುರುವಿಟ್ಟ.

ವಿರೂಪಾಕ್ಷ ಮೇಷ್ಟ್ರ ಮನೆ ಮುಂದೆ ಬಲಿತ ನಾಲ್ಕು ಗಂಧದ ಮರಗಳಿದ್ದವು. ಆ ಶುಕ್ರವಾರದಂದು ಮೇಷ್ಟ್ರು ಕುಟುಂಬ ಸಮೇತರಾಗಿ ಸುಬ್ರಹ್ಮಣ್ಯಕ್ಕೆ ಹೋಗಲು ದಿನ ನಿಗದಿಯಾಗಿತ್ತು. ಪತಿ ಪತ್ನಿ ಇಬ್ಬರೂ ಹಿರಿಯರಾದ್ದರಿಂದ ಮನೆಗೆಲಸಕ್ಕೆ ಒಬ್ಬಳನ್ನು ನೇಮಿಸಿದ್ದರು. ಇದರಿಂದಾಗಿ ಸಹಜವಾಗಿಯೇ ಮೇಷ್ಟ್ರ ಮನೆಯಲ್ಲಿ ಏನು ನಡೆದರೂ ನೆರೆಹೊರೆಯವರಿಗೂ ಗೊತ್ತಾಗುತ್ತಿತ್ತು. ಇಲ್ಲೂ ಅದೇ ಆಯ್ತು. ಮುಂಬೈನಿಂದ ಬಂದಿದ್ದ ಮಗಳು ಅಳಿಯನೊಂದಿಗೆ ಕುಟುಂಬ ಸಮೇತರಾಗಿ ದೇವಾಲಯಕ್ಕೆ ಹೋಗಲು ಸಿದ್ಧರಾಗಿರುವ ವಿಷಯವೂ ನೆರೆಹೊರೆಯವರ ಕಿವಿಗೆ ಬಿದ್ದಿತ್ತು. ದುರಾದೃಷ್ಟವಶಾತ್ ಅದೇ ಹೊತ್ತಲ್ಲೇ ಮೇಷ್ಟ್ರಿಗೆ ಮೈ ಹುಷಾರಿರಲಿಲ್ಲ. ಮಗಳ ಮದುವೆಯ ಹೊತ್ತಲ್ಲಿ ಹೇಳಿದ ಹರಕೆ ತೀರಿಸಲೆಂದು ಕ್ಷೇತ್ರಕ್ಕೆ ವರ್ಷಂಪ್ರತಿ ಹೋಗಿ ರೂಢಿಯಿದ್ದುದರಿಂದಲೂ, ಹೊರಡಲೆಂದು ನಿರ್ಧರಿಸಿದ ಮೇಲೆ ಶುಭ ಪ್ರಯಾಣವನ್ನು ರದ್ದುಗೊಳಿಸುವುದು ತಪ್ಪೆಂದೂ ಮೇಷ್ಟ್ರ ಪತ್ನಿ ತಮ್ಮ ಮಗಳು ಅಳಿಯನೊಡನೆ ಹೊರಟಿದ್ದರು. ತುಂಬಾ ಸಮಯದಿಂದ ಮನೆಯ ಮುಂದಿರುವ ಗಂಧಕ್ಕೆ ಹೊಂಚು ಹಾಕುತ್ತಿದ್ದ ಕಳ್ಳರಿಗಿದು ಗೊತ್ತಿರಲಿಲ್ಲ. ಕಳ್ಳರೆಂದರೆ ಇನ್ಯಾರೋ ಪರವೂರಿನಿಂದ ಬಂದ ಡಕಾಯಿತರಲ್ಲ, ಆಗಾಗ್ಗೆ ಆ ಮನೆಯ ತೋಟದ ಕೆಲಸಕ್ಕೆ ಬರುತ್ತಿದ್ದವರೇ. ತಿಮ್ಮ, ಪಾಂಡು ಮತ್ತು ತೋಮ...!

ಮಧ್ಯಾಹ್ನ ಹನ್ನೆರಡರ ಹೊತ್ತು. ಗಾಳಿಯಲ್ಲಿ ತೇಲುವ ಪ್ರೇತಗಳು ಹೊಯ್ಗೆ ಎಸೆಯುತ್ತವೆಂಬ ನಂಬಿಕೆಯಿಂದ ಸಾಮಾನ್ಯವಾಗಿ ಆ ಹೊತ್ತಲ್ಲಿ ಅಲ್ಲಿನ ಜನ ಓಡಾಡಲಾರರು. ಹುಳುಕಡ್ಡಿಗಳನ್ನೇ ಇವರುಗಳು ಪ್ರೇತ ಹೊಯ್ಗೆ ಎಸೆದ ಗುರುತೆಂದು ನಂಬುತ್ತಾರೆಂದು ನನಗೆ ಆನಂತರದಲ್ಲಿ ಗೊತ್ತಾಯಿತು. ಹೇಗೂ ಮೇಷ್ಟ್ರ ಮನೆಯಲ್ಲಿ ಒಕ್ಕಲಿಲ್ಲ. ಮಧ್ಯಾಹ್ನದ ಹೊತ್ತಲ್ಲಿ ಜನ ಓಡಾಡಲಾರರು. ಗಂಧದ ಮರ ಕಡಿಯಲಿಕ್ಕಿದು ಸುಸಂದರ್ಭವೆಂದರಿತ ಮೂವರೂ ಗರಗಸ ಕೊಡಲಿ ಹಿಡಿದು ಬಂದಿದ್ದರು. ಮೊದಲನೇ ಮರಕ್ಕೆ ಕೊಡಲಿಟ್ಟಾಗಲೇ ಮನೆಯ ಉಪ್ಪರಿಗೆಯಲ್ಲಿ ಮಲಗಿದ್ದ ಮೇಷ್ಟರಿಗೆ ಎಚ್ಚರವಾಗಿತ್ತು. ಪರಿಚಿತರೇ ಮರ ಕಡಿಯುವುದನ್ನು ಕಂಡು ದಂಗಾಗಿದ್ದರು. ಅವರ ಕೈಗಳಲ್ಲಿ ಹತಾರವಿರುವುದನ್ನು ಕಂಡು ತಡೆಯುವ ಪ್ರಯತ್ನ ನಡೆಸಲಿಲ್ಲ. ಮನೆಯಲ್ಲಿರುವ ನಾನು ಒಬ್ಬಂಟಿ ಮುದುಕ, ನನ್ನ ಕೈಗೆ ರೆಡ್ ಹ್ಯಾಂಡಾಗಿ ಸಿಕ್ಕಿಬಿದ್ದ ಮೇಲೆ ಮರ್ಯಾದೆ ಉಳಿಸಿಕೊಳ್ಳಲು ತನ್ನ ಕಥೆ ಮುಗಿಸಿದರೂ ಮುಗಿಸಿಯಾರು ಎಂದೆನಿಸಿ ನೇರವಾಗಿ ಪೋಲೀಸರಿಗೆ ಕರೆ ಮಾಡಿದ್ದರು. ಆಗ ಆ ಏರಿಯಾದಲ್ಲಿ ಫೋನಿದ್ದದ್ದು ಅವರ ಮನೆಯಲ್ಲಿ ಮಾತ್ರ. ಎಮರ್ಜೆನ್ಸಿಯಾದ್ದರಿಂದ

ಮೊದಲನೆಯ ಮರವನ್ನು ಕಡಿದು ತುಂಡು ಹಾಕುವ ಹೊತ್ತಿಗೇ ಪೇದೆಗಳು ಬಂದು ಗಂಧಕಳ್ಳರನ್ನು ರೆಡ್ ಹ್ಯಾಂಡಾಗಿ ಹಿಡಿದಿದ್ದರು.

ಇಲ್ಲಿ ಮಾಣಿಗನ ಪಾತ್ರವೇನೂ ನಾನು ಊಹಿಸಿದಂತೆ ದೊಡ್ಡದಾಗಿರಲಿಲ್ಲ. ಮಾಣಿಗನ ಸಾರಾಯಿ ಅಡ್ಡಾದ ಗಿರಾಕಿಗಳಾದ ಈ ಮೂವರೂ ಗಂಧದ ಮರಗಳಿಗೆ ಸ್ಕೆಚ್ ಹಾಕಿ ಯಾರಾದರೂ ಬಂದರೆ ಸಿಗ್ನಲ್ ನೀಡಲೆಂದು ಮೇಷ್ಟ್ರ ಮನೆಗೆ ಹೋಗುವ ಆಯಕಟ್ಟಿನ ಜಾಗದ ಬಳಿ ನಿಲ್ಲಿಸಿದ್ದರು. ದಾರಿಹೋಕರ ಬದಲು ಪೊಲೀಸರನ್ನು ಕಂಡ ಮಾಣಿಗ ಸಿಗ್ನಲ್–ಗಿಗ್ನಲ್ ಏನೂ ನೀಡದೆ ಕಂಬಿ ಕಿತ್ತಿದ್ದ.

ಮಾಣಿಗನಿಗೆ ಗಂಧದ ರುಚಿ ಹತ್ತಿದ್ದರೂ ಇಂತಹ ಕೆಲಸಕ್ಕೆಲ್ಲಾ ಕೈಹಾಕುವವನಲ್ಲ ಎಂಬ ನಂಬಿಕೆಯಿತ್ತು. ಹೊಟ್ಟೆಗಿಲ್ಲದಿದ್ದರೂ ಕದ್ದು ತಿನ್ನುವವ ಅವನಲ್ಲ, ಊರಿನಲ್ಲಿ ಆ ನಂಬಿಕೆ ಉಳಿಸಿಕೊಂಡಿದ್ದ. ಆತನೊಡನೆ ಓಡಾಡಿಕೊಂಡಿರುವ ನನಗೆ ಜನ ಕುಡಿತದ ಚಟದ ಬಗ್ಗೆ ಹೇಳಿದ್ದು ಬಿಟ್ಟರೆ ಯಾರೂ ಇಂತಹ ಲೂಟಿ–ಕಳ್ಳತನದ ಬಗ್ಗೆ ದೂರು ಹೇಳಿರಲಿಲ್ಲ. ಮಾಣಿಗನಿಗೂ ಈ ಪ್ರಕರಣಕ್ಕೂ ಸಂಬಂಧವಿಲ್ಲವೆಂದು ನನಗೆ ಅರಿವಾಗಲು ಮತ್ತೊಂದು ಕಾರಣವೇನೆಂದರೆ, ಊರಿನ ಬಗ್ಗೆ ವಿವರಿಸುವಾಗ ಎಷ್ಟೋ ಕಡೆ ಕೆಲಸ ಮಾಡಿದ ಅನುಭವದ ಬಗ್ಗೆ ಹೇಳಿದ್ದರೂ ಅನಂತಯ್ಯ ಮೇಷ್ಟ್ರ ತೋಟದ ಕೆಲಸ ಮಾಡಿದ ವಿಚಾರ, ಅವರ ಹೆಸರನ್ನೇ ಎತ್ತಿರಲಿಲ್ಲ.

ಅಂದು ಪೋಸ್ಟ್ ಮ್ಯಾನ್ ಗೋಪಾಲನ ಸೈಕಲ್ ಹಾಳಾಗಿ ಅಂಚೆಯ ಕೆಲಸಕ್ಕೆ ಸಮಸ್ಯೆಯಾಗಿತ್ತು. ಸೈಕಲ್‌ನಿಂದಾಗಿ ಪೋಸ್ಟು ನೀಡಲು ಬೆಳಿಗ್ಗೆ ಹೊರಟವ ತಲುಪುವಾಗ ಮಧ್ಯಾಹ್ನವಾಗಿತ್ತು. ಮೇಷ್ಟ್ರ ಮನೆ ತೋಟ ಎಲ್ಲವೂ ಎತ್ತರದಲ್ಲಿರುವ ಜಾಗದಲ್ಲಿದ್ದವು. ಅದರ ಕೆಳಗಿನದು ಸರಕಾರಿ ಜಾಗ. ಈ ಎರಡನ್ನೂ ಬಾರ್ಡರಿನಂತೆ ತೊರೆಯೊಂದು ಪ್ರತ್ಯೇಕಿಸಿತ್ತು. ಜಮೀನು ತಲುಪುವವರೆಗೂ ರಸ್ತೆಯಿದ್ದು, ಅಲ್ಲಿ ಸೈಕಲ್ ನಿಲ್ಲಿಸಿ ತೊರೆಗೆ ಅಳವಡಿಸಿದ ಪುಟ್ಟ ಕಲ್ಲಿನ ಸೇತುವೆಯನ್ನು ದಾಟಿ, ಮೆಟ್ಟಿಲುಗಳನ್ನು ಹತ್ತಿ ಮೇಷ್ಟ್ರ ಜಮೀನಿಗೆ ಕಾಲಿಡಬೇಕಿತ್ತು...

ಇನ್ನೇನು ಮೇಷ್ಟ್ರ ಜಮೀನು ತಲುಪಬೇಕು ಎನ್ನುವಷ್ಟರಲ್ಲಿ ರಸ್ತೆ ಪಕ್ಕದ ಗಿಡಗಂಟಿಗಳು ಅಲುಗಾಡಿ ಸೈಕಲ್ ನಿಲ್ಲಿಸಿದಾಗ ಪೊದೆಯ ಮಧ್ಯೆಯಿಂದ ವ್ಯಕ್ತಿಯೊಬ್ಬ ಹೊರಬಂದ. ನೋಡಿದರೆ ಪರಿಚಿತ ಮಾಣಿಗ. ಏದುಸಿರು ಬಿಡುತ್ತಿದ್ದವನನ್ನು ಕಂಡು ಅನುಮಾನವಾಗಿ ಪ್ರಶ್ನಿಸಿದಾಗ "ತಾನು ಇಲ್ಲೇ ಹತ್ತಿರದಲ್ಲಿ ಸಣ್ಣ ಕೆಲಸಕ್ಕೆಂದು ಬಂದಿದ್ದು, ಬಹಿರ್ದೆಸೆಗಾಗಿ ಹೋಗಿದ್ದೆ, ಅಲ್ಲಿ (ಕಾಟಿ) ಕಾಡು ಕೋಣವೊಂದನ್ನು ಕಂಡು ಓಡಿ ಬಂದೆ" ಎಂದು ಗೋಪಾಲನಿಗೆ ಹೇಳಿದನಂತೆ. ಹತ್ತಿರದಲ್ಲಿ ಒಂದೂ ಮನೆಗಳಿಲ್ಲ. ಸರಕಾರಿ

ಜಮೀನಿನಲ್ಲಿ ಕೆಲಸಕ್ಕೆ ಬಂದಿದ್ದೇನೆ ಎನ್ನುತ್ತಿದ್ದಾನೆ. ಈ ರೀತಿಯ ಅಸಂಬದ್ಧ ಮಾತುಗಳನ್ನು ಕೇಳಿ ಅನುಮಾನವಾದರೂ ತೋರಿಸದೆ ಮೇಷ್ಟ್ರ ಮನೆಯ ಕಡೆ ಹೊರಟಾಗ ಅಲ್ಲಿ ಪೋಲೀಸರು ಮೂವರನ್ನು ಕೋಳ ಹಾಕಿ ಕರೆತರುತ್ತಿದ್ದರು. ಮನೆಯಂಗಳದಲ್ಲಿ ಗಂಧದ ಮರ ಉರುಳಿ ಬಿದ್ದಿತ್ತು. ಇದನ್ನೆಲ್ಲಾ ಕಂಡು ಆತನ ಅನುಮಾನ ನಿಜವಾಗಿತ್ತು. ಊರ ಉಸಾಬರಿ ತನಗ್ಯಾಕೆ ಎಂದು ತಲೆ ಮೇಲೆ ಕೈಹೊತ್ತು ಕುಳಿತಿದ್ದ ಮೇಷ್ಟರಿಗೆ ಪೋಸ್ಟ್ ಕೊಟ್ಟು ವಾಪಸ್ಸಾಗಿದ್ದ. ಮಾಣಿಗನ ವಿಚಾರ ಎಲ್ಲೂ ಬಾಯ್ಬಿಟ್ಟಿರಲಿಲ್ಲ. ಮನೆಯನ್ನು ಬಿಟ್ಟರೆ ಹೆಚ್ಚಾಗಿ ಮಾಣಿಗನಿರುವ ಜಾಗ ಇಲ್ಲೇ ಎಂದು ನೇರವಾಗಿ ದೊಡ್ಮನೆಯ ಕಡೆ ಬಂದಿದ್ದ. ಇದನ್ನೆಲ್ಲಾ ಕಂಡು ನನಗೆ ಕುತೂಹಲ ತಡೆಯಲಾಗಲಿಲ್ಲ. ಮತ್ತೊಂದು ಕಡೆ ಊರಿನ ಸಮಸ್ಯೆಯನ್ನೆಲ್ಲಾ ಮೈಮೇಲೆ ಎಳೆದುಕೊಳ್ಳುವ ಮಾಣಿಗನ ಮೇಲೆ ಸಿಟ್ಟೂ ಬಂತು. ಹೋಗಿ ನೋಡೋಣವೆನಿಸಿ

"ವಿರೂಪಾಕ್ಷ ಮೇಷ್ಟ್ರು ಜನ ಹೆಂಗೋ" ಎಂದು ಕೇಳಿದೆ.

"ಒಳ್ಳೆ ಜನ ಸಾರ್ ಪಾಪದವರು."

"ಹಾಗಾದ್ರೆ ಒಮ್ಮೆ ಹೋಗ್ಬೇಕಲ್ಲಾ."

"ಆಯ್ತು ಸರ್ ಹೋಗುವ ಯಾವಾಗಲಾದರೂ."

"ಈಗ ನೀನು ಯಾವ್ ಕಡೆ ಹೋಗೋದ್, ಏನಾದ್ರೂ ಕೆಲ್ಸ ಇದ್ಯಾ?"

"ಮನೆಗೆ ಸಾರ್. ಈಗೆಂತ ಕೆಲಸ ಸಂಜೆ ಆಯ್ತಲ್ಲಾ."

"ಹಾಗಾದ್ರೆ ನಡಿ ಹೋಗುವ ಮೇಷ್ಟ್ರ ಮನೆಗೆ" ಎಂದು ಶರ್ಟು ಪ್ಯಾಂಟು ಸಿಕ್ಕಿಸಿ ಹೊರಟೆ. ನಡೆದು ಹೋಗುವುದಾದರೆ ಬೇಡವೆನ್ನುತ್ತಿದ್ದನೋ ಏನೋ, ಸ್ಕೂಟರಲ್ಲಾದ್ದರಿಂದ ಏನೂ ಮಾತನಾಡದೆ ಹೊರಟ. ಮೇಷ್ಟ್ರ ಮನೆ ಹೆಚ್ಚು ದೂರವೇನೂ ಇರಲಿಲ್ಲ. ಗೋಪಾಲನ ಮನೆ ಮೊದಲು ಸಿಕ್ಕರೆ ನಂತರದಲ್ಲಿ ಮೇಷ್ಟ್ರ ಮನೆ. ಸ್ಕೂಟರಲ್ಲಾದರೆ ಒಂದು ಹತ್ತು ನಿಮಿಷವಷ್ಟೇ...

ಸ್ಕೂಟರಿನಲ್ಲಿ ದಾರಿಯಲ್ಲಿ ಸಾಗುತ್ತಿದ್ದಾಗ ಗೋಪಾಲ ಹೊಸ ವಿಷಯವೊಂದನ್ನು ನನ್ನ ಕಿವಿಗೆ ಹಾಕಿದ. ಅಂದು ಪಾಂಡಿಯ ಬಳಿ ರೇಡಿಯೋ ರಿಪೇರಿಗೆ ಕೊಟ್ಟ ದಿನ ವೈನ್ ಶಾಪಿನಲ್ಲಿ ಮಾಣಿಗ ಹಾವು ಕಡಿತಕ್ಕೆ ಮದ್ದು ಕೊಡುವ ವಿಚಾರ ಹೇಳಿದ್ದು ಸುಳ್ಳೆಂದುಕೊಂಡಿದ್ದೆ. ಗೋಪಾಲನ ಮಾತಿನಿಂದ ಅದಕ್ಕೊಂದು ಪುರಾವೆ ಸಿಕ್ಕಿತು. ಮಾಣಿಗ ಅದರಲ್ಲೂ ಪರಿಣತಿ ಹೊಂದಿರುವುದು ಸ್ಪಷ್ಟವಾಯಿತು. ಒಂದು ದಿನ ತನ್ನ ಅಪ್ಪ ತೆಂಗಿನ ಬುಡದ ಕಳೆ ಕಿತ್ತು ಒಪ್ಪ ಮಾಡುತ್ತಿದ್ದಾಗ ಅಲ್ಲೇ ಕಳೆಯೊಳಗೆ ಅಡಗಿದ್ದ ನಾಗರಹಾವೊಂದು ಗಾಬರಿಯಾಗಿ ಆತನ ಕಾಲಿಗೆ ಕಡಿದು ಅಸ್ವಸ್ಥನಾದನಂತೆ, ಮನೆಯವರೆಲ್ಲಾ ಆತನ ಆಸೆಯನ್ನೇ ಬಿಟ್ಟು ಕುಳಿತಿದ್ದಾಗ ಬಂದ ಮಾಣಿಗ ಗೋಪಾಲನ ಅಪ್ಪನನ್ನು ಕಾಪಾಡಿದ್ದನಂತೆ. ಮಾಮೂಲಿ ವೈದ್ಯರುಗಳು ಮದ್ದನ್ನು ಹೊಟ್ಟೆಗೆ

ನೀಡಿದರೆ ಇವನು ನೆತ್ತಿಯ ಮೇಲೆ ಹಾಕಿ ಗುಣಪಡಿಸಿದನೆಂದು ಗೊತ್ತಾಯಿತು. ಈ ಬಗ್ಗೆ ಹೆಚ್ಚು ಕೇಳಿದರೆ ಆತನಿಗೇನೂ ಗೊತ್ತಿರಲಿಲ್ಲ. ಮಾಣಿಗನನ್ನು ಕಾಪಾಡಲು ಕಾರಣ ಇದೇ ಎಂದರ್ಥವಾಯಿತು. ಒಮ್ಮೆ ಆತನ ಅಪ್ಪನನ್ನೇ ಭೇಟಿಯಾಗಿ ಮಾಹಿತಿ ಪಡೆದುಕೊಳ್ಳುವುದು ಉತ್ತಮವೆಂದುಕೊಂಡೆ.

ಮೇಷ್ಟ್ರ ಜಮೀನಿನ ಅಂಚಿನಲ್ಲಿ ಸ್ಕೂಟರ್ ನಿಲ್ಲಿಸಿದಾಗ ಐದು ಗಂಟೆ ಮೇಲಾಗಿರಬಹುದು. ಗೋಪಾಲ ಹೇಳಿದ ಪ್ರತಿಯೊಂದೂ ಘಟನೆಯೂ ನನ್ನ ಮನದಲ್ಲಿ ದಾಖಲಾಗುತ್ತಿತ್ತು. ರಸ್ತೆ ಕೊನೆಯಾದಲ್ಲಿ ಸ್ಕೂಟರ್ ನಿಲ್ಲಿಸಿದಾಗ ಮುಂದೆ ಎತ್ತರದ ಪ್ರದೇಶವೊಂದು ಕಾಣಿಸುತ್ತಿತ್ತು. ಮರಗಳಿಂದಾವೃತವಾಗಿ ಮನೆ ಕಾಣಿಸುತ್ತಿರಲಿಲ್ಲ. ತೆಂಗಿನ ಮರಗಳು ಮಾತ್ರ ಅಲ್ಲಿ ಮಾನವ ವಸತಿಯಿರುವುದನ್ನು ತೋರಿಸುತ್ತಿದ್ದವು. ಆತ ಹೇಳಿದಂತೆ ನಾವು ಸ್ಕೂಟರ್ ನಿಲ್ಲಿಸಿದ ಜಾಗಕ್ಕೂ ಆಕಡೆಯ ಜಮೀನಿಗೂ ಮಧ್ಯೆ ತೊರೆಯೊಂದು ಹಾದು ಹೋಗಿತ್ತು ಎರಡು ದೇಶಗಳಿಗೆ ಬಾರ್ಡರ್ ಕಲ್ಪಿಸುವಂತೆ...!

ಮೇಷ್ಟ್ರ ಜಮೀನಿಗೂ ನಾವು ನಿಂತ ಕೆಳ ಮಟ್ಟದ ಸರಕಾರಿ ಜಾಗಕ್ಕೂ ಲಂಬವಾಗಿ ಸುಮಾರು ಹತ್ತು ಹದಿನೈದಡಿ ವ್ಯತ್ಯಾಸವಿದೆ, ಮಧ್ಯೆ ತೊರೆಯಿದೆ... ಮೇಷ್ಟ್ರ ಮನೆಗೆ ಹೋಗಲು ಕಲ್ಲಿನ ಸೇತುವೆ ಬಿಟ್ಟರೆ ಬೇರೆ ದಾರಿಯಿಲ್ಲ. ಹಾಗೂ ಹೋಗಬೇಕೆಂದರೆ ಇತರೆಡೆಯಿಂದ ಏಣಿಯಿಟ್ಟೇ ಹತ್ತಬೇಕು. ಅದೂ ಕಲ್ಲು ಮುಳ್ಳಿನ ತೊರೆಯಲ್ಲಿ ಏಣಿ ಇಳಿಸುವುದು ಸುಲಭದ ಮಾತಲ್ಲ. ಸಿಗ್ನಲ್ ನೀಡಲು ನಿಲ್ಲಬೇಕೆಂದರೆ ಈ ಸೇತುವೆಗೆ ಹತ್ತಿರದಲ್ಲೇ ಎಲ್ಲೋ ಮೇಲೆ ಅಡಗಿ ನಿಂತಿರಬೇಕು. ಎಲ್ಲಿ ನಿಂತಿರಬಹುದು ಎಂದು ಗೋಪಾಲನಿಗೆ ಮಾಣಿಗ ಸಿಕ್ಕ ಜಾಗದ ಬಗ್ಗೆ ವಿಚಾರಿಸಿದಾಗ ಆತ ಒಂದು ಕಡೆ ಕೈ ತೋರಿಸಿದ. ಆ ಸ್ಥಳಕ್ಕೆ ಸಮಾನಾಂತರವಾಗಿ ತೊರೆಯ ದಡದಲ್ಲೇ ಕೊಂಚ ದೂರ ನಡೆದಾಗ ಅಲ್ಲಿ ಯಾರೋ ಬಲವಾಗಿ ಹೆಜ್ಜೆಯೂರಿದ ಗುರುತು ಕಾಣಿಸಿತು. ತೊರೆಯ ಬದುವಿನ ಕೊಂಚ ಮಣ್ಣು ಕುಸಿದಿರುವುದೂ ಗೋಚರಿಸಿತು. ಯಾವುದೋ ಕಾಡು ಪ್ರಾಣಿಗಳು ಕಾಡಿನತ್ತ ನಡೆದು ಹೋದಂತೆ ಮುಳಿಹುಲ್ಲಿನ ಮೇಲೆ ದಾರಿ ಮೂಡಿತ್ತು...

ಅಲ್ಲಿಂದ ವಾಪಸ್ಸು ಬಂದು ಸೇತುವೆ ದಾಟಿ ಮೇಲ್ಭಾಗಕ್ಕೆ ಬಂದಾಗ, ಕೆಳಗೆ ಕಂಡ ಅದೇ ಜಾಗಕ್ಕೆ ಸಮಾನಾಂತರವಾಗಿ ಏನಾದರೂ ಕುರುಹುಗಳಿವೆಯೇ ಎಂದು ಪರೀಕ್ಷಿಸುವ ಇಚ್ಛೆಯಿಂದ ಅತ್ತ ನಡೆದಾಗ ಅಲ್ಲಿಯೂ ಅಂತಹುದೇ ಗುರುತು ಕಂಡು ಬಂತು... ಒಂದು ಕ್ಷಣ ನನಗೆ ನಂಬಲಾಗಲಿಲ್ಲ. ಹಳ್ಳಿಗಾಡಿನ ಅನಕ್ಷರಸ್ಥನೊಬ್ಬ ಹದಿನೈದಡಿ ಎತ್ತರದಿಂದ ಹಾರಿದ್ದಾನೆಂದರೆ ನಂಬಲಾಗಲಿಲ್ಲ.

ಬೆಂಗಳೂರಿನ ನಮ್ಮ ಮನೆಯ ಪಕ್ಕದಲ್ಲಿ ಒಂದು ಕಡೆ ಕುಂಗ್‌ಫು ಕಲಿಸುತ್ತಿದ್ದರು. ಅಪ್ಪ ನನ್ನನ್ನೂ ಸೇರಿಸಿದ್ದರು. ನಾಲ್ಕು ದಿನ ಹೋಗಿ ನಂತರ

ಒಲ್ಲೆನೆಂದು ಬಿಟ್ಟಿದ್ದೆ. ಕೋರ್ಸ್ ಮುಗಿಸಿದ ಗೆಳೆಯನೊಬ್ಬ ಬಿಲ್ಡಿಂಗ್‌ನಿಂದ ಜಂಪ್ ಮಾಡುವ ಕಸರತ್ತುಗಳನ್ನು ನಡೆಸುತ್ತಿದ್ದ. ಅದಕ್ಕೆ ಪಾರ್ಕರ್ ಟ್ರೈನಿಂಗ್ ಎಂದು ಕರೆಯುತ್ತಿದ್ದರು. ಆದರೆ ಈ ವಿದ್ಯೆಯನ್ನು ಹಳ್ಳಿಗಾಡಿನ ಮಾಣಿಗನಿಗೆ ಕಲಿಸಿದವರಾದರೂ ಯಾರು? ಪ್ರಶ್ನೆಗಳು ಸರತಿ ಸಾಲಿನಲ್ಲಿ ಬೃಹದಾಕಾರವಾಗಿ ನಿಂತಿದ್ದವು.

ಇಲ್ಲಿವರೆಗೆ ಬಂದು ಮೇಷ್ಟ್ರ ಬಳಿ ಮಾತನಾಡದಿದ್ದರೆ ಹೇಗೆ ಎಂದು ನಾವಿಬ್ಬರೂ ಮನೆಯತ್ತ ನಡೆದಾಗ ಮೇಷ್ಟ್ರು ಜಗುಲಿಯಲ್ಲಿ ಕೂತು ಏನೋ ಯೋಚಿಸುತ್ತಿದ್ದರು. ಅಂಗಳದ ಬದಿಯಲ್ಲಿ ಬಿದ್ದಿದ್ದ ಗಂಧದ ಮರದ ಅವಶೇಷಗಳು ಮಾಯವಾಗಿದ್ದವು. ಬಹುಶಃ ಮನೆ ಬಳಕೆಗಾಗಿ ಕತ್ತರಿಸಿಟ್ಟುಕೊಂಡಿರಬಹುದು ಎಂದುಕೊಂಡೆ. ಮೇಷ್ಟ್ರು ನಾವು ಮಾತನಾಡಿದ್ದಕ್ಕೆಲ್ಲಾ ನೀರಸವಾಗಿ ಉತ್ತರಿಸುತ್ತಿದ್ದುದನ್ನು ಕಂಡು ಇನ್ನು ಇಲ್ಲಿ ನಿಲ್ಲುವುದು ವ್ಯರ್ಥವೆಂದು ವಾಪಸ್ಸು ಹೊರಟೆವು.

ದಾರಿ ಮಧ್ಯೆ ಗೋಪಾಲನನ್ನು ಆತನ ಮನೆಯ ಬಳಿ ಬಿಟ್ಟಾಗ ಮನೆಗೆ ಬರುವಂತೆ ಆಹ್ವಾನಿಸಿದ. ಆತನ ತಂದೆಯನ್ನು ಭೇಟಿಯಾಗಲು ಇದೇ ಒಳ್ಳೆಯ ಸಂದರ್ಭವೆಂದೆನಿಸಿ ಅತ್ತ ನಡೆದೆ. ಮನೆಯವರೆಲ್ಲಾ ಕೊಂಚ ಹೊತ್ತು ಕುಳಿತುಕೊಳ್ಳಿ ಎಂದರೂ ಕತ್ತಲಾಗುತ್ತಿದ್ದರಿಂದ ವಾಪಸ್ಸು ಹೊರಡಲು ಆತುರ ತೋರಿದೆ. ಅಲ್ಲೂ ಹೆಚ್ಚಿನ ಮಾಹಿತಿ ಸಿಗಲಿಲ್ಲ. ಹಾವು ಕಡಿದು ವಿಷವೇರಿದ್ದ ಗೋಪಾಲನ ತಂದೆಯವರಿಗೂ ಪ್ರಜ್ಞೆಯಿರಲಿಲ್ಲ. ಹೊಟ್ಟೆಗೆ ಕುಡಿಯಲು ಮದ್ದು ನೀಡಿದ್ದು ಮತ್ತು ಗಾಯಕ್ಕೆ ಕೊಳವೆಯಿಂದ ಏನೋ ಮದ್ದು ಸುರಿದಿದ್ದು ಮಾತ್ರ ನೆನಪಿದೆ ಎಂದರು. ಗೋಪಾಲ ನೆತ್ತಿ ತೋರಿಸಲು ಹೇಳಿದಾಗ ಅಲ್ಲಿ ಎಕ್ಸ್ ಆಕಾರದಲ್ಲಿ ಕುಯ್ದು ಗುರುತು ಕಾಣಿಸಿತು. ಲ್ಯಾಬ್‌ನಲ್ಲಿ ತಯಾರಾದ ಆ್ಯಂಟಿ ವೆನಮ್ ಇಲ್ಲದೆ ಹೇಗೆ ವಿಷವಿಳಿಸಲು ಸಾಧ್ಯ? ಫಾಲ್ಸ್ ಬೈಟ್ ಆಗಿದೆ ಎಂದುಕೊಳ್ಳೋಣವೆಂದರೆ ಇವರು ವಿಷವೇರಿದ ಲಕ್ಷಣಗಳನ್ನು ಚಾಚೂ ತಪ್ಪದೆ ಹೇಳುತ್ತಿದ್ದಾರೆ.

ಅನಕ್ಷರಸ್ಥನೆಂದುಕೊಂಡಿದ್ದ ಮಾಣಿಗ ನಾನು ಊಹಿಸಿದಂತಿಲ್ಲ ಎನಿಸಿತು.

15

ಒಂದು ಸಂಜೆ ಇದ್ದಕ್ಕಿದ್ದಂತೆಯೇ ಬಂದ ಮಾಣಿಗ ನನ್ನನ್ನು ಒಂದು ದೇವರ ಕಾರ್ಯಕ್ರಮಕ್ಕೆ ಕರೆದಿದ್ದ. ಹಿಂದೊಮ್ಮೆ ಹೀಗೇ ಒಮ್ಮೆ ಮಾತನಾಡುವಾಗ ಕೋಲದ ಬಗ್ಗೆ ಕೇಳಿದ್ದೆ. ಮುಂದಿನ ಸಾರಿ ಅಂತದ್ದೇನಾದರೂ ಇದ್ದರೆ

ಕರೆದುಕೊಂಡು ಹೋಗುವುದಾಗಿ ಹೇಳಿದವ ಅಂದು ಕರೆಯಲು ಬಂದಿದ್ದ. ನಾಟಿ ಮದ್ದು ಹೇಳಿ ಕೊಡದ ವಿಷಯಕ್ಕೆ ಅಸಮಾಧಾನವಿದ್ದರೂ ತೋರ್ಪಡಿಸಲಿಲ್ಲ. ನನಗೆ ತಿಳಿದಂತೆ ಕರಾವಳಿಯ ದೇವರ ಕೋಲಗಳು ರಾತ್ರಿ ಹೊತ್ತಿನ ಕಾರ್ಯಕ್ರಮಗಳಾದ್ದರಿಂದ ಸ್ಥಳ ತಿಳಿಸಿದರೆ ರಾತ್ರಿ ಊಟ ಮುಗಿಸಿ ಬರುತ್ತೇನೆಂದೆ. ನನ್ನನ್ನು ಅನ್ಯ ಗ್ರಹದ ಪ್ರಾಣಿಯನ್ನು ನೋಡಿದಂತೆ ನೋಡಿದವ

"ಏ... ಎಂತ ಸಾರ್... ರಾತ್ರಿ ಆಗೋದು ಕೋಲ, ನಮ್ಮ ಮುಪ್ಪಣ್ಣನಿಗೆ ಅಗೆಲ್ ಮತ್ತು ದರ್ಶನ ಮಾತ್ರ ಆಗೂದು" ಎಂದ. "ಮೊದ್ಲೇ ಹೇಳ್ಬೇಕಲ್ಲಾ ನನಗೇನು ಕನಸಾ ಬೀಳುತ್ತೆ" ಎಂದು ಸರಿ ಹೋಗುವ ಎಂದೆ. ಹಾಗಾದರೆ ಇದು ಮಾಮೂಲಿನಂತೆ ನಡೆಯುವ ಕೋಲ ಅಲ್ಲ. ಬೇರೇನೋ ಇದೆ ಎನಿಸಿತು. ನನಗೆ ಮುಪ್ಪಣ್ಣನ ಪರಿಚಯ ಮೊದಲ ಬಾರಿ ಆಗಿದ್ದು ಕೂಡಾ ಆವತ್ತೇ.

ನನಗಿದು ಹೊಸ ವಿಷಯ. ತಿಂಗಳ ಹಿಂದೆ ಇದೇ ರೀತಿ ಊರಿನ ಒಂದು ಕೋಲಕ್ಕೆ ಕರೆದುಕೊಂಡು ಹೋಗಿದ್ದ. ಅದು ರಾತ್ರಿಯಲ್ಲಿ ನಡೆಯುವ ಊರಿನ ಕೋಲ. ಮಾಣಿಗನಿಗೆ ಅಲ್ಲಿ ಕೊಳಲು ಊದುವ ಕೆಲಸ. ಆತನ ಜತೆಗಿದ್ದ ಒಂದಿಬ್ಬರು ಡೋಲು ಬಡಿಯುತ್ತಿದ್ದರು. ಮಾಣಿಗನ ಕೊಳಲು ವಾದನವನ್ನು ನಾನು ಮೊದಲ ಬಾರಿ ನೋಡುತ್ತಿದ್ದೆ. ನನಗೋ ಇವನ್ಯಾವಾಗ ಇಷ್ಟು ಚೆನ್ನಾಗಿ ಕೊಳಲು ವಾದನ ಕಲಿತ ಎಂದು ಅಚ್ಚರಿ. ತೊಂಬತ್ತರ ದಶಕದ ಸಿನಿಮಾ ಹಾಡುಗಳು, ಇನ್ನಿತರ ರಾಗಗಳನ್ನು ತುಂಬಾ ಇಂಪಾಗಿ ನುಡಿಸುತ್ತಿದ್ದ.

ಎಪ್ಪತ್ತರ ದಶಕದ 'ಗೋರೀ ತೇರ ಗಾಂವ್ ಬಡಾ ಪ್ಯಾರಾ, ಮೆ ತೋ ಗಯಾ ಮಾರಾ, ಆ ಕೇ ಯಹಾಂ ರೇ' ಹಾಡು ಅವನ ಫೇವರೇಟ್ ಹಾಡೆಂದು ಕಾಣುತ್ತದೆ. ಅದನ್ನು ಇನ್ನೂ ಚೆನ್ನಾಗಿ ನುಡಿಸುತ್ತಿದ್ದ. ಎಷ್ಟು ವಿದ್ಯೆಗಳನ್ನು ತನ್ನ ಮಡಿಲಲ್ಲಿಟ್ಟುಕೊಂಡ ಕಿನ್ನರನಪ್ಪಾ ಇವನು ಎನಿಸಿತು. ವಾದ್ಯದವರು ಒಳಾಂಗಣದಲ್ಲಿ ವಾದ್ಯ ನುಡಿಸುತ್ತಿದ್ದರು. ವಿಪರ್ಯಾಸಯೆಂದರೆ ಕೊಳಲುವಾದಕ ಮಾಣಿಗನಿಗೆ ಕೋಲ ನಡೆಯುವ ಒಳಾಂಗಣಕ್ಕೆ ಪ್ರವೇಶವಿರಲಿಲ್ಲ, ಆತನ ಜತೆ ಕೇಳಿದರೆ 'ನಾವು ನಮ್ಮ ಪೂರ್ವಜರ ಕಾಲದಿಂದಲೂ ಇಲ್ಲೇ ನಿಲ್ಲುವವರು ಒಳಗೆ ಬರಲು ಒತ್ತಾಯ ಮಾಡಬೇಡಿ ದಮ್ಮಯ್ಯ' ಎಂದು ಬೇಡಿಕೊಂಡ. ನನ್ನನ್ನು ಅಲ್ಲಿಗೆ ಕರೆದುಕೊಂಡು ಬಂದವ ಮಾಣಿಗ, ಅವನಿಗೇ ಒಳಗೆ ಪ್ರವೇಶವಿಲ್ಲ ಎಂದ ಮೇಲೆ ಆತನನ್ನು ಬಿಟ್ಟು ನಾನ್ಯಾಕೆ ಹೋಗಲಿ ಎಂದು ಕೊಳಲು ನುಡಿಸುತ್ತಿದ್ದ ಮಾಣಿಗನ ಜತೆಗೇ ನಿಂತಿದ್ದೆ. ನನ್ನ ಬಗ್ಗೆ ಕೇಳಿರುವ ಊರಿನ ಜನರೆಲ್ಲಾ ನನ್ನನ್ನು ವಿಚಿತ್ರವಾಗಿ ನೋಡುತ್ತಾ ಏನೋ ಮಾತನಾಡಿಕೊಳ್ಳುತ್ತಾ ಸಾಗುತ್ತಿದ್ದರು. ಒಳಗೆ ಹೋಗಿದ್ದರೆ ಏನಾದರೂ ನೋಡಲು ಸಿಗುತ್ತಿತ್ತೋ ಏನೋ, ಹೊರಗೆ ಚುರುಮುರಿ,

ಆಟಿಕೆಗಳ ಅಂಗಡಿ ಸಾಂಪ್ರದಾಯಿಕ ಸ್ಫೋಟಕಗಳಾದ ಗರ್ನಲ್-ಕದೋಣಿಯ ಆರ್ಭಟ ಬಿಟ್ಟರೆ ಬೇರೇನೂ ಕಾಣಲು ಸಿಗಲಿಲ್ಲ.

ಇದೆಲ್ಲಾ ಆದ ನಂತರ ಒಂದು ದಿನ ನಾನೂ ಮಾಣಿಗನೂ ಪೇಟೆಯಲ್ಲಿ ನಿಂತಿದ್ದೆವು. ಮಾಣಿಗ ಸ್ವಲ್ಪ ಗುಂಡೇರಿಸಿದ್ದ. ಅಷ್ಟರಲ್ಲಿ ನಮಗೆ ವ್ಯಕ್ತಿಯೊಬ್ಬ ಸಿಕ್ಕಿದ್ದ. ಇವನನ್ನೆಲ್ಲೋ ನೋಡಿದ್ದೇನಲ್ಲಾ ಎಂದು ಯೋಚಿಸುವಾಗ ನನಗವನ ಗುರುತು ಸಿಕ್ಕಿತು. ಮಾಣಿಗನ ಪರಿಚಯದ ವ್ಯಕ್ತಿಯೊಬ್ಬ ಸಿಕ್ಕಿದ್ದ. ಮಾಣಿಗನ ಪರಿಚಯದ ವ್ಯಕ್ತಿ ಆತ. ಗರ್ನಾಲ್ ಬ್ಯಾರಿ! ಪೋಕಪ್ ಸಾಯ್ಬ...! ಊರುಗಳಲ್ಲಿ ನಡೆಯುವ ಕೋಲಗಳಿಗೆ ಸಿಡಿಸಲು ಗರ್ನಲ್ ಕಟ್ಟಿ ತಂದು ಸಿಡಿಸುವವ! ಅವ ಇತರೆ ಸಮಯದಲ್ಲಿ ಅಲ್ಯುಮಿನಿಯಂ ಪಾತ್ರೆ ಮಾರಿ ಜಾತ್ರೆ ಸೀಜನಿನಲ್ಲಿ ಸಿಡಿಮದ್ದಿನ ವ್ಯವಹಾರ ನಡೆಸುವವನಂತೆ. ಮಾಣಿಗನಿಗೆ ಆತ ಪರಿಚಯಸ್ಥನಾದ್ದರಿಂದ ನನ್ನ ಜತೆಗೂ ಮಾತನಾಡಿ ಗರ್ನಲ್ ತಯಾರಿಸುವ ವಿಧಾನವನ್ನು ಸಣ್ಣದಾಗಿ ವಿವರಿಸುತ್ತಾ ಅದರಲ್ಲಿನ ರಿಸ್ಕುಗಳನ್ನೂ ಹೇಳಿದ್ದ. ಆದರೆ ನಾವು ಹೋಗಿದ್ದ ಆ ವರ್ಷದ ಕೋಲದಲ್ಲಿ ಗರ್ನಲ್ ಬ್ಯಾರಿಗೆ ಯಜಮಾನ ದುಡ್ಡು ಕೊಡದೆ ಓಡಿಸಿದ ವಿಚಾರ ಗೊತ್ತಾಗಿ ಬೇಸರವಾಯಿತು. ಆತ "ನೀವೆಲ್ಲಾ ಹಾಳಾಗಿ ಹೋಗುತ್ತೀರಾ" ಎಂದು ನೆಲಕ್ಕೆ ಕೈ ಬಡಿದು ಶಪಿಸಿ ಬಂದನಂತೆ. ಈ ಬಗ್ಗೆ ಮಾಣಿಗನನ್ನು ಕೇಳಿದಾಗ "ಇನ್ನು ನಿಮ್ಮನ್ನು ಊರಿನ ಕೋಲಕ್ಕೆ ಕರೆದುಕೊಂಡು ಹೋಗೂದಿಲ್ಲ. ಮನೆಯ ಕೋಲಕ್ಕೆ ಹೋಗೂದಿದ್ರೆ ಕರಿತೇನೆ" ಎಂದಿದ್ದ.

ಕರಾವಳಿಯ ಕೆಲವೊಂದು ಕಥೆಗಳಲ್ಲಿ ಒಂದಷ್ಟು ಫೇಮಸ್ ದೇವರುಗಳ ಹೆಸರನ್ನು ಓದಿರುವುದನ್ನು ಬಿಟ್ಟರೆ ಈ ಮಾಣಿಗ ಹೇಳಿದ ಮುಪ್ಪಣ್ಣ ದೇವರ ಹೆಸರನ್ನು ಇಲ್ಲಿಯವರೆಗೂ ಕೇಳಿರಲಿಲ್ಲ. ಯಾವುದಾದರೇನು ಹೋಗುವುದಕ್ಕೆ ಎಂದು "ಸರಿ ಹೋಗುವ" ಎಂದೆ. ಬೆಳಿಗ್ಗೆ ಒಂಬತ್ತೂವರೆ ಗಂಟೆಯ ಸುಮಾರಿಗೆ ದರ್ಶನ ಆರಂಭವಾಗುತ್ತದೆ ಎಂದವ ನನಗೆ ದೈವದ ಹಿನ್ನೆಲೆ ಅರಿವಿಲ್ಲವೆಂದರಿತು ಮುಪ್ಪಣ್ಣ ದೇವರು ನಮ್ಮ ಕುಲದೇವರೆಂದೂ, ಕಾಡು ಗುಡ್ಡದಲ್ಲಿ ಸುತ್ತುವ ನಮಗೆ ಬೆನ್ನು ಸಹಾಯವಾಗಿ ನಿಲ್ಲುವವ ಅವನೊಬ್ಬನೇ ಎಂದೂ, ಒಂದು ದಿನ ಮೂರಾಳು ಸುತ್ತಳತೆಯ ತಂದೊಳಿಗೆ ಮರದಿಂದ ಆಯತಪ್ಪಿ ಬೀಳುತ್ತಿದ್ದವನನ್ನು ಕಾಪಾಡಿದ್ದು ಅವನೇ ಎಂದ. ಒಂದಷ್ಟು ವರ್ಷದಿಂದ ಮುಪ್ಪನ್ನನಿಗೆ ನೀಡುವ ವರ್ಷಪ್ರತಿ ಸೇವೆಯಲ್ಲಿ ವ್ಯತ್ಯಾಸವಾದುದರಿಂದ ಕ್ರುದ್ಧನಾಗಿದ್ದಾನೆಂದೂ ಆ ಭಾಗದಲ್ಲಿ ಸಂಚರಿಸುವ ಎಲ್ಲಾ ದಾರಿಹೋಕರಿಗೆ ತೊಂದರೆ ನೀಡುತ್ತಿದ್ದಾನೆಂದೂ, ವರ್ಷಂಪ್ರತಿ ದೈವದ ಜಾಗದಲ್ಲಿ ರಕ್ತ ಬೀಳದಿದ್ದುದರಿಂದ ಜನರ ರಕ್ತ ಬೀಳುವ ಸಂಭವವಿರುವುದೆಂದೂ, ಈ ಸಲ ಕೋಲ ನೀಡಿ ಶಾಂತಗೊಳಿಸದಿದ್ದರೆ ಆ ದಾರಿಯಲ್ಲಿ ಸಾಗುವ ಎಲ್ಲಾ ಜನರಿಗೂ ಅಪಾಯ ಕಟ್ಟಿಟ್ಟ ಬುತ್ತಿ' ಎಂದ.

ಎಲ್ಲವನ್ನೂ ದೇವರು ಎಂದು ಸಂಬೋಧಿಸುತ್ತಿದ್ದ ನನಗೆ ದೇವರು ಮತ್ತು ದೈವಗಳಿಗಿರುವ ವ್ಯತ್ಯಾಸವನ್ನು ತಿಳಿಹೇಳಿದ. ಮೌನವಾಗಿ ನಿಂತು ಆಲಿಸುತ್ತಿದ್ದೆ.

ಎಲ್ಲವನ್ನೂ ವಿವರಿಸಿದವನಿಗೆ ನನಗೆ ಮುಪ್ಪಣ್ಣ ದೇವರನ್ನು ನಂಬಿದ ಜಾಗ ಗೊತ್ತಿಲ್ಲವೆಂದರಿವಾಗಿ ಅಂದು ಸೊಪ್ಪು ಕಡಿಯಲು ಹೋದ ಪಿಲಿಪಂಜರ ತೋಕೆಯ ರಸ್ತೆಯ ಬಳಿ ಬಂದರೆ ತಾನೇ ಕರೆದೊಯ್ಯುವೆ ಎಂದ.

ಮಾರನೆಯ ದಿನ ಸುಮಾರು ಹತ್ತರ ಸುಮಾರಿಗೆ ಪಿಲಿಪಂಜರ ತೋಕೆಯ ಬಳಿಯ ರಸ್ತೆಯ ಬಳಿ ಬಂದಾಗ ಮಾಣಿಗ ಕಾಯುತ್ತಾ ನಿಂತಿದ್ದ. ಸುಮಾರು ಹೊತ್ತಾಯ್ತು ಎಂದು ಕಾಣುತ್ತದೆ. ಅಂದು ಅವ ಮಾಮೂಲಿ ಗೆಟಪ್‌ನಲ್ಲಿರದೆ ಬರಿಮೈನಲ್ಲಿದ್ದು ಸೊಂಟಕ್ಕೆ ಬಿಳಿ ಬಣ್ಣದ ಪಂಚೆ ಕಟ್ಟಿ ತಲೆಗೊಂದು ಅದೇ ಬಣ್ಣದ ಮುಂಡಾಸು ಸುತ್ತಿಕೊಂಡಿದ್ದ. ತಡವಾಗಿ ಬಂದ ನನ್ನನ್ನು ಕಂಡು ಅಸಮಾಧಾನದಿಂದ

"ಎಂತ ಸಾರ್ ನೀವು, ಒಂಬತ್ತು ಗಂಟೆಗೆ ಬರ್ಲಿಕ್ಕೆ ಹೇಳಿದ್ರೆ ಈಗವಾ ಬರೂದು" ಎಂದು ಆಕ್ಷೇಪಿಸಿ ಸ್ಕೂಟರಲ್ಲಿ ಕುಳಿತ.

ಕೊಂಚ ದೂರ ಸಾಗಿದ ನಂತರ ಜಾಗ ಬಂತೆಂದು ಗಾಡಿ ನಿಲ್ಲಿಸಲು ಹೇಳಿದ. ಬಿಸಿಲಿಗೆ ನಿಲ್ಲಿಸುವುದು ಯಾಕೆಂದು ಅನತಿ ದೂರದಲ್ಲಿದ್ದ ರೆಂಜೀರಿಗೆ ಮರದಡಿ ಸ್ಕೂಟರ್ ನಿಲ್ಲಿಸಿದೆ. ಹಿಂದೆಲ್ಲಾ ಗಾಡಿ ನಿಲ್ಲಿಸಿದ ಕೂಡಲೇ ನಡೆದು ಸಾಗಬೇಕಾದ ದಾರಿಯ ಬಗ್ಗೆ ವಿವರಿಸುತ್ತಿದ್ದವ ಅಂದು ಕೋಪದಲ್ಲಿದ್ದ ಎಂದು ಕಾಣುತ್ತದೆ. ಏನೂ ಮಾತಾಡದೆಯೇ ರಸ್ತೆ ಬದಿಯ ಕಾಲುದಾರಿಗಿಳಿದ. ಕುರುಚಲು ಗಿಡಗಳಿದ್ದ ಒಂದು ಬಯಲು ದಾಟಿದಾಗ ಸಿಕ್ಕ ಸಣ್ಣ ಕಲ್ಲು ಬಂಡೆಯ ನಡುವಿನ ಕಿರಿದಾದ ದಾರಿಯಲ್ಲಿ ಸಾಗಿದಾಗ ಯಾರೋ ಗಾರ್ಡನ್ ನೋಡಿಕೊಳ್ಳುವವರು ಬುಡದ ಕಳೆಯೆಲ್ಲಾ ಸಪಟಾಗಿ ಕೆತ್ತಿದ ಪುಟ್ಟ ಕಾಡು ಎದುರಾಯಿತು. ಇಷ್ಟು ಚೆನ್ನಾಗಿ ಕಳೆಗಳನ್ನೆಲ್ಲಾ ಸ್ವಚ್ಛಗೊಳಿಸುತ್ತಾರೆಂದರೆ ಇದು ಜನಸಂಚಾರವಿರುವ ಜಾಗವೆನಿಸಿತು. ಇವ ನಡೆಯುತ್ತಿದ್ದ ದಾರಿ ಮುಗಿಯುವಂತೆ ಕಾಣಲಿಲ್ಲ. ನನ್ನ ಕಲ್ಪನೆಯ ಕೋಲವೆಂದರೆ ಒಂದು ಮನೆ ಅಥವಾ ಗುಡಿ. ಅದರ ಮುಂದೊಂದು ತೆಂಗಿನ ಗರಿಯ ಚಪ್ಪರ. ನೂರಾರು ಜನ ಸೇರಿದ ತಳಿರು ತೋರಣ ಕಟ್ಟಿದ ಚಪ್ಪರದಡಿ ಗ್ರಾಂಡ್ ಆಗಿ ಕೋಲ ನಡೆಯುತ್ತದೆ ಎಂದು ಯೋಚಿಸುತ್ತಿದ್ದೆ. ಮುಂದಿನಿಂದ ಏನೂ ಮಾತಾಡದೆ ಹೋಗುತ್ತಿದ್ದವನನ್ನು ಕಂಡು ಕಾಲೆಳೆಯಲು ಮಾತನಾಡಿಸಲು ಪ್ರಯತ್ನಿಸಿದೆ. ಅವ ಹಿಂದಿರುಗಿ ನೋಡಲೂ ಇಲ್ಲ ಮಾತನಾಡಲೂ ಇಲ್ಲ. ಅಷ್ಟರಲ್ಲಿ ಹತ್ತಿರದಲ್ಲೆಲ್ಲೋ ವ್ಯಕ್ತಿಯೊಬ್ಬ ಕೂಗಿದಂತಾಯಿತು.

ನೀರವ ಮೌನದಲ್ಲಿ ಮೆತ್ತಗೆ ಕೈಗಂಟೆಯ ಸದ್ದು ಕೇಳಿಸಿತು. ಅಷ್ಟರಲ್ಲಿ ಮಾಣಿಗ ಸದ್ದು ಬಂದತ್ತ ಬಿರಬಿರನೆ ನಡೆಯಲಾರಂಭಿಸಿದ. ನಾನೂ ಆತನನ್ನು

ಹಿಂಬಾಲಿಸಿದೆ. ಅನತಿ ದೂರದಲ್ಲೇ ಜಾಗ ಸಿಕ್ಕಿತು ಅಲ್ಲಿ ಕಂಡ ದೃಶ್ಯ ನನ್ನ ನಿರೀಕ್ಷೆಗಳನ್ನೆಲ್ಲಾ ತಲೆಕೆಳಗಾಗಿಸಿತು. ನೇಮ ಅದ್ದೂರಿಯಾಗಿ ನಡೆಯುತ್ತದೆ ಎಂದುಕೊಂಡು ಹೋಗಿದ್ದವನಿಗೆ ನಿರಾಸೆಯಾಯಿತು.

ಬಟ ಬಯಲಿನ ಮೇಲಿನ ಬಂಡೆಗಲ್ಲ ಮೇಲೆ ಯಾವುದೇ ಒಂದು ಆಡಂಬರವಿಲ್ಲದಂತೆ ದರ್ಶನ ನಡೆಯುತ್ತಿತ್ತು. ಜಾಗಟೆಯವನನ್ನು ಬಿಟ್ಟರೆ ಅಲ್ಲಿದ್ದವರು ಒಂದು ಹತ್ತಿಪ್ಪತ್ತು ಜನ ಮಾತ್ರ. ನನ್ನ ಬಾಲ್ಯದಲ್ಲೊಮ್ಮೆ ಅದ್ದೂರಿಯಾದ ಕುಟುಂಬದ ಕೋಲ ನೋಡಿದ್ದೆ. ಆದರೆ ಇಲ್ಲೇನೂ ಅದ್ದೂರಿತನವಿರಲಿಲ್ಲ, ಮುಖಕ್ಕೆ ಬಣ್ಣವನ್ನೂ ಹಚ್ಚಿರಲಿಲ್ಲ. ಅಲ್ಲಿ ನಾನು ಗಮನಿಸಿದ ಇನ್ನೊಂದು ವಿಚಾರವೆಂದರೆ ಊರಿನ ದೊಡ್ಡ ತಲೆಗಳಲ್ಲಿ ಒಂದು ತಲೆಯೂ ಅಲ್ಲಿರಲಿಲ್ಲ. ಅದನ್ನು ಬಿಟ್ಟರೆ ಅಲ್ಲಿದ್ದುದು ಸುಮಾರು ಆರಡಿ ಎತ್ತರದ ಲೋಹದ ಮೂರ್ತಿ. ಅದರ ಸುತ್ತಲೂ ಗಿಡಗಂಟಿಗಳು ಬೆಳೆದಿದ್ದು ವರ್ಷಂಪ್ರತಿ ಸೇವೆಗಳು ನಡೆಯುವ ಕುರುಹುಗಳಿರಲಿಲ್ಲ. ಯಾರದೋ ಕುಟುಂಬದ ದೇವರಾದರೆ ಹೀಗಾಗಲು ಬಿಡುತ್ತಿರಲಿಲ್ಲ. ಬಹುಶಃ ಇದು ಜಾಗದ ದೈವವಿರಬಹುದೆನಿಸಿತು. ದೈವಗಳನ್ನು ಕಲ್ಲುಗಳನ್ನಿಟ್ಟು ನಂಬುವರೆಂದು ಕೇಳಿದ್ದೆ, ಇಲ್ಲಿ ಅದೂ ಇರಲಿಲ್ಲ.

ನಾನು ಮತ್ತು ಮಾಣಿಗ ಇಬ್ಬರೂ ಜನ ಸಂದಣಿಯಲ್ಲಿ ಸೇರಿದೆವು. ಊರಿಗೆ ಪರಿಚಯವಿಲ್ಲದ ನಾನು ಮುನ್ನಲೆಯಲ್ಲಿ ನಿಲ್ಲುವುದು ಯಾಕೆಂದು ಮಾಣಿಗನ ಹಿಂದೆ ಸರಿದು ನಿಂತಾಗ ಅಲ್ಲಿದ್ದ ಪರಿಚಯದ ಒಂದಿಬ್ಬರು ನನ್ನನ್ನೂ ಮಾಣಿಗನೊಂದಿಗೆ ಎದುರು ನಿಲ್ಲಲು ಹೇಳಿದರು. ಅದಾಗಲೇ ಒಂದೆರಡು ಜನ ಮುನ್ನಲೆಯಲ್ಲಿ ನಿಂತು ಮುಪ್ಪಣ್ಣ ದೇವರೊಡನೆ ಮಾತನಾಡುತ್ತಿದ್ದರು. ಆಗಿದ್ದಾಗಲಿ ಎಂದು ನಾನೂ ಅವರ ಸಾಲಿನಲ್ಲಿ ನಿಂತೆ. ಅಲ್ಲಿ ನಿಂತಿದ್ದ ಜನರ ಮಾತುಗಳು, ದೈವದ ಮಾತೆಲ್ಲಾ ತುಳು ಭಾಷೆಯಲ್ಲೇ ಇದ್ದುದರಿಂದ ಎದುರಿನ ಸಾಲಿನಲ್ಲಿ ನಿಂತಿದ್ದ ನನಗೆ ಏನೊಂದೂ ಅರ್ಥವಾಗಲಿಲ್ಲ.

ಅಲ್ಲಿ ನಿಂತಿದ್ದ ವ್ಯಕ್ತಿಯೊಬ್ಬರು ದೈವದೊಂದಿಗೆ ನಡೆಸುತ್ತಿದ್ದ ಸಂಭಾಷಣೆಯಿಂದ ನನಗೆ ಒಂದು ವಿಷಯ ಅರ್ಥವಾಯಿತು. ಅಲ್ಲಿ ಏನೋ ಒಂದು ವಸ್ತು ಮಿಸ್ಸಾಗಿದೆ. ಅದಕ್ಕಾಗಿಯೇ ಈ ದರ್ಶನ ಏರ್ಪಡಿಸಿದ್ದಾರೆ. ಸುಮಾರು ಐದು ವರ್ಷದಿಂದ ಆ ಜಾಗದಲ್ಲಿ ಯಾವುದೇ ಕಾರ್ಯಗಳು ನಡೆಯದಿದ್ದರಿಂದ ಜಾಗ ಪಾಳು ಬಿದ್ದಿತ್ತು. ಜತೆಗೆ ದೈವದ ಕತ್ತಿಯೂ ಮಾಯವಾಗಿತ್ತು... ಮನೆಯಂಗಳದಲ್ಲಿ ಬಿಸಾಕಿದ ಪಾತ್ರೆ ಪಗಡೆಗಳನ್ನೇ ಜನ ಬಿಡಲಾರರು. ಅಂತದ್ದರಲ್ಲಿ ಯಾವುದೋ ಗುಡ್ಡಗಾಡಿನಲ್ಲಿ ಬಿಸಾಕಿದ ಕತ್ತಿಯನ್ನು ಬಿಡುವರೇ, ಇಂತಹ ಪುರಾತನ ವಸ್ತುಗಳ ಬೆಲೆ ತಿಳಿದ ಸ್ಮಗ್ಲರ್‌ಗಳಿದ್ದರಂತೂ ಮುಗೀತು ಮಾಣಿಗ ಗಂಧದ ವ್ಯವಹಾರ ಮಾಡಿದಂತೆಯೇ ಹೇಳುವವರು

ಕೇಳುವವರಿಲ್ಲದ ಈ ವಸ್ತುಗಳನ್ನು ಕಳ್ಳತನ ಮಾಡಿ ಸಾಗಿಸುತ್ತಾರೆಂದುಕೊಂಡೆ. ನನ್ನ ಯೋಚನೆಯನ್ನು ತುಂಡರಿಸುವಂತೆ ದರ್ಶನಕ್ಕೆ ನಿಂತವನ ಮಾತು ಕೇಳಿಸಿತು.

"ನನ್ನ ಕತ್ತಿ ಎಲ್ಲೂ ಹೋಗಿಲ್ಲ, ಹೋಗಲು ಬಿಡೋದೂ ಇಲ್ಲಾ. ಸೂರ್ಯ ಚಂದ್ರರಿರುವ ಕಾಲದವರೆಗೂ ಈ ಜಾಗದಿಂದ ನನ್ನ ವಸ್ತುಗಳು ಕದಲಲಾರವು" ಎಂದಿದ್ದು ಸ್ಪಷ್ಟವಾಗಿ ಅರ್ಥವಾಯಿತು. ಜನ ಕೈ ಮುಗಿದು ನಿಂತಿದ್ದರು. ಅದಾದ ನಂತರ ಅವನು ಅಷ್ಟದಿಕ್ಕುಗಳಿಗೂ ತಿರುಗಿ ಆಗಸಕ್ಕೆ ಕೈತೋರಿಸಿ ಏನೋ ಗುನುಗುನಿಸಿದ. ಜನ ನೋಡುತ್ತಲೇ ಇದ್ದರು. ಇದ್ದಕ್ಕಿದ್ದಂತೆಯೇ ಅನಿರೀಕ್ಷಿತವಾಗಿ ಪಶ್ಚಿಮ ದಿಕ್ಕಿನತ್ತ ತಿರುಗಿದವ ಗಿಡಗಂಟಿಗಳು, ಮುಳ್ಳು ಗಿಡಗಳು ಯಾವುದನ್ನೂ ಲೆಕ್ಕಿಸದೆ ಅತ್ತ ನುಗ್ಗಿದ. ಹೆಂಗಸರು ಗಾಬರಿಯಾಗಿ ಕೈಮುಗಿದು ನೋಡುತ್ತಾ ನಿಂತರೆ ಗಂಡಸರು ಪೊದೆಯಲ್ಲಿ ದಾರಿ ಮಾಡುತ್ತಾ ಅತ್ತ ನಡೆದರು... ನಾನೂ ಮಾಣಿಗನನ್ನು ಹಿಂಬಾಲಿಸಿದೆ.

ಅಲ್ಲಿ ಬಂಡೆಯಿಂದ ಬೇರ್ಪಟ್ಟ ಚಪ್ಪಟೆಯಾದ ಭಾಗವೊಂದು ಬರ್ಫಿ ಕತ್ತರಿಸಿಟ್ಟಂತೆ ಸೀಳು ಬಿದ್ದು ಚದುರಿತ್ತು. ಸೀಳು ಬಿದ್ದ ಆ ಬಿರುಕುಗಳಲ್ಲಿ ತರಗೆಲೆಯ ಕಸ ಮತ್ತು ಮಣ್ಣು ತುಂಬಿದ್ದು ಎಳೆ ಬಿದಿರು, ಪೊದೆಗಳು ಬೆಳೆದಿದ್ದವು. ಅವನು ಅದರತ್ತ ದಿಟ್ಟಿಸುತ್ತಾ ನಿಂತಿದ್ದ. ಅವನನ್ನು ಹಿಂಬಾಲಿಸಿದವರು ಕೈ ಮುಗಿದು ನಿಂತಿದ್ದರು. ನಾನು ಕೊಂಚ ದೂರದಲ್ಲಿ ನಿಂತು ಗಮನಿಸುತ್ತಿದ್ದೆ. ನಂತರದಲ್ಲಿ ಆ ಬೇರ್ಪಟ್ಟ ಬಂಡೆಯ ಭಾಗದ ಬಿರುಕಿನ ಮೇಲೆ ಹತ್ತಿ ಏನೋ ಸಂಜ್ಞೆ ಮಾಡಿದ. ಅಷ್ಟರಲ್ಲಿ ಏನಾಯಿತೆಂದು ಅರಿವಾಗಲಿಲ್ಲ, ಇದ್ದಕ್ಕಿದ್ದಂತೆಯೇ 'ಆ...' ಎಂದು ಗಟ್ಟಿಯಾಗಿ ಕಿರುಚಿದಾತ ತರಗೆಲೆ ಕಸ ಕಡ್ಡಿ ತುಂಬಿದ್ದ ಬಿರುಕಿಗೆ ಕೈ ಹಾಕಿದ. ಅಷ್ಟರಲ್ಲಿ ಅಲ್ಲಿದ್ದವರು 'ಹೋ' ಎಂದು ಕೈಯೆತ್ತಿ ಮುಗಿದರು. ಬಿರುಕಿನಿಂದ ಹೊರ ತೆಗೆದ ಕೈಯಲ್ಲಿ ಗಿಡಗಳ ಬೇರು ಸುತ್ತಿಕೊಂಡು ಮಣ್ಣಿನಿಂದಾವೃತವಾದ ಕತ್ತಿಯಿತ್ತು...!

ಅಲ್ಲಿದ್ದ ಮುಕ್ಕಾಲ್ದಿ ದೈವದ ಕತ್ತಿಯನ್ನು ಈ ರೀತಿ ಬಚ್ಚಿಟ್ಟವರು ಯಾರೆಂದು ಪ್ರಶ್ನಿಸಿದಾಗ "ಇದು ಮಾನವರಿಂದಾದ ಕೆಲಸವಲ್ಲ, ನನ್ನ ಪರಿವಾರದ ಮಕ್ಕಳೇ ಆಟವಾಡಿ ಕತ್ತಿ ಬಿಸಾಕಿದ್ದಾರೆ" ಎಂದ. ಪರಿವಾರದ ಮಕ್ಕಳೆಂದರೆ ಕಾಡುಪ್ರಾಣಿಗಳಾಗಿರಬಹುದೆಂದು ಅಂದಾಜಿಸಿದೆ.

ಕತ್ತಿಯನ್ನು ತೊಳೆದಿಟ್ಟು ಮೂರ್ತಿಯ ಬಳಿಯಲ್ಲಿ ಇಡಲಾಯಿತು. ದರ್ಶನ ಮುಂದುವರೆಯಿತು.

ಅಲ್ಲಿದ್ದ ಹಿರಿಯ ಹೆಂಗಸೊಬ್ಬಳ ಮಗ ಊರಿಗೆ ಬಾರದೆ ಮೂರು ವರ್ಷವಾಗಿತ್ತಂತೆ. ಅದನ್ನು ಕೇಳಿದಾಗ "ಅವ ಎಲ್ಲಿರುವನೋ ಅಲ್ಲೇ ಬದುಕು ಕಟ್ಟಿಕೊಂಡು ಸುಖವಾಗಿದ್ದಾನೆ. ಆರು ಮೂರು ವರ್ಷ ಕಳೆಯುವುದರೊಳಗೆ

ನಿನ್ನೆದುರು ನಿಲ್ಲಿಸುತ್ತೇನೆ" ಎಂದು ಭಾಷೆಯಿತ್ತ. ಅಲ್ಲಿದ್ದ ಜನರ ಮತ್ತೊಂದಷ್ಟು ಪ್ರಶ್ನೆಗಳಿಗೂ ಪರಿಹಾರದ ಭರವಸೆಯಿತ್ತ. ದೈವದ ದರ್ಶನವು ಬೇಗನೇ ಮುಗಿಯಿತು. ಅಲ್ಲಿದ್ದ ಒಬ್ಬ ಮಾಣಿಗನನ್ನುದ್ದೇಶಿಸಿ "ನಿನ್ನೆ ಅಂತೂ ಕೆಲಸಕ್ಕೆ ಬರ್ಲಿಲ್ಲ, ನೆಂಟರಂತೆ ಬಂದ ನೆಂಟರಂತೆ ಹೋದ" ಎಂದು ವ್ಯಂಗ್ಯವಾಡಿದ. ಮಾಣಿಗ ಅಲ್ಲೇ ಒಂದಿಷ್ಟು ವಸ್ತುಗಳನ್ನು ಅಲ್ಲಿಂದಿಲ್ಲಿ ಎತ್ತಿಟ್ಟು ಕೆಲಸ ಮಾಡುವಂತೆ ನಟಿಸಿದ... ನನಗೆ ಆ ದರ್ಶನ ಮಾಡಿದ ಹುಡುಗನ ಜತೆ ಮಾತನಾಡುವ ಆಸೆಯಿತ್ತು. ಅವಕಾಶಕ್ಕಾಗಿ ಕೊಂಚ ಹೊತ್ತು ಅಲ್ಲೇ ನಿಂತಿದ್ದು ಜನ ಕಡಿಮೆಯಾದಾಗ ಅವನ ಬಳಿ ಸಾಗಿದೆ. ನಾನು ಹೋಗಿದ್ದೇ ತಡ, ಆಕಡೆ ಕೆಲಸದ ನಾಟಕವಾಡುತ್ತಿದ್ದ ಮಾಣಿಗ ಛಂಗನೆ ಹಾರಿ ಬಂದು

"ಇವರು ಬೆಂಗ್ಳೂರಿನವರು, ಡಾಕ್ಟರ್ ಕಲಿಲಿಕ್ಕೆ ಬಂದಿದ್ದಾರೆ. ಬೆರ್ಮೆರೆ ತೋಕೆಯಲ್ಲಿ ಸೊಪ್ಪು ಕಡಿಯಲು ಕರ್ಕೊಂಡೋಗಿದ್ದು ನಾನೆ" ಎಂದ. ಆ ಮಾತು ಕೇಳಿ ನನಗೆ ನಗು ಬಂತು.

ಬರೀ ಪಾಪದ ಮನುಷ್ಯನವ. ದರ್ಶನದಲ್ಲಿನ ಅಬ್ಬರಕ್ಕೂ ಆತನ ವ್ಯಕ್ತಿತ್ವಕ್ಕೂ ಸಂಬಂಧವೇ ಇರದಿರುವುದನ್ನು ಕಂಡು ಆಶ್ಚರ್ಯವಾಯಿತು. ಮಾಣಿಗ ನನ್ನನ್ನು ಅಟ್ಟಕ್ಕೇರಿಸಿದ್ದರಿಂದಲೋ ಏನೋ ಆತ ಹಿಂಜರಿಯುತ್ತಲೇ ಮಾತಾಡಿದ. ತಾನು ದೂರದ ಉಡುಪಿಯಿಂದ ಬಂದಿದ್ದೇನೆಂದೂ, ಹೆತ್ತವರಿಗೆ ನಾವು ನಾಲ್ವರು ಮಕ್ಕಳೆಂದೂ ಇಬ್ಬರು ಅಕಾಲಿಕವಾಗಿ ಮೃತರಾದರೆಂದೂ ಈಗ ತಾನು ಮತ್ತು ತಂಗಿ ಇಬ್ಬರೇ ಉಳಿದಿರುವುದಾಗಿಯೂ. ಈ ದೈವಗಳಿಗೆ ದರ್ಶನ ನಡೆಸುವ ತನ್ನ ಚಿಕ್ಕಪ್ಪ ಮೃತರಾದ್ದರಿಂದ ದೈವ ಪ್ರೇರಣೆಯಿಂದ ಈ ಅವಕಾಶ ತನಗೆ ದಕ್ಕಿದೆ ಎಂದ.

ತಾನು ಈ ಊರಿಗೆ ಮೊದಲ ಬಾರಿ ಬರುತ್ತಿರುವುದೆಂದಾಗ ಮಧ್ಯೆ ಬಾಯಿ ಹಾಕಿದ ಮಾಣಿಗ "ಹೌದೌದು, ನಾನೂ ಕೂಡ ಇವನನ್ನು ಮೊದಲು ನೋಡೂದು" ಎಂದ.

ಅಲ್ಲಿನ ಮುಕ್ಕಾಲ್ದಿಯಿಂದ ಕಾಣಿಕೆ ಪಡೆದು ಹೊರಡಲನುವಾದಾಗ ನಾವೂ ಅವನ ಜತೆ ಹೊರಟೆವು. ಆತನನ್ನು ರೋಡಿನಲ್ಲಿ ನಿಂತಿದ್ದ ರಿಕ್ಷಾಗೆ ಬೀಳ್ಕೊಟ್ಟು ಸ್ಕೂಟರ್ ಹತ್ತಿದಾಗ ಒಂದೂವರೆ ಗಂಟೆ. ಹೊಟ್ಟೆ ಚುರುಗುಟ್ಟುತ್ತಿತ್ತು.

ಅವನನ್ನು ಬಿಟ್ಟು ಮನೆಯತ್ತ ಹೊರಟೆ. ಹೊರಡುವ ಮುನ್ನ ಮುಂದೆ ಯಾರದಾದರೂ ಕುಟುಂಬದ ಕೋಲ ಸಿಕ್ಕರೆ ತಿಳಿಸುವಂತೆ ಹೇಳಿದೆ. ಅಪ್ಪಿ ತಪ್ಪಿಯೂ ವಿರೂಪಾಕ್ಷ ಮೇಷ್ಟ್ರ ಮನೆಯ ಗಂಧಕಳ್ಳತನದ ವಿಚಾರ ಎತ್ತಲಿಲ್ಲ. ಮಾಣಿಗ ಕಾಲು ದಾರಿಯಲ್ಲಿ ಕರಗಿ ಮರೆಯಾದ.

ಬಂಡೆಯ ಇರುಕಿನಿಂದ ಒಮ್ಮಿಂದೊಮ್ಮೆಗೇ ಕತ್ತಿ ತೆಗೆದ ವಿಚಾರದ ಬಗ್ಗೆಯೇ ಯೋಚಿಸುತ್ತಿದ್ದೆ. ಅಮಾಯಕನಂತೆ ಕಾಣುವ ಆ ಹುಡುಗನಿಗೆ

ನಿಜವಾಗಿಯೂ ಅಂತಹ ಶಕ್ತಿಯಿದೆಯೇ, ದರ್ಶನದಲ್ಲಿದ್ದ ಆವೇಶ ನಂತರದಲ್ಲಿ ಯಾಕಿಲ್ಲ. ಪ್ರಶ್ನೆಗಳು ಒಂದರ ಹಿಂದೊಂದರಂತೆ ಮೂಡುತ್ತಿದ್ದರೂ ಉತ್ತರ ಸಿಗಲಿಲ್ಲ.

16

ಮುಪ್ಪಣ್ಣನ ದರ್ಶನಕ್ಕೆ ಕರೆದುಕೊಂಡು ಹೋದ ನಂತರ ನನಗೆ ಮಾಣಿಗ ಸಿಕ್ಕಿದ್ದು ದೊಡ್ಮನೆಯ ಗದ್ದೆಯಲ್ಲಿ. ಬೆಳಿಗ್ಗೆದ್ದು ಸ್ನಾನ ಮುಗಿಸಿ ಟಿಫಿನ್‌ಗೆ ಹೊರಟಾಗ ಬೈಲು ಗದ್ದೆಯಲ್ಲೊಬ್ಬ ವ್ಯಕ್ತಿ ಪಿಕಾಸಿಯಿಂದ ಅಗೆಯುತ್ತಿದ್ದ. ಸರಿಯಾಗಿ ಗಮನಿಸಿದಾಗ ನನಗವನ ಗುರುತು ಸಿಕ್ಕಿತು. ಅವನೇ ಮಾಣಿಗ! ಇಷ್ಟು ಬೇಗ ಬಂದು ಇಲ್ಲೇನು ಮಾಡುತ್ತಿದ್ದಾನೆ, ಭತ್ತದ ಗದ್ದೆಯನ್ನು ಉಳುವುದಲ್ಲದೆ ಈ ರೀತಿ ಅಗೆಯಲಿಕ್ಕೇನಿದೆ ಎಂದು ಯೋಚಿಸುತ್ತಾ ಕಾಫಿಗೆ ಹೊರಟೆ. ಕಾಫಿ ಕುಡಿದು ಬಂದಾಗಲೂ ಅವನು ಗದ್ದೆಯಲ್ಲಿ ಅಗೆಯುತ್ತಲೇ ಇದ್ದ. ಮೆಟ್ಟಿಲುಗಳನ್ನು ಇಳಿದು ಗದ್ದೆಗೆ ಬಂದಾಗ ಮಾಣಿಗ ನನ್ನನ್ನು ಗಮನಿಸಿ "ಹೋ ಏನು ದಣೀ, ಚಾ ಕುಡಿದ್ರಾ" ಎಂದು ನಗುತ್ತಾ ಪ್ರಶ್ನಿಸಿದ.

"ನಾನ್ ಕುಡ್ದೆ. ನೀನೇನ್ ಮಾಡ್ತಿದೀಯಾ ಇಲ್ಲಿ. ಬೆಳ್ಗೆ ಬೆಳ್ಗೆ?"

"ಗೆಣಸಿಗೆ ದರ ತೆಗೆತಿದೇನೆ ಸಾರ್" ಎಂದವ, ಭತ್ತದ ನಾಟಿಯ ನಂತರ ಗೆಣಸು ಮತ್ತಿತರ ಉಪ ಬೆಳೆಗಳನ್ನು ಬೆಳೆದರೆ ಗದ್ದೆ ಫಲವತ್ತಾಗುವುದೆಂದೂ ಒಂದೇ ಬೆಳೆ ಬೆಳೆಯುವುದರಿಂದ ಫಲವತ್ತತೆ ಕಡಿಮೆಯಾಗುವುದೆಂದವ ಮುಂದುವರೆದು "ಇವತ್ತು ಯಾವ ಕಡೆ ನೀವು."

"ವಿರೂಪಾಕ್ಷ ಮೇಷ್ಟ್ರ ಮನೆಗೆ ಹೋಗಕಿದೆ ಕಣೋ. ಬರ್ತಿಯಾ..." ಎನ್ನುವಾಗ ಆತನ ಮುಖಭಾವ ಬದಲಾಯಿತು.

"ಮಾ...ಮಾಸ್ಟ್ರ ಮನೆಗೆ. ಯಾ...ಯಾಕೆ?" ಎನ್ನುವಾಗ ದನಿ ನಡುಗಿತು.

"ಪಾಠ ಹೇಳಿಸ್ಕೊಳ್ಳಿಕ್ಕೆ ಕಣೋ" ಎಂದು ನಕ್ಕೆ.

ಇವನ ಖಾಸಗಿ ವಿಷಯ ಕಟ್ಟಿಕೊಂಡು ನನಗೇನಾಗಬೇಕು ಎಂದು ಮಾತು ತಿರುಗಿಸಿ "ಅಲ್ವೋ ನಿನ್ ಜತೆ ಒಂದ್ ವಿಷಯ ಕೇಳ್ಬೇಕಿತ್ತು" ಎಂದೆ. ಆಗಲೂ ಅನುಮಾನದಿಂದ "ಏನು?" ಎಂದು ಪ್ರಶ್ನಿಸಿದ.

"ನಮ್ ಬೆಂಗ್ಳೂರಿನವರು ಈ ತೋಟದಲ್ಲೊಂದ್ ಸಣ್ ಪಿಚ್ಚರ್ ತೆಗಿಬೇಕೆಂದಿದ್ದಾರೆ ಕಣೋ. ಅದಕ್ಕೆ ನಿನ್ ಸಹಾಯ ಬೇಕು"

"ಪಿಚ್ಚರಾ. ಇಲ್ಲಾ. ಎಂತ ಮಾಡ್ಬೇಕು ಹೇಳಿ ಸಾರ್" ಎಂದು ಖುಷಿಯಿಂದ ಹಿರಿ ಹಿರಿ ಹಿಗ್ಗಿದ.

"ಏನೂ ಇಲ್ಲ. ಗದ್ದೆಯ ಬದುವಿನ ಆ ಎತ್ತರದ ಬರೆ ಇದ್ಯಲ್ಲಾ, ಅಲ್ಲಿಂದ ಕೆಳಗೆ ಹಾರುವವರು ಬೇಕು. ನಮ್ ಹೀರೋಗೆ ಹಾರಕೆಲ್ಲಾ ಬರಲ್ಲ."

"ಅಷ್ಟೇನಾ ನಾನು ಹಾರ್ತೇನೆ ಸಾರ್ ಆದ್ರೇ..."

"ಆದ್ರೆ ಏನು?"

"ಹೀರೋ ಉದ್ದ ಇದ್ರೆ ಏನು ಮಾಡುವುದು? ನಾನು ಅಷ್ಟು ಉದ್ದ ಇಲ್ಲ."

"ಹೇ. ಅದಕ್ಕೆಲ್ಲಾ ವರಿ ಮಾಡ್ಬೇಡ ಕಣೋ ನೀನು. ಕ್ಯಾಮರಾ ದೂರದಲ್ಲಿಟ್ಟು ನಿಂಗೆ ಹೀರೋ ತರದ್ದೆ ಬಟ್ಟೆ ಹಾಕಿ ಹಾರಿಸಿದರೆ ಯಾರಿಗೂ ಗೊತ್ತಾಗಲ್ಲ. ನಿನ್ ಮುಖ ಎಲ್ಲ ತೋರಿಸಕ್ ಇಲ್ವೋ ಅಲ್ಲಿ."

"ಹಾ. ಹಾಗಾದ್ರೆ ಮಾಡುವ. ಸೂಟಿಂಗ್ ಯಾವಾಗ ಸಾರ್ ಪಿಚ್ಚರಿದ್ದು, ನೀವು ಬೆಂಗುಳೂರಲ್ಲಿ ರಾಜ್ಕುಮಾರ್‌ನ ನೋಡಿದ್ದೀರಾ?"

"ಅದು ಹೇಳ್ತೀನಿ ನಿಂಗೆ, ಬೆಂಗ್ಳೂರಿಗೆ ಬಾ. ನಿಂಗೂ ರಾಜ್ಕುಮಾರ್ ಅವರನ್ನು ತೋರಿಸ್ತೀನಿ" ಎಂದೆ. ಮಾಣಿಗ ಗಾಳಿಯಲ್ಲಿ ಹಾರಾಡುತ್ತಿದ್ದ. ಇದೇ ಸರಿಯಾದ ಸಮಯವೆಂದರಿತು "ಈ ಹಾರೋದೆಲ್ಲಾ ಪೈಲ್ವಾನ್‌ಗಳು ಕಣೋ. ನೀನ್ ಹೇಗೋ ಇದೆಲ್ಲಾ ಕಲ್ತೆ?" ಎಂದು ನೇರವಾಗಿ ಪ್ರಶ್ನಿಸಿದೆ.

"ಅದು ಹೀಗೇ ಕಲಿತದ್ದು ಸಾರ್."

"ಹೇಗೆ" ಮರು ಪ್ರಶ್ನೆ ಹಾಕಿದೆ.

ತಾನು ಚಿಕ್ಕವನಿದ್ದಾಗ ನಮ್ಮ ಊರಿನ ಗರಡಿಯಲ್ಲಿ ತಾಲೀಮು ತರಗತಿಗಳು ನಡೆಯುತ್ತಿದ್ದವೆಂದೂ. ಇತರರೊಂದಿಗೆ ತರಗತಿಗೆ ಪ್ರವೇಶವಿಲ್ಲದ ನಾವು ತಾಲೀಮು ಮಾಸ್ಟರಾದ ಕುಂಞಪ್ಪನವರು ತಮ್ಮ ವಿದ್ಯಾರ್ಥಿಗಳಿಗೆ ತಾಲೀಮು ಪಾಠ ಮಾಡುವುದನ್ನು ದೂರದಲ್ಲಿ ನಿಂತು ನೋಡುತ್ತಿದ್ದುದಾಗಿಯೂ, ತರಗತಿಗೆ ಸೇರಿಸಿಕೊಂಡರೆ ಊರಿನ ವಿರೋಧ ಕಟ್ಟಿಕೊಳ್ಳಬೇಕಾಗೀತೆಂದು ಮಾಸ್ಟರು ನಮ್ಮನ್ನು ದೂರದ ಮರದಡಿ ನಿಲ್ಲಿಸಿ ಬಿಡುವಿನ ಸಮಯದಲ್ಲಿ ಒಂದಷ್ಟು ತಾಲೀಮು ವಿದ್ಯೆ ಹೇಳಿಕೊಡುತ್ತಿದ್ದರೆಂದೂ. ಕೊಂಚ ವಿದ್ಯೆ ಕಲಿಯುತ್ತಿದ್ದಂತೆ ತಾನು ಆಸಕ್ತಿಯಿಂದ ಊರು ಕೇರಿ ಎಂದು ಎಲ್ಲಾ ಕಡೆಯಲ್ಲಿ ತಾಲೀಮು ಅಭ್ಯಾಸ ಶುರುವಿಟ್ಟು ಅದರಲ್ಲಿ ಪ್ರಾವೀಣ್ಯತೆಯನ್ನು ಪಡೆದೆವು ಎನ್ನುವಾಗ ಊರಿನವರೆಲ್ಲಾ ಸೇರಿ ನಾವು ತಾಲೀಮು ತರಗತಿಯನ್ನು ನೋಡುವುದಕ್ಕೂ ಕಲ್ಲು ಹಾಕಿದ ವಿಷಯ ಹೇಳಿದ.

ವಿಶಾಲ ಹುಲ್ಲುಗಾವಲಿನಲ್ಲಿ ಹಾರುತ್ತಾ ಕುಣಿಯುವ ಜಿಂಕೆಗೆ ಮನುಷ್ಯನ ಹಂಗಿಲ್ಲವೋ. ಜಿಂಕೆ, ಗುಡ್ಡ, ಬಯಲು ಅಷ್ಟೇ. ಇವಿಷ್ಟೇ ಮುಖ್ಯವಾದುದು. ಮಾಣಿಗನನ್ನು ನೋಡಿದಾಗ ಜಿಂಕೆ ನೆನಪಿಗೆ ಬಂತು.

ಇಷ್ಟೆಲ್ಲಾ ವಿದ್ಯೆಗಳಲ್ಲಿ ಪರಿಣತನಾಗಿರುವ ಅನಕ್ಷರಸ್ಥನೊಬ್ಬ ತಪ್ಪು ದಾರಿ ತುಳಿಯುವುದನ್ನು ನೋಡಿಯೂ ಎಚ್ಚರಿಸದಿದ್ದರೆ ತಪ್ಪಾದೀತೆಂದು ಆತನನ್ನು ಕರೆದು "ನೋಡು ನೀನು ಶಾಲೆಗೆ ಹೋಗದಿದ್ದರೂ, ಶಾಲೆಗೆ ಹೋದವರಿಗಿಂತ ಹೆಚ್ಚು ಕಲಿತವ. ನಿನಗಿರೋದು ಪುಟ್ಟ ಸಂಸಾರ, ನೀನು ನಿನ್ ಹೆಂಡ್ತಿ ಮಗು ಅಷ್ಟೇ. ನಿನ್ ತಮ್ಮನನ್ನೇನೂ ನೀನು ಸಾಕಬೇಕಿಲ್ಲ ಅವ ದುಡಿತಾನೆ. ಇದ್ದುದರಲ್ಲಿ ಖುಷಿಯಾಗಿರೋದ್ ಬಿಟ್ಟು ನಿನಗ್ಯಾಕೋ ಊರಿನ್ ಉಸಾಬರಿ. ನೀನು ಮಾವನ್ ಮನೆಗೋದ್ರೆ ನಿನ್ ಮನೆಯವರುಗ್ಯಾರ್ ಗತಿ" ಎಂದು ತೀಕ್ಷ್ಣವಾಗಿ ಹೇಳಿದಾಗ ಏನೂ ಗೊತ್ತಿಲ್ಲದ ಅಮಾಯಕನಂತೆ

"ಎಂತ ಹೇಳ್ತಿದೀರಾ ಸಾರ್ ನೀವು, ಅರ್ಥ ಆಗ್ಲಿಲ್ಲ."

"ನಾಟ್ಕಾಡ್ಬೇಡ ನೀನು. ಮಾಸ್ತ್ರ ಮನೆಯಲ್ಲಿ ಗಂಧ ಕಡಿಯುವಾಗ ಯಾರಾದ್ರೂ ಬಂದರೆ ಕಾಯಲಿಕ್ಕೆ ನಿಂತ ವಿಷಯ ನಂಗೇನೂ ಗೊತ್ತಿಲ್ಲ ಅನ್ಕೊಬೇಡ. ಅದನ್ನು ನೋಡಿದವರಿದ್ದಾರೆ. ನೀನು ಒಳ್ಳೆಯವನಂತ ಈ ವಿಷಯ ಊರಲ್ಲಿ ಹಬ್ಬಿಸಿಲ್ಲ. ಇನ್ನಾದ್ರೂ ಜಾಗ್ರತೆಯಾಗಿರು" ಎಂದು ಗಂಭೀರವಾಗಿ ಹೇಳಿದೆ.

ಮಣ್ಣು ತೆಗೆಯುತ್ತಿದ್ದ ಹಾರೆಯನ್ನು ನೆಲಕ್ಕೆ ಊರಿ ಮಾಣಿಗ ಗರಬಡಿದವನಂತೆ ನಿಂತಿದ್ದ. ನಾನು ಇಷ್ಟು ಹೇಳಿ ಹೊರಡಲನುವಾದಾಗ ಮಾಣಿಗನ ದನಿ ಕೇಳಿಸಿತು. "ಅಪ್ಪೆ ಕಂಟಲ್ದೆ, ಭೂಮಿ ಸಾಕ್ಷಿಯಾಗಿ ಹೇಳ್ತಿದೇನೆ... ಇನ್ನು ಹಾಗೆ ಮಾಡುದಿಲ್ಲ." ಎಂದು ಗತಿಸಿದ ತನ್ನ ತಾಯಿ ಮತ್ತು ಭೂಮಿ ತಾಯಿಯ ಮೇಲೆ ಆಣೆ ಹಾಕಿದ. ನನಗಿದನ್ನು ಮುಂದುವರೆಸಲು ಇಷ್ಟವಿರಲಿಲ್ಲ. ಏನೋ ನೆನಪಾಗಿ.

"ಮೊನ್ನೆ ನಮ್ಗೆ ಒಬ್ರು ಸೀಮಂತಕ್ಕೆ ಹೇಳಿದರಲ್ವಾ, ಹೋಗೋದಕಿಲ್ವಾ?" ಎಂದು ಕೇಳಿದೆ.

"ನಂಗೆ ಹೋಗ್ಲಿಕ್ಕುಂಟು, ನೀವು ಬರೂದಿಲ್ಲಂತ ಹೇಳ್ಳಿಲ್ಲ."

ಆವತ್ತು ಮಾಣಿಗ ಎಲ್ಲಿಂದಲೋ ಒಂದು ಚೆನ್ನೆಯ ಮಣೆಯನ್ನು ತಂದು ನನಗೆ ಚೆನ್ನೆ ಆಡಲು ಕಲಿಸುತ್ತಿದ್ದಾಗ ಮುಖ ಪರಿಚಯವಿರುವ ವ್ಯಕ್ತಿಯೊಬ್ಬರು ಆ ದಾರಿಯಾಗಿ ಸಾಗುವಾಗ ಜಗುಲಿಯಲ್ಲಿ ಕುಳಿತಿದ್ದ ನಮ್ಮನ್ನು ಕಂಡು ಆಹ್ವಾನಿಸಲು ಬಂದಿದ್ದರು. "ಮಾಣಿಗ ಬರ್ತೀಯಲ್ವಾ, ಮತ್ತೆ ಹೇಳುದಿಲ್ಲ ನಿಂಗೆ" ಎಂದು ಅಧಿಕಾರವಾಣಿಯಲ್ಲಿ ಹೇಳಿದ ನಂತರ ನನ್ನತ್ತ ತಿರುಗಿ "ಬರಬೇಕು ಸೀಮಂತಕ್ಕೆ ಒಂದು ಗಳಿಗೆ, ಕುಮೇರು ಮನೆ ಅಂದ್ರೆ ಯಾರು ಬೇಕಾದ್ರೂ ಹೇಳ್ತಾರೆ ಈ ಊರಲ್ಲಿ. ನೆನಪಲ್ಲಿ ಮರಿಬೇಡಿ. ಮರೆತ್ರೆ ನಾನೇ ಬಂದು ಕರ್ಕೊಂಡೋಗ್ತೇನೆ ನೋಡಿ" ಎಂದು ನಕ್ಕರು. ಹೋಗುವಾಗ ಮಾಣಿಗನಿಗೆ "ಬರುವಾಗ ಇವರನ್ನು ಕರ್ಕೊಂಡು ಬಾ ಆಯ್ತಾ" ಎಂದು ಹೊರಟು ಹೋಗಿದ್ದರು.

ಇಲ್ಲಿನ ವೈಯಕ್ತಿಕ ಕಾರ್ಯಕ್ರಮಗಳಿಗೆ ಹೋಗುವ ಮನಸ್ಸಿಲ್ಲದಿದ್ದರೂ ಇಲ್ಲಿನ ಆಚರಣೆಗಳ ಬಗ್ಗೆ ಕುತೂಹಲವಿತ್ತು. ಹೊರಡುವ ಮುನ್ನ ಇಲ್ಲಿನ ಬದುಕನ್ನು ಅನುಭವಿಸಬೇಕಿತ್ತು.

ಹನ್ನೊಂದರ ಹೊತ್ತಿಗೆ ಕೆಲಸ ನಿಲ್ಲಿಸಿದ ಮಾಣಿಗ ಸ್ನಾನ ಮುಗಿಸಿ ಬಟ್ಟೆ ಬದಲಿಸಿ ಹನ್ನೆರಡು ಗಂಟೆ ಸುಮಾರಿಗೆ ರೆಡಿಯಿದ್ದ. ಹೋಗುವಾಗ ಒಂಟಿಯಾಗಿ ಹೊರಟವ ಬರುವಾಗ ಹೆಂಡತಿ ಪೀಂಪಿರಿಯನ್ನೂ ಕರೆತಂದಿದ್ದ. ಮಗು ಕಾಣದಿದ್ದುದನ್ನು ಕಂಡು ಕೇಳಿದಾಗ ಪೀಂಪಿರಿ ಈ ರೀತಿಯ ಕಾರ್ಯಕ್ರಮಕ್ಕೆ ಮಗನನ್ನು ಕರೆದುಕೊಂಡು ಬಂದರೆ ಜನರನ್ನು ಕಂಡು ಅವನು ರಚ್ಚೆ ಹಿಡಿದು ಅಳುವನೆಂದೂ, ಹಾಗಾಗಿ ಬಿಸಿ ನೀರು ಸ್ನಾನ ಮಾಡಿಸಿ ಊಟ ಮಾಡಿಸಿ ಮಲಗಿಸಿ ಬಂದೆ ಎಂದಳು. ಇನ್ನೂ ನಿಂತರೆ ತಡವಾಗುವುದೆಂದು ಇಬ್ಬರೂ ಹೊರಡಲನುವಾದರು, ನಾನೂ ಅವರನ್ನು ಹಿಂಬಾಲಿಸಿದೆ.

ಅಲ್ಲಿಂದ ಹೊರಟು ಹತ್ತೆಜ್ಜೆ ಇಟ್ಟಿರಬಹುದು ಅಷ್ಟೇ, ಹಿಂದಿನಿಂದ ಯಾರೋ ದಡಬಡನೆ ಸದ್ದಾಗಿ ಹಿಂದಿರುಗಿ ನೋಡಿದಾಗ ಹರೆಯದ ಯುವಕರಿಬ್ಬರು ಕಾಣಿಸಿದರು. ದೊಡ್ಡವ ಕರ್‍ರಗೆ ಗಟ್ಟಿಮುಟ್ಟಾಗಿದ್ದರೆ, ಮತ್ತೊಬ್ಬ ಬೆಳ್ಳಗಿದ್ದು ಸಣಕಲಾಗಿದ್ದ. ಹತ್ತಿರವಾದಾಗ ಮಾಣಿಗನಿಗೆ ಅವರ ಗುರುತು ಸಿಕ್ಕಿತು. "ಈ ಬಿಸಿಲಿಗೆ ಎಲ್ಲಿಗೆ ಓಡುದು ಮಾರ್‍ರೆ ನೀವು, ಮೆಲ್ಲ ಹೋಗ್ಲಿಕ್ಕಾಗಲ್ವಾ?, ಮದ್ಯಾನ ಹೊಯ್ಗೆ ಬಿಸಾಕುದಕ್ಕೆ ಮಜ್ಜಿ ತಕೊಂಡು ಬಂದಿದ್ದೀರಾ" ಎಂದು ಕೇಳಿದ. ಅವರಿಬ್ಬರೂ ಆತನ ಮಾತು ಕೇಳಿಸದಂತೆ "ನಮಗೆ ಸೀಮಂತದಲ್ಲಿ ಬಡಿಸ್ಲಿಕ್ಕೆ ಉಂಟು ಮಾರ್‍ರೆ" ಎಂದು ನಮ್ಮನ್ನು ದಾಟಿ ಓಟಕ್ಕಿತ್ತರು. ಈ ಊರಲ್ಲಿ ಮಧ್ಯಾಹ್ನದ ಬಿಸಿಲಿಗೆ ಅಡ್ಡಾಡುವಾಗ ಗಾಳಿಯಲ್ಲಿ ಅಡ್ಡಾಡುವ ಪ್ರೇತಗಳು ಹೊಯ್ಗೆ ಎಸೆಯುವುದಕ್ಕೆ ಒಂಚೂರು ಮಸಿ ಹಿಡಿದು ಓಡಾಡುವ ಪದ್ಧತಿಯಿದೆಯೆಂದು ಗೊತ್ತಾಯಿತು.

ಅವರು ಮರೆಯಾದ ಕೂಡಲೇ ನನ್ನತ್ತ ತಿರುಗಿದ ಮಾಣಿಗ "ಈ ಹೋದರಲ್ಲಾ ಹುಡುಗರು ಅವರನ್ನು ನೋಡಿದಿರಾ ನೀವು?"

"ಹೌದು ನೋಡಿದೆ."

"ಅವರಿಬ್ರೂ ಅಣ್ಣ ತಮ್ಮ."

"ಓಹ್ ಹೌದಾ..."

"ಅದ್ರಲ್ಲಿ ಒಬ್ಬ ಕಪ್ಪಿದ್ದ ಮತ್ತೊಬ್ಬ ಬಿಳಿ ಇದ್ದ ನೋಡಿಲ್ವಾ...?"

"ಅದರಲ್ಲೇನಿದೆ ವಿಶೇಷಾನೋ ದೇವ್ರು ಕೊಟ್ಟ ಬಣ್ಣ?"

"ಅದರಲ್ಲಿ ಇಬ್ಬರ ಅಪ್ಪ ಬೇರೆ ಬೇರೆ"

"ನಿಮಗೆ ಯಾಕ್ರೀ ಊರಿನ ಉಸಾಬರಿ" ಆವರೆಗೂ ಸುಮ್ಮನಿದ್ದ ಪೀಂಪಿರಿ ಊರಿನ ಉಸಾಬರಿ ನಿಮಗ್ಯಾಕೆಂದು ಗಂಡನಿಗೆ ರೇಗಿದಳು.

ಹೆಂಡತಿಯತ್ತ ಕೈ ತೋರಿಸಿ "ಮಾತಾಡುವಾಗ ಮಧ್ಯೆ ಮಾತಾಡಬಾರದು" ಎಂದು ಅಧಿಕಾರ ಚಲಾಯಿಸಿದಾಗ ಸುಮ್ಮನಾದಳು. ಮುಂದುವರೆದು ಮಾತಾಡಿದ ಮಾಣಿಗ ಆ ಹುಡುಗರಿಬ್ಬರೂ ಕುಮೇರು ಮನೆಯ ಸಂಬಂಧಿ ಬೀಯಲಮ್ಮನ ಮಕ್ಕಳೆಂದೂ ಆಕೆಯ ಗಂಡ ಕಪ್ಪಗಿದ್ದನೆಂದೂ, ಬೊಂಬಾಯಿಯಲ್ಲಿ ಕೆಲಸ ಮಾಡುವಾಗ ಅಲ್ಲಿನ ಹೆಂಗಸೊಬ್ಬಳೊಡನೆ ಸ್ನೇಹವಾಗಿ ಮತ್ತೆಂದೂ ವಾಪಸ್ಸು ಬರಲಿಲ್ಲವೆಂದೂ, ಬೀಯಲ್ಲಮ್ಮನಿಗೆ ಮತ್ತೊಂದು ಮಗು ಬೇಕೆನಿಸಿ 'ಕೈ ಹಿಡಿಸುವ' ಶಾಸ್ತ್ರ ನಡೆಸಲಾಯಿತು ಎಂದಾಗ ಆಶ್ಚರ್ಯವಾಯಿತು. ನನಗಿದು ಹೊಸ ವಿಷಯ. ನನಗಿದರ ಬಗ್ಗೆ ಹೆಚ್ಚು ಗೊತ್ತಿಲ್ಲದಿದುದರಿಂದ ಏನೂ ಉತ್ತರಿಸಲು ಹೋಗಲಿಲ್ಲ.

ಸೀಮಂತದ ಮನೆ ತಲುಪಿದಾಗ ಊಟದ ಹೊತ್ತಾಗಿತ್ತು. ಅಡಿಗೆಯ ಘಮ ಆ ಪರಿಸರವಿಡೀ ತುಂಬಿತ್ತು. ಮನೆಯೆದುರು ನಾಲ್ಕು ಕಂಬವೂರಿ ಹಾಕಿದ ತೆಂಗಿನ ಗರಿಯ ತಡಿಕೆಯಿಂದ ಹೊಗೆ ಮೇಲೇಳುತ್ತಿತ್ತು. ಮನೆಯೆದುರಿನ ಚಪ್ಪರದಡಿ ಒಂದಷ್ಟು ಜನ ಸೇರಿದ್ದರು, ದೂರದಲ್ಲಿ ಬರುತ್ತಿದ್ದ ನಮ್ಮನ್ನು ಕಂಡು ಆಹ್ವಾನಿಸಿದ ವ್ಯಕ್ತಿ ಓಡೋಡಿ ಬಂದು ನನ್ನ ಕೈಹಿಡಿದು "ಬಿಸಿಲಿಗೆ ಬಂದಿದ್ದಾ, ಸ್ವಲ್ಪ ಬೇಗ ಬರಬಹುದಿತ್ತಲ್ಲಾ. ಸಾಕಾಯ್ತಾ. ಬನ್ನಿ ಶರ್ಬತ್ ಕುಡೀರಿ" ಎಂದು ಕರೆದುಕೊಂಡು ಹೋದರು. ಮಾಣಿಗ ಮತ್ತು ಪೀಂಪಿರಿ ನನ್ನ ಹಿಂದೆ ಇದ್ದಾರೆ ಎಂದುಕೊಂಡಿದ್ದೆ, ನೋಡಿದರೆ ಯಾರೂ ಇಲ್ಲ.

ಜತೆಗಿದ್ದ ಮಾಣಿಗ ಮತ್ತು ಪೀಂಪಿರಿಯ ಹುಡುಕಾಡುತ್ತಿದ್ದುದನ್ನು ಕಂಡ ಆ ವ್ಯಕ್ತಿ "ಅವರು ಬರ್ತಾರೆ ನೀವು ಕುಡೀರಿ" ಎಂದು ಬೆನ್ನಿಗೆ ಮೆತ್ತಗೆ ತಟ್ಟಿ ಕುಳಿತುಕೊಳ್ಳಲು ಕುರ್ಚಿ ನೀಡಿದರು. ಮನೆಯಲ್ಲಿ ಸಂತಸದ ವಾತಾವರಣ ತುಂಬಿತ್ತು. ಹೆಂಗಸರು ಮನೆಯೊಳಗೆ ಸೇರಿದ್ದರೆ ಗಂಡಸರು ಅಂಗಳದಲ್ಲಿ ಕುಳಿತು ಲೋಕಾಭಿರಾಮವಾಗಿ ಮಾತಾಡುತ್ತಿದ್ದರು. ಸುಮಾರು ಹೊತ್ತು ಕುಳಿತರೂ ಮಾಣಿಗ ಮತ್ತು ಪೀಂಪಿರಿ ಕಾಣದಿದ್ದನ್ನು ಕಂಡು, ಬಂದ ದಾರಿಯಲ್ಲೇ ಹುಡುಕಲು ಹೊರಟೆ. ಅಷ್ಟರಲ್ಲೊಂದು ಪರಿಚಿತ ದನಿ ಕೇಳಿಸಿತು.

"ಎಲ್ಲಿಗೋಗ್ತಿದಿರಾ ಸಾರ್, ಇಲ್ಲಿ ತಂಡಾಸೆಲ್ಲಾ ಇಲ್ಲ. ಒಂದಕ್ಕೆ ಮಾಡ್ಲಿಕ್ಕಿದ್ರೆ ಆಕಡೆ ಹೋಗಿ" ಎಂದು ಪೊದೆಯ ಬಳಿ ಕೈ ತೋರಿಸಿದ ಮಾಣಿಗ. ಜತೆಗೇ ಬಂದಿದ್ದು ನನ್ನನ್ನು ಮನೆಗೆ ಬಿಟ್ಟು ಇವರಿಬ್ಬರೂ ಮನೆಯ ಬಲಭಾಗದ ತರಗೆಲೆ ಮೂಟೆಯ ಮರೆಯಲ್ಲಿ ಅಡಗಿದ್ದರು. ಅಲ್ಲೇ ನೆಲದಲ್ಲಿ ಅಂಗವಸ್ತ್ರ ಹಾಸಿ ಕುಳಿತಿದ್ದರು! ನನಗೆ ಇದ್ಯಾವುದೂ ಅರ್ಥವಾಗದೆ "ಏನ್ರೋ ನಿಮ್ಮಿಬ್ರ ನಾಟ್ಕ, ನನ್ನೊಬ್ನೇ ಅಲ್ಲಿ ಬಿಟ್ಟು. ನೀವಿಬ್ರೂ ಇಲ್ಲೇನ್ ಮಾಡ್ತಿದೀರಾ? ಹೀಗೆಲ್ಲಾ ನಾಟ್ಕ ಆಡಿದ್ರೆ ನಾನ್ ಇಲ್ಲಿಂದ ಹೋಗ್ತೀನಷ್ಟೇ" ಎಂದು ರೇಗಿದೆ. "ನಮಗೆ ಇಲ್ಲಿ ದೃಷ್ಟಿ ತೆಗೆಯುವ ಶಾಸ್ತ್ರ ಮಾಡ್ಲಿಕ್ಕಿದೆ ಸಾರ್, ನೀವು ಹೋಗಿ ಊಟ

ಮಾಡಿ" ಎಂದರು. ಎಷ್ಟು ಸಮಜಾಯಿಷಿ ನೀಡಿದರೂ ನಾನು ಅವರಿಬ್ಬರ ಬೆನ್ನು ಬಿಡದಿದ್ದನ್ನು ಕಂಡು ತಲೆಗೆ ಕೈ ಹೊತ್ತು ಕುಳಿತಿದ್ದರು. ಅಷ್ಟರಲ್ಲಿ ಎಲ್ಲಿದ್ದರೋ ಗೊತ್ತಿಲ್ಲ ಮನೆಯವರು ಓಡೋಡಿ ಬಂದವರೇ

"ಅಲ್ಲಿ ಊಟಕ್ಕೆ ರೆಡಿಯಾಗಿದೆ ಇಲ್ಲಿ ನೀವೆಂತ ಮಾಡೂದು" ಎಂದು ನನ್ನನ್ನು ಹೊರಡಿಸಿದರು. ಜತೆಗೆ ಅವರನ್ನೂ ಕರೆದಾಗ "ಅವರು ಬರ್ತಾರೆ ನೀವು ಬನ್ನಿ" ಎಂದು ನನ್ನ ಕೈ ಹಿಡಿದು ಕರೆದುಕೊಂಡು ಹೋದರು. ಹೋಗುವಾಗ ತರಗೆಲೆ ಮೂಟೆಗೆ ಮರೆಯಾಗಿ ಕುಳಿತಿದ್ದ ಅವರಿಬ್ಬರಿಗೂ ಏನೋ ಸನ್ನೆ ಮಾಡಿದ್ದನ್ನು ಮಾತ್ರ ಗಮನಿಸಿದೆ. ವಾಪಸ್ಸು ಬಂದಾಗ ಏನಾಯಿತೋ ಗೊತ್ತಿಲ್ಲ ಮನೆ ಮೌನವಾಗಿತ್ತು. ಹೊರಗಿದ್ದ ಒಂದಷ್ಟು ಯುವಕರು ಕಿಟಕಿಯಲ್ಲಿ ಇಣುಕಿ ನೋಡುತ್ತಿದ್ದರು. ಅಷ್ಟರಲ್ಲಿ ಹೆಂಗಸರು ರಾಗವಾಗಿ ಏನೋ ಹಾಡುತ್ತಿದ್ದರು. ಆಗಾಗ ಬೆಳಕು ಮೂಡುತ್ತಿತ್ತು. ಬಹುಶಃ ಗರ್ಭಿಣಿಗೆ ಆರತಿ ಎತ್ತುತ್ತಿದ್ದಾರೆ ಎನಿಸಿತು. ಇದೆಲ್ಲಾ ಮುಗಿದಾಗ ಊಟಕ್ಕೆ ಏಳಲು ಕರೆ ನೀಡಿದಾಗ ಅಂಗಳದಲ್ಲಿ ಕುಳಿತಿದ್ದ ಎಲ್ಲರೂ ಬದಿಗೆ ಸರಿದು ನಿಂತರು. ಅಲ್ಲಿದ್ದ ಎರಡು ಮೂರು ಟೇಬಲುಗಳನ್ನು ಜೋಡಿಸಿಟ್ಟು ಐದಾರು ಖುರ್ಚಿಗಳನ್ನಿಟ್ಟರು. ಮಿಕ್ಕವರಿಗೆ ಸಾಲಾಗಿ ಎಲೆಯ ಚಾಪೆ ಹಾಸಲಾಯಿತು. ಈ ಬಾರಿ ನನಗೆ ಮಾಣಿಗ ಪೀಂಪಿರಿಯ ಬಳಿ ಹೋಗಲು ಅವಕಾಶವನ್ನೇ ನೀಡದೆ ಕರೆದೊಯ್ದು ನೆಂಟನಿಗೆ ನೀಡುವಂತೆ ಒಂದು ಚೊಂಬಿನಲ್ಲಿ ನೀರು ನೀಡಿ ಕೈ ತೊಳೆಸಿ ಊಟಕ್ಕೆ ಕೂರಿಸಿದರು. ಆಗಲೂ ಅಸಮಾಧಾನದ ಮುಖ ನೋಡಿ ನನ್ನನ್ನು ಅರ್ಥೈಸಿಕೊಂಡವರಂತೆ "ಅವರು ಬರ್ತಾರೆ, ನೀವು ಊಟ ಮಾಡಿ" ಎಂದು ಕೂರಿಸಿದರು.

ಊಟವೇನೋ ಚೆನ್ನಾಗಿತ್ತು. ಊಟವಾದ ನಂತರ ಎಲೆಯಡಿಕೆ ನೀಡಿದಾಗ ನನಗೆ ಅಭ್ಯಾಸವಿಲ್ಲವೆಂದು ನಿರಾಕರಿಸಿದೆ. ಮಾಣಿಗ, ಪೀಂಪಿರಿಗಾಗಿ ದೂರದ ಮರದಡಿ ಕಾಯುತ್ತಾ ನಿಂತಿದ್ದೆ. ಅಷ್ಟರಲ್ಲಿ ಮನೆಯ ಹಿಂದಿನ ಕೊಟ್ಟಿಗೆಯಿಂದ ಮಾಣಿಗನೊಬ್ಬನೇ ಉಂಡ ಅಡಿಕೆ ಹಾಳೆ ಎಸೆಯಲು ಹೋಗುತ್ತಿರುವುದು ಕಾಣಿಸಿತು. ಪೀಂಪಿರಿ ಕಾಣಿಸಲಿಲ್ಲ. ಕೈ ತೊಳೆದು ಬರುತ್ತಿದ್ದವನ ಹಿಂಬಾಲಿಸಿ "ಪೀಂಪಿರಿ ಎಲ್ಲೋ?" ಎಂದು ಪ್ರಶ್ನಿಸಿದಾಗ ಆಕೆಗೆ ವಧುವಿನ ದೃಷ್ಟಿ ತೆಗೆದ ನಂತರವೇ ಊಟ ನೀಡುವ ಕ್ರಮವೆಂದು ಹೇಳಿ ತರಗೆಲೆ ದಿಬ್ಬಕ್ಕೆ ಮರೆಯಾಗಿ ನಿಂತ. ನಾನೇನೂ ಮಾತನಾಡಲಿಲ್ಲ.

ಎರಡನೆಯ ಪಂಕ್ತಿಯಲ್ಲಿ ಹೆಚ್ಚು ಜನ ಇರಲಿಲ್ಲ. ಸೀಮಂತದ ಯುವತಿಯನ್ನೂ ಊಟಕ್ಕೆ ಕೂರಿಸಲಾಯಿತು. ಊಟ ಮುಗಿದು ಒಬ್ಬೊಬ್ಬರೇ ಏಳಲಾರಂಭಿಸಿದರು. ಎಲ್ಲರೂ ಎದ್ದಾಗ ಉಂಡ ಎಲೆಗಳನ್ನು ಎತ್ತಿದರು. ಗರ್ಭಿಣಿಯ ಎಲೆಗೆ ಕೊಂಚ ಹೆಚ್ಚೇ ಬಡಿಸಲಾಗಿತ್ತು. ಅರ್ಧ ಖಾಲಿಯಾಗಿದ್ದ

ಎಲೆಯೊಡನೆ ಸೀಮಂತದ ಹೆಣ್ಮಗಳಿನ್ನೂ ಕುಳಿತೇ ಇದ್ದಳು. ಮನೆಯ ಹಿರಿಯರೆಲ್ಲರೂ ಸೇರಿದರು. ಎಲ್ಲಿದ್ದಳೋ ಗೊತ್ತಿಲ್ಲ ಪೀಂಪಿರಿ ಪ್ರತ್ಯಕ್ಷಳಾದಳು. ಈಗ ಗರ್ಭಿಣಿಯ ಜತೆ ಕುಳ್ಳಿರಿಸಿ ಇವಳಿಗೆ ಊಟ ಹಾಕುತ್ತಾರೆ ಎಂದುಕೊಂಡೆ. ನನ್ನ ನಿರೀಕ್ಷೆಗಳನ್ನೆಲ್ಲಾ ತಲೆಕೆಳಗಾಗಿಸುವ ಘಟನೆಯೊಂದು ನಡೆಯಿತು.

ಕುರ್ಚಿಯಲ್ಲಿ ಕುಳಿತಿದ್ದ ಗರ್ಭಿಣಿಯ ಮುಂದಿನ ನೆಲದಲ್ಲಿ ಪೀಂಪಿರಿ ತಲೆ ತಗ್ಗಿಸಿ ಕುಳಿತಳು. ಅಷ್ಟರಲ್ಲಿ ಸಣ್ಣ ಪಿಂಗಾಣಿಯೊಂದನ್ನು ಗರ್ಭಿಣಿಯ ಕೈಗೆ ನೀಡಲಾಯಿತು. ಆಕೆ ಅದರಲ್ಲಿದ್ದ ಕೊಂಚ ಎಣ್ಣೆಯನ್ನು ಪೀಂಪಿರಿಯ ತಲೆಗೆ ಸುರಿದಳು. ಸುರಿದ ಎಣ್ಣೆ ಕೆಳಕ್ಕೆ ಬೀಳದಂತೆ ಪೀಂಪಿರಿ ತಲೆಯ ಹಿಂದೆ ಒರೆಸಿಕೊಂಡಳು. ಇದಾದ ನಂತರ ಮತ್ತೆ ಗರ್ಭಿಣಿಯನ್ನು ಆಕೆ ಉಂಡೆದ್ದ ಎಲೆಯ ಮುಂದೆ ಕೂರಿಸಲಾಯಿತು. ಅಲ್ಲಿ ನಿಂತಿದ್ದ ಪೀಂಪಿರಿ ಗರ್ಭಿಣಿಯ ಉಂಡ ಎಲೆಯನ್ನು ತೆಗೆದು ಕಟ್ಟಿ ವಧುವಿನ ತಲೆಯ ಸುತ್ತಲೂ ಸುತ್ತಿ ತನ್ನ ಸೆರಗಿನಲ್ಲಿ ಸುತ್ತಿ ಹಿಡಿದು ಮನೆಗೆ ಹೊರಟಳು. ದುಡ್ಡು ಒಂದೆರಡು ರೂಪಾಯಿ ಇರಬಹುದು. ಅದನ್ನು ಆಕೆಗೆ ನೀಡಿದರು. ನನ್ನ ಕಣ್ಣುಗಳು ತೇವವಾದವು.

ಇದು ಮಾತ್ರವಲ್ಲದೆ ದಶಕದ ಹಿಂದೆ ಇವರಿಗೆ ಎಂಜಲೆಲೆ ಹಿಡಿಯುವ ಪದ್ಧತಿಯೂ ಇತ್ತೆಂದು ಗೊತ್ತಾಯಿತು. ಇದನ್ನು ಮಾಣಿಗನಿಗೆ ಕೇಳಿದರೆ 'ನಾವು ಇರುವುದೇ ಇದಕ್ಕೆ, ತಾಯಿ ಮಗುವಿಗೆ ತಾಕಿರುವ ಮಾನವಾದಿ ಗಂಡಗಣಗಳ ದೃಷ್ಟಿ ತಾಗಿದರೆ ಅದನ್ನು ತೆಗೆಯುವುದು ನಮ್ಮ ನೈತಿಕ ಕರ್ತವ್ಯ ಮತ್ತು ದೇವರು ಮೆಚ್ಚುವ ಪುಣ್ಯದ ಕೆಲಸವೆಂಬಂತೆ' ಮಾತಾಡಿದ. ಅವನ ದೌರ್ಬಲ್ಯವನ್ನು ಕಂಡು ದುಃಖವಾಯಿತು. ಎಷ್ಟು ಹೇಳಿದರೂ ಕೇಳದ ಇವರುಗಳ ದೌರ್ಬಲ್ಯಕ್ಕೆ ಏನಾದರೂ ಮಾಡಲೇಬೇಕು ಎಂದುಕೊಂಡೆ.

17

ಮುಂಜಾನೆ ಆರು ಮೂವತ್ತರ ಸಮಯ. ಹಿಂದಿನ ದಿನ ಸಂಜೆ ತೋಟದಲ್ಲಿ ಸುತ್ತಾಡಿದ್ದರಿಂದಲೋ ಏನೋ ಸುಖ ನಿದ್ದೆ ಆವರಿಸಿತ್ತು. ಯಾರೋ ಇದ್ದಕ್ಕಿದ್ದಂತೆ ಬಾಗಿಲು ಬಡಿಯುವ ಸದ್ದು ಕೇಳಿಸಿತು. ಯಾರಪ್ಪಾ ಬೆಳಿಗ್ಗೇನೆ ಎಂದು ಬಾಗಿಲು ತೆಗೆದರೆ ಮಾಣಿಗ ಮೋರೊಣಿ ನಿಂತಿದ್ದಾರೆ. ಮೋರೊಣಿ ಕೈಲಿ ಪಿಕ್ಕಾಸಿದೆ. ಮಾಣಿಗ ಹಲ್ಲುಜ್ಜುತ್ತಿದ್ದವ ಉಟ್ಟಬಟ್ಟೆಯಲ್ಲೇ ಓಡಿ ಬಂದಿದ್ದಾನೆಂದು ಆತನ ವೇಷ, ಬಾಯಲ್ಲಿದ್ದ ಕಡ್ಡಿ ಹೇಳುತ್ತಿತ್ತು. ಬೆಳಿಗ್ಗೆ ಬೆಳಿಗ್ಗೆಯೇ ಏನಪ್ಪಾ ಅಗೆಯುವ ಪ್ಲಾನು, ಗಂಧ-ಗಿಂದ ಏನಾದರೂ

ಸಿಕ್ಕಿರಬಹುದಾ ಎಂದುಕೊಂಡೆ. ಯಾವುದಕ್ಕೂ ಖಾತರಿಪಡಿಸಿಕೊಳ್ಳೋಣವೆಂದು "ಏನ್ರೋ ಏನಾಯ್ತು" ನಿದ್ದೆಯ ಅಮಲಿನಲ್ಲಿ ಆಕಳಿಸುತ್ತಲೇ ಕೇಳಿದೆ.

"ಕೊನೇಯ ಬೈಲಿನಲ್ಲಿ ಕೊಪ್ಪರಿಗೆ ಸಾರ್" ಎಂದ ಮೋರೊಣಿ, ಮಾಣಿಗ ಬಾಯಿಬಿಡದೆ ನಿಂತಿದ್ದ.

"ಕೊಪ್ಪರಿಗೆ?" ಪ್ರಶ್ನಾರ್ಥಕವಾಗಿ ನೋಡಿದೆ.

"ಅದು ಸಾರ್ ಚಿನ್ನ ಬೆಳ್ಳಿ ಎಲ್ಲಾ ತುಂಬಿಸಿಡ್ತಾರಲ್ವಾ ನೆಲದಲ್ಲಿ."

"ಹೋ. ನಿಧಿಯೋ. ಎಲ್ಲಿದೆ ತೋರ್ಸಿ" ನನ್ನ ಕಿವಿ ನೆಟ್ಟಗಾಯಿತು. ನಾನು ಹಾಗೆ ಹೇಳುವುದೇ ತಡ ಮೋರೊಣಿ ಛಂಗನೆ ಜಿಗಿದು ಬಿರಬಿರನೆ ನಡೆಯಲಾರಂಭಿಸಿದ. ಮಾಣಿಗನೂ ಅವನನ್ನು ಹಿಂಬಾಲಿಸಿದ. ಮಂಜು ಕವಿದ ವಾತಾವರಣದಲ್ಲಿ ನಾನೂ ಅವರನ್ನು ಹಿಂಬಾಲಿಸಿದೆ. ಮಬ್ಬು ಬೆಳಕಿನಲ್ಲಿ ನಿದ್ದೆಯಿಂದೆದ್ದವ ಬಹಿರ್ದೆಸೆ ಮುಗಿಸಿ ಹಿಂದಿರುಗುವಾಗ ಕೊನೇಯ ಬೈಲು ಗದ್ದೆಯಲ್ಲಿ ಕೊಪ್ಪರಿಗೆ ಮೇಲೆ ಬಂದಿತ್ತೆಂದೂ ಯಾರನ್ನಾದರೂ ಕರೆಯಲೆಂದು ನೋಡಿದರೆ ದೊಡ್ಮನೆಯಲ್ಲಿ ಇರೋದು ತಾನು ಒಂಟಿ ಭೂತ, ನನ್ನನ್ನು ಕರೆಯಲು ಏನೆನ್ನುತ್ತಾರೋ ಎನ್ನುವ ಅಂಜಿಕೆ, ಮನೆಗೆ ಹೋಗಿ ಮಾಣಿಗನನ್ನು ಕರೆದುಕೊಂಡು ಬಂದು ನನ್ನನ್ನು ಎಬ್ಬಿಸಿದ್ದ. ದಟ್ಟವಾದ ಮಂಜು ಎಲ್ಲಾ ದೃಶ್ಯಗಳನ್ನು ಮರೆ ಮಾಚಿತ್ತು. ಬೈಲು ಗದ್ದೆ ತಲುಪಿದಾಗ ಅಲ್ಲಿ ಹತ್ತಿಪ್ಪತ್ತು ಫೀಟು ಆಳದ ಬಾವಿಯಂತಹ ವೃತ್ತಾಕಾರದ ಹೊಂಡ ನಿರ್ಮಾಣವಾಗಿತ್ತು. ಗದ್ದೆಯ ನೀರನ್ನೆಲ್ಲಾ ಆ ಹೊಂಡ ಹೀರಿಕೊಂಡಿತ್ತು...! ಮೋರೊಣಿ ನಿರಾಶೆಯಿಂದ ಪಿಕ್ಕಾಸು ಹಿಡಿದು ನಿಂತಿದ್ದ. ಮಾಣಿಗನೂ ಅಷ್ಟೇ. ಇಲ್ಲೇನು ನಡೆಯುತ್ತಿದೆ ಎಂದು ಅರ್ಥವಾಗದೆ ನಾನು ಮೋರೊಣಿಯ ಮುಖ ನೋಡಿದೆ

"ನಮಗೆ ಕೊಪ್ಪರಿಗೆಯ ರುಣ ಇಲ್ಲ ಸಾರ್ ಅದನ್ನು ಭೂಮಿಯೆ ತೆಗೆದುಕೊಂಡಿದೆ" ಎನ್ನುವಾಗ ಆತ ಅಳುವುದೊಂದೇ ಬಾಕಿ.

"ಭೂಮಿ ತೆಗೆದುಕೊಂಡದ್ದಾ? ನಿಧಿಯನ್ನು. ಅದ್ಹೇಗೆ?"

"ಒಮ್ಮೆ ಭೂಮಿಯಲ್ಲಿ ಇಟ್ಟರೆ ಮತ್ತೆ ಭೂಮಿಯದ್ದೆ ಆಗ್ತದೆ ಸಾರ್, ಅದೃಷ್ಟ ಇದ್ದವರಿಗೆ ಮಾತ್ರ ಕೊಡ್ತದೆ ಭೂಮಿ."

"ಅಲ್ವೋ ಇಷ್ಟಗಲದ ನಿಧಿ ಹೇಗೋ ಇರಕೆ ಸಾಧ್ಯ..."

"ಅದಕ್ಕೆ ಅಲ್ವ ಕೊಪ್ಪರಿಗೆ ಅಂತ ಹೇಳಿದ್ದು, ಭತ್ತ ಬೇಯಿಸುವ ಕೊಪ್ಪರಿಗೆಯಲ್ಲಿ ಚಿನ್ನ ಬೆಳ್ಳಿ ವಜ್ರ ವೈಢೂರ್ಯ ಎಲ್ಲಾ ಹಾಕಿಡುತ್ತಾರೆ. ಎದುರು ಬದಿಯವರು ದಂಡಿಗೆ ಬರುವಾಗ"

"ಅಲ್ವೋ ಇದೇನು ರಾಜ ಮಹಾರಾಜರ ಜಾಗಾನಾ. ಅಷ್ಟೆಲ್ಲಾ ಸಂಪತ್ತು ಇರೋದಕ್ಕೆ"

"ಮೆಲ್ಲ ಮಾತಾಡಿ ಸಾರ್, ದೊಡ್ಮನೆ ಅಂದ್ರೆ ಸುಮ್ಮನೆ ಅಲ್ಲ. ಈ ಊರಿನ ಅರ್ಧ ಜಾಗ ಇವರದ್ದೆ. ಬೈರವರಸು ಇದಾರಲ್ಲಾ ಅವರು ಸಂಬಂಧ ಇವರಿಗೆ."

ಹೋ. ಹಾಗಾದರೆ ಇವರು ರಾಜಮನೆತನದವರು. ಈ ಆಸ್ತಿಯನ್ನು ಮಾರದಿರುವುದಕ್ಕೆ ಊರವರೆಲ್ಲಾ ನಂಬುವ ಈ ಮನೆಯ ದೈವ ದೇವರುಗಳು ಮತ್ತು ಅವಿಭಕ್ತ ಕುಟುಂಬ ಕಾರಣವೆನಿಸಿತು. ಇಷ್ಟು ದೊಡ್ಡ ಆಸ್ತಿಯನ್ನು ಬಿಟ್ಟು ವಿದೇಶ, ಪರವೂರಿನಲ್ಲಿ ಸೆಟ್ಲಾದ ರಹಸ್ಯವೇನೆಂದು ಅರ್ಥವಾಗಲಿಲ್ಲ. ಈ ಕೊಪ್ಪರಿಗೆಯ ಹುಳು ತಲೆಯೊಳಗೆ ಸೇರಿತ್ತು. ಹೇಗಾದರೂ ಇದರ ರಹಸ್ಯವನ್ನು ಬಿಡಿಸಲೇಬೇಕೆಂದುಕೊಂಡು "ಮೋರೊಣಿ. ಅದೇನಾಗುತ್ತೋ ನೋಡುವ. ಮನೆಯಿಂದ ನೀನೊಂದು ಏಣಿ ತಾ. ಆ ಗುಂಡಿಗೆ ಇಳಿದು ನೋಡುವ" ಎಂದು ಗದ್ದೆ ಬದುವಿನಿಂದ ಗದ್ದೆಗಿಳಿದೆ.

"ಅಯ್ಯೋ ಸಾರ್ ಹಾಗೇನಾದರು ಮಾಡಿದರೆ ಜೀವಕ್ಕೆ ಮೂಪು." ಈ ಮಾತು ನಿಜವೆನಿಸಿತು. ಹೇಗೂ ಅರ್ಧ ಗುಂಡಿಗೆ ಗದ್ದೆಯ ಕೆಸರು ನೀರು ತುಂಬಿದೆ. ಹೇಗೋ ಸರ್ಕಸ್ ಮಾಡಿ ಕೆಳಗಿಳಿದು ಆಯತಪ್ಪಿದರೆ ಆ ಕೆಸರಲ್ಲಿ ಸಮಾಧಿಯಾಗುವುದು ಖಚಿತವೆನಿಸಿತು. ಇದು ಆಗುವ ಕೆಲಸವಲ್ಲವೆಂದು ಅಲ್ಲಿಂದ ಹೊರಟೆವು. ಮಾಣಿಗ ಬಾಯಿಯ ಕಡ್ಡಿ ತೆಗೆದು ಸೊಂಟಕ್ಕೆ ಸಿಕ್ಕಿಸಿ ಅಲ್ಲಿದ್ದ ಪುಟ್ಟ ತೊರೆಯಲ್ಲಿ ಬಾಯಿ ಮುಕ್ಕಳಿಸಿದ. ಹೋಗುವಾಗ ನನ್ನ ಮನದಲ್ಲಿದ್ದ ಮತ್ತೊಂದು ಪ್ರಶ್ನೆಯನ್ನು ಹೊರಹಾಕಿದೆ.

"ಈ ಗುಂಡಿಗೆ ಬೇಸಿಗೆಯಲ್ಲಿ ಇಳಿದು ಅಗೆದರೆ ಹೇಗೆ?" ಮಾತು ಮುಗಿಸುತ್ತಿದ್ದಂತೆಯೇ ಮಧ್ಯೆ ಬಾಯಿ ಹಾಕಿದ ಮಾಣಿಗ

"ಅಯ್ಯಯ್ಯೋ ಹಾಗೇನಾದರೂ ಮಾಡಿದರೆ ನಾವು ಸರ್ವನಾಶ ಆಗ್ತೇವೆ. ಎಂತ ಅಂದುಕೊಂಡಿದ್ದೀರಾ ನೀವು."

"ಯಾಕೋ ಅಂತದ್ ಏನಾಗುತ್ತೆ."

ಬ್ರಿಟೀಷರ ಕಾಲದಲ್ಲಿ ಒಂದು ದಿನ ಗೇಣಿದಾರನೊಬ್ಬ ಉಳುಮೆಯಲ್ಲಿ ನಿರತನಾಗಿದ್ದಾಗ ನೇಗಿಲಿಗೆ ಕೊಪ್ಪರಿಗೆ ಸಿಕ್ಕಿ, ಅದನ್ನು ತೆಗೆದರೆ ತಾನು ಎಲ್ಲಿ ಶಿಕ್ಷೆಗೆ ಗುರಿಯಾಗುವೆನೋ ಎಂದು ಭಯದಲ್ಲಿ ದಣಿಗಳನ್ನು ಕರೆಯಲು ಹೋದನಂತೆ. ದಣಿಯೊಂದಿಗೆ ವಾಪಸ್ಸು ಬರುವಾಗ ನಿಧಿಯನ್ನು ಭೂಮಿ ಎಳೆದುಕೊಂಡಿತ್ತಂತೆ. ನಾನು ಹೇಳಿದಂತೆಯೇ ಜನರನ್ನೆಲ್ಲಾ ಒಟ್ಟು ಸೇರಿಸಿ ಅಗೆಯಲು ನೋಡಿದಾಗ ಭೂಮಿಯಿಂದ ಸಾವಿರಾರು ದುಂಬಿಗಳು ಹೊರಬಂದವಂತೆ, ಅವುಗಳನ್ನೂ ಮೆಣಸಿನ ಹೊಗೆ ಹಾಕಿ ಓಡಿಸಿದಾಗ ಸರ್ಪಗಳ ಪರಿವಾರವೇ ಹೊರಬಂತಂತೆ. ನನಗೆ ಇದನ್ನೆಲ್ಲಾ ನಂಬಬೇಕೋ ಬಿಡಬೇಕೋ ಗೊತ್ತಾಗಲಿಲ್ಲ. ಮನೆ ತಲುಪುವವರೆಗೂ ಯೋಚಿಸುತ್ತಲೇ ಇದ್ದೆ. ಕೆಸರು/ದುರ್ಬಲ ಮಣ್ಣಿನಲ್ಲಿ ಸಿಲುಕಿಕೊಂಡಿದ್ದ ಗೋಳಾಕಾರದ ಬಂಡೆಯೊಂದು

ಒತ್ತಡದಿಂದಾಗಿ ಒಮ್ಮಿಂದೊಮ್ಮೆಗೇ ಜಾರಿ ಒಳಕ್ಕೆ ಹೋಗಿರಬಹುದು ಎಂದುಕೊಂಡೆ.

ಇದೆಲ್ಲಾ ಆಗಿ ಮನೆಯ ಬಳಿ ಬಂದೆವು. ಮೋರೋಣಿ ದೊಡ್ಮನೆಯ ನಿತ್ಯಕರ್ಮಗಳನ್ನು ಮುಗಿಸಲು ಅತ್ತ ನಡೆದರೆ ಮಾಣಿಗ ಉಫ್ ಎಂದು ಜಗುಲಿಯಲ್ಲಿ ಕುಳಿತ. ನಾನೂ ಸ್ನಾನ ಮಾಡದೆ ಕೊಂಚ ಹೊತ್ತು ಅಲ್ಲೇ ನಿಂತಿದ್ದೆ. ಆ ನನ್ನ ಕಿವಿಗೆ ಇನ್ನೊಂದು ವಿಷಯ ಹಾಕಿದ.

ಹಿಂದಿನ ದಿನ ರಾತ್ರಿ ತಿಮ್ಮಪ್ಪಣ್ಣನ ಮಗ ಉದಯ ಸೈಕಲಿನಲ್ಲಿ ಬರುವಾಗ ಬ್ರಹ್ಮರಕ್ಕಸ ಸಿಕ್ಕಿತಂತೆ. ಮೂರು ಮಾರ್ಗದ ಬಳಿ ಸೈಕಲ್‌ನ ಡೈನಮೋ ಬೆಳಕಿನಲ್ಲಿ ಮೊದಲಿಗೆ ಒಂದು ಬಿಳಿ ನಾಯಿ ಗೋಚರಿಸಿ ಹತ್ತಿರವಾಗುತ್ತಿದ್ದಂತೆ ಅದು ಎತ್ತರೆತ್ತರಕ್ಕೆ ಬೆಳೆದು ಬ್ರಹ್ಮರಕ್ಕಸನ ರೂಪತಾಳಿತಂತೆ. ಇದನ್ನು ನೋಡಿ ಹೆದರಿದ ಉದಯ ಸೈಕಲನ್ನು ಅಲ್ಲೇ ಬಿಟ್ಟು ದಿನಕರನ ಮನೆಗೆ ಓಡಿದನಂತೆ. ಅವರ ಮನೆಗೆ ಬಂದಾಗ ಬೆವತು ಮುದ್ದೆಯಾಗಿದ್ದ ಉದಯನಿಗೆ ಬೆಲ್ಲ ನೀರು ಕುಡಿಸಿದ ಮನೆಯವರು ಕೈಗೆ ಕಬ್ಬಿಣ ನೀಡಿ ಉಪಚರಿಸಿದರಂತೆ. ಮತ್ತೇನಾಯಿತು ಎಂದು ಮಾಣಿಗನಿಗೆ ಗೊತ್ತಿರಲಿಲ್ಲ. ಇದನ್ನು ಕಂಡು ನನಗೆ ಕುತೂಹಲ ತಡೆಯಲಾಗಲಿಲ್ಲ.

"ಹಾಗಾದ್ರೆ ಇವತ್ತು ಹೋಗ್ಬೇಕಲ್ಲಾ" ಎಂದೆ.

"ಎಲ್ಲಿಗೆ?"

"ಬೆರ್ಮ ರಕ್ಕಸನನ್ನು ನೋಡ್ಲಿಕ್ಕೆ ಮೂರು ಮಾರ್ಗದಲ್ಲಿಗೆ."

"ಅಯ್ಯೋ ಸಾರ್. ದಮ್ಮಯ್ಯ ಬೇಡ"

"ಯಾಕೋ. ನನ್ ಜತೆ ಮಂತ್ರದ ನೂಲು ಇದೆ. ಯಾವ ಬ್ರಹ್ಮರಕ್ಕಸನೂ ಏನೂ ಮಾಡಲ್ಲ"

"ಸತ್ಯನಾ..."

"ನಿನ್ನಾಣೆಗೂ ಸತ್ಯ ಕಣಪ್ಪಾ..."

"ನಂಗೆ ಯಾಕೋ ಬರ್ಲಿಕ್ಕೆ ಹೆದರಿಕೆ ಆಗ್ತದೆ ಸಾರ್..." ಎಂದು ರಾಗವೆಳೆದ.

"ಬಂದ್ರೆ ಒಂದು ಬಾಟಲ್ ಫುಲ್ ನನ್ ಕಡೆಯಿಂದ" ಮಾಣಿಗನ ಮುಖವರಳಿತು.

"ಹಾಗಾದ್ರೆ ಹೋಗುವ, ಆದ್ರೆ ನಾಲಗೆಯ ಅಡಿಯಲ್ಲಿ ಮಸಿ ಇಟ್ಟು ಹೋಗಬೇಕು. ಮತ್ತೆ ಧೈರಕ್ಕೆ ಒಂದು ಮೈಸೂಡಿ ಬೇಕು. ಬೆರ್ಮರಕ್ಕಸ ಸಿಕ್ಕಾಗ ಬಿಸಾಡ್ಲಿಕ್ಕೆ" ಎಂದ. ನಾಲಗೆಯ ಅಡಿಯಲ್ಲಿ ಒಲೆಯ ಇದ್ದಿಲು ಇಟ್ಟುಕೊಂಡು ಹೋಗೋದು, ಪೊರಕೆ ತೆಗೆದುಕೊಂಡು ಹೋಗೋದು ಇದನ್ನೆಲ್ಲಾ ಯಾಕೆಂದು ಕೇಳಲು ಹೋಗಲಿಲ್ಲ. ಕಾರ್ಯವಾಸಿ ಕತ್ತೆ ಕಾಲು

ಇವ ಹೇಳಿದ್ದನ್ನೆಲ್ಲಾ ಮಾಡದೆ ವಿಧಿಯಿರಲಿಲ್ಲ. ನನಗೆ ಹಗಲಲ್ಲಿ ಕೊಂಚ ಕೆಲಸವಿದೆಯೆಂದೂ, ರಾತ್ರಿ ನೋಡೋಣವೆಂದು ಸ್ನಾನಕ್ಕೆ ಬಚ್ಚಲು ಮನೆಯತ್ತ ನಡೆದಾಗ ಮಾಣಿಗ ವಾಪಸ್ಸು ಮನೆಯತ್ತ ಹೆಜ್ಜೆ ಹಾಕಿದ.

ಅಂದಿನ ದಿನ ಮುಗಿದು ಕತ್ತಲಾವರಿಸುತ್ತಿತ್ತು. ಕೆಲಸವೆಲ್ಲಾ ಮುಗಿಸಿ ಕುಳಿತಿದ್ದಾಗ ದೂರದಲ್ಲಿ ಬೆಳಕು ಕಾಣಿಸಿತು. ಸರಿಯಾದ ಸಮಯಕ್ಕೇ ಬಂದಿದ್ದ. 'ಕುಕ್ಕುಕ್ಕು... ಕುರ್ರೂ... ಕುರ್ರೂ...' ಎಂದು ಎಷ್ಟೋ ಸಮಯದಿಂದ ದೂರದಲ್ಲೊಂದು ಹಕ್ಕಿ ಕೂಗುತ್ತಿತ್ತು. ಇನ್ನೇನು ಅಂಗಳಕ್ಕೆ ಕಾಲಿಡಬೇಕು ಎನ್ನುವಾಗ ಪ್ರಪಂಚದ ಹತ್ತನೆಯ ಅದ್ಭುತ ಹೇಳುವಂತೆ "ಆ ಹಕ್ಕಿ ಕೂಗುದು ಕೇಳಿದ್ರಾ?"

"ಹೌದು ಕೇಳ್ದೆ ಏನಾಯ್ತು?"

"ಹೇಗೆ ಕೇಳಿತು, ಕೂಗು."

"ಕುಕ್ಕುಕ್ಕು... ಕುರ್ರೂ... ಕುರ್ರೂ..."

"ಅದು ಹಾಗಲ್ಲ. ಕುಪ್ಪಸೆಟ್ಟಿ ಕೊರೂ. ಕೊರೂ. ಸಾರ್ ನಿಮಗೆ ಅದರ ಕತೆ ಗೊತ್ತಿಲ್ಲ" ಎಂದು ಕುಪ್ಪಸೆಟ್ಟಿ ಎನ್ನುವ ವ್ಯಕ್ತಿಯೊಬ್ಬ ಅದರ ಆಭರಣ ತೆಗೆದುಕೊಂಡು ಹೋಗಿ ವಾಪಸ್ಸು ನೀಡದೆ ವಂಚಿಸಿದ್ದಾನೆಂದೂ, ಆ ದಿನದಿಂದ ಹಕ್ಕಿ ಕುಪ್ಪಸೆಟ್ಟಿ ಕೊಡೂ ಕೊಡೂ ಎಂಬಂತೆ ಕೂಗುತ್ತದೆಯೆಂದು ವಿವರಿಸಿದ. ಎಲ್ಲಿಯ ಕುಪ್ಪಸೆಟ್ಟಿ. ಎಲ್ಲಿಯ ಹಕ್ಕಿ. ಎಲ್ಲಿಯ ಆಭರಣ. ನಗು ಬಂತು.

ಟಾರ್ಚು ತೆಗೆದುಕೊಂಡು ಸ್ಕೂಟರ್ ಸ್ಟಾರ್ಟ್ ಮಾಡಿ ಮಾಣಿಗನನ್ನು ಕೂರಿಸಿಕೊಂಡು ಹೊರಟೆ. ಪಿಟ್ಟಿಯ ಸ್ಕೂಟರ್ ಈಗೀಗ ಸಮಸ್ಯೆ ಕೊಡಲಾರಂಭಿಸಿತ್ತು. ಒಂದು ಸರಿಯಿದ್ದರೆ ಒಂದು ಸರಿಯಿರಲ್ಲ. ಅದಕ್ಕೆ ವಾಹನ ಪೂಜೆಯನ್ನು ಸರಿಯಾಗಿ ಮಾಡಿಲ್ಲವಾದ್ದರಿಂದ ಹೀಗಾಗಿದೆ ಎಂದು ಅಭಿಪ್ರಾಯಪಟ್ಟ. ಅದಕ್ಕೇನಂತೆ ಎಂದು ನಾನೂ ಮಾಣಿಗನೂ ಪುಟ್ಟ ದೇವಸ್ಥಾನದಲ್ಲಿ ಪೂಜೆ ಮಾಡಿ ನಿಂಬೆ ಹಣ್ಣಿಟ್ಟು ತಂದು ಕಟ್ಟಿದೆವು. ಆದರೂ ಸರಿಯಾಗುವ ಲಕ್ಷಣ ಕಾಣದಾಗ ಪಿಟ್ಟಿಗೆ ಹೇಳದೆಯೇ ಹೊಸ ಫಿಟ್ಟರ್ ಒಬ್ಬನನ್ನು ಹುಡುಕಿ ರಿಪೇರಿ ಮಾಡಿಸಿದೆವು. ಅಂದಿನಿಂದ ತೊಂದರೆಯಿರಲಿಲ್ಲ. ಸ್ಕೂಟರ್ ಮೂರುಮಾರ್ಗದ ಬೆರ್ಮರಕ್ಕಸನನ್ನು ಕಾಣಲು ಮೆತ್ತಗೆ ಸಾಗುತ್ತಿತ್ತು. ಅಷ್ಟರಲ್ಲಿ ಮಾಣಿಗ ಮಧ್ಯೆ ಬಾಯಿ ಹಾಕಿ. "ಸಾರ್ ಬೆರ್ಮರಕ್ಕಸ ಎಲ್ಲಾ ಬರೂದು ರಾತ್ರಿ ಹನ್ನೆರಡು ಗಂಟೆಗಲ್ವಾ?" ಎಂದು ಕೇಳಿದ. "ಉದಯನಿಗೆ ಸಿಕ್ಕಿದ್ದು ಹನ್ನೆರಡು ಗಂಟೆಗಾ?" ಎಂದು ಆತನಿಗೆ ತಿರುಗಿ ಪ್ರಶ್ನೆ ಹಾಕಿದೆ.

"ಅದು ಎಂಟು ಗಂಟೆಗೆ!"

"ಹಾಗಾದರೆ ನಮಗೂ ನೋಡಲು ಸಿಗಬಹುದು, ಗಂಟೆ ಏಳು ಮುಕ್ಕಾಲಾಯ್ತು" ಎಂದು ಗಡಿಯಾರ ತೋರಿಸಿದೆ. ರೇಡಿಯಂ ಲೇಪಿಸಿದ

ಮುಳ್ಳು ದೊಡ್ಡ ಒಂಬತ್ತರಲ್ಲಿತ್ತು. ಮನೆಯಿಂದ ಕೊಂಚ ದೂರ ಅಂದರೆ ಒಂದರ್ಧ ಮೈಲಿ ಸಾಗಿರಬಹುದಷ್ಟೇ ಮಾಣಿಗ ಇದ್ದಕ್ಕಿದ್ದಂತೆ ಅದುರಿಬಿದ್ದು ಕಿರಿಚಿದ. ಏನಾಯಿತೆಂದು ಗಡಿಬಿಡಿಯಿಂದ ಗಾಡಿ ನಿಲ್ಲಿಸಿದಾಗ ಮುಂದೆ ಕಾಣುತ್ತಿದ್ದ ಎತ್ತರದ ರಸ್ತೆಯತ್ತ ಕೈ ತೋರಿದ. ಆತನ ಕೈ ಕರೆಂಟು ಹೊಡೆದಂತೆ ನಡುಗುತ್ತಿತ್ತು. ಹೌದು ದೂರದಲ್ಲಿ ಏನೋ ಬಿಳಿಯಾದ ಆಕೃತಿಯೊಂದು ಕಾಣಿಸುತ್ತಿದೆ. ನಮ್ಮ ವಿರುದ್ಧ ದಿಕ್ಕಿನಲ್ಲಿ ಚಲಿಸುತ್ತಾ ಹತ್ತಿರವಾಗುತ್ತಿದೆ. ಆ ಆಕೃತಿಯ ಪಕ್ಕದಲ್ಲಿ ಮತ್ತೊಂದು ಅಸ್ಪಷ್ಟ ಆಕೃತಿ ಗೋಚರಿಸಿತು. ಅವರ ಮೇಲೆ ಸ್ಕೂಟರಿನ ಬೆಳಕು ಬೀಳಲು ಇದು ತಗ್ಗು ಪ್ರದೇಶ, ಎಲ್ಲವೂ ನೆಲಕ್ಕೇ ಬೀಳುತ್ತಿದೆ. ಮಾಣಿಗನಿಗೆ ತನ್ನ ಕೈಲಿ ಟಾರ್ಚು ಇರೋದೂ ಮರೆತುಹೋಗಿತ್ತು! ಆಗಿದ್ದಾಗಲಿ ಎಂದು ಸ್ಕೂಟರ್ ಚಲಾಯಿಸಲು ನೋಡಿದಾಗ ಮಾಣಿಗ ಕಾಲು ಹಿಡಿಯುವುದೊಂದು ಬಾಕಿ. ಭೂತ ಪ್ರೇತ ಎಲ್ಲಾ ಮೂರು ಮಾರ್ಗದ ಬಳಿಯಿರೋದು, ನಮ್ಮ ನಾಲಗೆಯಡಿ ಇದ್ದಿಲಿನ ತುಂಡು, ಪೊರಕೆ ಇದೆ ಯಾವ ಬ್ರಹ್ಮರಕ್ಕಸನೂ ಏನೂ ಮಾಡಲಾರ ಎಂದು ಆಶ್ವಾಸನೆ ನೀಡಿದಾಗ ಕೊಂಚ ಗೆಲುವಾಗಿ ಒಲ್ಲದ ಮನಸ್ಸಿನಲ್ಲೇ ಗ್ರೀನ್ ಸಿಗ್ನಲ್ ನೀಡಿದ.

ಸ್ಕೂಟರ್ ಹತ್ತಿರ ಹತ್ತಿರ ಬರುತ್ತಿದ್ದಂತೆ ಆ ಬೆಳ್ಳಗಿನ ಆಕೃತಿ ಮಾನವನೆಂದು ಖಾತರಿಯಾಯಿತು. ಖಾದಿ ವಸ್ತ್ರ, ಕತ್ತಿಗೆ ದನ ಕಟ್ಟುವ ಹಗ್ಗದ ಗಾತ್ರದ ಚೈನು ಧರಿಸಿದ ಆ ವ್ಯಕ್ತಿ ಹತ್ತಿರವಾದಾಗ ಮಾಣಿಗನಿಗೆ ಅವನ ಗುರುತು ಸಿಕ್ಕಿತು. "ಕರ್ನ ಬೊಲಾಲ್ರೇ ನೀವು ಎಂತ ಈ ರಾತ್ರಿಯಲ್ಲಿ?"

"ಟ್ರೇನ್ ಬರುವಾಗ ಥೋಡೀ ಲೇಟ್ ಆಯ್ತು, ಊರು ಭಾರೀ ಘರ್ಮಿ ಇದೆಯಲ್ವಾ" ಎಂದು ಕರ್ಣ ಹಿಂದಿ ಮಿಶ್ರಿತ ಭಾಷೆಯಲ್ಲಿ ಒದರಿದ. ಹಾಗಾದರೆ ಇವ ಮಹಾರಾಷ್ಟ್ರದಿಂದ ಬರುತ್ತಿದ್ದಾನೆ ಎನಿಸಿತು. ಆತನ ಜತೆಗಿದ್ದ ಪುಟ್ಟ ಹುಡುಗಿ ಮಗಳೆನಿಸಿತು. ಈ ಗರ್ಗಂಡ ಕತ್ತಲಲ್ಲಿ ಹೆಣ್ಮಗಳೊಡನೆ ನಡೆದುಹೋಗುತ್ತಿದ್ದಾನೆ. ಕಾಡುದಾರಿ, ವಿಷಜಂತುಗಳು ಅಡ್ಡಾಡುವ ಸಮಯ. ಒಂದು ಪಂಜನ್ನಾದರೂ ಹೊತ್ತಿಸಿ ನಡೆಯಲು ಏನು ದಾಡಿ ಎನಿಸಿತು. ಮಾಣಿಗ ನನ್ನನ್ನು ಪರಿಚಯಿಸಿದರೂ ಊರವರ ಉಸಾಬರಿ ನನಗ್ಯಾಕೆಂದು ನಾನೇನೂ ಮಾತನಾಡಲು ಹೋಗಲಿಲ್ಲ. ಕೇವಲ ಮುಗುಳ್ನಕ್ಕು ಸುಮ್ಮನಾದೆ. ಸತ್ಯವೋ ಸುಳ್ಳೋ ಗೊತ್ತಿಲ್ಲ, ಬೊಂಬಾಯಿಯಲ್ಲಿ ಹಾಗಾಯ್ತು ಹೀಗಾಯ್ತು. ಹತ್ತು ಜನ ಗೂಂಡಾಗಳು ಆವಾಝ್ ಹಾಕಿದರೂ ತಾನು ಹೆದರದೆ ನಿಂತೆ. ಹೀಗೆಲ್ಲಾ ತನ್ನ ಪೌರುಷವನ್ನು ಕೊಚ್ಚಿಕೊಂಡು ತನ್ನ ದಾರಿ ಹಿಡಿದು ಮರೆಯಾದ. ಆತ ಹೋಗುವವರೆಗೂ ನಿಂತಿದ್ದ ನಾನು ಹೋದಕೂಡಲೇ ಆತನನ್ನು ಆಕ್ಷೇಪಿಸಿದೆ. "ಅಲ್ವೋ, ಅವನಿಗೆ ರೈಲು ಎಷ್ಟು ಗಂಟೆಗೆ ತಲುಪುತ್ತಂತ ಗೊತ್ತು, ಅಂತದ್ರಲ್ಲಿ ಒಂದ್ ಆಟೋನೂ ಮಾಡದೆ ಬರ್ತಾನಲ್ಲಾ, ಏನ್ ಬೇಜವಾಬ್ದಾರಿ ಜನರೆಲ್ಲಾ

ಇರ್ತಾರಪ್ಪಾ" ಎಂದವ ಮುಂದುವರೆದು "ಆ ಮಗೂನೂ ಯಾಕ್ ಕರ್ಕೊಂಡ್ ಬರ್ಬೇಕಿತ್ತು ಈ ರಾತ್ರೀಲಿ?" ಎಂದು ಆಕ್ಷೇಪಿಸಿದೆ.

ಇದನ್ನು ಕೇಳಿದ ಮಾಣಿಗ ವಿಚಿತ್ರವಾಗಿ "ಯಾರ ಮಗು, ಯಾವ ಮಗು?" ಎಂದು ಪ್ರಶ್ನಿಸಿದ.

"ಜತೆಗಿದ್ದೋಳು ಅವ್ನ ಮಗಳಲ್ವೇನೋ. ಏನ್ ಹುಚ್ಚನ್ ತರ ಆಡ್ತೀಯ." ಸ್ಕೂಟರ್ ಇಡೀ ಅಲುಗಾಡಿತು. ಮಾಣಿಗ ಬಿದ್ದು ಬಿದ್ದು ನಗಲಾರಂಭಿಸಿದ. ನನಗೆ ಕೋಪ ಬಂದದ್ದನ್ನು ಕಂಡು. "ಅಯ್ಯಾ ನೀವು ಅವಳು ಅವನ ಮಗಳು ಅಂದ್ರಲ್ಲಾ ನಗದೆ ಕೂಗ್ಬೇಕಾ ನಾನು" ಎಂದ.

"ಹಾಗಾದ್ರೆ ಇನ್ಯಾರು?"

"ಅವನ ಹೆಂಡತಿ ಸಾರ್ ಅದೂ. ಏನ್ ಹೇಳ್ತಿದ್ದೀರ ನೀವು." ಅವರಿಬ್ಬರ ನಡುವೆ ಕಡಿಮೆ ಕಡಿಮೆಯೆಂದರೂ ಹದಿನೈದರಿಂದ ಇಪ್ಪತ್ತು ವರ್ಷ ಅಂತರವಿತ್ತು. ಅಷ್ಟು ಹೇಳಿ ಮುಂದುವರೆದವ. "ಆ ಜಾತಿ ಉಂಟಲ್ಲಾ ಸಾರ್. ದುಡ್ಡು ಇದ್ರೆ ಪಿಲಿ... ಪಿಲಿಗೆ ಕೂಡಾ ಹೆಣ್ಣು ಕೊಡುವ ಜಾತಿ ಅದು" ಎಂದು ಕರ್ಣನ ಜಾತಿಯನ್ನು ತಾರಾಮರಿ ಬೈದ.

ಸ್ಕೂಟರ್ ಮೂರು ಮಾರ್ಗ ತಲುಪಿತು. ಮಾಣಿಗ ನಡುಗುತ್ತಲೇ ಕೆಳಗಿಳಿದ. ಅದಾಗಲೇ ಅಲ್ಲಿ ಮೆಣಸು ನಿಂಬೆಹಣ್ಣನ್ನು ಕತ್ತರಿಸಿ ಬಿಸಾಕಲಾಗಿತ್ತು. ಒಂದರ್ಧ ಕೆಜಿಯಷ್ಟು ಇದ್ದಿಲೂ ಚದುರಿ ಬಿದ್ದಿತ್ತು. ಚರಂಡಿಯ ಬದಿಯಲ್ಲಿ ಹೋಳಾಗಿ ಬಿದ್ದಿದ್ದ ಬೂದುಗುಂಬಳಕಾಯಿ ಕಾಣಿಸಿತು. ಈಗ ಮಾಣಿಗನಿಗೆ ಕೊಂಚ ಧೈರ್ಯ ಬಂದಿತ್ತು. ಒಂದೊಂದಾಗಿ ವಿವರಿಸಲಾರಂಭಿಸಿದ. ಅದು ಬೆರ್ಮ ರಕ್ಕಸನನ್ನು ಕುಂಬಳಕಾಯಿಗೆ ಆವಾಹಿಸಿ ಬಿಸಾಕಿದ ಕುಂಬಳಕಾಯಿಯೆಂದೂ, ನಿಂಬೆ ಹಣ್ಣು ಇದ್ದಿಲು ತುಂಡುಗಳೂ ರಕ್ಕಸನ ಪವರ್ ಅನ್ನು ಕಡಿಮೆ ಮಾಡಿ ದುರ್ಬಲಗೊಳಿಸುವ ವಸ್ತುಗಳೆಂದೂ ವಿವರಣೆ ನೀಡಿದ. ಇಷ್ಟಾದರೂ ನನಗೆ ಕೊನೇಯದಾಗಿ ಒಂದು ಪ್ರಶ್ನೆ ಉಳಿದಿತ್ತು. ಅದನ್ನೂ ಪರಿಹರಿಸಬೇಕೆನಿಸಿ ಮಾಣಿಗನನ್ನು ಕೇಳಿದೆ.

"ಅಲ್ವೋ ಮಾಣಿಗಾ. ಈ ಬ್ರಹ್ಮರಾಕ್ಷಸ ಹೇಗಾಗ್ತಾರೆ? ಇದ್ದಕ್ಕಿದ್ದ ಹಾಗೇ ಊರಲ್ಲಿ ಹುಟ್ಕೊಳ್ಳೂದಾ?"

"ಅಯ್ಯಾ. ಎಂತ ಮಾರ್‍ರೆ ನೀವು. ಡಾಕ್ಟರ್ ಕಲೀತರಂತೆ ಅದು ಕಲಿತೀರಂತೆ ಇದು ಕಲಿತೀರಂತೆ. ಅದೂ ಗೊತ್ತಿಲ್ವಾ?"

"ನನಗೆಂಗೋ ಗೊತ್ತಾಗುತ್ತೆ ಇದೆಲ್ಲಾ?" ಎಂದು ನನ್ನ ಅಸಹಾಯಕತೆ ತೋರಿಸಿದೆ. "ಅದು ಊರಲ್ಲಿ ಮದುವೆ ಆಗದೆ ಸತ್ತವರು ಸಾರ್, ಬೆರ್ಮರಕ್ಕಸ ಆಗೂದು" ಆ ಮಾತು ಕೇಳಿ ನಗು ಬಂತು. ಮದುವೆ ಆಗದೆ ಸತ್ತವರೆಲ್ಲಾ ಮೊದಲು ಪ್ರೇತಗಳಾಗಿ ಆಲದ ಮರದಲ್ಲಿ ನೇತಾಡಿ ನಂತರ ಪ್ರೇತಗಳಿಗೆ

ಪ್ರಮೋಷನ್ ಆಗುವ ರೀತಿಯಲ್ಲಿ ಎಕ್ಸ್‌ಟ್ರಾ ಶಕ್ತಿ ಸೇರಿ ಬ್ರಹ್ಮರಕ್ಕಸನಾಗುವುದಾಗಿ ಮಾಹಿತಿ ನೀಡಿದ.

ಬೆರ್ಮರಕ್ಕಸನನ್ನು ನೋಡಿದ ಖುಷಿಯಲ್ಲಿ ಸ್ಕೂಟರ್ ಮನೆಯತ್ತ ಚಲಿಸುತ್ತಿತ್ತು.

18

ಕಾಕತಾಳೀಯವೆಂಬಂತೆ ಅಂದು ಬೆಳಿಗ್ಗೆ ಮಾಣಿಗ ಹೊಸ ಸುದ್ದಿಯೊಡನೆ ಬಂದಿದ್ದ. ಅದು ಬಂದೂಕಿನಿಂದ ನಡೆದ ಒಂದು ಅವಘಡದ ಸುದ್ದಿ. ಇನ್ಯಾರದೋ ಮನೆಯಲ್ಲಾಗಿದ್ದರೆ ನಾನು ತಲೆಕೆಡಿಸಿಕೊಳ್ಳುತ್ತಿರಲಿಲ್ಲ. ಅದು ನಮಗೆ ತುಂಬಾ ಬೇಕಾದ ಅಂತಯ್ಯನ ಮನೆಯಲ್ಲಿ ನಡೆದ ಘಟನೆಯಾದ್ದರಿಂದ ನಮಗದು ಮುಖ್ಯವಾಗಿತ್ತು. ಅಂತಯ್ಯ ಕೋವಿಗೆ ಈಡು ಲೋಡ್ ಮಾಡಿ ಇಟ್ಟಿದ್ದನಂತೆ. ಅಂದು ರಾತ್ರಿ ಶಿಕಾರಿಗೆ ಹೋಗಿದ್ದು, ಬೇಟೆ ಸಿಗದಿದ್ದರಿಂದ ಕೋವಿಯನ್ನು ಕೇಪು ತೆಗೆದು ಮಲಗುವ ಕೋಣೆಯ ಮೂಲೆಯಲ್ಲಿ ಒರಗಿಸಿಟ್ಟಿದ್ದನಂತೆ. ಅಂದು ಅವ ಕೆಲಸ ಮುಗಿಸಿ ಮನೆಗೆ ಬರುವಾಗ ಕೊಂಚ ತಡವಾಗಿತ್ತು. ಕತ್ತಲಾದಾಗ ಅಂತಯ್ಯನ ತಾಯಿ ಸೀತಕ್ಕನಿಗೆ ಆ ಕೋಣೆಯಲ್ಲಿ ಇಲಿಯೊಂದು ಕಂಡುಬಂದಿತ್ತು. ಚಿಮಣಿ ದೀಪ ಹಿಡಿದು ಓಡಿಸಲು ಹೋದಾಗ ಅದು ಕೋವಿಯ ಬುಡದಲ್ಲಿ ಬಿದ್ದಿದ್ದ ಡಬ್ಬಿ ಹಿಂದೆ ಅವಿತುಕೊಳ್ಳಲು ಹೋಯಿತಂತೆ. ಓಡಿಸಲೆಂದು ಅರ್ಜೆಂಟಿಗೆ ಕೈಗೆ ಸಿಕ್ಕ ಕತ್ತಿಯನ್ನೆತ್ತಿಕೊಂಡು ಎಡಗೈಲಿ ಚಿಮುಣಿ ಬಲಗೈಲಿ ಕತ್ತಿ ಹಿಡಿದು ಓಡಿಸಲು ಪ್ರಯತ್ನಿಸಿದಳಂತೆ. ಆ ಪ್ರಯತ್ನದಲ್ಲಾಕೆ ಮೈಮರೆತು ಕೋವಿಯ ಸಮೀಪಕ್ಕೆ ಚಿಮುಣಿ ತೆಗೆದುಕೊಂಡು ಹೋಗಿದ್ದಳು. ಅಕಸ್ಮಾತಾಗಿ ಕೇಪು ಇಡುವ ಜಾಗಕ್ಕೆ ಚಿಮುಣಿಯ ಜ್ವಾಲೆ ತಗುಲಿ ಗುಂಡು ಹಾರಿಸಲ್ಪಟ್ಟಿತ್ತು.

ಕುಕ್ಕುರುಗಾಲಲ್ಲಿ ಕುಳಿತಿದ್ದ ಸೀತಕ್ಕನ ತಲೆಗೆ ದೊಡ್ಡ ಸದ್ದಿನೊಂದಿಗೆ ಗೋಡೆಯ ಇಷ್ಟಗಲ ಮಣ್ಣು ಬಂದು ಬಿದ್ದದ್ದಷ್ಟೇ ಗೊತ್ತಂತೆ. ಇದಾದ ನಂತರ ನೆರೆಮನೆಯವರು ಬಂದು ಎಬ್ಬಿಸಿದಾಗಲೇ ಎಚ್ಚರವಾಗಿದ್ದು. ಚಿಮುಣಿ ದೀಪ ಅಡ್ಡ ಬಿದ್ದಿತ್ತು. ಪುಣ್ಯಕ್ಕೆ ಅಲ್ಲಿ ಯಾವುದೇ ಬಟ್ಟೆ ಬರೆಗಳಿರಲಿಲ್ಲ. ಬಿದ್ದ ರಭಸಕ್ಕೆ ಚಿಮುಣಿಯೂ ಆರಿ ಹೋಗಿದ್ದರಿಂದ ದೊಡ್ಡ ಅನಾಹುತವೊಂದು ತಪ್ಪಿತ್ತು. ನಾವು ಹೋಗಿ ನೋಡಿದಾಗ ಊರವರ ಉಪಚಾರದಿಂದ ಸೀತಕ್ಕ ಸಾವರಿಸಿಕೊಂಡು ಕುಳಿತಿದ್ದಳು. ಮಾಣಿಗ ಅಂಗಳದಲ್ಲೇ ನಿಂತಿದ್ದ. ನಾನು ಒಳಹೊಕ್ಕು ನೋಡಿದಾಗ ಕೋಣೆಯ ಮೂಲೆಯಲ್ಲಿ ಅಂಗೈಯಗಲದ ಮಣ್ಣು

ಕಿತ್ತು ಬಂದು ಗುಂಡಿ ಬಿದ್ದಿತ್ತು. ಹೊರ ಬಂದಾಗ ಅಂತಯ್ಯ ಜಗುಲಿಯ ಮೂಲೆಯಲ್ಲಿ ಕೈ ಕಟ್ಟಿ ನಿಂತಿದ್ದ. ಲೋಡು ಮಾಡಿದ ಕೋವಿಯನ್ನು ಮನೆಯೊಳಗಿಟ್ಟಿದ್ದಕ್ಕೆ ಆಕ್ಷೇಪಿಸಿ, ತಾಯಿಗೆ ಧೈರ್ಯ ಹೇಳಿ ಹೊರಟೆವು.

ಅಲ್ಲಿಂದ ಹೊರಟು ಕೊಂಚ ದೂರ ಬಂದಿದ್ದೆವಷ್ಟೇ. ಭೂಮಿ ಅದುರುವಂತೆ "ಡಂ" ಎಂಬ ಸದ್ದು ಕೇಳಿ ಏನೋ ಚದುರಿದಂತೆ ಅನಿಸಿ ಸ್ಕೂಟರ್ ನಿಲ್ಲಿಸಿದೆ. ಮಾಣಿಗ ಮೆತ್ತಗೆ "ಅದು ಪಾದೆಯಲ್ಲಿ, ತೋಟೆ ಇಟ್ಟದ್ದು ಬಸವ" ಎಂದ. ಬಸವನ ಹೆಸರು ಕೇಳಿದಾಗ ನನ್ನ ಕಿವಿ ನೆಟ್ಟಗಾಯಿತು. ಹೇಗೂ ಇಲ್ಲಿವರೆಗೆ ಬಂದಿದ್ದೇವೆ. ಬಸವನ ಬಂಡೆ ಕಡೆ ಹೋಗಿಯೇ ಬರುವ ಎಂದೆ. ಅದಕ್ಕೆ ಒಪ್ಪಿದ ಮಾಣಿಗ ಬಂಡೆಯ ದಾರಿ ಲಾರಿಗಳಿಗೆ ಸೀಮಿತವೆಂದು ಗಾಡಿ ನಿಲ್ಲಿಸಿ ಕಾಲುದಾರಿಯಲ್ಲಿ ಹೋಗುವ ಸಲಹೆಯಿತ್ತ. ಬಂಡೆ ಸಿಡಿಸಲು ಇಟ್ಟಿದ್ದ ತೋಟಾಗಳು ಸಾಲು ಸಾಲಾಗಿ ಸಿಡಿದು ಮುಗಿದ ನಂತರ ನಾವು ಹೆಜ್ಜೆ ಹಾಕಲಾರಂಭಿಸಿದೆವು.

ಬಸವ ತಮಿಳುನಾಡು ಮೂಲದವನು. ಮಾಳದಲ್ಲಿ ಕಲ್ಲಿನ ಕೆಲಸಕ್ಕೆ ಬಂದಿದ್ದ. ಅಲ್ಲಿನ ಕ್ವಾರೆಗಳೆಲ್ಲಾ ಅಪ್ಪ ಅಮ್ಮ ಇಲ್ಲದ ಪರವಾನಗಿರಹಿತ ಕ್ವಾರೆಗಳು. ಇವರುಗಳೆಲ್ಲಾ "ಇದು ನಮ್ಮ ಕ್ವಾರೆ ನಾವು ಗೌರ್ಮೆಂಟಿಗೆ ಅಷ್ಟು ಸಾವಿರ ಕೊಟ್ಟು ಪರ್ಮಿಟ್ ಮಾಡಿಸಿದ್ದೇವೆ ಇಷ್ಟು ಕೊಟ್ಟು ಮಾಡಿಸಿದ್ದೇವೆ" ಎಂದು ಅಲ್ಲಿನ ಲೋಕಲ್ ಜನರನ್ನು ಸುಳ್ಳು ಹೇಳಿ ನಂಬಿಸಿ ಕಲ್ಲಿನ ಕೆಲಸ ನಡೆಸುತ್ತಿದ್ದರು. ಕೆಲವೊಮ್ಮೆ ಇದ್ದಕ್ಕಿದ್ದಂತೆ ಗಣಿ ಅಧಿಕಾರಿಗಳು ದಾಳಿ ನಡೆಸಿದಾಗಲೇ ಜನರಿಗೆ ಗೊತ್ತಾಗುತ್ತಿದ್ದದ್ದು ಇವೆಲ್ಲಾ ಪರವಾನಗಿರಹಿತ ಕ್ವಾರೆಗಳೆಂದು. ಬಸವನೂ ಇದೇ ಸಾಲಿನ ಜನ.

ನಾನು ಆತನನ್ನು ಮೊದಲು ನೋಡಿದ್ದು ವರ್ಲಾರ ಕಾಡಿನ ಬಳಿ. ಒಮ್ಮೆ ನಾನೂ ಮಾಣಿಗನೂ ಎತ್ತಲೋ ಹೋಗುತ್ತಿದ್ದಾಗ ಪೊದೆಯ ಬಳಿ ಸದ್ದಾಗಿ ಯಾವುದೋ ಕಾಡುಪ್ರಾಣಿಯೆನಿಸಿ ಮಾಣಿಗ ಇನ್ನೇನು ಕಲ್ಲೆತ್ತಿ ಒಗೆಯಬೇಕು ಎನ್ನುವಾಗ ಎದ್ದ ಬಸವ "ನಾನು ನಾನು" ಎಂದು ಚೀರಿದ್ದ. ಇಲ್ಲದಿದ್ದರೆ ಬಸವನ ತಲೆ ಶರಬತ್ತಾಗುತ್ತಿತ್ತೋ ಏನೋ. ಹೋಗಿ ನೋಡಿದರೆ ಬಂಡೆಯಿಂದ ತಂದಿದ್ದ ಚಪ್ಪಡಿ ಕಲ್ಲೊಂದನ್ನು ಸಣ್ಣ ಕೋಲಿನಿಂದ ಓರೆಯಾಗಿ ನಿಲ್ಲಿಸಿ, ಆ ಕೋಲಿಗೆ ಬಟ್ಟೆಯಿಂದ ಮಾಡಿದ ದಾರವನ್ನು ಕಟ್ಟಿ ಯಾವುದೋ ಟ್ರಾಪ್ ಸಿದ್ಧಪಡಿಸುತ್ತಿದ್ದ. ಇವನ ಚಪ್ಪಡಿಕಲ್ಲಿನಡಿ ಬಿದ್ದು ಸಾಯುವವರು ಯಾರಪ್ಪಾ ಎಂದು ಕೇಳಿದರೆ ಗಡವ ಹೆಗ್ಗಣಗಳು, ಇಲಿಗಳು! ಹತ್ತಾರು ಕಡೆ ಇಂತಹ ಟ್ರಾಪ್‌ಗಳನ್ನಿಟ್ಟು ಹೆಗ್ಗಣ ಹಿಡಿಯುತ್ತಿದ್ದ. ಹೆಗ್ಗಣಗಳು 'ಚೋರ್'ನ ಆಸೆಗೆ ಬರುತ್ತಾವೆಂದೂ ಬಂದಾಗ ಕಲ್ಲು ಅವುಗಳ ಮೇಲೆ ಉರುಳಿ ಬಿದ್ದು ಸಿಕ್ಕಿಹಾಕಿಕೊಳ್ಳುತ್ತಾವೆಂದೂ, ಮಾರನೆಯ ದಿನ ಬಂದು ತೆಗೆದುಕೊಂಡು

ಹೋದರಾಯ್ತು ಎಂದು ಎಲ್ಲವನ್ನೂ ಚಾಚೂ ತಪ್ಪದೆ ವಿವರಿಸಿದ್ದ. ನಂತರದಲ್ಲಿ ನಾನು ಆತನನ್ನು ನೋಡಿರಲಿಲ್ಲ.

ಕಾಲುದಾರಿಯಲ್ಲಿ ಬಸವನ ಕಲ್ಲುಕ್ವಾರೆಯತ್ತ ನಡೆಯುತ್ತಿದ್ದಾಗ ಮಾಣಿಗ ಒಂದೊಂದೇ ವಿಷಯಗಳನ್ನು ಹೇಳುತ್ತಿದ್ದ. 'ಬಸವನಿಗೆ ಒಂದಲ್ಲ ಎರಡು ಮದುವೆಯಾಗಿದೆಯಂತೆ ತಮಿಳುನಾಡಿನಲ್ಲಿ ಮದುವೆಯಾಗಿ ಹೆಂಡತಿಯನ್ನೂ ನಾಲ್ಕು ಮಕ್ಕಳನ್ನೂ ಬಿಟ್ಟು ರೇಣುಕನನ್ನು ಹಿಡ್ಕೊಂಡು ಕರ್ನಾಟಕಕ್ಕೆ ಓಡಿ ಬಂದಿದ್ದು' ಎಂದ. ಅಬ್ಬಬ್ಬಾ ಇಂತಹ ಕಷ್ಟದಲ್ಲಿ, ಡೇರೆಯೊಳಗೆ ಬದುಕುವಾಗ ನಾಲ್ಕು ಮಕ್ಕಳೇ...! ಎಂದುಕೊಂಡು ಏನೋ ನೆನಪಾಗಿ ಮಾಣಿಗನತ್ತ ತಿರುಗಿ "ಅಲ್ವೋ ಮಾಣಿಗಾ ನೀವು ಎಷ್ಟ್ ಜನ ಮಕ್ಳೋ?" ಎಂದು ಕೇಳಿದೆ. "ನಾವು ಏಳು ಜನ ಸಾರ್" ಎಂದು ಉತ್ತರಿಸಿದ.

"ನೀನು ಮೋರೋಣಿ ಬಿಟ್ಟು ಮಿಕ್ಕವರೆಲ್ಲಾ ಎಲ್ಲಿದ್ದಾರೆ? ಹೆಣ್ಮಕ್ಳಾ ಎಲ್ಲಾ. ಮದ್ವೆ ಆಗಿ ಗಂಡಂದ್ರ ಮನೆಲಿದಾರೇನೋ?" ಆತ ಏನೂ ಮಾತನಾಡಲಿಲ್ಲ. ಮೌನವಾಗಿ ತಲೆತಗ್ಗಿಸಿ ನಿಂತಿದ್ದನ್ನು ಕಂಡು "ಥೋ ಹೇಳಕ್ ಇಷ್ಟ ಇಲ್ಲಾಂದ್ರೆ ಬಿಡೋ. ನೀನ್ ಯಾಕ್ ಬೇಜಾರ್ ಮಾಡ್ಕೊತೀಯಾ."

"ನಾನು ಮೋರೋಣಿ ಮಾತ್ರ ಉಳಿದದ್ದು, ಬೇರೆ ಐದು ಮಕ್ಕಳೂ ತೀರಿ ಹೋಗಿವೆ" ಎನ್ನುವಾಗ ಆತನ ಕಣ್ಣುಗಳಲ್ಲಿ ನೀರಾಡಿತು.

ಹೆಗಲ ಮೇಲೆ ಕೈಯಿಟ್ಟು "ಅವ್ರಿಗೆ ಋಣ ಇಲ್ಲ ಕಣೋ, ಬಿಡೋ. ಈಗ ನೀನಿದಿಯಲ್ವೋ. ಬೇರೇನ್ ಬೇಕು ಹೇಳು?" ಎಂದು ಸಮಾಧಾನಿಸಲು ಪ್ರಯತ್ನಿಸಿದೆ. ಮಾತು ಹಿಡಿದಿಡಲಾರದೆ ತನ್ನ ಸೋದರ ಸೋದರಿಯರೆಲ್ಲಾ ಜ್ವರದಂತಹ ಸಾಮಾನ್ಯ ಸಾಂಕ್ರಾಮಿಕ ರೋಗಗಳಿಗೆ ಬಲಿಯಾದುದನ್ನು ತಿಳಿಸಿದ. ಅದರಲ್ಲೂ ಆತನ ಒಡಹುಟ್ಟಿದ ಮಗುವೊಂದು ಸಾಮಾನ್ಯ ಬೇದಿಗೆ ಬಲಿಯಾದುದನ್ನೂ ಹೇಳಿದ. ಅಚ್ಚರಿಯಿಂದ ಅದ್ಹೇಗೆ ಎಂದು ಪ್ರಶ್ನಿಸಿದಾಗ "ಬೇದಿಗೆ ಆಗ ಇದ್ದದ್ದು ಒಂದೇ ಮದ್ದು, ಅದು ಈಂದ್ (ಬೈನೆ) ಮರದ ಪುಡಿಯ ಅಂಬಲಿ ಮಾಡಿ ಕೊಡೋದು; ಗುಣವಾದರೆ ಗುಣವಾಯ್ತು. ಇಲ್ದಿದ್ರೆ ಇಲ್ಲ. ಈಗಿನಷ್ಟು ಔಷಧಿಗಳು ಇರ್ಲಿಲ್ಲ ಆಗ" ಎಂದ. ಮಾಣಿಗ ನಾಟಿ ವೈದ್ಯದಲ್ಲಿ ಪರಿಣತನಾಗಲು ಅದೂ ಒಂದು ಕಾರಣವಿರಬಹುದು ಎಂದು ಅರ್ಥವಾಯಿತು. ಈ ವಿಷಯವನ್ನೇ ಎಳೆಯುವುದು ಬೇಡವೆಂದು ಆತನ ಗಮನವನ್ನು ಬೇರೆಡೆಗೆ ಸರಿಸಲೆಂದು "ಅದ್ ಬಿಡೋ, ಆಗಿದ್ ಆಗೋಯ್ತ್. ಇನ್ನೇನ್ ಮಾಡಕಾಗತ್ತೆ. ಬೇರೆ ಏನಾದ್ರೂ ಮಾತಾಡೋ" ಎಂದು ಪುಸಲಾಯಿಸಿದೆ. ಆತ ಆ ಮಾತಿಗೇ ಕಾಯುತ್ತಿದ್ದಂತೆ ದೂರದಲ್ಲಿ ಕಾಣುತ್ತಿದ್ದ ಚೂಪಾದ ಬೆಟ್ಟವೊಂದನ್ನು ತೋರಿಸಿ "ಅಲ್ಲಿ ಎಲ್ಲ ಬಗೆದ್ದು ಮದ್ದು ಗಿಡ ಸಿಗ್ತದೆ ಸಾರ್."

"ಅದ್ಹೆಂಗೋ ಹೇಳ್ತಿಯಾ?, ನೀನ್ ಹೋಗಿದೀಯಾ ಆಕಡೆ"

"ಇಲ್ಲ ಸಾರ್ ಜನ ಹೇಳೂದು ಕೇಳಿದ್ದು" ಆ ಮಾತಿನಿಂದ ನನ್ನ ಮುಖದಲ್ಲಿ ಮುಗುಳ್ನಗುವೊಂದು ತೇಲಿದಾಗ "ಹನುಮಂತ ಸಂಜೀವಿನಿಕಡ್ಡಿ ತೆಕೊಂಡು ಹೋಗುವಾಗ ಒಂದು ತುಂಡು ಈ ಬೆಟ್ಟಕ್ಕಲ್ವಾ ಬಿದ್ದದ್ದು...!" ಎಂದು ಆ ಬೆಟ್ಟದ ಮೂಲಿಕೆಗಳ ಪವಾಡವನ್ನೆಲ್ಲಾ ವಿವರಿಸಿದ.

"ಓಹ್ ಹೌದಾ ನಾವೊಮ್ಮೆ ಹೋಗುವ ಆಕಡೆ" ಎಂದೆ.

"ಅಲ್ಲಿ ಹುಲಿ ಉಂಟು, ಹೋದವರು ವಾಪಸ್ಸು ಬಂದದ್ದೆ ಇಲ್ಲ" ಎಂದು ಹೆದರಿಸಿದಾಗ ಸರಿ ಎಂದು ಸುಮ್ಮನಾದೆ.

ನಾವು ಬಸವನ ಕ್ವಾರೆಗೆ ಹೋದಾಗ ಆತ ಯಾವುದೋ ನಾರುಗಳನ್ನು ಕಿತ್ತು ಬಂಡೆಯ ಮೇಲೆ ಒಣಹಾಕಲು ಹರಡುತ್ತಿದ್ದ. ಹತ್ತಿರ ಹೋಗಿ ನೋಡಿದಾಗ ಬೆಚ್ಚಿಬಿದ್ದೆ. ಯಾವುದೋ ಹಾವಿನ ಚರ್ಮ...! ಉಪ್ಪು ಎಂದು ಕಾಣುತ್ತದೆ ಚರ್ಮದ ಒಳಗಿನ ಮೈಗೆ ಯಾವುದೋ ಹರಳಿನ ಪುಡಿಯನ್ನು ಉದುರಿಸುತ್ತಿದ್ದ. ಅನತಿದೂರದಲ್ಲೇ ಹಾವಿನ ಹೊಟ್ಟೆಯೊಳಗಿನ ರಕ್ತಸಿಕ್ತ ಕಳೇಬರವೂ ಹರಡಿಕೊಂಡು ಬಿದ್ದಿತ್ತು...

ಮಾಣಿಗನಿಗೆ ವನ್ಯಜೀವಿಗಳನ್ನು ರಕ್ಷಿಸುವ ಅರಣ್ಯ ಕಾನೂನು ಗೊತ್ತಿಲ್ಲ ಎಂದು ಕಾಣುತ್ತದೆ. ಸುಮ್ಮನೆ ನೋಡುತ್ತಾ ನಿಂತಿದ್ದ. ನಾನು ಕುತೂಹಲ ತಡೆಯಲಾರದೆ "ಇದ್ಯಾವ ಹಾವೋ, ಇದನ್ಯಾಕೆ ಕೊಂದೆ? ಈ ಚರ್ಮ ಏನಕ್ಕೆ ಬಳಸ್ತಾರೋ ನಿಮ್ಮೂರಲ್ಲಿ?" ಎಂದು ಸಾಲು ಸಾಲು ಪ್ರಶ್ನೆಗಳನ್ನೆಸೆದೆ.

"ಇದು 'ಮಲೈ ಪಾಂಬು' ಸಾಮೇ. ನಮ್ಮ ಕೋಲಿ ಇಡಿಲಿಕ್ಕೆ ಬಂತು... ನಾನು ಬಿಡಬೇಕಲ್ಲಾ. ಖತಮ್ ಪನ್ನಿಟ್ಟೆ" ಎಂದು ನಕ್ಕ. ಪಾನ್‌ಪರಾಗ್ ಜಗಿದ ಹಲ್ಲುಗಳು ಮಿಂಚಿದವು.

ಮಲೈ ಪಾಂಬು ಯಾವುದೆಂದು ನನಗರ್ಥವಾಗಲಿಲ್ಲ. ಪರೀಕ್ಷಿಸಿ ನೋಡೋಣವೆಂದರೆ ಚರ್ಮದ ಹೊರಮೈಯನ್ನು ಬಂಡೆಗೆ ತಾಗಿಸಿ ಒಳಮೈಯನ್ನು ಬಿಸಿಲಿಗೆ ಹರಡಿದ್ದಾನೆ. ನನ್ನ ಪ್ರಶ್ನೆಗೆ ಪೂರ್ತಿಯಾಗಿ ಉತ್ತರವೂ ನೀಡಿರಲಿಲ್ಲ. ಯಾವುದಕ್ಕೂ ಒಮ್ಮೆ ಪರೀಕ್ಷಿಸಿ ನೋಡೋಣವೆಂದು "ಸ್ವಲ್ಪ ಎತ್ತು ನೋಡೋಣ" ಎಂದೆ. ನೋಡಿದರೆ ಹೆಬ್ಬಾವಿನ ಚರ್ಮ. ವಿಷಕಾರಿ ಹಾವುಗಳನ್ನೆಲ್ಲಾ ಭೂಮಿಯಿಂದಲೇ ನಿರ್ನಾಮ ಮಾಡಲು ಹೊರಟ ಜನರ ಕಣ್ಣೀಗ ಅಮಾಯಕ ಹಾವುಗಳ ಮೇಲೂ ಬಿದ್ದಿರುವುದನ್ನು ಕಂಡು ದುಃಖವಾಯಿತು. ಸಿಟ್ಟೂ ಬಂತು. ಅರಣ್ಯ ಕಾಯಿದೆಯ ಕಾನೂನು ನೆನಪಿಗೆ ಬಂದರೂ 'ಊರು ಉಸಾಬರಿಗೆ ತಲೆಹಾಕಬಾರದು' ಎಂಬ ಅಪ್ಪನ ಮಾತು ನೆನಪಿಗೆ ಬಂದು ತಡೆದುಕೊಂಡೆ. ಎಲ್ಲಾ ಪ್ರಶ್ನೆಗಳಿಗೆ ಉತ್ತರ ಸಿಕ್ಕಿದರೂ ಕೊನೆಯ ಪ್ರಶ್ನೆಗೆ ಉತ್ತರ ಸಿಗುವ ಲಕ್ಷಣ ಕಾಣದ್ದರಿಂದ ಮತ್ತೆ ಕೇಳಿದೆ.

"ಅದನ್ನ ನಮ್ಮೂರಲ್ಲಿ ಪೊಲೀಸ್ ಬೆಲ್ಟ್ ಮಾಡ್ಲಿಕ್ಕೆ ಬಳಸ್ತಾರೆ ಸಾಮೇ" ಎಂದು ಉತ್ತರಿಸಿದ.

ಎಲಾ ಇವನಾ. ನನ್ನನ್ನೇನು ಮರದ ಮೇಲಿರೋ ಮಂಗ ಅಂದ್ಕೊಂಡಿದಾನಾ ಇವನು. ಮಾಡೋದು ಅನಾಚಾರ. ವನ್ಯ ಜೀವಿಗಳನ್ನು ಕೊಂದು ಅದರಿಂದ ಪೊಲೀಸ್ರು ಬೆಲ್ಟ್ ಮಾಡಿ ಧರಿಸೋಕೆ ತಮಿಳುನಾಡೇನು ಉಗಾಂಡದಲ್ಲಿದೆಯಾ ಎಂದುಕೊಂಡೆ. ಈ ಸುಳ್ಳನೊಡನೆ ಮಾತು ಯಾಕೆಂದು ಮತ್ತೇನೂ ಪ್ರಶ್ನಿಸಲು ಹೋಗಲಿಲ್ಲ. ಅಷ್ಟರಲ್ಲಿ ಎಲ್ಲಿಂದಲೋ 'ಟಕ್–ಟಕ್' ಎಂದು ಸುತ್ತಿಗೆಯಿಂದ ಬಡಿಯುವ ಸದ್ದು ಕೇಳಿಸಿತು. ಸರಿಯಾಗಿ ನೋಡಿದಾಗ ವ್ಯಕ್ತಿಯೊಬ್ಬ ತೆಂಗಿನ ಗರಿಯ ತಾತ್ಕಾಲಿಕ ಮರೆ ಮಾಡಿ ಅದರಡಿ ಕೆಲಸ ಮಾಡುತ್ತಿದ್ದ. ನಾನು ಅತ್ತಲೇ ಗಮನಿಸುತ್ತಿದ್ದುದನ್ನ ಕಂಡ ಮಾಣಿಗ "ರಂಗ" ಎಂದು ಉದ್ಗರಿಸಿದ. "ಹೋಗುವ ಬಾ" ಎಂದು ಅವನನ್ನು ಅತ್ತ ಹೊರಡಿಸಿದೆ.

ಉರಿಬಿಸಿಲು, ನಾವು ಬಂದದ್ದನ್ನು ಕಂಡ ರಂಗ "ಬಿಸಿಲಲ್ಲಿ ಯಾಕೆ ನಿಂತಿದ್ದೀರ ಸಾರ್, ಮರೆಗೆ ಬನ್ನಿ" ಎಂದ. ಮಾಣಿಗ ನಿಂತೇ ಇದ್ದ ನಾನು ಅವನ ಬಳಿಗೆ ಸರಿದು ಕುಕ್ಕುರುಗಾಲಲ್ಲಿ ಕುಳಿತು ಕೆಲಸವನ್ನು ಗಮನಿಸಲಾರಂಭಿಸಿದೆ. ಬಸವನಿಗಿಂತ ರಂಗನ ಕನ್ನಡ ಚೆನ್ನಾಗಿತ್ತು. ಜನ ಕೂಡಾ ಕಪಟವಿಲ್ಲದ ಸಭ್ಯನಂತೆ ಕಾಣುತ್ತಿದ್ದ. ಗನ್ ಪೌಡರ್, ಇನ್ನಿತರ ರಾಸಾಯನಿಕ ವಸ್ತುಗಳನ್ನು ಬಂಡೆಯಲ್ಲಿ ಕೊರೆದ ರಂಧ್ರಕ್ಕೆ ಸೇರಿಸಿ ಕುಟ್ಟುತ್ತಿದ್ದ. ಬತ್ತಿ ಸೇರಿಸಿ ಕೊನೇಯಲ್ಲಿ ಕೆಂಪು ಹರಳುಗಲ್ಲ ಪುಡಿಯ ಅಂಟಿನಿಂದ ಪ್ಯಾಕ್ ಮಾಡಿದವ ಹೊರ ಬಂದು "ಸೆಲ್ವೀ..." ಎಂದು ಕೂಗಿದ. ಗುಡಿಸಲಿನ ಒಳಗಿನಿಂದ "ಎನ್ನಂಗಾ" ಎಂಬ ದನಿ ಕೇಳಿಸಿತು. "ಇವಂಗಳ್ಕ್ ಕೊಂಚ ಕಟ್ಟಂ ಚಾಯ ಕೊಂಡು ವಾ." ಸೊಂಟದಲ್ಲಿ ಮಗುವನ್ನು ಹೊತ್ತ ಹೆಣ್ಮಗಳೊಬ್ಬಳು ಪ್ರತ್ಯಕ್ಷವಾದಳು. ರಂಗನ ಮಾತು ನನಗರ್ಥವಾಗಿ ಬೇಡ ಬೇಡ ನಾವು ಕಾಫಿ ಕುಡಿದು ಬಂದೆವೆಂದೂ, ಕೊಂಚ ನೀರು ಕೊಟ್ಟರೆ ಸಾಕು ಎಂದು ಆತನ ಹಿಂದೆಯೇ ಹೋಗಿ ನೀರು ಕುಡಿದು ಬಂದೆವು. ಮಾಣಿಗನಿಗೆ ಇವರೆಲ್ಲಾ ಮೊದಲೇ ಗೊತ್ತು ಎಂದು ಕಾಣುತ್ತದೆ, ರಂಗ ತೋಟಾ ತಯಾರಿಸುವುದರಲ್ಲಿ ಭಯಂಕರ ಎಕ್ಸ್‌ಪರ್ಟ್ ಎಂದೂ ಯಾವ ಗುಂಡಿಗೆ ರಂಗನ ತೋಟಾ ಬಿದ್ದರೂ ಅಂದು ಮೀನಿನ ಹಬ್ಬವೇ ನಡೆಯುತ್ತದೆ ಎಂದ. ಅಲ್ಲಿಂದ ಹೊರಡಲಣಿಯಾದಾಗ ರಂಗ ಮಧ್ಯಾಹ್ನದ ಊಟ ಮುಗಿಸಿ ಹೋಗುವಂತೆ ಒತ್ತಾಯಿಸಿ ನಾವು ಒಪ್ಪದಾಗ ಮುಂದಿನ ಭಾನುವಾರ ತೋಟಾ ಹಾಕಲು ಹೋಗುವ ಎಂದ. ಬಲೆ ಅಥವಾ ಗಾಳದ ಹೊರತಾಗಿ ಸ್ಫೋಟಕಗಳನ್ನು ಬಳಸಿ ಮೀನು ಹಿಡಿಯುವುದು ಸುರಕ್ಷಿತವಲ್ಲವೆಂದೂ, ಆ ಮೀನುಗಳನ್ನು ತಿಂದವರಿಗೂ ಒಳ್ಳೆಯದಲ್ಲವೆಂದೂ ನಾನಿದನ್ನು ಬೆಂಬಲಿಸುವುದಿಲ್ಲವೆಂದು ಖಡಾಖಂಡಿತವಾಗಿ ಹೇಳಿದೆ. ರಂಗ

ಸರಿ ಎಂದು ತಲೆಯಾಡಿಸಿದ. ಅಲ್ಲಿಂದ ಹೊರಡುವಾಗ ಬಸವ ಒಣ ಹಾಕಿದ ಹೆಬ್ಬಾವಿನ ಚರ್ಮ ನೆನಪಿಗೆ ಬಂದು ನೋಡಿದಾಗ ಬಿಸಿಲಿಗೆ ಬಾಡುತ್ತಾ ಬಂದಿತ್ತು.

ಎಲ್ಲಿದ್ದನೋ ಗೊತ್ತಿಲ್ಲ ನಾನು ಒಣಹಾಕಿದ ಹಾವಿನ ಚರ್ಮವನ್ನು ಗಮನಿಸುತ್ತಿದ್ದುದನ್ನು ನೋಡಿದ ಬಸವ ಓಡೋಡಿ ಬಂದಿದ್ದ. ಅವ ಆ ರೀತಿ ಓಡಿ ಬಂದುದನ್ನು ಕಂಡು ನಾನು "ನಾವಿದನ್ನ ಎಲ್ಲಿಗೂ ಎತ್ಕೊಂಡೋಗಕೆ ಬಂದಿಲ್ಲ ಕಣಪ್ಪಾ" ಎಂದು ನಕ್ಕಾಗ ಪೆಚ್ಚಾಗಿ "ಅಪ್ಪುಡಿ ಇಲ್ಲೆ ಸಾರ್. ಚುಮ್ಮ ವಂದೇ" ಎಂದವ ಮಾಣಿಗನ ಬಳಿ ತಿರುಗಿ "ಅಲ್ಲಿ ಬಂಡೆಯ ಮೇಲೆ ದೊಡ್ಡದು ಮೂರ್ತಿ ಇದೆ ಮಾರಯ. ವೆಯ್ಟ್ ಕಿಂಟಾಲುಕಟ್ಟಲೆ ಇರಬೋದು" ಎಂದು ಮಾತು ಮುಗಿಸುವಷ್ಟರಲ್ಲಿ ಬಾಯಿ ಹಾಕಿದ ಮಾಣಿಗ "ಅದು ನಮ್ಮ ಮುಪ್ಪಣ್ಣ" ಎಂದು ಆ ದಿಕ್ಕಿನತ್ತ ತಿರುಗಿ ಕೈಮುಗಿದ. "ನಮ್ಮ ಊರುಲೆ ಆ ಮೂರ್ದಿಗೆ ಪೆರಿಯ ಬೆಲೆ ಇರ್ಕು ತಲೈವರೇ. ಲಕ್ಷ ಲಕ್ಷದಲ್ಲಿ ಕೊಡ್ಡಾರೆ" ಎಂದ. "ದೈವದ ಮೂರ್ತಿಗೆ ಬೆಲೆಕಟ್ಟಿದ್ದನ್ನು ಕಂಡು ಗಾಬರಿಯಾದ ಮಾಣಿಗ ಅದು ನಮಗೆ ಪೂಜ್ಯನೀಯವೆಂದೂ, ಯಾರಾದರೂ ಮುಟ್ಟಲು ಪ್ರಯತ್ನಿಸಿದರೆ ರಕ್ತಕಾರಿ ಸಾಯಬೇಕಾಗುತ್ತದೆ" ಎಂದ. ನನಗೆ ಯಾಕೋ ಬಸವನ ಮೇಲೆ ಅನುಮಾನ ದಟ್ಟವಾಯಿತು, ಮುಪ್ಪಣ್ಣನ ಪ್ರತಿಮೆ ಕ್ವಿಂಟಾಲುಗಟ್ಟಲೆ ತೂಕವಿದೆ ಎಂದಾಗ ಇವ ಅದನ್ನು ಎತ್ತಲು ಪ್ರಯತ್ನಿಸಿದ್ದಾನೆ ಎಂದೇ ನನ್ನ ಮನಸ್ಸು ಹೇಳುತ್ತಿತ್ತು. ಆದರೆ ಅದನ್ನು ಮಾಣಿಗನ ಬಳಿ ಹೇಳಲು ಹೋಗಲಿಲ್ಲ.

ಕೆಲಸದ ಒತ್ತಡದಿಂದ ಎರಡು ದಿನ ನನಗೆ ಮನೆಯಿಂದ ಹೊರ ಬರಲಾಗಲಿಲ್ಲ. ಮೂರನೇಯ ದಿನ ಸಂಜೆಯ ಹೊತ್ತಿಗೆ ಬಂದ ಮಾಣಿಗನ ಮುಖದಲ್ಲಿ ಆತಂಕವಿತ್ತು. ನನ್ನ ಅನುಮಾನ ನಿಜವಾಗಿತ್ತು. ಮುಪ್ಪಣ್ಣನ ಪಂಚಲೋಹದ ಮೂರ್ತಿ ಮಾಯವಾಗಿದೆ. ಕ್ವಾರೆಗೆ ಹೋಗಿ ನೋಡಿದರೆ ರಂಗ ಕೆಲಸ ಮಾಡುತ್ತಿದ್ದಾನೆ, ಬಸವನ ಹೆಂಡತಿ ರೇಣುಕ ಟೆಂಟಿನೊಳಗೆ ಮಗಳೊಂದಿಗೆ ತಲೆಗೆ ಕೈಹೊತ್ತು ಕುಳಿತಿದ್ದಾಳೆ. ಬಸವ ಬಿಡಾರ ಖಾಲಿ ಮಾಡಿದ್ದಾನೆ!

19

ಅಂದು ಮಾಣಿಗನ ಮುಖಕ್ಕೆ ಮಂಕು ಕವಿದಿತ್ತು. ದೂರದಲ್ಲಿ ತೆಂಗಿನ ಬುಡ ಬಿಡಿಸುತ್ತಿದ್ದವನನ್ನು ಗಮನಿಸಿದಾಗ ಆಗಾಗ್ಗೆ ಹಾರೆಯನ್ನು ನೆಲಕ್ಕೆ ಊರಿ ಏನೋ ಯೋಚಿಸುತ್ತಿರುವುದು ಕಾಣಿಸಿತು... ಇಲ್ಲಿರಲು ಎಷ್ಟೇ ಪ್ರಯತ್ನಿಸಿದರೂ

ನಾನು ಬೆಂಗಳೂರಿಗೆ ಹಿಂದಿರುಗುವುದು ಅನಿವಾರ್ಯವಾಗಿತ್ತು. ಹೋದರೆ ಏನಾಯ್ತು ಶೀಘ್ರ ವಾಪಸ್ಸು ಬರಲು ಐಡಿಯಾ ಹುಡುಕಿದರಾಯ್ತು ಎಂದುಕೊಂಡು ಇದ್ದ ಕೊಂಚ ಕೆಲಸ ಮುಗಿಸಿ ತೋಟದತ್ತ ಹೆಜ್ಜೆ ಹಾಕಿದೆ. ಸಪ್ಪಗೆ ನಿಂತು ಕೆಲಸ ಮಾಡುತ್ತಿದ್ದ ಮಾಣಿಗನನ್ನುದ್ದೇಶಿಸಿ "ಯಾಕೋ ಮೈ ಹುಷಾರಿಲ್ವೇನೋ. ಕಾಫಿ ಆಯ್ತೇನೋ" ಎಂದು ಕೇಳಿದೆ.

"ನಂಗೆ ಕಾಪಿ ಕೂಡ ಬೇಡ, ಎಂತ ಕೂಡ ಬೇಡ" ಎಂದ.

"ಆಕಾಶಾನೇ ತಲೆಮೇಲ್ ಬಿದ್ದಂಗಾಡ್ತಿಯಲ್ಲೋ. ಎಲ್ಲಾ ಸರಿಯಾಗುತ್ತೆ ಬಿಡು."

"ಮುಪ್ಪಣ್ಣನ ಪಾಪೆ ತಕೊಂಡು ಹೋದವ ಸತ್ತಷ್ಟು ಸತ್ತ ದಾರಿಗೆ ಹೋಗ್ತಾನೆ ಬ್ಯಾವರ್ಶಿ, ಅವನಿಗೆ ಒಳ್ಳೆದಾಗಲ್ಲ" ಎನ್ನುವಾಗ ಆತನ ಕಣ್ಣುಗಳು ಹನಿಗೂಡಿದ್ದನ್ನು ಗಮನಿಸಿದೆ. ಆಶ್ಚರ್ಯವಾಯಿತು. ಪೇಟೆಯಿಂದ ಬಂದ ನಮಗೆ ಮುಪ್ಪಣ್ಣ ಕಬ್ಬಿಣದ ಮೂರ್ತಿಯಾಗಿರಬಹುದು ಆದರೆ ಮುಪ್ಪಣ್ಣ ನಮ್ಮನ್ನು ಕಾಯುತ್ತಾನೆಂದು ಕಾಡು ಮೇಡು ಅಲೆಯುತ್ತಾ, ಕಲ್ಲು ಮುಳ್ಳುಗಳನ್ನು ಲೆಕ್ಕಿಸದೆ ಮರಗಿಡ ಹತ್ತಿ ಬಳ್ಳಿಗಳಿಂದ ಬುಟ್ಟಿ ಹೆಣೆಯುತ್ತಾ. ಜೇನು ಸಂಗ್ರಹಿಸುತ್ತಾ. ಕೂಲಿ ಕೆಲಸದಲ್ಲಿ ಎಂತಹ ರಿಸ್ಕ್ ಆದರೂ ತೆಗೆದುಕೊಳ್ಳಲು ರೆಡಿಯಾಗಿ ಬದುಕುವ ಇವರಿಗೂ ಗುಡ್ಡದಲ್ಲಿರುವ ಮುಪ್ಪಣ್ಣ ದೈವಕ್ಕೂ ಇರುವ ಅವಿನಾಭಾವ ಸಂಬಂಧವೇನೆಂದು ಅಂದು ಅರ್ಥವಾಯಿತು. ಯಾವುದೇ ತರಬೇತಿಯಿಲ್ಲದ ಇವ ವಿಷಪೂರಿತ ಹಾವುಗಳನ್ನೂ ಲೀಲಾಜಾಲವಾಗಿ ಹಿಡಿಯಲು ಇರುವ ನೈತಿಕ ಸ್ಥೈರ್ಯವೂ ಮುಪ್ಪಣ್ಣನೇ ಆಗಿದ್ದಾನೆ ಎನಿಸಿತು. ಹೀಗಿರುವಾಗ ಇದಕ್ಕೆ ಏನಾದರೂ ಮಾಡಲೇಬೇಕೆಂದುಕೊಂಡು "ಲೋ ಮಾಣಿಗಾ. ನಡಿಯೋ ಸ್ಟೇಷನಿಗೆ ಹೋಗುವ. ಕಂಪ್ಲೆಂಟ್ ಕೊಡೋದೇ ಒಳ್ಳೆಯದು ಇದಕ್ಕೆ" ಎಂದಾಗ ಅದುರಿಬಿದ್ದು.

"ಅಯ್ಯಯ್ಯೋ ನಾನು ಬರುದಿಲ್ಲಪ್ಪಾ, ನೀವು ಹೋಗಿ" ಎಂದ.

"ಇನ್‌ಸ್ಪೆಕ್ಟರು ಏನೂ ಮಾಡಲ್ಲ ಕಣಪ್ಪಾ ನಾನಿದೀನಿ" ಎಂದೆ. ಇವನಿನ್ನೂ ಸಾರಾಯಿ ಕೇಸಿನ ಫ್ಲಾಷ್‌ಬ್ಯಾಕಿನಲ್ಲೇ ಇದ್ದಾನೆ ಎನಿಸಿ ನಗು ಬಂತು. "ನಾನು ಬರೂದಿಲ್ಲ, ನೀವು ಎಂತ ಬೇಕಾದ್ರು ಮಾಡಿ. ನಾವೆಲ್ಲಾ ಬೆಳಿಗ್ಗೆ ಮುಪ್ಪಣ್ಣನ ಪಾದೆಗೆ ಹೋಗಿ ಕೈ ಮುಗಿದು ಬಂದಿದ್ದೇವೆ. ಪಾಪೆ ಸಿಗ್ತದೆ ಗ್ಯಾರಂಟಿ" ಎಂದು ಖಡಾಖಂಡಿತವಾಗಿ ಹೇಳಿದ. ಇವ ಬಾರದಿದ್ದರೂ ಏನಾದರೂ ಮಾಡಬೇಕಲ್ಲಾ. ಇವರುಗಳು ನೋಡಿದರೆ ಪ್ರಾರ್ಥನೆಗೆ ಮಣಿದು ಮುಪ್ಪಣ್ಣನ ಪ್ರತಿಮೆಯನ್ನು ಆತನೇ ತಂದು ಗುಡ್ಡದ ಮೇಲೆ ನಿಲ್ಲಿಸಬೇಕು ಎನ್ನುತ್ತಿದ್ದಾರೆ. ಇದು ಆಗುವ ಕೆಲಸವಲ್ಲವೆನಿಸಿ ಗಂಟೆ ಹತ್ತಾದ ನಂತರ ಸ್ಕೂಟರ್ ಹತ್ತಿ ಸ್ಟೇಷನಿನತ್ತ ಹೊರಟೆ.

ಟೈಗರ್ ಸಾಹೇಬರು ಸ್ಟೇಷನಲ್ಲೇ ಇದ್ದರು. ಆದರೆ ಅಂದು ಯಾಕೋ ಪೊಲೀಸ್ ಸ್ಟೇಷನು ಪ್ರಕ್ಷುಬ್ಧವಾಗಿತ್ತು. ಹತ್ತಾರು ಜನ ಗಂಡಸರು, ಹೆಂಗಸರು ಗದ್ದಲವೆಬ್ಬಿಸಿದ್ದರು. ಬಹುಶಃ ಸಮುದಾಯಗಳ ನಡುವೆ ಏನೋ ಗಲಭೆ ನಡೆದಂತೆ ಕಾಣುತ್ತಿತ್ತು. ಹೊರಗೆ ಕುಳಿತಿದ್ದ ಕಾನ್‌ಸ್ಟೇಬಲಿಗೆ ನನ್ನ ಗುರುತು ಸಿಕ್ಕಿ "ಇನ್‌ಸ್ಪೆಕ್ಟರು ಇದ್ದಾರೆ ಸಾರ್ ಒಳಗೆ ಜನ ಇದ್ದಾರೆ ಅವರು ಹೊರಬಂದ ನಂತರ ಹೋಗಿ" ಎಂದ. ಅಷ್ಟರಲ್ಲಿ ಟೈಗರ್ ಜಯಕರ ವ್ಯಕ್ತಿಯೊಬ್ಬನನ್ನು ಸ್ಟೇಷನ್ ಒಳಗಿನಿಂದ ಕಾಲರ್ ಹಿಡಿದು ಹೊರ ಎಳೆತಂದರು. "ಲೌಡೇ ಕೇ ಬಾಲ್. ನನ್ ಮುಂದೇನೇ ಕೈ ಮಾಡ್ತೀಯಾ. ಸ್ಟೇಷನ್ ಅಂದ್ರೆ ಏನಂತ್ ತಿಳ್ಕೊಂಡಿದ್ಯಾ. ಬೋಟಿ ಬೋಟಿ ತೆಗಿತೀನಿ ಮಗನೇ" ಎಂದು ಲಾಟಿಯಿಂದ ಎದೆಗೆ ಚುಚ್ಚಿದರು. ಅಲ್ಲಿದ್ದ ಜನರೆಲ್ಲಾ ಬೆಚ್ಚಿಬಿದ್ದು ಸ್ಟೇಷನ್‌ನಿಂದ ಹೊರನಡೆದರು. ಅಷ್ಟರಲ್ಲಿ ಒಳಬರುವ ಮೆಟ್ಟಿಲ ಬಳಿ ನಡೆದವ ಅಲ್ಲಿ ನಿಂತಿದ್ದ ಜನರನ್ನುದ್ದೇಶಿಸಿ "ಸ್ಟೇಷನ್ ಇರೋದ್ ಕಂಪ್ಲೆಂಟ್ ಕೊಡಕೆ. ಕೊಡ್ಬೇಕ್ ಓಯ್ತಾ ಇರ್ಬೇಕ್. ನೀವೇ ಕಾನೂನು ಕೈಗ್ ತಗಳೋದಾದ್ರೆ ನಾವೇನ್ ಕತ್ತೆ ಕಾಯಕಾ ಇದೀವಿ" ಎಂದರು. ಅಲ್ಲಿದ್ದ ಕಾಲೇಜು ಯುವತಿಯನ್ನುದ್ದೇಶಿಸಿ "ನೋಡಮ್ಮಾ. ಕಂಪ್ಲೇಂಟ್ ಕೊಡೋಕಿದ್ರೆ ನೀನೂ ನಿನ್ ಪೇರೆಂಟ್ಸೂ ಒಳಗ್ ಬಂದ್ ಕೊಡಿ. ರೀ ಪೀಸೀ. ಇವ್ರ್ ಕಂಪ್ಲೆಂಟ್ ಕೊಡೋದಾದ್ರೊಂದ್ ಕಂಪ್ಲೆಂಟ್ ಇಸ್ಕೊಳ್ರೀ" ಎಂದರು. ಅಂದರೆ ಇಲ್ಲಿ ಮ್ಯಾಟರು ಆ ಯುವತಿಯದ್ದು. ಏನಾಗಿರಬಹುದು...? ಯಾರಾದರೂ ಮೈ ಕೈ ಮುಟ್ಟಿ ತೊಂದರೆ ಕೊಟ್ಟರೇ. ಚುಡಾಯಿಸಿದರೇ? ಹಾಗಿದ್ದರೆ ಇಷ್ಟೊತ್ತಿಗಾಗಲೇ ಕಂಪ್ಲೆಂಟ್ ನೀಡಿಯಾಗಿರುತ್ತಿತ್ತು. ಏನಾಗಿರಬಹುದು ವಿಷಯ ಎಂದು ಯೋಚಿಸುತ್ತಿದ್ದೆ... ಅಷ್ಟರಲ್ಲಿ ಟೈಗರ್ ಜಯಕರ ನನ್ನನ್ನು ಗುರುತಿಸಿ ಕ್ಯಾಬಿನ್‌ನತ್ತ ಕರೆದರು. ನಾನು ಆತನನ್ನು ಹಿಂಬಾಲಿಸಿದೆ.

ಕ್ಯಾಬಿನ್ ಒಳ ಪ್ರವೇಶಿಸಿ ಕುರ್ಚಿಯಲ್ಲಿ ಕೂತದ್ದೇ ತಡ ಆತ ಎದ್ದು ಬಿದ್ದು ನಗಲಾರಂಭಿಸಿದರು. ಇಷ್ಟೊತ್ತು ಸೀರಿಯಸ್ಸಾಗಿದ್ದವರಿಗೇನಾಗಿದೆ ಎಂದು ನಾನು ಗಲಿಬಿಲಿಗೊಂಡೆ. ಇವರು ಯಾರನ್ನು ನೋಡಿ ನಗುತ್ತಿದ್ದಾನೆ. ನನ್ನನ್ನೇ? ಆತನ ನಗು ಕಂಡು ನನಗೆ ನಗಬೇಕೋ ಅಳಬೇಕೋ ತಿಳಿಯಲಿಲ್ಲ... ಮೆತ್ತಗೆ "ಸರ್ ಏನಾಯ್ತು" ಎಂದು ಕೇಳಿದೆ.

ನಗು ನಿಲ್ಲಿಸಿ "ಏನ್ ಕರ್ಮಾರೀ ಈ ಪೊಲೀಸ್ ಕೆಲ್ಸ. ಸಣ್ ಪುಟ್ಟ ವಿಷಯಾನೂ ತಗೊಂಡ್ ಇಲ್ಲಿಗೇ ಬರ್ತಾರೆ ಇವ್ರು. ನಮ್ದೇ ನೂರಾರ್ ಕೆಲ್ಸಾ ಇದೆ. ಅದ್ರ ಮಧ್ಯೆ ಇವ್ರದೊಂದ್ ಗೋಳು" ಎಂದ ನಗುತ್ತಲೇ. ನಾನು ಮತ್ತೆ ಪ್ರಶ್ನಿಸಲು ಹೋಗಲಿಲ್ಲ. ಅವನೇ ಬಾಯ್ದೆರೆದವ "ನೋಡ್ರೀ ಈ ವಿಷ್ಯ ನಮ್ಮಲ್ಲೇ ಇರ್ಲಿ. ನೀವ್ ಬೆಂಗ್ಳೂರವ್ರು ಆದ್ರಿಂದ ಹೇಳ್ತಿದೀನಿ. ಇಲ್ಲಿದ್ಳಲ್ಲಾ ಆ ಹುಡ್ಗಿ ಏನಾದ್ರೂ ಗೊತ್ತೇನ್ರೀ ನಿಮ್ಗೇ?" ಎಂದು ಕೇಳಿದರು.

"ಇಲ್ಲ ಸಾರ್ ಇವತ್ತೇ ಮೊದ್ಲು ನೋಡ್ತಿರೋದ್ ನಾನು" ಎಂದಾಗ ಕಥೆ ಹೇಳಲಾರಂಭಿಸಿದರು.

ಇದು ಒಂದೇ ಊರಿನ ಹುಡುಗ ಹುಡುಗಿಯರಿಬ್ಬರ ಮಧ್ಯೆ ನಡೆದ ಗಲಾಟೆಯ ಕೇಸು. ಅಸಲಿಗೆ ಸ್ಟೇಷನಲ್ಲಿ ಇಷ್ಟು ದೊಡ್ಡ ಗಲಾಟೆಗೆ ಕಾರಣವಾದದ್ದು ಕೇವಲ ಒಂದು ಹೂಸು...!

ಆರು ವರ್ಷದ ಹಿಂದಿನ ಕಥೆ. ಊರಿನಲ್ಲಿ ಕ್ಯಾಂಟೀನ್ ನಡೆಸುತ್ತಿರುವ ಗೋಪಾಲಯ್ಯನ ಮಗಳು ಭವ್ಯ ಮತ್ತು ರೈತ ಶೇಖರಣ್ಣನ ಮಗ ಶಂಕರ ಒಂದೇ ಕ್ಲಾಸಿನಲ್ಲಿ ಓದುತ್ತಿದ್ದರು. ಒಂದು ದಿನ ಶಾಲಾ ವತಿಯಿಂದ ಮಕ್ಕಳಿಗೆ ಆಕಾಶವಾಣಿಯಲ್ಲಿ ನಾಟಕ ಪ್ರದರ್ಶನ ಏರ್ಪಡಿಸಿದ್ದರು. ಆಕಾಶವಾಣಿಯ ನಾಟಕವೆಂದರೆ ಕೇವಲ ಧ್ವನಿಸುರುಳಿ ಮಾತ್ರ ತಾನೇ. ರೆಕಾರ್ಡಿಂಗ್‌ಗೆ ತೊಂದರೆಯಾಗಬಾರದೆಂದು ಮಲ್ಯ ಮೇಷ್ಟ್ರು ಮಕ್ಕಳನ್ನು ಕೂರಿಸಿ ಎಲ್ಲಾ ಡೈಲಾಗುಗಳನ್ನು ಚಾಚೂ ತಪ್ಪದೆ ಬಾಯಿಪಾಠ ಮಾಡಿಸಿದ್ದರು. ಇದೇ ನಾಟಕದಲ್ಲಿ ಶಂಕರ ಮತ್ತು ಭವ್ಯಾ ಕೂಡಾ ಪಾತ್ರಧಾರಿಗಳು...!

ನಾಟಕದ ಧ್ವನಿಸುರುಳಿಯ ರೆಕಾರ್ಡಿಂಗ್ ಪ್ರಾರಂಭವಾಯಿತು. ಎಲ್ಲಾ ಮಕ್ಕಳೂ ತಮ್ಮ ತಮ್ಮ ಡೈಲಾಗುಗಳನ್ನು ಚಾಚೂ ತಪ್ಪದೆ ಹೇಳುತ್ತಿದ್ದರು. ನಾಟಕ ರೆಕಾರ್ಡಿಂಗಿನ ಮಧ್ಯ ಭಾಗಕ್ಕೆ ಬಂದಾಗ ಒಂದು ನಡೆಯಬಾರದ ಘಟನೆ ನಡೆದಿತ್ತು. ಡೈಲಾಗ್ ಹೇಳುತ್ತಿದ್ದ ಭವ್ಯಳಿಂದ ಅಧೋವಾಯು 'ಪುರ್ರ್' ಎಂಬ ಸದ್ದಿನೊಂದಿಗೆ ಹೊರಬಂದಿತ್ತು. ಆ ಸದ್ದು ಮುಗಿಯುವುದರೊಳಗೆ ಜತೆಗಿದ್ದ ಮಕ್ಕಳೆಲ್ಲಾ ಗೊಳ್ಳೆಂದು ನಕ್ಕಿದ್ದರು. ಮಲ್ಯ ಮೇಷ್ಟ್ರು ಭವ್ಯಳತ್ತ ಕೆಂಗಣ್ಣಿನ ನೋಟ ಬೀರಿ "ಎಂತೆಲ್ಲಾ ತಿಂದು ಬರ್ತೀರಿ ಮಾರ್‍ರೆ. ರೆಕಾರ್ಡಿಂಗ್ ಉಂಟಂತ ಗೊತ್ತಿಲ್ವಾ. ಎಂತ ತಿಂದಿದ್ದಿ ಬೆಳಿಗ್ಗೆ" ಎಂದು ಬೈದರು. ಭವ್ಯ ಮುಜುಗರದಿಂದ ತಲೆ ತಗ್ಗಿಸಿದಳು. ಮೇಷ್ಟ್ರಿಗೆ ಈ ಹೂಸಿನ ಸದ್ದಿನಿಂದಾಗಿ ಇಷ್ಟು ಚೆನ್ನಾಗಿದ್ದ ನಾಟಕ ರೆಕಾರ್ಡಿಂಗನ್ನು ಮತ್ತೆ ಮಾಡಬೇಕಾಗಬಹುದೇನೋ ಎಂಬ ಚಿಂತೆ. ಅಷ್ಟರಲ್ಲಿ ಅಲ್ಲಿನ ಟೆಕ್ನಿಷಿಯನ್ ಆ ಭಾಗದ ಆಡಿಯೋ ಶಬ್ದವನ್ನು ಕೊಂಚ ತಗ್ಗಿಸಿ ಎಡಿಟ್ ಮಾಡಬಹುದೆಂದೂ ಸುಲಭಕ್ಕೆ ಗೊತ್ತಾಗಲಾರದೆಂದೂ ಹೇಳಿದ. ನಾಟಕದ ಉಳಿದರ್ಧ ಭಾಗದ ರೆಕಾರ್ಡಿಂಗ್ ಸುಸೂತ್ರವಾಗಿ ನೆರವೇರಿತು. ಎರಡು ತಿಂಗಳ ನಂತರ ಆಕಾಶವಾಣಿ ಆ ನಾಟಕವನ್ನು ತನ್ನ ಬಾನುಲಿ ಕಾರ್ಯಕ್ರಮದಲ್ಲಿ ಪ್ರಸಾರ ಮಾಡಿತು. ಈ ವಿಷಯದ ಅರಿವಿದ್ದ ಮಕ್ಕಳು ಮತ್ತು ಮಲ್ಯ ಮೇಷ್ಟ್ರು ಬಟಾಟೆ ಅಂಬಡೆಯ ಪ್ರಭಾವಳಿಯನ್ನು ರೇಡಿಯೋದಲ್ಲಿ ಕೇಳಿ ಹೊಟ್ಟೆ ಹುಣ್ಣಾಗುವಂತೆ ನಕ್ಕರು.

ಇದೆಲ್ಲಾ ಆಗಿ ಕಾಲಚಕ್ರ ಉರುಳಿ ಶಂಕರ ಹತ್ತನೇ ತರಗತಿಗೆ ಶಾಲೆಗೆ ಸಲಾಂ ಹೊಡೆದು ಲಾರಿ ಕ್ಲೀನರ್ ಕೆಲಸಕ್ಕೆ ಸೇರಿದ. ಭವ್ಯಾ ಡಿಗ್ರಿ

ಓದಲಾರಂಭಿಸಿದಳು. ಊರಿನ ಕಾಮಗಾರಿಯೊಂದಕ್ಕೆ ಜಲ್ಲಿ ಹಾಕಲು ಹೋಗುವಾಗ ಶಂಕರ ಮತ್ತು ಲಾರಿ ಡ್ರೈವರ್ ದಾರಿ ಮಧ್ಯೆ ಮೂತ್ರಕ್ಕೆಂದು ಲಾರಿ ನಿಲ್ಲಿಸಿದ್ದಾಗ ಭವ್ಯ ಅದೇ ದಾರಿಯಾಗಿ ನಡೆದು ಬರುತ್ತಿದ್ದಳು. ಹೇಗೂ ನನ್ನ ಕ್ಲಾಸ್‌ಮೇಟ್ ತಾನೇ ಕೈಯಲ್ಲಿ ವಾಚ್ ಕಟ್ಟಿಕೊಂಡಿದ್ದ ಆಕೆಯ ಬಳಿ ಟೈಂ ಕೇಳುವುದು ತಪ್ಪಿಲ್ಲವೆಂದು ಟೈಂ ಕೇಳಿದ್ದ. ಮಾಸಿದ ಬಟ್ಟೆ ಧರಿಸಿದ್ದ ತನ್ನ ಕ್ಲಾಸ್‌ಮೇಟ್ ಡಿಗ್ರಿ ಓದುವ ತನ್ನ ಬಳಿ ಗಂಟೆ ಕೇಳಿದ್ದಕ್ಕೆ ಗರಂ ಆದ ಭವ್ಯಾ "ಕಾಲಲ್ಲಿ ಚಪ್ಪಲಿ ಉಂಟು ಗೊತ್ತುಂಟಲ್ಲಾ" ಎಂದಿದ್ದಳು. ಮೊದಲೇ ಬಣ್ಣದಲ್ಲಿ ಬೆಳ್ಳಗಿರುವ ಭವ್ಯಳಿಗೆ ಕಪ್ಪಗಿರುವ ಶಂಕರನೆಂದರೆ ಚಿಕ್ಕಂದಿನಿಂದಲೂ ಅಲರ್ಜಿ. ಆತನ ಕಂಡರೆ ಸಾಕು ಮುಖ ಸಿಂಡರಿಸುತ್ತಿದ್ದಳು. ಇವಳಿಗೊಂದು ಪಾಠ ಕಲಿಸಲೇ ಬೇಕೆಂದು ಶಂಕರ ಆರು ವರ್ಷ ಹಳೇಯ ಆಕಾಶವಾಣಿ ಹೂಸಿನ ವಿಷಯವನ್ನು ಊರಿಡೀ ಡಂಗೂರ ಸಾರಿಕೊಂಡು ಬಂದಿದ್ದ. ತನ್ನ ಗೆಳತಿಯಿಂದ ವಿಷಯ ತಿಳಿದ ಭವ್ಯ ಭುವಿಗಿಳಿದುಹೋಗಿದ್ದಳು. ತನ್ನ ಮಗಳ ಮರ್ಯಾದೆ ತೆಗೆದ ಶೇಖರನನ್ನು ಸುಮ್ಮನೆ ಬಿಡಬಾರದೆಂದು ಗೋಪಾಲಯ್ಯ ತನ್ನ ಇನ್‌ಫ್ಲೂಯೆನ್ಸ್ ಬಳಸಿ ಒಂದಷ್ಟು ಜನರೊಡನೆ ಪೊಲೀಸ್ ಸ್ಟೇಷನಿಗೆ ದಾಂಗುಡಿಯಿಟ್ಟಿದ್ದರು. ಹುಡುಗಿಯರ ಸಹಾಯಕ್ಕೆ ಯುವಕರು ಯಾವಾಗಲೂ ಒಂದು ಹೆಜ್ಜೆ ಮುಂದಿರುತ್ತಾರಲ್ಲವೇ. ಗೋಪಾಲಯ್ಯನವರ ಜತೆಗೆ ಬಂದಿದ್ದ ಯುವಕನೊಬ್ಬ ಸ್ಟೇಷನಲ್ಲೇ ಶಂಕರನ ಮೇಲೆ ಕೈ ಮಾಡಿದ್ದ...! ಇವಿಷ್ಟೂ ನಡೆದ ಘಟನೆ. ಪುಣ್ಯಕ್ಕೆ ಆರು ವರ್ಷದ ಹಳೆಯ ಹೂಸಿನ ವಿಚಾರಕ್ಕೆ ಎಫ್‌ಐಆರ್ ದಾಖಲಾಗಿ ಕೋರ್ಟು ತಲುಪಲಿಲ್ಲ. ಟೈಗರ್ ಜಯಕರ ಕಥೆ ಮುಗಿಸಿ ಮತ್ತಷ್ಟು ನಕ್ಕರು... ನಾನು ಸೀರಿಯಸ್ಸಾಗಿರುವುದನ್ನು ಕಂಡು "ಏನ್ರೀ ಮತ್ತೆ ಕಳ್‌ಬಟ್ಟಿ ಬೇಯ್ಸಿದ್ದಾ ನಿಮ್ ಜನ."

"ಅದಲ್ಲ ಸರ್ ಬೇರೊಂದು ಸಮಸ್ಯೆಯಾಗಿದೆ..." ಎನ್ನುವುದರೊಳಗೆ "ಮತ್ತೇನ್ ಎಡವಟ್ ಮಾಡ್ಕೊಂಡ ನಿಮ್ ಹೀರೋ. ಏನಾಯ್ತು ನಿಮ್ಮೂರಲ್ಲಿ" ಎಂದು ಮುಗುಳ್ನಕ್ಕರು.

"ಅಂತದ್ದೇನೂ ಮಾಡಿಲ್ಲ ಸಾರ್, ಮೂಡಾಯಿ ಕಾಡಿನ ಬಳಿಯ ಜನರೆಲ್ಲಾ ಆರಾಧಿಸುವ ಮುಪ್ಪಣ್ಣ ದೇವರ ಪ್ರತಿಮೆಯನ್ನು ಯಾರೋ ಕದ್ದಿದ್ದಾರೆ. ಕದ್ದಿದ್ದು ಯಾರೂಂತ ನಂಗೊತ್ತು ಸಾರ್" ಎಂದೆ. ಇನ್‌ಸ್ಪೆಕ್ಟರಿಗೆ ಹೊಸ ಕೇಸು ಸಿಕ್ಕಿದ್ದರಿಂದ ಕಿವಿ ನೆಟ್ಟಗಾಯಿತು.

"ಕದ್ದಿದ್ ಯಾರು?"

"ಬಸವ ಅಂತ ಕಲ್ಲಿನ ಕೆಲಸ ಮಾಡುವವ ಸಾರ್."

"ನಿಮಗೆಂಗ್ರೀ ಗೊತ್ತು...?" ಆತ ನನ್ನನ್ನೇ ಅನುಮಾನದ ದೃಷ್ಟಿಯಿಂದ ನೋಡಿದರು. ನಾವು ಬಸವ ಕೆಲಸ ಮಾಡುತ್ತಿದ್ದ ಬಂಡೆಗೆ ಹೋಗಿದ್ದರಿಂದ

ಹಿಡಿದು, ಆತ ಮುಪ್ಪಣ್ಣ ಮೂರ್ತಿಯ ಬಗ್ಗೆ ಮಾತಾಡಿದ್ದು. ಅದಕ್ಕಿರುವ ಮಾರ್ಕೆಟ್ ವ್ಯಾಲ್ಯೂವನ್ನು ಹೇಳಿದ್ದನ್ನೆಲ್ಲಾ ತಿಳಿಸಿದೆ. ಅದನ್ನೆಲ್ಲಾ ಕೇಳಿದ ನಂತರ

"ಆಲ್‌ರೈಟ್. ಇದಾನಾ ಬಸವ ಈಗ್ಲೂ ಬಂಡೆಲಿ?"

"ಇಲ್ಲ ಸಾರ್ ನಾನೂ ಮಾಣಿಗನೂ ಹೋಗಿ ನೋಡಿದಾಗ ಹೆಂಡ್ತಿ ಮಕ್ಕಳನ್ನು ಬಿಟ್ಟು ಜಾಗ ಖಾಲಿ ಮಾಡಿದ್ದ."

"ಮಾಣಿಗ... ಈ ಹೆಸರನ್ನಲ್ಲೆಲ್ಲೋ ಕೇಳಿದೀನಲ್ಲಾ" ಎಂದು ತೋರುಬೆರಳನ್ನು ಹಣೆಯ ಮೇಲಿಟ್ಟಾಗ ನಾನು

"ಅದು ಆವತ್ತು ಕಳ್ ಬಟ್ಟಿ ಕೇಸಲ್ಲಿ ನಾನು ಬಿಡಿಸೋಕೆ ಬಂದಿದ್ನಲ್ಲಾ ಅವನೇ ಸರ್" ಎಂದೆ.

"ಓಹ್... ಈ ಪಾರ್ಟಿನಾ. ಹಾಗಾದ್ರೆ ಇದರಲ್ಲಿ ಮಾಣಿಗನ ಕೈವಾಡವೂ ಇರಬೇಕು. ಆ ಬದ್ಮಾಶ್‌ನ ಬಾಯಿಬಿಡಿಸಿದ್ರೆ ಎಲ್ಲಾ ಹೊರಗ್ ಬರುತ್ತೆ" ಎಂದಾಗ ಗಾಬರಿಯಾಗಿ "ಇಲ್ಲ ಸರ್ ಬಸವನಿಗೂ ಮಾಣಿಗನಿಗೂ ಸಂಬಂಧವೇ ಇಲ್ಲ. ಹೇಳಿಕೇಳಿ ಮುಪ್ಪಣ್ಣ ದೈವ ಮಾಣಿಗ ಎದೆಲಿಟ್ಟು ಪೂಜಿಸೋ ದೇವರು. ಅವನಾಗಿರೋಕೆ ಸಾಧ್ಯವೇ ಇಲ್ಲ" ಎಂದೆ.

"ಸರಿ ನಿಮ್ ಮೇಲೆ ನಂಬಿಕೆಯಿದೆ. ಆದ್ರೂ ನನಗೊಮ್ಮೆ ಮಾಣಿಗನನ್ನು ವಿಚಾರಣೆ ಮಾಡಲೇಬೇಕು" ಎಂದವರು, "ತಡ ಮಾಡೋದ್ ಬೇಡ... ಇವತ್ ಫ್ರೀ ನಾನು. ಈಗ್ಲೇ ಹೊರಡೋಣ. ನೀವು ಗಾಡಿ ಏನಾದ್ರೂ ತರದಿದ್ರೆ ನಮ್ ಜತೆ ಜೀಪಲ್ಲೇ ಬನ್ನಿ. ದೇವರು ಎಲ್ಲೂ ಹೋಗಲ್ಲ ಸಿಗ್ತಾನೆ" ಎಂದರು. "ಇಲ್ಲ ಸರ್ ಸ್ಕೂಟರ್ ತಂದಿದ್ದೇನೆ. ಪೇಟೆಯಲ್ಲಿ ಸ್ಕೂಟರ್ ನಿಲ್ಲಿಸಿ ನಿಮ್ ಜತೆಗ್ ಬರ್ತೀನಿ ಸರ್" ಎಂದೆ.

ನಾನು ಪೇಟೆಗೆ ಬಂದಾಗ ಇನ್‌ಸ್ಪೆಕ್ಟರು ಇಬ್ಬರು ಪಿಸಿಗಳೊಡನೆ ರಸ್ತೆಬದಿಯ ಹೋಟೇಲೊಂದರಲ್ಲಿ ಕುಳಿತು ಚಹಾ ಕುಡಿಯುತ್ತಿದ್ದರು. ನನ್ನನ್ನೂ ಒತ್ತಾಯಿಸಿದ್ದರಿಂದ ಒಂದು ಕಾಫಿ ಮಾತ್ರ ಸಾಕೆಂದು ಕುಡಿದೆ. ಪೋಲೀಸರ ಜತೆ ಕುಳಿತು ಚಹಾ ಕುಡಿಯುತ್ತಿದ್ದರಿಂದ ಸುತ್ತಮುತ್ತ ನೆರೆದಿದ್ದ ಜನರೆಲ್ಲಾ ನನ್ನನ್ನು ದುರುಗುಟ್ಟಿ ನೋಡುತ್ತಿದ್ದರು. ಚಹಾದ ಬಿಲ್ ನೀಡಿ ಹೊರಬಂದಾಗ ಇನ್‌ಸ್ಪೆಕ್ಟರು ನನ್ನತ್ತ ತಿರುಗಿ "ನಡೀರಿ ಮಾಣಿಗನ ಮನೆಗೆ" ಎಂದರು.

"ಸರ್?" ಎಂದು ಪ್ರಶ್ನಾರ್ಥಕವಾಗಿ ನೋಡಿದೆ.

"ನನಗೆ ಮೊದಲು ಆತನನ್ನು ಕೊಂಚ ಎನ್‌ಕ್ವಯರಿ ಮಾಡಬೇಕು, ನಂತರ ಬಸವನ ಕಡೆ ಹೋಗುವ."

"ಆದರೆ ಮಾಣಿಗ ಮನೆಯಲ್ಲಿಲ್ಲ, ಅವನೀಗ ತೋಟದಲ್ಲಿ ಕೆಲಸ ಮಾಡ್ತಿದಾನೆ ಸರ್. ಈಗಷ್ಟೇ ಮಾತಾಡ್ಕೊಂಡ್ ಬಂದೆ" ಎಂದು ಅವರುಗಳನ್ನು ಹಿಂಬಾಲಿಸಿದೆ...

ಕತ್ತಿ ಹರಿತಗೊಳಿಸಲು ಸುತ್ತಿಗೆಯಿಂದ ಬೆಣಚುಗಲ್ಲು ಗುದ್ದಿ ಪುಡಿ ಮಾಡುತ್ತಿದ್ದ ಮಾಣಿಗ ತನ್ನ ಮುಂದೆ ನಿಂತ ಜೀಪು ಮತ್ತು ಪೋಲೀಸರನ್ನು ಕಂಡು ಬೆಚ್ಚಿಬಿದ್ದ. ಮುಖದಲ್ಲಿ ಬೆವರು ಮೂಡಿತು. ಜತೆಯಲ್ಲಿದ್ದ ನನ್ನನ್ನು ಕಂಡು ಕೊಂಚ ನಿರಾಳನಾದ.

ಆತನೆದುರು ಬಂದು ನಿಂತ ಎಸ್‌ಐ "ಕಲ್ಲು ಒಡೆಯೋ ಬಸವ ನಿನಗೆ ಎಷ್ಟ್ ಸಮಯದಿಂದ ಗೊತ್ತು?"

"ಅವ ಇಲ್ಲಿಗೆ ಬಂದು ಒಂದು ವರ್ಷವೂ ಆಗಲಿಲ್ಲ ಸಾರ್. ಒಮ್ಮೆ ಒಮ್ಮೆ ಪೇಂಟೆಯಲ್ಲಿ ಸಿಗುವಾಗ ಮಾತಾಡುತ್ತಾನೆ ಮತ್ತೆ ಎಂತ ಇಲ್ಲ" ಎಂದ.

"ಸರಿ ಏನಾದ್ರೂ ಇದ್ರೆ ಸ್ಟೇಷನಿಗೆ ಕರೆದಾಗ ಬರಬೇಕು. ಕಂಪ್ಲೆಂಟ್ ಇವ್ನ ಹೆಸ್ರಲ್ಲೇ ಕೊಡಿಸೋಣ ಹಾಗಾದ್ರೆ" ಎಂದು ಮಾಣಿಗನನ್ನು ಅಲ್ಲೇ ಬಿಟ್ಟು ಬಸವನ ಬಂಡೆಯತ್ತ ನಡೆದೆವು... ಬಂಡೆಯನ್ನು ಸಂಪರ್ಕಿಸುವ ಕಲ್ಲು ದಾರಿಯಲ್ಲಿ ಜೀಪು ಡ್ಯಾನ್ಸ್ ಮಾಡುತ್ತಾ ಸಾಗಿ ಬಂಡೆಯ ಬದಿಯ ಸಮತಟ್ಟಾದ ಜಾಗದಲ್ಲಿ ನಿಂತಾಗ ಅದರಿಂದಿಳಿದ ಪೋಲೀಸರನ್ನು ಕಂಡು ಅಲ್ಲೇ ಕೆಲಸ ಮಾಡುತ್ತಿದ್ದ ರಂಗ ಮತ್ತಾತನ ಪತ್ನಿ ಪ್ರಶ್ನಾರ್ಥಕವಾಗಿ ನಿಂತರು.

ಎಸ್‌ಐ "ಬಸವನ್ ಗುಡಿಸಲೆಲ್ಲೋ?" ಎಂದು ಅವರನ್ನು ಪ್ರಶ್ನಿಸಿದಾಗ ನಾನು. "ಇಲ್ಲೇ ಇದೆ ಸರ್ ಇದೇ ಅವನ ಗುಡಿಸಲು ಅತ್ತ ಬೆರಳು ತೋರಿಸಿದೆ."

ಗುಡಿಸಲತ್ತ ಬಂದ ಪೋಲೀಸರನ್ನು ಕಂಡು ರೇಣುಕನೂ ಆಕೆಯ ಮಗಳೂ ಬೆಚ್ಚಿ ಬಿದ್ದು ಹೊರಬಂದರು. ರೇಣುಕ ಬಿಕ್ಕಿಬಿಕ್ಕಿ ಅಳಲಾರಂಭಿಸಿದಳು.

"ನೋಡಮ್ಮಾ. ನಿನ್ ಗಂಡನ್ ಮೇಲೆ ಕಂಪ್ಲೆಂಟಿದೆ. ನಾವು ತನಿಖೆ ಮಾಡ್ಬೇಕಾಗುತ್ತೆ. ಅವನ ಅಡ್ರೆಸ್ ಕೊಡು" ಎಂದು ಎಸ್‌ಐ ಅಧಿಕಾರವಾಣಿಯಲ್ಲಿ ಕೇಳಿದರು.

"ನಂಗೇನೂ ಗೊತ್ತಿಲ್ಲ ಸಾರ್..." ಎಂದು ಮತ್ತಷ್ಟು ಅಳಲಾರಂಭಿಸಿದಳು.

"ಅವ್ನ ಹೆಂಡ್ತಿಯಾಗಿ ಅವ್ನ ಅಡ್ರೆಸ್ ಕೊಟ್ಟಿಲ್ಲಾಂದ್ರೆ ನಿನ್ ಮೇಲೂ ಕೇಸಾಗುತ್ತಮ್ಮಾ" ಎಂದು ಹೆಸರಿಸಿದಾಗ ಸತ್ಯ ಬಾಯ್ಬಿಟ್ಟಳು. ಅಸಲಿಗೆ ರೇಣುಕ ಬಸವನ ಅಧಿಕೃತ ಹೆಂಡತಿಯಲ್ಲ. ಈ ಮಗುವೂ ಬಸವನದ್ದಲ್ಲ. ಶಿವಮೊಗ್ಗದಲ್ಲಿ ಬಂಡೆ ಕೆಲಸ ಮಾಡುತ್ತಿದ್ದ ಬಸವ ಶಿವಪ್ಪನ ಹೆಂಡತಿ ರೇಣುಕಳನ್ನು ಹಾರಿಸಿಕೊಂಡು ಬಂದಿದ್ದ...! ಮಗುವನ್ನೂ ಕರೆದುಕೊಂಡು ರೇಣುಕ ಆತನ ಹಿಂದೆ ಬಂದಿದ್ದಳು. ಅಸಲಿಗೆ ಆಕೆ ತಮಿಳುನಾಡಿನಾಕೆಯೇ ಅಗಿರಲಿಲ್ಲ. ಇಷ್ಟು ದಿನ ಅವರಿಬ್ಬರೂ ಗಂಡ ಹೆಂಡಿರೆಂದು ನಂಬಿದ್ದ ರಂಗ ಮತ್ತು ಸೆಲ್ವಿ ಗರಬಡಿದವರಂತೆ ನಿಂತಿದ್ದರು.

ಈಗ ಅದನ್ನೆಲ್ಲಾ ಚರ್ಚಿಸಿ ಪ್ರಯೋಜನವಿರಲಿಲ್ಲ. ಅಷ್ಟರಲ್ಲಿ ಎಸ್‌ಐ ನಮ್ಮನ್ನು ದೂರ ನಿಲ್ಲಲು ಹೇಳಿ ಪಿಸಿಗಳೊಡನೆ ಗುಡಿಸಲು ತಲಾಶ್ ಮಾಡಲಾರಂಭಿಸಿದರು. ಸರ್ಚ್ ವಾರಂಟ್ ಅದೂ ಇದು ಎಂದು ಕಾದರೆ ಸಾಕ್ಷ್ಯಗಳು ನಾಶವಾಗುವ ಸಂಭವವಿತ್ತು. ಇಡೀ ಗುಡಿಸಲು ಜಾಲಾಡಿದರೂ ಚಿಕ್ಕಾಸಿನ ಸಾಕ್ಷಿಯೂ ಸಿಗುವ ಲಕ್ಷಣ ಕಾಣದಿದ್ದಾಗ ಕೈ ಚೆಲ್ಲಿ ನಿಂತು "ಇನ್ನು ತನ್ನ ಮೂರ್ತಿಯನ್ನು ಮುಪ್ಪಣ್ಣನೇ ಹೇಗಾದರೂ ಮಾಡಿ ವಾಪಸ್ಸು ತರಬೇಕು" ಎಂದರು. ಅಷ್ಟರಲ್ಲಿ ಕಾನ್‌ಸ್ಟೇಬಲ್ ಸುಬ್ರಾಯ ಒಂದು ಹಳೇಯ ನೈಲಾನ್ ಚೀಲವನ್ನು ತಂದು ನೆಲಕ್ಕೆ ಸುರಿದರು. ಅದರಿಂದ ಒಂದೆರಡು ಗಂಡಸರ ನಿಕ್ಕರು, ಒಂದು ಹರಿದ ಪ್ಯಾಂಟು ಮತ್ತೊಂದಷ್ಟು ಜಿರಳೆಗಳು ಹೊರ ಬಿದ್ದವು. ಪಿಸಿಗಳು ಅದರಲ್ಲೂ ಏನನ್ನೋ ಹುಡುಕುತ್ತಿದ್ದರು. ನಾನೂ ರಂಗನೂ ಮೆತ್ತಗೆ ಬಸವನ ಕುರಿತಾಗಿ ಚರ್ಚಿಸುತ್ತಿದ್ದೆವು. ಅಷ್ಟರಲ್ಲಿ ಎಸ್‌ಐ ನನ್ನತ್ತ ತಿರುಗಿ. "ಹೊರಡುವ. ಮುಪ್ಪಣ್ಣ ವಾಪಾಸ್ ಬರ್ತಾನೆ. ಆದಷ್ಟು ಬೇಗ...!" ಎಂದು ಜೀಪಿನಲ್ಲಿ ಕುಳಿತರು. ಕಾನ್‌ಸ್ಟೇಬಲ್‌ಗಳ ಮುಖದಲ್ಲಿ ಖುಷಿಯಿತ್ತು...!

"ಸರ್ ಹೇಗೆ ಹೇಳ್ತೀರಾ ಅದು...?" ಎಂದು ಕುತೂಹಲದಿಂದ ಪ್ರಶ್ನಿಸಿದಾಗ, "ದೇವರಿದಾನೆ ಅಂದ್ಮೇಲೆ ಅದರ ಮೂಲ ಕೇಳಬಾರದು" ಎಂದು ನಕ್ಕರು. ಜೀಪು ದೊಡ್ಮನೆಯತ್ತ ಸಾಗಿ ಮಾಣಿಗನನ್ನೂ ಸ್ಟೇಷನಿಗೆ ಕರೆದುಕೊಂಡು ಹೋಗಿ ಕಂಪ್ಲೆಂಟ್ ಬರೆಸಿ ಹೆಬ್ಬೆಟ್ಟೊತ್ತಿಸಿದರು. ಹೆಬ್ಬೆಟ್ಟೊತ್ತುವ ಮುನ್ನ ನಾನೇ ಓದಿ ಹೇಳಿದ್ದರಿಂದ ನಿರಾಳನಾಗಿ ಹೆಬ್ಬೆಟ್ಟೊತ್ತಿದ. ತನ್ನ ಹಿತವನ್ನು ಕಾಯುವ ಮುಪ್ಪಣ್ಣನಿಗೆ ಪ್ರತಿಫಲವಾಗಿ ಇಷ್ಟಾದರೂ ಮಾಡಲು ಸಾಧ್ಯವಾಗಿದ್ದರಿಂದ ಮಾಣಿಗ ಖುಷಿಯಾದ... ಮುಪ್ಪಣ್ಣನ ಪ್ರತಿಮೆ ಬಂದೇ ಬರುತ್ತದೆ ಎಂದು ಎಸ್‌ಐ ಹೇಳಿದ್ದರಿಂದ ಮತ್ತಷ್ಟು ಖುಷಿಯಾದ. ಮುಪ್ಪಣ್ಣನಿಗಾಗಿ ತಾನು ಸ್ಟೇಷನ್ ಅಲೆದ ವಿಚಾರವನ್ನು ಊರಿನೆಲ್ಲೆಡೆ ಹೇಳಿ ಶಹಬಾಸ್‌ಗಿರಿ ಗಿಟ್ಟಿಸಿಕೊಂಡ.

ಕಳ್ಳತನವಾಗಿ ಸರಿಯಾಗಿ ಒಂಬತ್ತು ದಿನಗಳ ನಂತರ ಮುಪ್ಪಣ್ಣ ಪ್ರತಿಮೆ ಸಿಕ್ಕಿತು. ಮುಪ್ಪಣ್ಣ ಗುಡ್ಡದ ಮೇಲೆ ಮತ್ತೆ ನೆಲೆಯಾಗಿ ನಿಂತ. ಕಳವಾದ ಆರುಮೂರು ದಿನದೊಳಗೆ ಮೂರ್ತಿ ಸಿಕ್ಕಿದ್ದರಿಂದ ಅದು ಮಾಣಿಗನ ಕಾಲ್ಗುಣದಿಂದಲೇ ಆಗಿದ್ದೆಂದು ನಾನು ಊರಿನ ಒಂದಷ್ಟು ಜನರ ಬಳಿ ಹೇಳುತ್ತಾ ಬಂದೆ. ಆದ್ದರಿಂದ ಜನ ಮಾಣಿಗನನ್ನು ದೈವೀ ಶಕ್ತಿ ಹೊಂದಿರುವ ವ್ಯಕ್ತಿಯೆನಿಸಿ ಮುಕ್ಕಾಲ್ದಿಕೆಲಸಕ್ಕೆ ಆತನನ್ನೇ ಒತ್ತಾಯಿಸಿ ಒಪ್ಪಿಸಲಾಯಿತು. ಅಂದು ಮಾಣಿಗ ಬೆಳ್ಳಗಿನ ಲುಂಗಿಯುಟ್ಟು, ತಲೆಗೊಂದು ವಸ್ತ್ರ ಸುತ್ತಿ ಮುಕ್ಕಾಲ್ದಿಯಾಗಿ ಕಂಗೊಳಿಸುತ್ತಿದ್ದ... ನಾನು ದೂರದಲ್ಲಿ ನಿಂತು ಗಮನಿಸುತ್ತಿದ್ದೆ. ಮುಪ್ಪಣ್ಣನ ಜಾಗವನ್ನು ಶುದ್ಧಗೊಳಿಸುವ ಪ್ರತಿಯೊಂದು ಕೆಲಸವನ್ನೂ ಆತ ಹೆಮ್ಮೆಯಿಂದಲೇ ನಿರ್ವಹಿಸುತ್ತಿದ್ದ...

ಇದರ ಹಿಂದಿನ ಹೀರೋ ಟೈಗರ್ ಜಯಕರ ನೆನಪಾದ. ಆವತ್ತು ಹೊರಡುವಾಗಲೇ ನನಗೆ ಆತನ ಮೇಲೆ ಏನೋ ಸಾಕ್ಷ್ಯ ದೊರಕಿದ ಬಗ್ಗೆ ಅನುಮಾನವಿತ್ತು. ಅಪರಾಧ ಮಾಡಿದವ ಒಂದಾದರೂ ಸಾಕ್ಷ್ಯ ಬಿಟ್ಟೇ ಹೋಗುತ್ತಾನೆ ಎಂಬುದು ಇಲ್ಲೂ ನಿಜವಾಗಿತ್ತು. ಇಡೀ ಬಿಡಾರ ಹುಡುಕಿದರೂ ಏನೂ ಸಿಗದಿದ್ದಾಗ ಕೈ ಚೆಲ್ಲಿ ನಿಂತಿದ್ದವನಿಗೆ ಕೊನೇಯದಾಗಿ ಪಿ.ಸಿ. ತಂದ ನೈಲಾನ್ ಚೀಲದಲ್ಲಿ ಹಳೇಯ ನಿಕ್ಕರುಗಳ ಜತೆಗಿದ್ದ ಪ್ಯಾಂಟಿನಲ್ಲಿ ಹಳೇಯ ಪರ್ಸ್ ಒಂದು ಸಿಕ್ಕಿತ್ತು. ಅದರಲ್ಲೇ ಇದ್ದದ್ದು ಕಥೆ. ಬಸವನ ತಮಿಳುನಾಡಿನ ವೋಟರ್ ಐಡಿ ದೊರಕಿತ್ತು...!

ಆತನ ಇತಿಹಾಸ ಹುಡುಕಿದಾಗ ಅವ ಅಸಾಮಾನ್ಯ ಕಳ್ಳನಾಗಿದ್ದ. ಹತ್ತಾರು ಕಳ್ಳತನದ ಕೇಸುಗಳು ತಮಿಳುನಾಡು ಕರ್ನಾಟಕ ಇಬ್ಬದಿಯಲ್ಲೂ ದಾಖಲಾಗಿತ್ತು... ಕೊನೇಗಾತ ಸಿಕ್ಕಿದ್ದು ವೆಲ್ಲೂರು ಜೈಲಿನಲ್ಲಿ...! ಅದೂ ಹಳೇಯ ಕೊಲೆ ಕೇಸೊಂದರಲ್ಲಿ. ಮುಪ್ಪಣ್ಣ ಪ್ರತಿಮೆಯ ಡೀಲ್ ಆಗುವ ಹೊತ್ತಲ್ಲೇ ಬಸವನನ್ನು ತಮಿಳು ನಾಡು ಪೋಲೀಸರು ಲಾಕ್ ಮಾಡಿದ್ದರು...! ಇಲ್ಲದಿದ್ದರೆ ಮುಪ್ಪಣ್ಣ ಲಂಡನೋ ಅಮೇರಿಕಾ ಪಾಲಾಗುತ್ತಿದ್ದ. ಪುರಾತನ ವಿಗ್ರಹ ಕಳ್ಳರ ಕೈಗೆ ಸಿಗದಿದ್ದುದು ಆತನಿಗೆ ಜಾಗದ ಮೇಲಿದ್ದ ಋಣವನ್ನು ತೋರಿಸುತ್ತಿತ್ತು. ಸ್ಥಳ ಮಹಜರಿಗಾಗಿ ಎಸ್ಐ ಜಯಕರ ಬಸವನನ್ನು ಕರೆತಂದಾಗ ನಾನೂ ಮಾಣಿಗನೂ ಹೋಗಿದ್ದೆವು. ರೇಣುಕಳ ಪತ್ತೆಯಿರಲಿಲ್ಲ. ಆಕೆಯೂ ಯಾರಿಗೂ ಹೇಳದೆ ರಾತೋರಾತ್ರಿ ಜಾಗಖಾಲಿ ಮಾಡಿದ್ದಳು. ಟಾರ್ಪಾಲ್ ಹಾಕಿದ ಗುಡಿಸಲು ಅನಾಥವಾಗಿ ನಿಂತಿತ್ತು. ನಾನು ಹೆಬ್ಬಾವಿನ ಚರ್ಮದ ಬಗ್ಗೆ ಕೇಳಿದಾಗ ಅಲ್ಲೂ ತಡವರಿಸಿದ. ನಮ್ಮೆದುರೇ ಬೆನ್ನಿಗೊಂದು ಬಿಗಿದು ಕೇಳಿದಾಗ ನಾನು ಮಧ್ಯೆ ಬಾಯಿ ಹಾಕಿ "ಇವ ಪೊಲೀರಿಗೆ ಬೆಲ್ಟ್ ಮಾಡೋದಕ್ಕೆ ರೆಡಿ ಮಾಡ್ತಿದ್ದನಂತೆ ಅದನ್ನು" ಎಂದು ನಕ್ಕಿದ್ದೆ... ಈ ವಿಚಾರದಲ್ಲಿ ಟೈಗರ್ ಜಯಕರನ ಕೆಲಸವನ್ನು ಶ್ಲಾಘಿಸಲೇಬೇಕಿತ್ತು. ತಂತ್ರಜ್ಞಾನಗಳಿಲ್ಲದ ಅಂದಿನ ದಿನದಲ್ಲೂ ಶೀಘ್ರ ಅಪರಾಧಿಯನ್ನು ಸೆರೆಹಿಡಿದು ಟೈಗರ್ ಬಿರುದನ್ನು ಉಳಿಸಿಕೊಂಡಿದ್ದು ಪವಾಡದಂತೆ ನಡೆದಿತ್ತು...

"ಸಾರ್ ಹೋಗುವನಾ" ಎಂದು ಕೇಳಿದಾಗ ವಾಸ್ತವಕ್ಕೆ ಬಂದೆ. ತಲೆಯಲ್ಲೊಂದು ಸಾಮಾನು ತುಂಬಿದ ಬುಟ್ಟಿ ಹಿಡಿದು ಮಾಣಿಗ ನಿಂತಿದ್ದ. ಮುಕ್ಕಾಲ್ದಿಯಾದ ಮಾಣಿಗ ಮುಪ್ಪಣ್ಣನ ಆವತ್ತಿನ ಕೆಲಸವನ್ನೆಲ್ಲಾ ಮುಗಿಸಿ ಹೊರಡುತ್ತಿದ್ದ. ನಾನೂ ಆತನನ್ನು ಹಿಂಬಾಲಿಸಿದೆ. ಹೊರಡುವಾಗ ಆಳೆತ್ತರದ ಮುಪ್ಪಣ್ಣನ ಮೂರ್ತಿಯನ್ನು ಮತ್ತೊಮ್ಮೆ ಹಿಂದಿರುಗಿ ನೋಡಿದೆ...

ಮುಕ್ಕಾಲ್ದಿಯಾದ ಖುಷಿಯಲ್ಲಾದರೂ ಮಾಣಿಗ ಹಾವು ಕಡಿತಕ್ಕೆ ನೀಡುವ ಮದ್ದು ಬಾಯಿ ಬಿಡಬಹುದು ಎನಿಸಿತು. ಮುಂದೆ ಹೋಗುತ್ತಿದ್ದೆ

ಮಾಣಿಗನನ್ನು ಕರೆದೆ. "ಮಾಣಿಗಾ ನೀನು ಮುಕ್ಕಾಲ್ದಿಯಾಗಿ ಆಯ್ತು. ಇನ್ನು ಅಪ್ಪ ಆಣೆ ಮಾಡಿದ್ದೆಲ್ಲಾ ತೊಂದರೆಯಾಗಲ್ಲ. ಮುಪ್ಪಣ್ಣ ಹೇಗೂ ನಿನಗೆ ಹತ್ತಿರದ ದೇವರು, ನಾಗರಾವು ಕಚ್ಚಿದ್ದಕ್ಕೆ ಮದ್ದು ಕೋಡ್ತೀಯಲ್ವೇನೋ. ಅದ್ನ ನಂಗೂ ಹೇಳ್ಕೊಡ್ಬಹುದಲ್ವಾ...?

"ಅಯ್ಯಯ್ಯೋ ಅದನ್ನು ಹೇಳಿಕೊಟ್ರೆ ನಾನು ಈಗ ಸಾಯ್ತೇ ಸಾರ್..." ಎಂದು ಬಿರಬಿರನೆ ನಡೆದ.

20

ರಾತ್ರಿ ಸುಮಾರು ಏಳರ ಸಮಯ. ಮಿಡತೆಗಳು ಅದಾಗಲೇ ಕಾಡಿನಲ್ಲಿ ಸದ್ದು ಹೊರಡಿಸಿದ್ದವು. ಮಾಣಿಗ ಅಂದು ತೋಟದ ಕೆಲಸ ಮುಗಿಸಿ ಹೋದವ ಕತ್ತಲಾದಾಗ ಮತ್ತೆ ಬಂದಿದ್ದ. ಬರುವಾಗ ಅಂತಯ್ಯನನ್ನೂ ಕರೆತಂದಿದ್ದ. ಅಂತಯ್ಯನೂ ಮಾಣಿಗನೂ ಜಗುಲಿಯಲ್ಲಿ ಕೂತು ಎಲೆ ಅಡಿಕೆ ಮೆಲ್ಲುತ್ತಿದ್ದರು. ಅಂತಯ್ಯನ ಹೆಗಲಲ್ಲಿ ಕೋವಿ ಕಂಡು ಇವತ್ತು ನೆಲಕ್ಕಚ್ಚಲಿರುವ ಮಿಕ ಯಾವುದೆಂದು ಅಂದಾಜಿಸಿದೆ. ಸಂಜೆ ಕೆಲಸ ಮುಗಿಸಿ ಗದ್ದೆ ಬದುವಿನ ತೊರೆಯಲ್ಲಿ ಸ್ನಾನ ಮಾಡುತ್ತಿದ್ದ ಮಾಣಿಗ ನನ್ನ ಕಣ್ಣಿಗೆ ಬಿದ್ದಿದ್ದ. ಬದುವಿನ ಕಲ್ಲಿನಲ್ಲಿ ಕೂತು ಹರಟುತ್ತಿದ್ದಾಗ ಒಂದು ಹೊಸ ವಿಷಯ ಹೇಳಿದ್ದ. ಬೆಳಿಗ್ಗೆ ಬರುವಾಗ ಬೊಟ್ಟು ಗದ್ದೆಯ ಬಳಿಯ ಈಂದ(ಬೈನೆ) ಮರದ ಬುಡದಲ್ಲಿ ಬೆರು(ಕಬ್ಬೆಕ್ಕು)ವಿನ ಪಾಯಖಾನೆ ನೋಡಿ ಬಂದಿದ್ದನಂತೆ. ಪಾಯಖಾನೆ ತಾಜಾ ಇದ್ದುದರಿಂದ ದಿನಂಪ್ರತಿ ಬೈನೆ ಮರದ ಕಾಯಿ ತಿನ್ನಲು ಬರುವುದೆಂದು ಅಂದಾಜಿಸಿದ್ದನಂತೆ. ಹಣ್ಣು ಹೂವು ತಾಜಾ ಇರುತ್ತದೆ ಎನ್ನುವುದನ್ನು ಕೇಳಿದ್ದೆ, ಇವನು ಪಾಯಖಾನೆ ತಾಜಾ ಇದೆ ಎನ್ನುವುದನ್ನು ಕಂಡು ನಗು ಬಂತು. ಅಂದು ಮಾಣಿಗನ ಗೆಳೆಯ ಪೂವ ಅದೇ ಮರದಲ್ಲಿ ಕಳ್ಳು ಇಳಿಸಲು ನೋಡಿದ್ದನಂತೆ, ಮರದಲ್ಲಿ ಎರಡು ಬಾರಿ ದುಡಿದರೂ ಕಳ್ಳು ಮರೀಚಿಕೆಯಾಗೇ ಉಳಿದಿತ್ತಂತೆ. ಕಳ್ಳು ಸಿಗದಿದ್ದರೇನಂತೆ ಅದೃಷ್ಟ ಕಬ್ಬೆಕ್ಕಿನ ರೂಪದಲ್ಲಿ ಬಂದಿದೆ ಎಂದು ಮಾಣಿಗ ಜೊಲ್ಲು ಸುರಿಸಿದ್ದ. ಈ ಆಸಾಮಿ ಕಬ್ಬೆಕ್ಕು ಅಲ್ಲ ಬ್ರಹ್ಮರಕ್ಕಸ ಅಡ್ಡ ಬಿದ್ದರೂ ಬಿಡುವವನಲ್ಲ ಎನಿಸಿತು.

ಇನ್ನೇನು ಬೈನೆ ಬುಡದಲ್ಲಿ ಕಬ್ಬೆಕ್ಕಿಗಾಗಿ ಕಾಯಲು ಹೊರಡೋದು ಮಾತ್ರ ಬಾಕಿ ಅಷ್ಟರಲ್ಲಿ ಮೋರೊಣಿ ದೊಡ್ಮನೆ ಕಡೆಯಿಂದ ಲಾಟೀನು ಹಿಡಿದು ಏದುಸಿರು ಬಿಡುತ್ತಾ ಓಡಿ ಬಂದ. "ಮನೆ ಹಿಂದೆ. ಯಾರೋಮರ... ಮರ ಕಡಿತಿದಾರೆ."

ಮಾಣಿಗ ಚಕ್ಕನೆ ಎದ್ದು ನಿಂತವ "ಎಲ್ಲಿ... ಎಲ್ಲಿ..." ಎಂದ ಕೇಳಿದ.

"ಮನೆಯ ಹಿಂದೆ, ಈಗ ಕಡಿಲಿಕ್ಕೆ ಸುರುವಾಗಿದ್ದು. ಜಾಸ್ತಿ ಹೊತ್ತಾಗ್ಲಿಲ್ಲ."

"ದೊಡ್ಮನೆಯ ಮರ ಕಡಿತಾನಂದ್ರೆ ಕಡಿದವನಿಗೆ ಪೋಪಿಕಾಲ ಬಂದಿದೆ. ನಾವು ಬಿಟ್ರೂ ದೈವ ಬಿಡ್ಬೇಕಲ್ಲಾ. ಕಡಿಯುವಾಗಲೇ ಗೊತ್ತು ಮಾಡಿದೆ ನೋಡಿ ನಮ್ಗೆ" ಎಂದವ ನಮ್ಮತ್ತ ತಿರುಗಿ "ಎಲ್ಲರೂ ಬೆಟ್ರಿ ಹಿಡ್ಕೊಳ್ಳೂದು ಬೇಡ ಒಂದು ಬೆಟ್ರಿ ಸಾಕು ನಾವು ಕತ್ತಲೆಯಲ್ಲೆ ಹೋಗಿ ಹಿಡ್ಕೊಳ್ತೇವೆ ನಂತರ ನೀವು ಬೆಟ್ರಿ ಹಾಕಿ, ಎಂತ ಬೇಕಾದ್ರು ಆಗ್ಲಿ ಅವ ತಪ್ಪಿಸಿಕೊಳ್ಳಿಕ್ಕೆ ಬಿಡ್ಬಾರ್ದು" ಎಂದು ನಿರ್ದೇಶನ ನೀಡಿ ಹೊರಡಲು ಅನುವಾದ. ಅಂತಯ್ಯನೂ ಲುಂಗಿ ಎತ್ತಿಕಟ್ಟಿ ಹೊರಟ. ಮೋರ್ಣೆಯೂ ನಾನೂ ಕೊಂಚ ದೂರದಲ್ಲೇ ನಿಂತೆವು. ಮೆತ್ತಗೆ ಮರ ಕಡಿಯುವ 'ಟಕ್-ಟಕ್' ಎಂಬ ಸದ್ದು ಹತ್ತಿರದಲ್ಲೇ ಕೇಳಿಸುತ್ತಿತ್ತು. ಅಂತಯ್ಯ ಮತ್ತು ಮಾಣಿಗ ಪಾದರಕ್ಷೆಗಳನ್ನು ತೆಗೆದಿಟ್ಟು ಹೊರಟರು. ನಾವು ರಸ್ತೆಯಲ್ಲೇ ನಿಂತಿದ್ದೆವು. ಅಷ್ಟರಲ್ಲಿ 'ಕೂ' ಎಂಬ ಸದ್ದು ಕೇಳಿಸಿತು... ನಾನು ಸದ್ದು ಬಂದತ್ತ ಟಾರ್ಚ್ ಬೆಳಗಿಸಿದಾಗ ಅಲ್ಲಿನ ದೃಶ್ಯ ಕಂಡು ನಗು ಬಂತು.

ಆಗಂತುಕನ ಮುಖವನ್ನು ಮಾಣಿಗ ತನ್ನ ಕೈಯಲ್ಲಿದ್ದ ಅಂಗವಸ್ತ್ರದಿಂದ ಬಂಧಿಸಿ ಹಿಡಿದಿದ್ದ. ಆಗಂತುಕ ಬಿಡಿಸಿಕೊಳ್ಳಲು ಪ್ರಯತ್ನಿಸೋಣವೆಂದರೆ ಅಂತಯ್ಯ ಕೈ ಹಿಡಿದುಕೊಂಡಿದ್ದ. ಇಬ್ಬರದೂ ಉಕ್ಕಿನ ಹಿಡಿತ. ಬಿಡಿಸಿಕೊಳ್ಳುವುದು ಕನಸಿನ ಮಾತೇ ಸರಿ. ಅಷ್ಟರಲ್ಲಿ ಬೈರಾಸು ಬಿಗಿದ ಮುಖದೊಳಗಿನಿಂದ 'ಬುಡ್ಲೇ ಮರ್ರೇ...ಬುಡ್ಲೇ ಮರ್ರೇ...' ಎಂಬ ವಿಚಿತ್ರ ದನಿ ಹೊರಬಂತು. ಈ ದನಿಯನ್ನು ಎಲ್ಲೋ ಕೇಳಿದ್ದೀನಲ್ಲಾ. ಎನಿಸಿತು. ಮತ್ತೆ ಬಿಡಿಸಿಕೊಳ್ಳಲು ಪ್ರಯತ್ನಿಸಿದಾಗ ರಪರಪನೆ ಎರಡೇಟು ಬಿತ್ತು. ಆಗಂತುಕನನ್ನು ದೊಡ್ಮನೆಯ ಅಂಗಳಕ್ಕೆ ಕರೆತರಲಾಯಿತು. ಕತ್ತಲಾಗಿದ್ದರಿಂದ ಮನೆಯಲ್ಲಿ ಯಾರೂ ಇರಲಿಲ್ಲ. ಮುಖದ ಬಟ್ಟೆ ತೆಗೆದಾಗ ಆ ವ್ಯಕ್ತಿಯ ಗುರುತು ಸಿಕ್ಕಿತು.

"ಮೇಲ್ಮನೆ ಗಿಳಿರಾಜ...!"

ಗಿಳಿರಾಜ ನನಗೆ ಹೆಚ್ಚು ಪರಿಚಯವಿಲ್ಲ. ಗಿಳಿರಾಜನಿಗೂ ಮೋರ್ಣೆಗೂ ಪೇಟೆಯಲ್ಲೊಮ್ಮೆ ಮಾರಾಮಾರಿ ಎನಿಸುವ ಮಟ್ಟಿಗೆ ಗಲಾಟೆ ನಡೆದಿತ್ತು. ಬಿಡಿಸಲು ನಾವೆಲ್ಲಾ ಹರಸಾಹಸ ಪಡಬೇಕಾಗಿತ್ತು. ವಿಷಯ ದೊಡ್ಡದೇನೂ ಅಲ್ಲ. ಮೋರ್ಣೆ ನೋಡಿಟ್ಟಿದ್ದ ಜೇನನ್ನು ಗಿಳಿರಾಜ ಊರಿಗೆ ಮುಂಚೆಯೇ ತೆಗೆದು ಹಾಳು ಮಾಡಿದ್ದನಂತೆ. ನಾನು ಮೋರ್ಣೆಗೆ ಜೇನು ತೆಗೆಯಲು ಕಲಿಸಿಕೊಡುವಂತೆ ದುಂಬಾಲುಬಿದ್ದಿದ್ದೆ. ಜೇನು ತೆಗೆಯಲು ಕಲಿಸಿಕೊಡಲಿಕ್ಕಾಗಿಯೆಂದು ದೊಡ್ಮನೆಯ ಹಳೇಯ ಕಲ್ಲು ಪಾಗರದಲ್ಲಿ ಕಟ್ಟಿದ್ದ ಒಂದು ಜೇನು ಕುಟುಂಬ ನೋಡಿಟ್ಟಿದ್ದನಂತೆ. ಮೇ ಜೂನ್ ತಿಂಗಳಲ್ಲಿ ಜೇನಾದ

ಮೇಲೆ ತೆಗೆಯುವ ಎಂದು ಇಟ್ಟಿದ್ದ ಅದನ್ನು ಊರಿಗೆ ಮುಂಚೆಯೇ ಗಿಳಿರಾಜ ತೆಗೆದು ಹಾಳು ಮಾಡಿದ್ದ. ಇದನ್ನು ಮಾತಿನಲ್ಲೇ ಸರಿಪಡಿಸಬಹುದಿತ್ತು. ಗಿಳಿರಾಜನಿಗೆ ಜಾತಿಯ ಮದ. ಜೇನಿನ ವಿಷಯಕ್ಕೆ ಮೋರೋಣಿಯ ಅಪ್ಪನ ಮತ್ತು ಜಾತಿ ಹೆಸರು ಹಿಡಿದು ನಿಂದಿಸಿದ್ದ. ಮೋರೋಣಿ ಕೋಪಗೊಂಡು ಪೇಟೆಯಲ್ಲಿ ನಿಂತಿದ್ದ ಜನರೆದುರೇ ಕಾಲರ್ ಹಿಡಿದಿದ್ದ. ಜಗಳ ಬಿಡಿಸಿ ವಾಪಸ್ಸು ಕರೆದುಕೊಂಡು ಹೊರಟಾಗ ಮೋರೋಣಿಯು ಗಿಳಿರಾಜನ ಹಿನ್ನೆಲೆಯನ್ನು ಇಂಚಿಂಚಾಗಿ ವಿವರಿಸಿದ್ದ.

ಗಿಳಿರಾಜ ಕೊಕ್ಕರ್ಣೆ ಕಡೆಯವ. ಮೂಡಿಗೆರೆ ಕಡೆಯ ಕಾಫಿ ತೋಟದಲ್ಲಿ ದುಡಿಯುತ್ತಿದ್ದನಂತೆ. ಅಲ್ಲೇ ಇದ್ದ ಮಾಳದ ಚಂದ್ರಹಾಸನಿಗೆ ಪರಿಚಯವಾಗಿ ಆತನನ್ನು ಅದಾಗಲೇ ಮದುವೆ ವಯಸ್ಸು ದಾಟಿದ್ದ ಸಾಧು ಮೇಸ್ತ್ರಿಯ ಮಗಳು ಕುಸುಮನಿಗೆ ತಂದುಕೊಂಡಿದ್ದರು. ಈ ಡೀಲನ್ನು ಚಂದ್ರಹಾಸನೇನೂ ಪುಕ್ಕಟೆಯಾಗಿ ಮಾಡಿಲ್ಲ. ಸಾಧು ಮೇಸ್ತ್ರಿಯ ಬಳಿ ಕಮಿಷನ್ ಪಡೆದೇ ಸಂಬಂಧ ಕುದುರಿಸಿದ್ದ. ರೊಟ್ಟಿ ಹಳಸಿತ್ತು ನಾಯಿ ಹಸಿದಿತ್ತು ಎನ್ನುವಂತೆ ಗಿಳಿರಾಜನಿಗೊಂದು ಮದುವೆಯಾಗಬೇಕಿತ್ತು, ಸಾಧು ಮೇಸ್ತ್ರಿಗೊಂದು ಮನೆಯಳಿಯ ಬೇಕಿತ್ತು. ಈ ಎರಡೂ ಕೆಲಸಗಳು ಸುಸೂತ್ರವಾಗೇ ನೆರವೇರಿದ್ದವು. ಮದುವೆಯಾದ ಹೊಸದರಲ್ಲಿ ಗಿಳಿರಾಜನಿಗೆ ಘಟ್ಟದ ಬುಡದ ಭಾಷೆ ಬರುತ್ತಿರಲಿಲ್ಲವಂತೆ. ಈಕಡೆ ಕುಸುಮನಿಗೆ ಎದೆ ಬಗೆದರೆ ಒಂದಕ್ಷರ ಕನ್ನಡ ಬರುತ್ತಿರಲಿಲ್ಲ. ಗಿಳಿರಾಜನಿಗೆ ತುಳು ಬರುತ್ತಿರಲಿಲ್ಲ. ಸೋಬಾನದ ದಿನ ಮೂಗರಂತೆಯೇ ಕೈ ಭಾಷೆಯಲ್ಲಿ ಮಾತಾಡಿಕೊಂಡ ವಿಷಯ ಹೇಳಿದ ಮೋರೋಣಿ ಸೇಡು ತೀರಿಸಿಕೊಂಡಿದ್ದ. ಊರಿಗೆ ಬಂದ ಮೊದಲರಲ್ಲಿ ಮುಗ್ಧನಾಗಿದ್ದ ಗಿಳಿರಾಜ ಕೊಂಚ ಸಮಯದ ನಂತರ ತನ್ನ ಬಾಲ ಬಿಚ್ಚಲಾರಂಭಿಸಿದ್ದ. ಒಮ್ಮೆ ಜಲ್ಲಿಗುಡ್ಡೆಯಲ್ಲಿ ಚಿಕ್ಕಯ್ಯ ಅಚಾರಿ ಶುದ್ಧ ನಾಟಿ ಜೇನು ಎಂದು ಕಲಬೆರಕೆ ಜೇನು ಮಾರಿ ಸಿಕ್ಕಿಬಿದ್ದಿದ್ದ. ಹತ್ತಾರು ವರ್ಷದಿಂದ ಶುದ್ಧ ಜೇನು ಮಾರುತ್ತಿದ್ದ ಚಿಕ್ಕಯ್ಯನಿಗೆ ಸಕ್ಕರೆ ಪಾಕ ಬೆರೆಸುವ ಐಡಿಯಾ ಕೊಟ್ಟವರು ಯಾರೆಂದು ಹುಡುಕುತ್ತಾ ಹೊರಟವರಿಗೆ ಗಿಳಿರಾಜ ಸಿಕ್ಕಿದ್ದ. ಇದಾದ ನಂತರ ಒಮ್ಮೆ ಚಿಕ್ಕಯ್ಯ ಅಚಾರಿ ಕಂಠಪೂರ್ತಿ ಕುಡಿದು ಮಲಗಿದ್ದ. ಒರಗಿದ್ದು ರಸ್ತೆಯ ಬದಿಯ ಒಂದು ಹುತ್ತಕ್ಕೆ...! ಹುತ್ತದ ಜೇನಿಗೆ ಸಕ್ಕರೆ ನೀರು ಬೆರೆಸಿ ಮಾರಾಟ ಮಾಡಿದ್ದರಿಂದ ಹುತ್ತದಲ್ಲಿನ ನಾಗನೇ ಆತನನ್ನು ತನ್ನ ಮಡಿಲಲ್ಲಿ ಮಲಗಿಸಿದ್ದಾನೆಂದು ಜನ ಮಾತನಾಡಿಕೊಳ್ಳುತ್ತಿದ್ದರು. ಆ ವಿಚಾರದಲ್ಲಿ ಗಿಳಿರಾಜನಿಗೂ ಬಿಸಿಮುಟ್ಟಿಸಿದ್ದರು. ಹಾಗಂತ ಅವನಿಂದ ಸಾಧು ಮೇಸ್ತ್ರಿ ಮನೆಗೇನೂ ತೊಂದರೆಯಿರಲಿಲ್ಲ. ಊರಿನಲ್ಲಿ ಏನು ಕಂಡರೂ ಅದನ್ನು ತನ್ನ ಮನೆಯೊಳಗೆ ಸೇರಿಸುವ ಬುದ್ಧಿ. ಊರಿಗೆ ಮಾರಿ ಮನೆಗೆ ಉಪಕಾರಿ. ತಾಮ್ರ ಕಬ್ಬಿಣ ಮೊದಲಾಗಿ ಊರಿನಲ್ಲಿ

ಏನೇ ಸಿಕ್ಕರೂ ಅವು ಸಾಧು ಮೇಸ್ತ್ರಿಯ ಮನೆಯಲ್ಲಿ ಭದ್ರವಾಗಿರುತ್ತಿದ್ದವು. ಊರಿನ ಜನ ಗಿಳಿರಾಜನಿಗೆ ತಿರುಗಿ ಬೀಳದಿರಲು ಕಾರಣ ಅವನ ಕೆಲಸ, ಸೌದೆ ಕಡಿಯೋದು ಕಾಯಿ ಸುಲಿಯೋದು ತೋಟದ ಕೆಲಸ ಹೀಗೆ ಯಾವುದೇ ಕೆಲಸ ನೀಡಿದರೂ ತಲೆ ಮೇಲೆ ಹೊತ್ತು ಮಾಡುತ್ತಿದ್ದ ಆಪತ್ಕಾಲದ ಬಂಧುವಾಗಿದ್ದವನಿಗೆ ಬೈಯುವುದಾದರೂ ಹೇಗೆ. ಹೀಗೆ ಮೂಡಿಗೆರೆಯ ತೋಟದಲ್ಲಿ ದುಡಿಯುತ್ತಿದ್ದ ಗಿಳಿರಾಜ ಮಾಳದ ಊರಿಗೆ ಬಂದು ಹಾಗೋ ಹೀಗೋ ಸರ್ಕಸ್ ಮಾಡಿ ಬೀಗರ ದರ್ಖಾಸು ಮನೆಗೆ ಸಕಲ ಸೌಕರ್ಯವನ್ನೂ ಕಲ್ಪಿಸಿದ್ದ.

ಪಾಪಪ್ರಜ್ಞೆಯಿಂದ ಗಿಳಿರಾಜ ಅಂಗಳದಲ್ಲಿ ತಲೆತಗ್ಗಿಸಿ ಕುಳಿತಿದ್ದ. ಕೊಂಚ ಸಡಿಲ ಬಿಟ್ಟಿದ್ದರೆ ತಪ್ಪಿಸಿಕೊಳ್ಳುತ್ತಿದ್ದನೋ ಏನೋ. ಮೋರ್ಲೊಣಿ ಅಂತಯ್ಯ ಆತನನ್ನು ಗಮನಿಸುತ್ತಿದ್ದರೆ, ಕಾವಲಿಗೆ ಮಾಣಿಗ ದಂಡನಾಯಕನಂತೆ ನಿಂತಿದ್ದ. ಒಂದೈದು ನಿಮಿಷ ಉರುಳಿತು. ನಾನು ಮೌನ ಮುರಿದು.

"ಯಾರದೋ ಮನೆಯ ಗಂಧ ಕಡಿಯೋದು ತಪ್ಪಲ್ವಾ ಗಿಳಿರಾಜಾ" ಎಂದೆ. ಮಾತು ಮುಗಿಯುವ ಮುನ್ನ ಮಧ್ಯೆ ಬಾಯಿ ಹಾಕಿದ ಮೋರ್ಲೊಣಿ "ಪೇಂಟೆಯಲ್ಲಿ ನನ್ನ ಜಾತಿ ಬಗ್ಗೆ ಮಾತಾಡ್ತಾನೆ ಬ್ಯಾವರ್ಶಿ, ಇವನ ತರ ಕಲುವ ಜಾತಿಯವ ಅಲ್ಲ ನಾನು" ಎಂದು ಅಬ್ಬರಿಸಿದ.

"ಲೇ ಇರೋ. ಇರೋ. ಇವ್ನ ಜತೆ ನಾನು ಮಾತಾಡ್ತೀನಲ್ಲಾ" ಎಂದವ ಗಿಳಿರಾಜನತ್ತ ತಿರುಗಿ

"ಈಗ ಗಂಧದ ಮರ ಕಡಿದವ ನೀನು, ಬೇರೆಯವರ ಮನೆಯ ಮರ ಕಡಿದದ್ದು ತಪ್ಪು. ಅದರಲ್ಲೂ ಗಂಧದ ಮರ ಕಡಿದದ್ದು ದೊಡ್ಡ ತಪ್ಪು. ರಾತ್ರಿ ನಿನ್ ಮನೆ ಮರ ಕಡ್ಕೊಂಡ್ ಹೋದ್ರೆ ಏನ್ ಮಾಡ್ತೀಯ. ನೀನೇ ಹೇಳು ಏನ್ ಶಿಕ್ಷೆ ಕೊಡ್ಬೇಕು ನಿಂಗೆ" ಎಂದು ಕೇಳಿದೆ.

"ಅದು ನನ್ ಬರೊವಾಗ್ ಕತ್ತಲ್ ಆಗಿತ್ ಮರ್‍ರೆ. ರಾತ್ರೀಲ್ ಎಲ್ಲ್ ಏನ್ ಮಡ್ತಿದ್ದೇನ್ ಅಂತ್ ಗೊತ್ತಾಗಿಲ್ ಮರ್‍ರೆ" ಎಂದ. ಸ್ವರ ವ್ಯಂಜನವೆಂದು ಕನ್ನಡದ ಅರ್ಧಕ್ಕರ್ಧ ಅಕ್ಷರಗಳು ಗಿಳಿರಾಜನ ಹೊಟ್ಟೆಗೇ ಇಳಿಯುತ್ತಿದ್ದವು... ನನ್ನ ಪ್ರಶ್ನೆಗೆ ಉತ್ತರ ಅದಲ್ಲವಾದ್ದರಿಂದ ಮತ್ತೆ ಕೇಳಿದೆ. "ನೋಡಪ್ಪಾ ನಾನು ಕೇಳಿದ್ದು ಅದಲ್ಲ. ನೀನು ಗಂಧದ ಮರ ಕಡಿಯಲು ಪ್ರಯತ್ನಿಸಿದ್ದೀಯಾ. ಯಾರೂ ಇಲ್ದಿದ್ರೆ ಕಡಿದು ಹೊತ್ಕೊಂಡೋಗ್ತಿದ್ದೆ. ಈಗ ಏನ್ ಶಿಕ್ಷೆ ಕೊಡೋದು ನಿಂಗೆ?" ಎಂದು ಪ್ರಶ್ನಿಸಿದೆ.

"ನಾನ್ ಪರಕ್ಕೇಲ್ ಮನೆಯಿಂದ್ ಗೋಬ್ರ ತೆಗ್ದ್ ಬರ್ತಿದ್ದ್ ಮರ್‍ರೆ... ದನಾ ಕಟ್ಟಕೊಂದ್ ಗುಂಟ ಬೇಕಂತ್ ಕಡಿಯಕ್ ಹೋಗಿದ್ ಮರ್‍ರೇ. ಅದ್ ಗಂದದ್ ಮರಾಂತ್ ಗೊತ್ತಿಲ್ ಮರ್‍ರೇ" ಎಂದ. ಅಂದರೆ ಇವ

ಹಳೆಯೊಕ್ಕಲು ಮನೆಯಿಂದ ಹಟ್ಟಿ ಗೊಬ್ಬರ ಖಾಲಿ ಮಾಡಿ ಬರುತ್ತಿದ್ದಾನೆ. ದನ ಕಟ್ಟುವುದಕ್ಕೊಂದು ಗೂಟ ಬೇಕೆಂದು ದಾರಿ ಬದಿಯ ಗೂಟ ಕಡಿಯಲು ಹೊರಟಾಗ ಇವರು ಹಿಡಿದಿದ್ದಾರೆ. ಆ ಮರ ಗಂಧದ ಮರವೆಂದೂ ಗೊತ್ತಿರಲಿಲ್ಲ ಪಾಪ ಅಮಾಯಕ. ಕೈ ಬಾಯಿಗಿಟ್ಟರೆ ಕಚ್ಚೋದು ಗೊತ್ತಿಲ್ಲ. ಆಹಾ ಎಷ್ಟು ಚೆನ್ನಾಗಿ ಸುಳ್ಳು ಹೇಳುತ್ತಿದ್ದಾನೆ. ಇವನ ಬಾಯಿಂದ ಒಂದೂ ಸತ್ಯ ಮಾತು ಹೊರಬರುವಂತೆ ಕಾಣಲಿಲ್ಲ.

ಅಲ್ಲಿಯವರೆಗೂ ಸುಮ್ಮನಿದ್ದ ಮಾಣಿಗ ತಾಳ್ಮೆಗೆಟ್ಟು ಬಾಯ್ತೆರೆದ "ಬ್ಯಾವರ್ಶಿ ಒಕ್ಕೆಲು ಇಲ್ಲದ ಮನೆ ಅಂತ ಗೊತ್ತುಂಟಲ್ಲ ನಿಂಗೆ. ಅದಕ್ಕೇ ಮರ ಕಡಿಲಿಕ್ಕೆ ಬಂದಿದ್ದಲ್ಲಾ ನೀನು. ಈ ಮನೆಯಿಂದ ಮರ ಅಲ್ಲ ಒಂದು ಕಡ್ಡಿ ಕೂಡಾ ತಗೊಂಡು ಹೋಗ್ಲಿಕ್ಕೆ ಆಗುದಿಲ್ಲ ನೆನಪಿಡು" ಎಂದ. ಅಲ್ಲಿಯವರೆಗೂ ಎರೆಹುಳುವಿನಂತೆ ಮುದುಡಿ ಕುಳಿತಿದ್ದ ಗಿಳಿರಾಜ ಒಮ್ಮಿಂದೊಮ್ಮೆಗೇ ಮಾಣಿಗನತ್ತ ತಿರುಗಿ "ಅದನ್ ಕೇಳ್ಳಿಕ್ಕೆ ನೀನ್ ಯಾರ್ ಮರ್‍ರೆ. ಈ ಮನೆಯವ್ರ್ ನಿನಿಗ್ ಅಪ್ಪ್ ಆಗ್‌ಬೇಕಾ ಬ್ಯಾವ್‌ರ್ಸಿ" ಎಂದು ಕೇಳಿದ. ನಾನೂ ಇದನ್ನು ನಿರೀಕ್ಷಿಸಿರಲಿಲ್ಲ. ಅಷ್ಟರಲ್ಲಿ ಮಾಣಿಗ ಮೋರೊಣಿ ಅಂತಯ್ಯ ಮೂವರೂ ಹಿಗ್ಗಾಮುಗ್ಗ ಥಳಿಸಲಾರಂಭಿಸಿದರು. ಹೆಚ್ಚು ಕಮ್ಮಿಯಾದರೆ ಕೋರ್ಟು ಅಲೆಯುವ ಕೆಲಸವೆಂದು ಜಗಳ ಬಿಡಿಸಲು ನಾನು ಮಧ್ಯೆ ಪ್ರವೇಶಿಸುವುದು ಅನಿವಾರ್ಯವಾಯಿತು.

"ನೋಡ್ರೋ. ಗಂಧದ ಮರವೂ ಇದೆ, ಕತ್ತಿಯೂ ಇದೆ. ಇವನನ್ನು ಪೊಲೀಸರಿಗೆ ಒಪ್ಪಿಸುವ. ಸುಮ್ನೆ ನಾವು ಹೊಡ್ದು ಬಡ್ದು ಇವ್ನ ಪ್ರಾಣಕ್ಕೇನೂ ಅಪಾಯವಾಗುವುದು ಬೇಡ" ಎಂದೆ. ಯಾರೂ ಮಾತನಾಡಲಿಲ್ಲ. ಗಿಳಿರಾಜನ ತುಟಿಯಲ್ಲಿ ರಕ್ತ ಒಸರುತ್ತಿತ್ತು.

ಅಷ್ಟರಲ್ಲಿ ಮೋರೊಣಿಗೇನೋ ಹೊಳೆದು "ಪೊಲೀಸರಿಗೆ ಕೊಡ್ಲಿಕ್ಕೆ ದೊಡ್ಡು ಕೊಡೂದು ಎಲ್ಲಿಂದ, ಈ ಜಾಗವನ್ನು ಕಾಯೂದು ಗುಲಿಗ. ಅವನಿಗೆ ಕೊಟ್ರೆ ಸರಿ ಆಗ್ತದೆ ಇವನನ್ನು" ಎಂದ. ಗಿಳಿರಾಜ ಥರಗುಟ್ಟಿ ಹೋದ. ಮರುಕ್ಷಣದಲ್ಲಿ ನನ್ನ ಕಾಲುಗಳೆರಡನ್ನೂ ಗಟ್ಟಿಯಾಗಿ ಹಿಡಿದಿದ್ದ.

"ಅಣ್ಣಾ... ಹಾಗ್ ಮಾಡ್ಬೇಡೀ... ದಮ್ಮಯ್ಯ" ಎಂದು ಗಟ್ಟಿ ದನಿಯಲ್ಲಿ ಗೋಗರೆದ.

"ನೋಡಿ ನೋಡಿ ನಾಟಕ ನೋಡಿ. ಗುಲಿಗನಿಗೆ ದೂರು ಕೊಟ್ರೆ ಇವನಿಗೆ ಮರ್ಲ್ ಹಿಡಿತದೆ. ಅದು ಗೊತ್ತುಂಟು ಇವನಿಗೆ" ಎಂದು ಮೂವರೂ ವ್ಯಂಗ್ಯವಾಗಿ ನಕ್ಕರು.

"ಲೇ ಬಿಡೋ. ಬಿಡೋ. ಏನಿದು ಹುಚ್ಚಾಟ" ಎಂದು ಕಾಲು ಕೊಡವಿ ಬಿಡಿಸಿದೆ.

"ಹಾಗ್ ಮಾಡ್ಬೇಡಿ ಅಣ್ಣಾ. ನಂಗೆ ಹೆಂಡ್ತಿ ಮಕ್ಕಳಿದ್ದಾರ್..." ಎಂದು ಕುಕ್ಕುರುಗಾಲಲ್ಲಿ ಕುಳಿತು ಬೇಡಿಕೊಂಡ...

ನಾನು ತ್ರಿಶಂಕು ಸ್ಥಿತಿಯಲ್ಲಿ ಸಿಲುಕಿದ್ದೆ. ಇತ್ತ ಹಾವೂ ಸಾಯಬಾರದು ಕೋಲೂ ಮುರಿಯಬಾರದು. ಒಂದಷ್ಟು ಹೊತ್ತು ಯೋಚಿಸಿ ಕೊನೆಗೊಂದು ನಿರ್ಧಾರಕ್ಕೆ ಬಂದೆ.

"ನೋಡ್ರೋ. ಅವನೂ ನಮ್ಮೂರವನೇ. ದೊಡ್ಮನೆಗ್ ಕೆಲಸಕ್ ಕರೆದ್ರೆ ಬರೋನೇ. ಹೆಚ್ಚಾಗಿ ನಿಮ್ ಅಣ್ ತಮ್ಮಂದಿರ್ ತರ ಇರೋನು. ಈಗ ತಪ್ಪು ಆಗೋಗಿದೆ. ಏನೂ ಮಾಡಕಾಗಲ್ಲ. ಗಂಧದ ಮರ ಕಡಿಯೋ ಮೊದಲೇ ಗುಳಿಗ ನಿಮ್ಗೆ ತಿಳಿಸಿ ರಕ್ಷಿಸಿದ್ದಾನೆ. ಆದ್ರಿಂದ ಗಿಳಿರಾಜ ಗುಳಿಗನಿಗೆ ಕೈ ಮುಗಿದು ತಪ್ಪೊಪ್ಪಿಗೆ ಕೇಳಲಿ. ಆದ್ರೆ ಇದರ ನಂತರ ದೊಡ್ಮನೆಯಿಂದ ಒಂದ್ ಕಡ್ಡಿ ತೆಗೆದುಕೊಂಡ್ರೋದ್ರೂ ಹುಚ್ಚು ಹಿಡಿಯುತ್ತೆ" ಎಂದೆ. ಯಾರಾದರೊಬ್ಬರು ನನ್ನ ಮಾತನ್ನು ವಿರೋಧಿಸುತ್ತಾರೆ ಎಂದುಕೊಂಡಿದ್ದೆ. ಯಾರೊಬ್ಬರೂ ವಿರೋಧಿಸುವಂತೆ ಕಾಣಲಿಲ್ಲ.

ಗೋಳೀ ಮರದ ಬುಡದಲ್ಲಿದ್ದ ಭೂತದ ಕಲ್ಲುಗಳ ಬಳಿಗೆ ಹೋದ ಗಿಳಿರಾಜ ಇನ್ನೆಂದೂ ಇಂತಹ ತಪ್ಪು ಕೆಲಸಕ್ಕೆ ಕೈ ಹಾಕಲಾರೆ ಎಂದು ಪ್ರಮಾಣ ಮಾಡಿ ಮನೆಯ ದಾರಿ ಹಿಡಿದ. ಮಾಣಿಗ ಮತ್ತು ಮೋರೋಣಿ ಮುಖ ಗಂಟಿಕ್ಕಿಕೊಂಡೇ ನಿಂತಿದ್ದರು. ಹೋಗುವಾಗ ಹುಷಾರೆಂದು ಅಂತಯ್ಯ ಅಡಿಕೆ ಸೋಗೆಯ ಪಂಜು ಹೊತ್ತಿಸಿ ಕೊಟ್ಟ.

"ಒಂದು ಬೆರು ಹೊಡಿಲಿಕ್ಕಂತ ಕೂತದ್ದು ಮಾರ್‍ರೆ. ಬ್ಯಾವರ್ಶಿಯಿಂದಾಗಿ ಎಲ್ಲ ಲಗಾಡಿ ಹೋಯ್ತು" ಎಂದು ಮಾಣಿಗ ಕೈ ಕೈ ಹಿಸುಕಿಕೊಂಡ... ಇಷ್ಟೆಲ್ಲಾ ಆದ ನಂತರ ಶಿಖಾರಿಗೆ ಹೊರಡಲು ಯಾರಿಗೂ ಆಸಕ್ತಿಯಿರುವಂತೆ ಕಾಣಲಿಲ್ಲ.

ಮಲಗಿ ಯೋಚಿಸುತ್ತಿದ್ದೆ. ಕಬ್ಬೆಕ್ಕಿಗೂ ಆವತ್ತು ಬದುಕುವ ಋಣವಿತ್ತೆಂದು ಕಾಣುತ್ತದೆ. ಇಲ್ಲದಿದ್ದರೆ ಗಿಳಿರಾಜ ಬರುತ್ತಿದ್ದನೇ. ಎನಿಸಿ ನಗು ಬಂತು. ಬೆರುವಿನ ಪಲ್ಯದೊಡನೆ ಪುಂಡಿ ಮಾಡಿ ತಿನ್ನುವ ಮಾಣಿಗನ ಕನಸು ಕನಸಾಗೇ ಉಳಿದಿತ್ತು.

21

ಆವತ್ತು ಮಾಣಿಗ ನನಗೊಂದು ಕೊಳಲು ತಯಾರಿಸಿ ತರುತ್ತೇನೆ ಎಂದಿದ್ದ. ನಾಟಿಮದ್ದು ಹೇಳಿಕೊಡಲು ನಿರಾಕರಿಸಿದವ ಇದನ್ನೂ ನಿರಾಕರಿಸುತ್ತಾನೆ ಎಂದುಕೊಂಡಿದ್ದೆ. ಕೊಳಲು ನುಡಿಸುವುದನ್ನು ಕಲಿಸಲು

ಹೇಳಿದಾಗ, ನನಗೊಂದು ಹೊಸ ಕೊಳಲು ಮಾಡಿಕೊಡುವುದಾಗಿಯೂ. ನಂತರ ನುಡಿಸಲು ಹೇಳಿ ಕೊಡುವುದಾಗಿಯೂ ಹೇಳಿದ್ದ. ಇದರ ಜತೆಗೊಂದು ಕಂಡಿಷನ್ ಕೂಡಾ ಇತ್ತು. ಅದೇನೆಂದರೆ ನಾನು ಕೇವಲ ಸಿನಿಮಾ ಹಾಡುಗಳನ್ನು ನುಡಿಸುವುದನ್ನು ಕಲಿಯಬೇಕು. ಕೊಳಲು ವಾದನ ಕಲಿತ ನಂತರ ಆತನ ಅಜಲಿನ ಸಾಂಪ್ರದಾಯಿಕ ರಾಗಗಳನ್ನು ಅಪ್ಪಿತಪ್ಪಿಯೂ ನುಡಿಸಲು ಪ್ರಯತ್ನಿಸಬಾರದು. ಜತೆಗೆ ಡೋಲು ಬಡಿಯುವುದು ಪವಿತ್ರ ಧಾರ್ಮಿಕ ಕೆಲಸ. ಅದನ್ನು ಕಲಿಸಿಕೊಡಲು ಕೇಳಬಾರದು. ಹೀಗೆ ಒಂದಾದ ಮೇಲೊಂದು ಷರತ್ತುಗಳನ್ನು ವಿಧಿಸಿದ್ದ. ಯಾವುದೇ ವಿಚಾರವನ್ನು ಕೇಳಿದರೂ ಧಾರ್ಮಿಕ ಕಾರಣ ಕೊಟ್ಟು ತಪ್ಪಿಸಿಕೊಳ್ಳುತ್ತಿದ್ದವ ಮುಪ್ಪಣ್ಣನ ಘಟನೆ ನಡೆದ ನಂತರ ಕೊಂಚ ಬದಲಾದಂತೆ ಕಾಣಿಸುತ್ತಿತ್ತು. ಯಾವುದಕ್ಕೂ ಇವನೊಮ್ಮೆ ಕಲಿಸಲಿ ಎಂದುಕೊಂಡು ಎಲ್ಲದಕ್ಕೂ 'ಹೂಂ' ಅಂದಿದ್ದೆ.

ಇಂದು ತರುವೆ, ನಾಳೆ ತರುವೆ ಎಂದವನ ಕೊಳಲು ಮಾತ್ರ ಬರುವಂತೆ ಕಾಣದಿದ್ದುದು ನೋಡಿ ಬೇಸರವಾಗಿ ನಿನ್ನ ಕೊಳಲೇ ಬೇಡ ನಾನು ಅಂಗಡಿಯಲ್ಲಿ ಕೊಳ್ಳುವೆ ಎಂದಾಗ 'ಕೊಳಲು ತಯಾರಿಸಲು ವಿಶೇಷವಾದ ಬಿದಿರು ಬೇಕೆಂದೂ, ಬುಟ್ಟಿ ಹೆಣೆಯಲು ಬಳ್ಳಿಗಾಗಿ ಕಾಡಿಗೆ ಹೋದಾಗ ತರುವೆನೆಂದೂ. ಕೊಳಲು ತಯಾರಿಸುವ ಕೆಲಸ ಸೂಕ್ಷ್ಮವೆಂದೂ ಬಿದಿರಿಗೆ ರಂಧ್ರ ಕೊರೆಯುವ ಕಾರ್ಯದಲ್ಲಿ ಕೊಂಚ ಲೋಪವಾದರೂ ಸಂಗೀತಕ್ಕೆ ಅಪಚಾರವಾಗುವುದೆಂದೂ, ಕೊನೇಯಲ್ಲಿ ಊದುವ ಜಾಗಕ್ಕೆ ಜೇನುಮೇಣ ಹಾಕಿ ಭದ್ರಪಡಿಸುವ ಸಂದರ್ಭದಲ್ಲಿ ಲೋಪವಾಗಬಾರದೆಂದು' ಹೇಳಿದ್ದ. ನನಗೆ ಇವುಗಳಲ್ಲಿ ಏನೊಂದೂ ಅರ್ಥವಾಗದಿದ್ದರೂ ಸುಮ್ಮನೆ ತಲೆಯಾಡಿಸಿದ್ದೆ. ಮಾಣಿಗನ ಕೊಳಲು ಮಾಮೂಲು ಗಾತ್ರಕ್ಕಿಂತ ಕೊಂಚ ದೊಡ್ಡ ಗಾತ್ರದಲ್ಲಿತ್ತು. ಆತನ ಕೊಳಲು ನುಡಿಸುವ ಕಲೆಯೋ, ಕೊಳಲಿನ ಸಾಮರ್ಥ್ಯವೋ ಗೊತ್ತಿಲ್ಲ ಒಟ್ಟಾರೆಯಾಗಿ ಕೊಳಲ ನಾದವಂತೂ ಇಂಪಾಗಿ ಹೊರಹೊಮ್ಮುತ್ತಿತ್ತು.

ದೊಡ್ಮನೆಯಲ್ಲಿ ಅಡಿಕೆ ಕೊಯ್ಲು ನಡೆಯುತ್ತಿತ್ತು. ಮಾಣಿಗನೂ ಮೋರೋಣಿಯೂ ಕೊಯ್ಲಿನಲ್ಲಿ ಬ್ಯುಸಿಯಾಗಿದ್ದರು. ಜತೆಗೆ ಇತರ ಇಬ್ಬರಿದ್ದರು. ಇದರ ಮಧ್ಯೆ ಸಂಜೆ ಹೊರಡುವಾಗ ನಾನು ಕೇಳದಿದ್ದರೂ "ನಾಳೆ ಕೊಳಲು ಗ್ಯಾರಂಟಿ" ಎಂದು ಹೋದ ಮಾಣಿಗ ಮಾರನೆಯ ದಿನವೂ ಅದೇ ಹಳೇ ಕಥೆಯೊಡನೆ ಬಂದಿದ್ದ... ದಿನಂಪ್ರತಿ ಇವನ ಅದೇ ಹಳೆಯ ಕಥೆಗಳಿಂದ ಬೇಸತ್ತಿದ್ದ ನನಗದನ್ನು ಕೇಳಲು ಇಷ್ಟವಿಲ್ಲದಂತೆ ಮಾತು ತಿರುಗಿಸಿದ್ದೆ.

ಸಂಜೆ ಕೊಯ್ಲಿನ ಕೆಲಸ ಮುಗಿಸಿ ದಣಿದು ಹೋಗಿದ್ದವ ಒಂದಷ್ಟು ಪೆಗ್ ಏರಿಸಿ ಮತ್ತೆ ಬಂದಿದ್ದ. ಏನಪ್ಪಾ ಮತ್ತೆ ಬಂದಿದ್ದಾನೆ ಎಂದು ಕೇಳುವಷ್ಟರಲ್ಲಿ ಒಂದು ವಿಷಯ ಹೇಳಿದ್ದ. ಸಮಾನ ವಯಸ್ಕ ಯುವಕರೆಲ್ಲಾ ಮಾಣಿಗನ

ಮನೆಯ ಬಳಿಯ ದಟ್ಟ ಕಾಡಲ್ಲಿ ಬೇಟೆಯಾಡಲು ನಿರ್ಧರಿಸಿದ್ದಾರೆ. ಬೇರೇನೋ ಮಾತನಾಡಲು ಬಾಯ್ತೆರೆಯುವಷ್ಟರಲ್ಲಿ ಮತ್ತೊಂದು ವಿಷಯ ಹೇಳಿದ. ಬೇಟೆಗೆ ಬರುವ ಪೂವ ಒಬ್ಬನನ್ನು ಮತ್ತೆ ಎಲ್ಲರ ಜತೆಗೂ ಇರೋದು ಲೈಸೆನ್ಸ್ ಇಲ್ಲದ ಕೋವಿಗಳು. ಹಾಗಾಗಿ ಊರಿಗೆ ಹತ್ತಿರವಿರುವ ಕಾಡಲ್ಲಿ ಬೇಟೆಯಾಡಿದರೆ ಫಾರೆಸ್ಟು ಕಾಯುವ ಲೋಕಲ್ ಗಾರ್ಡನು ರೇಂಜರಿಗೆ ಕರೆ ಮಾಡುವ ಅಪಾಯವಿರುವುದರಿಂದ ಹೊರಜಗತ್ತಿನ ಸಂಪರ್ಕವಿಲ್ಲದ ಕಾಡಲ್ಲಿ ಬೇಟೆಯಾಡುತ್ತಿದ್ದೇವೆ ಎಂದ.

ನನಗ್ಯಾಕೋ ಇದು ಅಪಾಯಕಾರಿಯೆನಿಸಿತು. ಮೊದಲೇ ಬರುವವರಲ್ಲಿ ಹೆಚ್ಚಿನವರು ಮೈಮೇಲೆ ಪ್ರಜ್ಞೆಯಿಲ್ಲದವರು, ಕೆಲವರು ಸಾರಾಯಿಯನ್ನು ಬಗಲಲ್ಲಿಟ್ಟೇ ತಿರುಗಾಡುವವರು ಇನ್ನು ಇಂತವರ ಜತೆಗೆಲ್ಲಾ ಹೋಗುವುದು ಅಪಾಯಕ್ಕೆ ಆಹ್ವಾನ ನೀಡಿದಂತಾಗುವುದೆನಿಸಿ ಅದನ್ನು ಮಾಣಿಗನ ಜತೆ ಹೇಳಿದಾಗ ಆತ ತಾನು ಕೇವಲ ಮೈ ಕೈ ನೋವಿಗಾಗಿ ಕೊಂಚ ಕುಡಿದಿರುವುದಾಗಿಯೂ ಬರುವವರಲ್ಲಿ ಇತರರು ಒಂದು ಹನಿಯನ್ನೂ ಮುಟ್ಟದವರು ಎಂದು ಹೇಳಿದ. ಆತನ ಮಾತನ್ನು ನಂಬುವ ಸ್ಥಿತಿಯಲ್ಲಿರಲಿಲ್ಲ. ಇವ ಏನು ಹೇಳಿದರೂ ನನ್ನ ಜಾಗರೂಕತೆಯಲ್ಲಿ ನಾನಿರಬೇಕೆಂದು ಸ್ನಾನ ಮುಗಿಸಿ ಟಾರ್ಚು ಹಿಡಿದು ಹೊರಟೆ. ಮಾಣಿಗನ ಮನೆಯ ಪರಿಸರ ಎಂದರೆ ನನಗೇನೋ ಭಂಡ ಧೈರ್ಯ.

ಕೊಂಚ ದೂರ ಹೊರಟಾಗ ಏನೋ ಅನುಮಾನವಾಯಿತು. ಮಾಣಿಗ ತನ್ನ ಮನೆಯ ದಿಕ್ಕಿನ ಕಾಲು ದಾರಿಗೆ ತಿರುಗದೆ ರಸ್ತೆಯಲ್ಲಿ ನೇರವಾಗಿ ಸಾಗುತ್ತಿರುವುದನ್ನು ಕಂಡು, "ಮನೆ ಹತ್ರ ಬೇಟೆ ಇರೋದು ಅಂದೆ. ಈಗ ನೋಡಿದ್ರೆ ನೇರ ಹೋಗ್ತಿಯಲ್ವೇನಾ. ಯಾವ್ ಕಡೆ?" ಎಂದು ಪ್ರಶ್ನಿಸಿದೆ. "ಅದಾ. ಸ್ವಲ್ಪ ಬಾಚುವಿನ ಮನೆಗೆ ಹೋಗ್ಬೇಕು ಸಾರ್, ಬರ್ತೇನೆ ಹೇಳಿದ್ದಾನೆ."

"ನೋಡು ನಿನ್ ಇದೇ ಬುದ್ಧಿ ಆಗಲ್ಲ ನಂಗೆ, ಬೇಟೆಗ್ ಹೋಗಣಾಂತ ಯಾರ್ದೋ ಮನೆಗ್ ಕರ್ಕೊಂಡೋಗ್ತಿಯಲ್ಲೋ." ಎಂದು ರೇಗಿದೆ.

"ಇಲ್ಲ ಸಾರ್, ಮನೆಗೆ ಹೋಗೂದಿಲ್ಲ. ಅವನ ಹತ್ತಿರ ಚಂದದ ಬೆಡಿ ಇದೆ. ಬರ್ತೇನೆ ಅಂತ ಹೇಳಿದ್ದಾನೆ. ಕರ್ಕೊಂಡು ಹೋಗದಿದ್ರೆ ಬೇಜಾರಾಗ್ತದೆ..." ನಾನು ಮಾತನಾಡಲಿಲ್ಲ. ಟಾರ್ಚು ಬಿಡುತ್ತಾ ಹೋಗುತ್ತಿದ್ದವನನ್ನು ಹಿಂಬಾಲಿಸಿದೆ...

ಟಾರ್ಚಿನ ಬೆಳಕು ಕಾಣುತ್ತಿದ್ದಂತೆ ಬಾಚುವಿನ ಮನೆಯಲ್ಲಿ ಏರು ದನಿ ಕೇಳಲಾರಂಭಿಸಿತು.

"ನಾನು ಹಂದಿ ಮಾಂಸ ಪಲ್ಯ ಮಾಡ್ಲಿಕ್ಕಂತ ತುಪ್ಪ ತಂದಿಟ್ಟಿದ್ದೆ. ನೀನು ದೀಪ ಹಚ್ಚಿ ಖಾಲಿ ಮಾಡಿದ್ದಿಯಲ್ಲ" ಬಾಚುವಿನ ದೌಲತ್ತಿನ ಮಾತುಗಳು

ಕೇಳುತ್ತಿದ್ದವು. ಬಹುಶಃ ತಾಯಿ ಮಗ ಇಬ್ಬರೇ ಇರುವುದೆಂದು ಕಾಣುತ್ತದೆ. ಅಪರಿಚಿತರೆದುರು ಮಗನನ್ನು ಬಿಟ್ಟು ಕೊಡೋದು ಯಾಕೆಂದು ತಾಯಿ ಸುಮ್ಮನಿದ್ದಳು. ಮನೆಯ ಅಂಗಳಕ್ಕೆ ಕಾಲಿಡುತ್ತಿದ್ದಂತೆ ಮತ್ತಷ್ಟು ದೌಲತ್ತಿನ ಮಾತು. "ಈ ಮನೆಯಲ್ಲಿ ಒಂದು ದಿನ ಇಟ್ಟ ವಸ್ತು ಇನ್ನೊಂದು ದಿನ ಕಾಣುವುದಿಲ್ಲ. ಮನೆಯವರಿಗೆ ಜವಾಬ್ದಾರಿಯೆ ಇಲ್ಲ. ಇಂತಹ ಮನೆಯಲ್ಲಿ ನಾನು ಇದ್ದೇನಲ್ಲ" ಸಾಲು ಸಾಲಾಗಿ ಮಾತುಗಳು ಮನೆಯೊಳಗಿನಿಂದ ತೂರಿ ಬರುತ್ತಿದ್ದವು... ನನ್ನ ಮುಖದಲ್ಲಿನ ಅಸಹನೆಯನ್ನು ಗಮನಿಸಿದ ಮಾಣಿಗ ಇದು ಮುಗಿಯುವ ಕಥೆಯಲ್ಲವೆಂದೆನಿಸಿ "ಬಾಚು ಬೈದೆರೇ... ಬೋಂಟೆಗೆ ಹೋರಡುವನಾ" ಎಂದು ಕರೆದ. ನಾವು ಬಂದಿದ್ದನ್ನು ಕಂಡೂ ಕಾಣದೆ ದೊಡ್ಡ ದೊಡ್ಡ ಮಾತುಗಳನ್ನಾಡುತ್ತಿದ್ದವ ಕೋಣೆಗೆ ನಡೆದ. ಒಂದಷ್ಟು ಹೊತ್ತು ಒಳಗೆ ಗಡ-ಬಡ ಸದ್ದು ಕೇಳಿದ ನಂತರ ಲುಂಗಿಯ ಮೇಲೊಂದು ಅಂಗಿ ಹಾಕಿಕೊಂಡು. ನಾಡಕೋವಿ ಹೆಗಲೇರಿಸಿ ನಮ್ಮನ್ನು ಹಿಂಬಾಲಿಸಿದ.

ನಾವು ಮೌನವಾಗಿ ನಡೆಯುತ್ತಿದ್ದಾಗ ಬಾಚು ಬಾಯ್ತೆಗೆದು ಮಾತನಾಡಲಾರಂಭಿಸಿದ. "ಈ ಬೆಡಿ ಯಾವ್ದಕ್ಕೂ ಸಾಕಾಗ್ಲಿಲ್ಲ ಮಾರ್ರೆ. ಜೋಡು ನಳಿಗೆಯ ಬೆಡಿ ಇರ್ಬೇಕಿತ್ತು. ಜೋಡು ಹಂದಿ ಹೊಡೆತಾ ಇದ್ದೆ. ಕಿಟ್ಟ ಅಚಾರಿ ಜೋಡು ನಲಿಗೆ ಬೆಡಿ ಕಟ್ಟಿ ಕೊಡ್ತೇನೆ ಅಂದವ ಸತ್ತೇ ಹೋದ" ಎಂದ.

"ಯಾಕೆ ಬಾಚು ಬೈದೆರೇ ಆದ ಕತೆ ಎಲ್ಲ. ಕಿಟ್ಟ ಬೊಲಾಲ್ರು ಒಳ್ಳೆ ಜನ ಪಾಪ. ಯಾಕೆ ಬಯ್ಯೋದು ನೀವು. ಅವರ ಮಗ ಬೆಡಿ ಕಟ್ಟಿ ಕೊಡ್ತಾರೆ ನಿಮಗೆ ಕೇಳಿ."

"ಛೆ. ಯಾರ ಬಗ್ಗೆ ಬೇಕಾದ್ರೆ ಹೇಳು. ಅವನ ಮನೆಯಲ್ಲಿ ಒಂದು ಬೊಟ್ಟ ನೀರು ಕುಡಿಯುದಿಲ್ಲ ನಾನು" ಎಂದ ಉಡಾಫೆಯಿಂದ. ಬಾಚುವಿನ ಪೌರುಷದ ಕಥೆಗಳು ಮುಂದುವರೆದವು. ಮಾಳದ ಕಾಡಿನಲ್ಲಿ ತಾನು ಬೇಟೆಯಾಡಿದ ಹಂದಿಗಳಿಗೆ ಲೆಕ್ಕವಿಲ್ಲವೆಂದೂ, ತನ್ನ ಕಣ್ಣಿಗೆ ಬಿದ್ದ ಹಂದಿಗಳು ತಪ್ಪಿಸಿಕೊಂಡ ಇತಿಹಾಸವೇ ಇಲ್ಲವೆಂದೂ. ಮಧ್ಯೆ ಅಂತಯ್ಯನ ವಿಚಾರ ಬಂದಾಗ ಅವನಿಗೆ ಗುರಿಯಿಡುವುದನ್ನು ಕಲಿಸಿದವನೇ ತಾನೆಂದೂ ತಾನಿಲ್ಲದಿದ್ದರೆ ಅಂದು ಹುಲಿ ಹೊಡೆಯಲು ಕನಸಲ್ಲೂ ಸಾಧ್ಯವಾಗುತ್ತಿರಲಿಲ್ಲ. ಹೀಗೆ ಬಡಾಯಿ ಕೊಚ್ಚಿಕೊಳ್ಳುತ್ತಲೇ ಸಾಗುತ್ತಿದ್ದ. ಇವುಗಳೆಲ್ಲಾ ಸುಳ್ಳೆಂದು ಗೊತ್ತಿದ್ದರೂ ನಾನೂ ಮಾಣಿಗನೂ ಹೂಂಗುಟ್ಟುತ್ತಾ ಸಾಗುತ್ತಿದ್ದೆವು.

ಗುಡ್ಡ ದಾಟಿ ಹೋದಾಗ ಆಕಡೆಯ ಗುಂಡಗಿನ ಬಂಡೆಯ ಮೇಲಿನಿಂದ ಟಾರ್ಚ್ ಬೆಳಕು ಕಾಣಿಸಿ ಅಲ್ಲಿದ್ದವರು ನಾವು ಇಲ್ಲಿದ್ದೇವೆ ಎಂದು ಸೂಚನೆ ಕೊಟ್ಟರು. ಮರುಗಳಿಗೆಯಲ್ಲಿ ನಾವು ಬಂಡೆಯನ್ನು ತಲುಪಿದ್ದೆವು. ಅಲ್ಲಿ ಕೋವಿ ಹಿಡಿದ ನಾಲ್ವರ ಜತೆಗೆ ಕೈಯಲ್ಲಿ ಯಾವುದೋ ಡಬ್ಬಿ ಹಿಡಿದ ಅಜಾನುಬಾಹು

ವ್ಯಕ್ತಿಯೊಬ್ಬರು ನಿಂತಿದ್ದರು. ಕೋವಿ ಹಿಡಿದ ಇಬ್ಬರ ಕೈಲಿ ಚರ್ಮದ ತಮಟೆಯಿತ್ತು. ಅವರಲ್ಲೊಬ್ಬನ ಗುರುತು ಸಿಕ್ಕಿತು. ಅವ ಮಾಣಿಗನ ಗೆಳೆಯ ಪೂವ... ನಾನು ಆತನ ಮುಖ ನೋಡಿ ಪರಿಚಯದ ನಗೆ ನಕ್ಕರೂ ಆತ ಗಂಭೀರವಾಗಿರುವುದನ್ನು ಕಂಡು ಮಾಣಿಗ ಬಾಯ್ದೆರೆದ. “ಅದು ವಿಷಯ ಎಂತ ಕೂಡ ಇಲ್ಲ ಸಾರ್. ಇವ ಈಂದ್ ಮರಕ್ಕೆ ಸೇಂದಿ ಕಟ್ಟಿದ್ದಾನೆ. ಮಂಗಗಳೆಲ್ಲಾ ಕಲಿ ಕುಡಿದು ಮರದ ಕೊಂಬನ್ನು ಹಾಳು ಮಾಡಿ ಹಾಕಿವೆ. ಇಲ್ದಿದ್ರೆ ಕಲಿ ಆದ್ರು ಕುಡಿಬೋದಿತ್ತು ಮಾರ್ರೆ” ಎಂದು ಸಮಜಾಯಿಷಿ ನೀಡಿದ.

ಜತೆಗೆ ನಿಂತಿದ್ದ ಅಜಾನುಬಾಹು ವ್ಯಕ್ತಿಯನ್ನು ಪರಿಚಯಿಸಿ ಅವರು ಪೈಲ್ವಾನ್ ರಾಜಣ್ಣನೆಂದೂ ಅವರ ಬಳಿ ಆರು ಕಂಬಳದ ಕೋಣಗಳಿವೆಯೆಂದ. ನನ್ನನ್ನು ಪರಿಚಯಿಸುವಾಗ ‘ಇವರು ಬೆಂಗ್ಳೂರಿಂದ ಬಂದಿದಾರೆ. ನಮ್ಮ ಜನವೆ. ನಮ್ಮ ಬೆರ್ಮರ ತೋಕೆಯಲ್ಲಿ ಸ್ವಲ್ಪ ಕೆಲಸ’ ಎಂದು ಪರಿಚಯಿಸಿದ.

ಮಾಣಿಗ, ಬಾಚು ಸೇರಿದಂತೆ ಎಲ್ಲರಿಗೂ ಈ ಜಾಗದ ಪರಿಚಯವಿದೆ, ಅಪಾಯವಾದಲ್ಲಿ ಹೇಗಾದರೂ ತಪ್ಪಿಸಿಕೊಂಡಾರು, ನನ್ನ ಗತಿಯೇನು ಎಂದು ಆತಂಕ ವ್ಯಕ್ತಪಡಿಸಿದಾಗ ಇಂಗ್ಲಿಷಿನ ವೈ ಶೇಪಿನ ಉದ್ದನೆಯ ಕವೆ ಕೋಲನ್ನು ಕಡಿದು ನನ್ನ ಕೈಗಿತ್ತು ಕಾಡು ಪ್ರಾಣಿಗಳು ಎದುರಾದರೆ ಎದುರಿಸಲು ಇದು ಸಾಕೆಂದು ಧೈರ್ಯವಿತ್ತ. ನನಗೆ ಇವರುಗಳ ಬೇಟೆಯ ಐಡಿಯಾ ಏನೊಂದೂ ಅರ್ಥವಾಗದೆ ಮಾಣಿಗನ ಮುಖ ನೋಡಿದಾಗ ಅವ ಬೇಟೆಯ ಪ್ಲಾನ್ ಹೇಳಲಾರಂಭಿಸಿದ. ಇಲ್ಲಿರುವ ಎರಡು ಮೂರು ಜನ ಗುಡ್ಡದ ಎತ್ತರದ ಭಾಗದಿಂದ ತಮಟೆ ಬಡಿದು ಕಾಡು ಪ್ರಾಣಿಗಳನ್ನು ಕಣಿವೆಯ ತಗ್ಗು ಪ್ರದೇಶದತ್ತ ಓಡಿಸಬೇಕು. ಕೋವಿಯಿರುವವರು ಇಕ್ಕಟ್ಟಾದ ದಾರಿಯ ಜಾಗದಲ್ಲಿ ರೆಡಿಯಾಗಿ ನಿಂತಿರಬೇಕು. ಕಾಣುವ ಪ್ರಾಣಿಯನ್ನು ಕ್ಷಣವೂ ವ್ಯರ್ಥವಾಗದಂತೆ ಹೊಡೆದುರುಳಿಸಬೇಕು. ಅಷ್ಟರಲ್ಲಿ ಮಧ್ಯೆ ಬಾಯಿ ಹಾಕಿದ ನಾನು ಕೆಳಗೆ ಇಕ್ಕಟ್ಟಾದ ದಾರಿಯ ಬದಿಯಲ್ಲಿ ನಿಲ್ಲುವವರೆಲ್ಲರೂ ಒಂದೇ ಬದಿಯಲ್ಲಿ ಅವಿತು ನಿಲ್ಲಬೇಕೆಂದೂ ಎದುರು ಬದುರಾಗಿ ನಿಲ್ಲುವುದು ಅಪಾಯಕಾರಿಯೆಂದೆ. ಅಷ್ಟರಲ್ಲಿ ರಾಜಣ್ಣನ ಕೈಯಲ್ಲಿದ್ದ ಡಬ್ಬಿಯಲ್ಲಿದ್ದ ವಸ್ತುವಿನ ಬಗ್ಗೆ ತಿಳಿದು ದಿಗಿಲಾಯಿತು. ರಾಜಣ್ಣನ ಡಬ್ಬಿಯಲ್ಲಿರೋದು ಬಾಂಬು...! ತಮಟೆ ಒಡೆದು ಬೇಟೆ ಎಬ್ಬಿಸುವ ಜತೆಗೆ ದಟ್ಟವಾದ ದೊಡ್ಡ ಪೊದೆಗಳಿಗೆ ಬಾಂಬು ಎಸೆದು ಎಬ್ಬಿಸೋಣವೆಂದು ರಾಜಣ್ಣ ಬಾಂಬು ತಂದಿದ್ದರು. ಸರಿಯಪ್ಪಾ ಹಳ್ಳಕ್ಕೆ ಇಳಿದಾಗಿದೆ ಇನ್ನು ಈಜದೆ ಹೊರಟರೆ ಹೇಗೆ ಎಂದು ಮಾಣಿಗ ನೀಡಿದ ಕವೆ ಕೋಲು ಹಿಡಿದು ರೆಡಿಯಾಗಿ ನಿಂತೆ. ಅಲ್ಲಿಯವರೆಗೂ ಬಡಾಯಿ ಕೊಚ್ಚುತ್ತಾ ಬಂದಿದ್ದ ಬಾಚು ತುಟಿ ಪಿಟಿಕ್ ಎನ್ನದೆ ನಿಂತಿದ್ದ.

ಬೇಟೆಯೆಬ್ಬಿಸುವ ಕೆಲಸ ಶುರುವಾಯಿತು. ಮೇಲ್ಗಡೆಯಿಂದ ಟರ್ರನೆ ಸದ್ದು ಬರುವಂತೆ ತಮಟೆಗಳನ್ನು ಬಡಿಯುತ್ತಾ ಹಚಾ. ಹಚಾ ಎಂದು ಕೂಗುತ್ತಿದ್ದರು. ಆಗಾಗ ಟಾರ್ಚುಗಳು ಬೆಳಗುತ್ತಿದ್ದವು. ಮಾಣಿಗ ನನ್ನನ್ನು ಬಿಟ್ಟು ಮತ್ತೋರ್ವ ಕೋವಿಯವನಾದ ಪೂವನೊಂದಿಗೆ ಸೇರಿಕೊಂಡ. ಕಾಡು ಪ್ರಾಣಿಗಳು ಬರಬಹುದಾದ ದಾರಿಗೆ ಮೊದಲಾಗಿ ಶಾರ್ಪ್ ಶೂಟರ್ ಬಾಚುವಿನೊಂದಿಗೆ ನಿಲ್ಲುವುದು ಅನಿವಾರ್ಯವಾಯಿತು. ನನಗೆ ಕಣಿವೆಯ ಮೇಲ್ಭಾಗದಲ್ಲಿ ನಿಂತು ಬೀಡಿ ಸೇದುತ್ತಿದ್ದ ರಾಜಣ್ಣನ ಬೀಡಿಯ ಗುರುತು ಮಾತ್ರ ಕಾಣಿಸುತ್ತಿತ್ತು.

ರಾಜಣ್ಣನ ಮೇಲೆ ಕಣ್ಣಿಡಲೂ ಕಾರಣವಿದೆ. ಆ ವ್ಯಕ್ತಿ ಕುಡಿದು ಬಂದಿದ್ದಾರೋ ಇಲ್ವೋ ಗೊತ್ತಿಲ್ಲ ಆದರೆ ಬಾಂಬು ಏನಾದರೂ ನಮ್ಮತ್ತ ಎಸೆದರೆ ತಪ್ಪಿಸಿಕೊಳ್ಳಬೇಕಲ್ಲಾ. ತಮಟೆಯ ಸದ್ದಿನೊಂದಿಗೆ ಆಗಾಗ್ಗೆ ಪೊದೆಯೊಳಗೆ ಏನೋ ಜಿಗಿದಂತಹ ಸದ್ದು ಕೇಳಿದಾಗ ಬೆಚ್ಚಿಬೀಳುತ್ತಿದ್ದ ನನ್ನನ್ನು ಬಾಚು ಮೇಲೆ ನಿಂತಿರುವವರು ದೊಡ್ಡ ಕಲ್ಲುಗಳನ್ನು ಎಸೆಯುತ್ತಿದ್ದಾರೆಂದೂ ಕಾಡು ಪ್ರಾಣಿಗಳು ಬರಲು ಇನ್ನೂ ಸಮಯವಿದೆಯೆಂದ. 'ಎಲಾ ಇವನಾ. ಅವೇನು ಇವ್ನಿಗೆ ಹೇಳಿನಾ ಬರ್ತವೆ' ಎಂದು ಮನಸ್ಸಲ್ಲೇ ಬೈದುಕೊಂಡೆ. ಅಷ್ಟರಲ್ಲಿ ರಾಜಣ್ಣನ ಬೀಡಿಯ ಚುಕ್ಕೆಯ ಬಳಿಯಲ್ಲಿ ಒಂದಷ್ಟು ಕಿಡಿಗಳು ಚದುರಿದ ದೃಶ್ಯ ಕಾಣಿಸಿತು. ಕಿಡಿಗಳು ಚದುರುತ್ತಾ ಮತ್ತೊಂದು ಕಡೆಯ ಪೊದೆಯೊಳಗೆ ಹೊಕ್ಕಾಗ ಕಿವಿ ಮುಚ್ಚಿ ಹಿಡಿದುಕೊಂಡೆ. ನೆಲ ಕಂಪಿಸುವಂತೆ ಬಾಂಬು ಸ್ಫೋಟಿಸಿತು... ಅಷ್ಟರಲ್ಲಿ ಯಾವುದೋ ಪ್ರಾಣಿಗಳು ಓಡಾಡಿದ ಸದ್ದು ಸ್ಪಷ್ಟವಾಗಿ ಕೇಳಿಸಿತು. ಮೈಯೆಲ್ಲಾ ಕಣ್ಣಾಗಿಸಿ ನಿಂತಿದ್ದೆ. ಬಾಚು ಅತ್ತಿಂದಿತ್ತ ಟಾರ್ಚು ಬಿಡುತ್ತಾ ಬಂದೂಕು ಗುರಿಹಿಡಿಯುತ್ತಿದ್ದ. ಅಷ್ಟರಲ್ಲಿ ಮೇಲಿನವರ ದನಿ ಕೇಳಿಸಿತು. "ಎಷ್ಟು ಉಂಟು ಗೊತ್ತಿಲ್ಲ ಹಂದಿಗಳು ಆಕಡೆ ಬರ್ತಾ ಇದ್ದಾವೆ." ನನ್ನ ಮೈಯಲ್ಲಿ ಬೆವರೊಡೆಯಿತು. ಕವೆ ಕೋಲನ್ನು ಮುಂದೆ ಹಿಡಿದು ನಿಂತಿದ್ದೆ. ಬಾಚು ಸದ್ದು ಬಂದತ್ತ ಗುರಿ ಹಿಡಿದು ನಿಂತಿದ್ದ. ಅಷ್ಟರಲ್ಲಿ ಅನತಿದೂರದಲ್ಲಿ ಎರಡು ಕಣ್ಣುಗಳು ಹೊಳೆದವು... ಮಿಕ್ಕ ಹಂದಿಗಳು ಎತ್ತ ಹೋದವೋ ಗೊತ್ತಿಲ್ಲ. ಗಡವ ಹಂದಿಯೊಂದು ಇತ್ತಲೇ ಓಡಿ ಬರುತ್ತಿತ್ತು. ಬಾಚುವಿಗೆ ಕ್ಲಿಯರ್ ಟಾರ್ಗೆಟ್. ಆದರೂ ಇವ ಬಂದೂಕಿನ ಟ್ರಿಗರ್ ಒತ್ತುತ್ತಿಲ್ಲ. ಹೇಗೂ ಇಕ್ಕಟ್ಟಿನ ದಾರಿ, ಅಗಿದ್ದಾಗಲಿ ಎಂದು ಕೋಲನ್ನು ಹಿಡಿದು ನಿಂತೆ... ಹಂದಿ ನಮ್ಮನ್ನು ಸಮೀಪಿಸಲು ಇನ್ನೇನು ಹತ್ತಿಪ್ಪತ್ತಡಿ ದೂರವಿರಬೇಕು ಎನ್ನುವಾಗ ನಮ್ಮ ಹಿಂಬದಿಯ ವಿರುದ್ಧ ಪಾರ್ಶ್ವದಿಂದ ಮತ್ತೊಂದು ಕೋವಿ ಸಿಡಿಯಿತು. ಹಂದಿಯ ಹಣೆಯಿಂದ ರಕ್ತ ಕಾರಂಜಿಯಂತೆ ಸಿಡಿಯಿತು. ಹಿಂದಿರುಗಿ ನೋಡುತ್ತೇನೆ ಪೂವನ ಬಂದೂಕಿನಲ್ಲಿ ಹೊಗೆಯೇಳುತ್ತಿದೆ. ಇದೆಲ್ಲವೂ ಸಿನಿಮಾ ದೃಶ್ಯದಂತೆ ನಡೆದಿತ್ತು. ಏನೋ ದೀಪಾವಳಿಯ ಹೂಕುಂಡ

ಪಟಾಕಿಯಂತೆ ಸುರ್ರೆಂದ ಸದ್ದು ಕೇಳಿ ಹಿಂದಿರುಗಿ ಬಾಚುವಿನತ್ತ ನೋಡಿದೆ. ಬಾಚು ಕೋವಿ ಎಸೆದು ಎದೆ ಹಿಡಿದುಕೊಂಡು ನೆಲದಲ್ಲಿ ಹೊರಳಾಡುತ್ತಿದ್ದಾನೆ! ಸಿಡಿಲೆರಗಿದಂತಾಯಿತು. ಕ್ಲಿಯರ್ ಟಾರ್ಗೆಟ್ ಇದ್ದರೂ ಹಂದಿ ಹೊಡೆಯದ ಇವನಿಗೇನಾಗಿದೆ. ಅಷ್ಟರಲ್ಲಿ ಮಾಣಿಗನೂ ಪೂವನೂ ಓಡಿ ಬಂದರು. ಪೂವ ಬಾಚುವಿನ ಎದೆ ಪರೀಕ್ಷಿಸಿ "ಉಫ್" ಎಂದು ನಿಟ್ಟುಸಿರು ಬಿಟ್ಟ. "ಇವನ ದರಿದ್ರ ಕೋವಿ ಈಡ್ ಮಾಡೂದು ಬಿಟ್ಟು ಮಸಿಯೆಲ್ಲ ಇವನ ಎದೆಗೇ ವಾಪಸ್ಸು ಕಕ್ಕಿದೆ ಮಾರ್ರೆ ತಿಗಲ್ದಕಟ್ಟದ್ದು. ಪುಣ್ಯಕ್ಕೆ ಈಡ್ ಕಕ್ಕಿಲ್ಲ ಇವನ ಎದೆಗೆ." ನನಗೀಗ ನಡೆದ ಘಟನೆಯೇನೆಂದು ಅರ್ಥವಾಯಿತು. ಬಾಚುವಿನ ಕೋವಿ ದೋಷಪೂರಿತವಾಗಿದೆ. ಅದಕ್ಕೆ ತುಂಬಿದ ಗನ್‌ಪೌಡರ್ ಬುಲೆಟನ್ನು ಮುಂದಕ್ಕೆ ದೂಡುವ ಬದಲು ಪಟಾಕಿಯಂತೆ ಇವನ ಎದೆಗೇ ಕಕ್ಕಿದೆ. ಅದರ ಪರಿಣಾಮವಾಗಿ ಬಾಚುವಿನ ಎದೆ ಸುಟ್ಟು ಹೋಗಿದೆ... ಅವನ ಬಡಾಯಿಗೂ ಇವತ್ತಿನ ಘಟನೆಗೂ ಹೋಲಿಸಿದಾಗ ಮನದಲ್ಲಿ ನಗು ಮೂಡಿತು. ಮಿಕ್ಕ ನಾಲ್ವರೂ ಹಂದಿಯನ್ನು ಕೋಲಿಗೆ ಕಟ್ಟಿ ನಡೆದರು. ಬೇಟೆಯ ಪಾಲನ್ನು ಆತನ ಮನೆಗೆ ತಲುಪಿಸುವುದಾಗಿ ಹೇಳಿ ಮಾಣಿಗನೂ ನಾನೂ ಬಾಚುವನ್ನು ಮನೆಗೆ ಬಿಡಲು ನಡೆದೆವು. ಆತನನ್ನು ತಿರುಗಿ ಮನೆಗೆ ಬಿಟ್ಟ ನಂತರ ಮಾಣಿಗ ತನ್ನ ಪಾಲು ಪಡೆಯಲು ವಾಪಸ್ಸು ಹೊರಟರೆ ನಾನು ಇದ್ಯಾವುದೂ ಬೇಡವೆಂದು ಮನೆಯತ್ತ ಹೊರಟೆ. ಹೊರಡುವ ಮುನ್ನ ದಟ್ಟಕಾಡ ಮಧ್ಯದ ಮನೆಯಲ್ಲಿ ಹೆಂಡತಿ ಮಗುವನ್ನು ಒಬ್ಬಂಟಿಯಾಗಿ ಬಿಟ್ಟು ಬೇಟೆಗೆ ಹೋಗುವುದು ಸರಿಯಲ್ಲ ಎಂದು ಬುದ್ಧಿ ಮಾತು ಹೇಳಿದೆ... ನನ್ನ ಮಾತನ್ನು ತಲೆಗೆ ಹಾಕಿಕೊಂಡನೋ ಇಲ್ಲವೋ ಗೊತ್ತಿಲ್ಲ. ತಲೆಯಾಡಿಸುತ್ತಾ ನಡೆದು ಮರೆಯಾದ. ಬಾಚುವಿನ ತಾಯಿ ಬುಡ್ಡಿ ದೀಪದ ಬೆಳಕಿನಲ್ಲಿ ಮಗನ ಸುಟ್ಟು ಹೋದ ಎದೆಗೆ ಎಣ್ಣೆ ಹಚ್ಚುತ್ತಿದ್ದಳು.

22

ನಾನು ಮರಳಿ ಬೆಂಗಳೂರಿಗೆ ಹೋಗಲು ದಿನಗಣನೆ ಆರಂಭವಾಗಿತ್ತು. ನೀನು ಆ ಊರಲ್ಲಿದ್ದರೆ ಹತ್ತು ವರ್ಷಗಳಾದರೂ ಡಾಕ್ಟರೇಟ್ ಪದವಿ ದೊರೆಯದೆಂದು ಗೈಡ್ ಖಡಾಖಂಡಿತವಾಗಿ ಹೇಳಿದ್ದರು.

ಬಾಚುವಿನ ಘಟನೆ ನಡೆದು ಐದಾರು ದಿನಗಳ ನಂತರ ಪೇಟೆಯ ಕಡೆ ಹೋಗುತ್ತಿದ್ದ ನನಗೆ ರಸ್ತೆಯ ಬದಿಯಲ್ಲಿ ಮಾಣಿಗ ಕಾಣಸಿಕ್ಕ. ಅಷ್ಟರಲ್ಲಿ ದೊಡ್ಮನೆಯ ಅಡಿಕೆ ಕೊಯ್ಲು ಎಲ್ಲಾ ಮುಗಿದಿತ್ತು. ದಾರಿಯಲ್ಲಿ ಸಿಕ್ಕವನಿಗೆ

ಸ್ಕೂಟರ್ ನಿಲ್ಲಿಸಿ ಎತ್ತ ಹೋಗುತ್ತಿದ್ದಾನೆಂದು ಕೇಳಿದಾಗ ಪೇಟೆಯ ಕಡೆ ಹೋಗುತ್ತಿದ್ದೇನೆ ಎಂದಾಗ ಹತ್ತಿಸಿ ಕರೆದುಕೊಂಡು ಹೊರಟೆ. ನಾಳೆ ನಾಡಿದ್ದು ಎನ್ನುತ್ತಾ ಮರಹತ್ತಿಸುತ್ತಿದ್ದ ಮಾಣಿಗ ನಾನು ಮುನಿಸಿಕೊಳ್ಳುವೆ ಎಂದೋ ಏನೋ ಈ ಬಾರಿ ಕೊಳಲಿನ ವಿಷಯ ಎತ್ತಲೇ ಇಲ್ಲ. ಹೇಗೂ ಜತೆಗಿದ್ದಾನಲ್ಲಾ ಒಂದು ಚಹಾ ಕುಡಿಸಿ ಕಳುಹಿಸುವ ಎಂದುಕೊಂಡು ಸಾಗುತ್ತಿದ್ದಾಗ ರಾಜಣ್ಣನ ಅಂಗಡಿಯ ಬಳಿ ಒಂದಷ್ಟು ಜನ ಸೇರಿದ್ದರು. 'ಅಯ್ಯೋ ರಾಜಣ್ಣನಿಗೆ ಏನಾದರೂ ಆಯ್ತಾ' ಎಂದು ಸ್ಕೂಟರ್ ನಿಲ್ಲಿಸಿ ನೋಡಿದಾಗ ರಾಜಣ್ಣ ತನ್ನ ಅಂಗಡಿ ಬಾಗಿಲಿನಿಂದ ಗುಂಪನ್ನು ಚದುರಿಸಲು ಪ್ರಯತ್ನಿಸುತ್ತಿದ್ದಾರೆ! ಹಾಗಾದರೆ ಇಲ್ಲಿ ಬೇರೇನೋ ನಡೆದಿದೆ ಎಂದು ಇಣಿಕಿ ನೋಡಿದಾಗ ಮಧ್ಯದಲ್ಲಿ ಅಂತಯ್ಯ ನಿಂತಿದ್ದಾನೆ...!

ಏನೋ ಸಮಾಜಾಯಿಷಿ ನೀಡಲು ಪ್ರಯತ್ನಿಸುತ್ತಿದ್ದಾನೆ. ಇವರುಗಳು ಮಾತನಾಡಲು ಬಿಡುತ್ತಿಲ್ಲ. ಒಬ್ಬನಂತೂ 'ಚೂರ್ಣ ಗೆಡ್ಡೆ ಹೇಗಿದೇಂತ ನೋಡ್ಲಿಕ್ಕೆ ನಿನ್ನ ಕಣ್ಣು ಕುರುಡಾಗಿತ್ತಾ ಬ್ಯಾವರ್ಸಿ' ಎಂದು ಹೊಡೆಯಲು ಬಂದ. ಆತನದು ಓವರ್ ಆ್ಯಕ್ಟ್ ಅನ್ನಿಸಿತು ನನಗೆ. ನಾನಿಲ್ಲಿಗೆ ಬಂದು ಒಂದಷ್ಟು ತಿಂಗಳುಗಳಾಗಿದ್ದರಿಂದ ಸುವರ್ಣ ಗೆಡ್ಡೆ ಎಂಬ ಪದ ಅರ್ಥವಾಯಿತು. ಆತನನ್ನು ಇನ್ಯಾರೋ ತಡೆದು ನಿಲ್ಲಿಸಿದರು. ಇವರ ಉಸಾಬರಿ ನನಗೆ ಯಾಕೆಂದು ಮಾಣಿಗ ನನಗಿಂತಲೂ ದೂರದಲ್ಲಿ ನಿಂತಿದ್ದ. ಒಂದಷ್ಟು ಹೆಣ್ಮಕ್ಕಳೂ ಸೇರಿದ್ದರು. ಹೆಂಗಸೊಬ್ಬಳು 'ನನಗೆ ಅಂಬಿ ನೀರು ಕುಡಿಸಿದ ಇವನನ್ನು ಸುಮ್ಮನೆ ಬಿಡಬಾರದು' ಎಂದು ಆರ್ಭಟಿಸಿದಳು. ಸರಿಯಾಗಿ ನೋಡಿದಾಗ ನನಗೆ ಆಕೆಯ ಗುರುತು ಸಿಕ್ಕಿತು ಬಾಕ್ಯಾರು ಮನೆಯ ಸುಬ್ಬಮ್ಮ! ಆವತ್ತು ಮಾಣಿಗ ಹಾವು ಹಿಡಿದುಕೊಟ್ಟ ಮನೆಯ ಸುಬ್ಬಮ್ಮ! ಹಾವು ಹಿಡಿದುಕೊಟ್ಟ ಮೇಲೂ ಹಿಡಿಯುವ ವ್ಯಕ್ತಿ ಒಳಪ್ರವೇಶಿಸಿದ್ದರಿಂದ ಮನೆಯ ಶುದ್ಧತೆಗೆ ಧಕ್ಕೆಯಾಯಿತೆಂದು ರಾಗ ತೆಗೆದ ಆಕೆಯ ಮೇಲೆ ನನಗೆ ಆವತ್ತೇ ಜುಗುಪ್ಸೆ ಹುಟ್ಟಿತ್ತು. ಇವತ್ತು ನೋಡಿದರೆ ಅಂತಯ್ಯ ಅಂಬಿ ನೀರು ಕುಡಿಸಿದ್ದಾನೆ ಎನ್ನುತ್ತಿದ್ದಾಳಲ್ಲಾ! ಅಂಬಿ ಎಂದರೆ ಸೆಗಣಿ. ಅಂತಯ್ಯ ನನಗೆ ಗೊತ್ತು. ಆತನೊಡನೆ ಹುಲಿ ಬೇಟೆಯಿಂದ ಹಿಡಿದು, ಮೀನು ಬೇಟೆಯವರೆಗೆ ತಿರುಗಿದ್ದೇನೆ. ಒಂದು ದಿನವೂ ಆತನ ಗುಣದಲ್ಲಿ ಕಪಟ ವಂಚನೆ ಇನ್ಯಾರಿಗೋ ತೊಂದರೆ ಮಾಡುವ ಬುದ್ಧಿಯನ್ನು ಗಮನಿಸಿಲ್ಲ. ಹಾಗಾದರೆ ಅಂತಯ್ಯ ಈ ಹೆಂಗಸಿಗೆ ಹೇಗೆ ಸೆಗಣಿ ನೀರು ಕುಡಿಸಲು ಸಾಧ್ಯ ಎಂದು ಆಶ್ಚರ್ಯವಾಯಿತು. ಸುತ್ತುಗಟ್ಟಿ ನಿಂತಿದ್ದ ಜನರ ಮಧ್ಯೆ ಒಂಟಿಯಾಗಿ ನಿಂತಿದ್ದ ಅಂತಯ್ಯನ ಕಂಗಳು ಹನಿಗೂಡಿದ್ದವು. ಅಲ್ಲಿನ ಜನಜಂಗುಳಿಯಲ್ಲಿ ಒಬ್ಬರಿಂದೊಬ್ಬರು ಜಡ್ಜ್‌ಮೆಂಟ್ ಕೊಡುವವರೇ ಆಗಿದ್ದರಿಂದ ನನಗೆ ವಿಷಯವೇನೆಂದು ತಿಳಿದುಕೊಳ್ಳಲು

ಅವಕಾಶವೇ ಸಿಗಲಿಲ್ಲ. ಅಷ್ಟರಲ್ಲಿ ಅಂಗಡಿಯ ರಾಜಣ್ಣ ಗುಂಪಿನೊಳಗಿನಿಂದ ಸುಸ್ತಾಗಿ ಹೊರ ಬಂದಾಗ ವಿಷಯವೇನೆಂದು ಪ್ರಶ್ನಿಸುವ ಅವಕಾಶ ಸಿಕ್ಕಿತು. ಅಲ್ಲೇ ಇದ್ದವರನ್ನು ಆಚೆ ಕರೆದು

"ಏನಾಯ್ತು ರಾಜಣ್ಣಾ. ಏನ್ ಕತೆ ಇದು" ಎಂದು ಕೇಳಿದೆ.

"ಎಂತ ಅಂತ ಹೇಳೂದು ಸಾರ್."

"ಅಂತದ್ದೇನಾಯ್ತ್ ರಾಜಣ್ಣಾ?"

"ಅದೊಂದು ಚೂರ್ಣಕಂಡೆಯ ಕಥೆ"

"ಸುವರ್ಣಗೆಡ್ಡೆಯ ಕಥೆನಾ. ಇಷ್ಟ್ ದೊಡ್ ರಾದ್ಧಾಂತ ಅದೆಂಗಾಗತ್ತೆ ರಾಜಣ್ಣಾ. ಏನು ತೂಕದಲ್ಲಿ ಮೋಸ ಮಾಡಿದ್ನಾ. ಹಾಗೇನಾದ್ರೂ ಮಾಡಿದ್ರೆ ಸರಿ ಮಾಡಣ ಬಿಡಿ"

"ತೂಕನೂ ಇಲ್ಲ ಮಣ್ಣು ಇಲ್ಲ. ನನ್ನ ತೂಕದ ತಕ್ಕಡಿ ಚಂದ ಇದೆ ಅದಕ್ಕೆ. ಇದು ಬೇರೆಯೆ ಕತೆ. ಎಂದವರು ನಕ್ಕರು" ಏನಪ್ಪಾ ಈವಯ್ಯ ನಗ್ತಿದೆ ಎಂದು ಯೋಚಿಸುತ್ತಿರುವಾಗ ರಾಜಣ್ಣ ಕಥೆ ಶುರುವಿಟ್ಟರು.

ಕುಮೇರು ಮನೆ ಲೋಕಯ್ಯನ ಮನೆಯಂಗಳದ ಮೂಲೆಯಲ್ಲೊಂದು ಸುವರ್ಣಗೆಡ್ಡೆ ಬೆಳೆದಿತ್ತು. ಸುಮಾರು ವರ್ಷಗಳಿಂದ ಆ ಗೆಡ್ಡೆ ಅಲ್ಲೇ ಇದ್ದರೂ ಆ ಮನೆಯವರು ಅದನ್ನು ಕಿತ್ತು ತೆಗೆಯುವ ಪ್ರಯತ್ನಕ್ಕೆ ಮುಂದಾಗಿರಲಿಲ್ಲ. ಬೇಸಿಗೆಯಲ್ಲಿ ಸುವರ್ಣ ಗೆಡ್ಡೆಯ ಗಿಡ ಒಣಗಿ ಮಳೆಗಾಲವಾದಾಗ ಮತ್ತೆ ಚಿಗುರಿ ನಿಲ್ಲುತ್ತಿತ್ತು. ಅದರಲ್ಲೇನೂ ವಿಶೇಷವಿಲ್ಲ ಬಿಡಿ, ಅವರ ಮನೆಯ ಗೆಡ್ಡೆ. ಅವರಿಷ್ಟ, ಯಾವಾಗ ಮನಸ್ಸು ಬರುತ್ತೋ ಆವತ್ತು ಕೀಳುತ್ತಾರೆ. ಆದರೆ ಕೀಳದೇ ಇರುವ ಕಾರಣ ಅದಲ್ಲ. ಮನೆಯ ಪ್ರತಿಯೊಬ್ಬರೂ ರಾತ್ರಿ ಎದ್ದು ಅದೇ ಸುವರ್ಣ ಗೆಡ್ಡೆಯ ಬುಡಕ್ಕೆ ಉಚ್ಚೆ ಉಯ್ಯುತ್ತಿದ್ದರು. ಆದ್ದರಿಂದಲೇ ಆ ಸುವರ್ಣಗೆಡ್ಡೆಗೆ ಪಿಕಾಸಿ ಬೀಳದೆ ಜೀವ ಉಳಿಸಿಕೊಂಡಿತ್ತು. ಒಂದಷ್ಟು ವರ್ಷಗಳು ಉಚ್ಚೆಯಿಂದ ಸಮೃದ್ಧವಾಗಿ ಬೆಳೆದಿದ್ದ ಗೆಡ್ಡೆಯನ್ನು ಅಷ್ಟು ವರ್ಷ ಕೀಳದೆ ಹಾಗೆಯೇ ಬಿಟ್ಟಿದ್ದರಿಂದ ಸ್ವಾಭಾವಿಕವಾಗಿಯೇ ದಷ್ಟಪುಷ್ಟವಾಗಿ ಬೆಳೆದಿತ್ತು. ಈ ಬಾರಿ ಲೋಕಯ್ಯಣ್ಣನ ಮಗಳಿಗೆ ಮದುವೆ ನಿಶ್ಚಯವಾಗಿ ಅಂಗಳ ರಿಪೇರಿ ಮಾಡಬೇಕಾಗಿ ಬಂತು. ಮದುವೆಯ ಮೊದಲು ಮತ್ತು ನಂತರ ಮನೆಯಲ್ಲೊಂದಷ್ಟು ಜನ ಸೇರುವುದರಿಂದ ಒಂದೊಳ್ಳೆಯ ಅಂಗಳ ಬೇಕೆಂದು ಈಗಾಗಲೆ ಇರುವ ಅಂಗಳವನ್ನು ಒಪ್ಪಗೊಳಿಸಿ ಒಂದಷ್ಟು ಅಡಿಗಳಷ್ಟು ಮುಂದೆ ತೆಗೆದುಕೊಳ್ಳಲು ಯೋಚಿಸಲಾಯಿತು. ಅಂಗಳವನ್ನು ಮುಂಭಾಗಕ್ಕೆ ವಿಸ್ತರಿಸಲು ನೋಡಿದಾಗ ಉಚ್ಚೆಯಿಂದ ದಷ್ಟಪುಷ್ಟವಾಗಿ ಬೆಳೆದ ಸುವರ್ಣಗೆಡ್ಡೆಗೂ ಕೊಡಲಿ ಹಾಕುವುದು ಅನಿವಾರ್ಯವಾಯಿತು. ಹಾಗಂತಾ ಗೆಡ್ಡೆಯನ್ನು ಕಿತ್ತು ಬಿಸಾಡಲಿಲ್ಲ. ಇಷ್ಟು ವರ್ಷ ಅಂಗಳದ ಮೂಲೆಯಲ್ಲಿದ್ದ ಗೆಡ್ಡೆಯನ್ನು

ಬಿಸಾಕಲು ಲೋಕಯ್ಯಣ್ಣಗೂ ಮನಸ್ಸು ಬರಲಿಲ್ಲ. ಆದ್ದರಿಂದ ಗೆಡ್ಡೆಯನ್ನು ಗಿಡ ಸಮೇತ ಕಿತ್ತು ಅಂಗಳದೆದುರಿನ ಮರವೊಂದಕ್ಕೆ ಒರಗಿಸಿಟ್ಟಿದ್ದರು. ಇಷ್ಟು ದಿನ ಉಚ್ಚೆಯ ಬಲದಿಂದ ಬದುಕಿದ್ದ ಗೆಡ್ಡೆಯನ್ನು ಕಿತ್ತು ಮರಕ್ಕೆ ಒರಗಿಸಿಟ್ಟ ನಂತರ ತೆಂಗಿನ ಬುಡಕ್ಕೆ ಬೀಳುವ ನೀರಿನಿಂದಾಗಿ ಒಂದಷ್ಟು ದಿನ ಜೀವಉಳಿಸಿಕೊಂಡು ಕುಳಿತಿತ್ತು.

ಆವತ್ತು ಲೋಕಯ್ಯಣ್ಣನ ಮನೆಗೆ ನೆಂಟರು ಬರುವವರಿದ್ದರು. ನೋಡಿದರೆ ಮನೆಯಂಗಳಕ್ಕೆ ಬರುವ ದಾರಿಯ ಬದಿಯ ತೆಂಗಿನ ಮರದಲ್ಲಿ ಕಾಯಿ ಒಣಗಿ ಬೀಳಲು ರೆಡಿಯಾಗಿ ನಿಂತಿದೆ...! ಮನೆಯವರಾಗಿದ್ದರೆ ತಲೆಗೆ ಕೈ ಅಡ್ಡ ಹಿಡಿದೋ, ತೆಂಗಿನ ಮರದ ಕುವೆಯನ್ನು ನೋಡುತ್ತಲೋ ಎಚ್ಚರಿಕೆಯಿಂದ ಅಡ್ಡಾಡಬಹುದು. ಬೀಗರ ಜನ ತಿರುಗಾಡುವ ಹೊತ್ತಲ್ಲಿ ಬಿದ್ದರೆ!? ಕಾಯಿಯೇನು ಹೇಳಿ ಬೀಳುತ್ತದೆಯೇ. ಲೋಕಯ್ಯಣ್ಣನಿಗೆ ಆತಂಕವಾಯಿತು! ಕಾಯಿ ಕೀಳುವವರನ್ನು ಹುಡುಕಿದರೆ ಒಂದೆರಡು ಮರಕ್ಕೆ ಒಲ್ಲೆ ಎನ್ನುತ್ತಿದ್ದಾರೆ. ಕೊನೇಗೆ ಸಿಕ್ಕವ ಅಂತಯ್ಯ! ಸಾಮಾನ್ಯವಾಗಿ ಗದ್ದೆಗೆಲಸ ಮಾಡುವವರಿಗೆಲ್ಲಾ ಮರಹತ್ತುವ ಕಲೆ ಗೊತ್ತಿರುತ್ತದೆ. ಪ್ರೊಫೆಷನಲ್ ಅಲ್ಲದಿದ್ದರೂ ಅರ್ಜೆಂಟಿಗೊಂದು ಕಾಯಿ, ಎಳನೀರು ಬೇಕೆಂದರೆ ತೆಗೆದುಕೊಡದವರು ವಿರಳ. ಹಾಗಾಗಿ ಪೇಟೆಯಲ್ಲಿ ಸಿಕ್ಕ ಅಂತಯ್ಯನನ್ನು ಕೈಕಾಲು ಹಿಡಿದು ಕಾಯಿ ಕೀಳಲು ಒಪ್ಪಿಸಿದ್ದರು.

ಕಾಯಿ ಕೀಳಲು ಬಂದಿದ್ದ ಅಂತಯ್ಯನಿಗೆ ಮರದ ಬುಡದಲ್ಲಿದ್ದ ಮಣಭಾರದ ಸುವರ್ಣ ಗೆಡ್ಡೆ ಕಾಣಿಸಿದೆ. ಲೋಕಯ್ಯಣ್ಣನ ಜತೆ ಕೇಳಿದಾಗ 'ಇಷ್ಟು ದೊಡ್ಡ ಗೆಡ್ಡೆಯನ್ನು ಕತ್ತರಿಸಿದರೆ ಮಿಕ್ಕ ತುಂಡು ಅನಾವಶ್ಯಕ ಪೋಲಾಗುವುದು, ಪೋಲಾಗುವುದೆಂದು ದಿನವೂ ಗೆಡ್ಡೆ ಪಲ್ಯ ತಿನ್ನುವುದು ದೇಹಕ್ಕೆ ಉಷ್ಣವೆಂದು ನಾವು ತಿನ್ನಲಿಲ್ಲ' ಎಂದು ಸಮಜಾಯಿಷಿ ನೀಡಿದ್ದರು. ಮನೆಯವರೆಲ್ಲಾ ಗೆಡ್ಡೆಯ ಬುಡಕ್ಕೆ ಉಚ್ಚೆ ಹುಯ್ದು ಬೆಳೆಸಿದ ವಿಚಾರವನ್ನು ಮುಚ್ಚಿಟ್ಟದ್ದು ಲೋಕಯ್ಯಣ್ಣನ ತಪ್ಪು. ಫ್ರೀಯಾಗಿ ಸಿಕ್ಕಿದ್ದನ್ನು ಬಿಡೋದು ಯಾಕೆಂದು ಅಮಾಯಕ ಅಂತಯ್ಯ ಕೊಂಡು ಹೋಗಿ ರಾಜಣ್ಣನ ಅಂಗಡಿಗೆ ನೀಡಿದ್ದ. ರಾಜಣ್ಣನೂ ಮಹಾ ಕಿಲಾಡಿ, ದೊಡ್ಡ ಗೆಡ್ಡೆಯಾದ್ದರಿಂದ ಮಾರಿ ಹೋಗೋದು ಕಷ್ಟ ಎಂದು ಕಡಿಮೆ ಬೆಲೆಗೆ ಖರೀದಿಸಿ ಅವನಕೈಯಿಂದಲೇ ಆರು ಭಾಗ ಮಾಡಿಸಿದ್ದರು. ಯಾವಾಗಲೂ ಒಣಗಿ ಹೋದ ಬಸಳೆ, ನಾರುಗಟ್ಟಿದ ಅಲಸಂದೆ ಬಲಿತು ಹೋದ ಬೆಂಡೆಯೇ ಇರುತ್ತಿದ್ದ ರಾಜಣ್ಣನ ದಿನಸಿ ಅಂಗಡಿಯಲ್ಲಿಂದು ಹೋಳುಗಳಾಗಿ ಕತ್ತರಿಸಿಟ್ಟ ಸುವರ್ಣ ಗೆಡ್ಡೆ ಇದೆ. ವಾರದ ಕೊನೆಯಾದ್ದರಿಂದ ಮಾರನೇಯ ದಿನವೇ ಆರೂ ಭಾಗಗಳು ಖಾಲಿಯಾಗಿದ್ದವು. ಬೇಗ ಖಾಲಿಯಾಗಲು ಕಾರಣವೂ ಇದೆ. ಸುವರ್ಣಗೆಡ್ಡೆಗೆ ನೀರು ಹೆಚ್ಚಾದರೂ ಕಷ್ಟವೇ. ಬಾಯಿ ತುರಿಕೆಯಲ್ಲಿ ತಿನ್ನಲಾಗುವುದಿಲ್ಲ.

ನೀರು ಕಡಿಮೆಯಾದರೂ ಸಮಸ್ಯೆಯೇ, ಕಲ್ಲಿನಂತೆ ಗಟ್ಟಿಯಾಗಿರುತ್ತದೆ. ಈ ಗೆಡ್ಡೆ ನೀರು ಸಿಗದ ಜಾಗದಲ್ಲಿ ಉಚ್ಚೆಯ ಅಭಿಷೇಕದಿಂದ ಹದವಾಗಿ ಬೆಳೆದು ನಿಂತಿತ್ತು. ಬೀಟ್‌ರೂಟ್ ಗೆಡ್ಡೆಯಂತಿದ್ದ ಅದನ್ನು ತಾ ಮುಂದು ನಾ ಮುಂದು ಎಂಬಂತೆ ಕೊಂಡುಕೊಂಡಿದ್ದರು. ತೆಗೆದುಕೊಂಡು ಹೋದವರು ಗೆಡ್ಡೆಯ ನೀರು ಇಂಗುವ ಮೊದಲೇ ಪಲ್ಯ, ಸಾರು ಮಾಡಿ ತಿಂದಿದ್ದರು.

ಇದೆಲ್ಲಾ ಆಗಿ ಸುಮಾರು ಹದಿನೈದು ದಿನಗಳ ನಂತರ ತಣ್ಣಗಾಗುತ್ತಾ ಬಂದ ಪ್ರಕರಣದಲ್ಲಿ ಹೊಗೆಯೇಳಲಾರಂಭಿಸಿತು. ಅಷ್ಟರಲ್ಲಿ ಲೋಕಯ್ಯಣ್ಣನ ಮಗಳು ಗಂಡನ ಮನೆ ಸೇರಿದ್ದಳು. ಹೋಗುವ ಮುನ್ನ ಘನಕಾರ್ಯವೊಂದನ್ನು ಮಾಡಿ ಹೋಗಿದ್ದಳು. ಅದೇನೆಂದರೆ ಮನೆ ಮಂದಿಯೆಲ್ಲಾ ಸುವರ್ಣ ಗೆಡ್ಡೆಗೆ ಉಚ್ಚೆ ಉಯ್ದು ಸೊಂಪಾಗಿ ಬೆಳೆಸಿದ ಸೀಕ್ರೆಟ್ ವಿಷಯವನ್ನು ಅಂತಯ್ಯನಿಗೆ ದೂರದ ಸಂಬಂಧಿಯಾದ ತನ್ನ ಗೆಳತಿಯೊಬ್ಬಳ ಬಳಿ ಉಸುರಿದ್ದಳು. ಆ ಹೊತ್ತಲ್ಲಿ ಆಕೆಗೂ ವಿಷಯದ ಗಂಭೀರತೆ ಅರಿವಾಗಲಿಲ್ಲ. ಹತ್ತಿರದ ಸಂಬಂಧಿಗಳಾದರೆ ಸಾಯಲಿ ದೂರದ ಸಂಬಂಧಿಕರನ್ನು ಎಲ್ಲಾದರೂ ಬಿಟ್ಟು ಕೊಡುವುದುಂಟೆ ಆ ಹುಡುಗಿ ತುರಾತುರಿಯಲ್ಲಿ ಅಂತಯ್ಯನ ತಾಯಿಗೆ ಸುದ್ದಿ ಮುಟ್ಟಿಸಿದಳಂತೆ. ಅಂತಯ್ಯನ ತಾಯಿಗೆ ಸುವರ್ಣ ಗೆಡ್ಡೆಯ ವಿಷಯ ಗೊತ್ತೇ ಇಲ್ಲ. ಹಾಗಾದರೆ ಎಲ್ಲಿ ಹೋಗಿರಬಹುದು ಎಂದು ಹುಡುಕುತ್ತಾ ಹೋದಾಗ ರಾಜಣ್ಣನ ಅಂಗಡಿಗೆ ತಲುಪಿದ ವಿಚಾರ ಗೊತ್ತಾಯಿತು. ಹೆಂಗಸರ ಬಾಯಿಗೆ ಬಿದ್ದರೆ ಕೇಳಬೇಕೇ. ವಿಷಯ ಜನರ ಬಾಯಿಂದ ಬಾಯಿಗೆ ಹರಡಿ ಊರಿಡೀ ತಲುಪಿತ್ತು...

ಅದಾಗಲೇ ಪರಿಸ್ಥಿತಿ ಕೈ ಮೀರಿತ್ತು. ಸುವರ್ಣ ಗೆಡ್ಡೆ ಆರು ಪಾಲಾಗಿ ಆರು ಕುಟುಂಬದ ಹೊಟ್ಟೆ ಸೇರಿ ಪಾಯಿಖಾನೆಯ ಪಾಲಾಗಿ ಹೋಗಿಯಾಗಿತ್ತು. ಆರರಲ್ಲಿ ನಾಲ್ಕು ಜನ ತಾವು ಲೋಕಯ್ಯಣ್ಣನ ಮನೆಯ ಸುವರ್ಣಗೆಡ್ಡೆಯ ವಿಚಾರವನ್ನು ದೊಡ್ಡದು ಮಾಡಲು ಹೋಗಲಿಲ್ಲ. ಆದ್ದರಿಂದ ಅವರು ಮುನ್ನೆಲೆಗೆ ಬರಲಿಲ್ಲ. ಎರಡು ಕಟ್ಟಾ ಸಂಪ್ರದಾಯಸ್ಥರ ಕುಟುಂಬಗಳು ಮಾತ್ರ ಇದರ ವಿರುದ್ಧ ಬಂಡೆದ್ದವು. ಅದರಲ್ಲೂ ಸುಬ್ಬಮ್ಮನ ಕೂಗು ಮುಗಿಲು ಮುಟ್ಟಿತ್ತು. ರಾಜಣ್ಣನ ಅಂಗಡಿಗೆ ದಾಂಗುಡಿಯಿಟ್ಟು ಈ ಬಗ್ಗೆ ವಿಚಾರಿಸಿದಾಗ ಅಂತಯ್ಯ ತಂದುಕೊಟ್ಟ ವಿಚಾರ ತಿಳಿದಿತ್ತು. ಆವತ್ತು ಬೆಳಗ್ಗೆದ್ದು ಅಂತಯ್ಯ ಯಾರ ಮುಖ ನೋಡಿದ್ದನೋ ಗೊತ್ತಿಲ್ಲ. ರಾಜಣ್ಣನ ಅಂಗಡಿಯ ಬಳಿಯಲ್ಲೇ ಸುಬ್ಬಮ್ಮನೂ ಅಂತಯ್ಯನೂ ಮುಖಾಮುಖಿಯಾಗಿದ್ದರು. ಅಂತಯ್ಯನಿಗೆ ಇದರ ಅರಿವೇ ಗೊತ್ತಿಲ್ಲ. ಆತನನ್ನು ಗಮನಿಸದಿದ್ದರೂ ನಡೆದು ಹೋಗುತ್ತಿದ್ದ ಸುಬ್ಬಮ್ಮನನ್ನು ಕರೆದು "ಸುಬ್ಬಮ್ಮಾ ಹೇಗಿದ್ದೀರಾ ಆರಾಮಾ" ಎಂದು ಕುಶಲೋಪರಿ ವಿಚಾರಿಸಿದ್ದ. ಆಗ ಶುರುವಾಯ್ತು ನೋಡಿ ಸಹಸ್ರನಾಮಾರ್ಚನೆ...! ಅಲ್ಲಿದ್ದ

ಎಲ್ಲರೂ ಓಡಿ ಬಂದಿದ್ದರು. ಆಳಿಗೊಂದರಂತೆ ಕಲ್ಲು. ಸುಬ್ಬಮ್ಮನಿಗಾದ ಪರಿಸ್ಥಿತಿ ಯಾರಿಗೂ ಬರಬಾರದು, ಕೆಲವರಂತೂ ಇಡೀ ಬ್ರಹ್ಮಾಂಡವೇ ಬುಡಮೇಲಾದಂತಾಡಿದ್ದರು.

"ಅವಳು ಅಶುದ್ಧವಾದ ದೇಹ ಶುದ್ಧಿಗಾಗಿ ಮನೆಯವರಿಗೆಲ್ಲಾ ಸೆಗಣಿಯ ನೀರನ್ನು ಕುಡಿಸಿದ್ದಳಂತೆ ಮಾರ್ರೆ..." ಎಂದು ಹೇಳುವಾಗ ರಾಜಣ್ಣನ ಮುಖದಲ್ಲಿ ನಗುವಿತ್ತು. ಅಂತಯ್ಯ ಸೆಗಣಿ ನೀರು ಕುಡಿಸಿದ ವಿಷಯಕ್ಕೆ ಕೊನೆಗೂ ಉತ್ತರ ಸಿಕ್ಕಿತು. ಮಾಣಿಗ ದೂರದಲ್ಲೇ ನಿಂತಿದ್ದ. ಆತನನ್ನು ಹತ್ತಿರಕ್ಕೆ ಕರೆದು ವಿಷಯ ತಿಳಿಸಿದಾಗ "ತಿನ್ನೋದು ತಿಂದಾಗಿದೆ ಅಲ್ವಾ. ಇನ್ನು ಎಂತ ಮಾಡುದು. ಮೊದಲೆ ಹೇಳಿದ್ರೆ ಕಕ್ಕಬಹುದಿತ್ತು. ತಿಂದು ಸುಮಾರು ದಿನ ಆಯ್ತಲ್ಲಾ" ಎಂದ. ಅವನ ಮುಗ್ಧತೆಯ ಉತ್ತರ ಕೇಳಿ ನನಗೂ ನಗು ಬಂತು. ಹೇಗೂ ಜನ ಸುವರ್ಣ ಗೆಡ್ಡೆ ತಿಂದಾಗಿದೆ, ಕರಗಿಯಾದ ಮೇಲೆ ಇನ್ನದನ್ನು ಹೊರತೆಗೆಯಲಾಗದು, ಗೆಡ್ಡೆಯ ಮಾಲಕ ಲೋಕಯ್ಯ-ಅಂಗಡಿಯ ರಾಜಣ್ಣ ಇಬ್ಬರೂ ತಪ್ಪು ನಮ್ಮದಲ್ಲವೆಂದು ತಪ್ಪಿಸಿಕೊಂಡಿದ್ದಾರೆ. ಮಧ್ಯೆ ಸಿಕ್ಕಿ ಬಿದ್ದವ ಅಂತಯ್ಯ. ಅರಿವಿಲ್ಲದೆ ಮಾಡಿದ ತಪ್ಪಿಗೆ ಪರಿಹಾರ ಹುಡುಕದಿದ್ದರೆ ಹೇಗೆಂದು ನಾನೇ ರಾಜಣ್ಣನನ್ನು ಒಪ್ಪಿಸಿದೆ.

"ನನಗೆ ನ್ಯಾಯ ಬೇಕು" ಎಂದು ಮಕ್ಕಳಂತೆ ರಚ್ಚೆ ಹಿಡಿದಿದ್ದ ಸುಬ್ಬಮ್ಮನಿಗೆ ನಡೆದ ವಿಷಯವೆಲ್ಲವನ್ನೂ ವಿವರಿಸಿದೆವು. ಎಲ್ಲೂ ರಾಜಣ್ಣನನ್ನು ಬಿಟ್ಟುಕೊಡಲಿಲ್ಲ. ರಾಜಣ್ಣನೂ ಅಂತಯ್ಯನ ಪರವಹಿಸಿ ಮಾತಾಡಿದರು. ಕೊನೇಯದಾಗಿ ಸುಬ್ಬಮ್ಮ ಮತ್ತು ನೆರೆದ ಪಟಾಲಂ ಅಂತಯ್ಯನನ್ನು ಸತ್ಯ ಪ್ರಮಾಣಕ್ಕೆ ಕರೆಯಿತು. "ತಾನು ಸುವರ್ಣಗೆಡ್ಡೆಯ ಮೇಲೆ ಉಚ್ಚೆ ಉಯ್ದ ವಿಚಾರ ಗೊತ್ತಿಲ್ಲದೆ ರಾಜಣ್ಣನ ಅಂಗಡಿಗೆ ತಂದುಕೊಟ್ಟೆ" ಎಂದು ಊರ ದೇವರೆದುರು ಪ್ರಮಾಣ ಮಾಡಬೇಕು ಆಗ ಮಾತ್ರ ನಿನ್ನನ್ನು ಅಮಾಯಕನೆಂದು ಒಪ್ಪಿಕೊಳ್ಳುತ್ತೇವೆ ಎಂದಿತು. ಕ್ಷಣವೂ ಯೋಚಿಸದೆ ಅಂತಯ್ಯ ಸತ್ಯ ಪ್ರಮಾಣಕ್ಕಾಗಿ ನಡೆದ.

23

ಒಂದಷ್ಟು ದಿನಗಳು ಉರುಳಿದವು. ಆವತ್ತು ಗುರುವಾರ. ಭಾನುವಾರ ನಾನು ಬೆಂಗಳೂರಿಗೆ ಹೊರಡುವವನಿದ್ದೆ. ಸಂಜೆ ನಾಲ್ಕಾಗಿರಬಹುದು. ನಾನೂ ಮಾಣಿಗನೂ ದೊಡ್ಮನೆಯ ಕೊನೇಯ ಗದ್ದೆಯಲ್ಲಿ ನಿಂತು ಹರಟುತ್ತಿದ್ದೆವು.

"ಮತ್ತೆ ಯಾವಾಗ ಬರೂದು ನೀವು ಸೋಮಾರ ಹೋದ್ರೆ."

"ಒಂದೆರಡ್ ತಿಂಗ್ಳಲ್ಲಿ ಬರ್ತೀನಿ ಕಣೋ..."

"ಹಾ ಬನ್ನಿ ಬನ್ನಿ. ಬೆಂಗಳೂರು ಹೇಗೆ ಉಂಟು ಸಾರ್. ರಾಜ್‌ಕುಮಾರ್ ಪಿಚ್ಚರಲ್ಲಿ ನೋಡಿದಾಗೆನೆ ಉಂಟಾ?"

"ಊಂ ಹಂಗೇ ಇದೆ. ಟಿಕೆಟ್ ಮಾಡ್ತೀನಿ. ನೀನೂ ಒಮ್ಮೆ ಬಂದ್ಬಿಡು. ಇಡೀ ಬೆಂಗ್ಳೂರ್ ತೋರ್ಸ್ತಿಣ ನಿಂಗ್..."

"ನಾನು ಬಂದರೆ ಮನೆಯ ಕಡೆ ನೋಡ್ಕೊಳ್ಳೋದು ಯಾರು" ಎಂದ. ಏನಿವ ಬಾರಿ ಮನೆ ಸುಧಾರಿಸೋವ್ನು, ಆ ಕಾಡಲ್ಲಿ ಹೆಂಡ್ತಿ ಮಗೂನ ಒಂಟಿಯಾಗಿ ಬಿಟ್ಟು ಮಧ್ಯರಾತ್ರಿ ಬರುವವನಿಗೆ ಎರಡು ಜಾಡಿಸಬೇಕೆಂದು "ಹೆಂಡ್ತಿ ಮಗೂನೂ ಕರ್ಕೊಂಡ್ ಬಾರೋ. ಅವ್ರುನ್ಯಾಕ್ ಬಿಟ್ ಬರ್ತೀಯಾ..."

"ಕರ್ಚೆ ಜಾಸ್ತಿ ಆಗುದಿಲ್ಲವಾ ಎಲ್ಲ ಬಂದರೆ. ಮತ್ತೆ ಬೆಂಗಳೂರಲ್ಲಿ ತಾಜುಮಹಲ್ ಉಂಟಲ್ಲಾ. ಅದು ಒಂದು ನೋಡ್ಬೇಕು ನಂಗೆ" ಎಂದಾಗ ನಗು ಬಂದರೂ ತಡೆದುಕೊಂಡು "ಸರಿ ಬಾ ತಾಜ್‌ಮಹಲ್ ತೋರಿಸ್ತೀನಿ ನಿಂಗೆ" ಎಂದೆ.

ಬೆಂಗಳೂರಿಗೆ ಹೋದ ನಾನು ಎರಡು ಮೂರು ತಿಂಗಳ ನಂತರ ಬಂದಾಗ ಮಳೆಗಾಲ ಶುರುವಾಗುವುದರಿಂದ ಮೀನು ಹಿಡಿಯಲು ಕೂರಿ ಹೆಣೆದಿಡುವುದಾಗಿ ತಿಳಿಸಿದವ "ಎರಡು ವರ್ಷಕ್ಕೊಮ್ಮೆ ಮೀನಿನ ಬುಲೆ ಬಾರಿ ಚಂದ ಇರ್ತದೆ ಸಾರ್. ಈ ವರ್ಷ ಕಮ್ಮಿ ಇತ್ತು ಬರುವ ವರ್ಷ ಚಂದ ಇರ್ತದೆ" ಎಂದ. ಅಷ್ಟರಲ್ಲಿ ಮಾಣಿಗನಿಗೆ ತೋಡಿನಲ್ಲಿ ಸುಲಿದು ಹಾಕಿದ ತೆಂಗಿನ ಸಿಪ್ಪೆ ಕಂಡು "ಹೋ ನಾವು ಮೊನ್ನೆ ಅಷ್ಟು ದೂರ ಹೋಗಿದ್ದು ಸುಮ್ಮನೆ ಮಾರ್ರೆ. ಹಂದಿ ನೋಡಿದ್ರೆ ಇಲ್ಲಿಗೆ ಬರ್ತದೆ. ನೋಡಿ ಇದು ನಿನ್ನೆ ಮೊನ್ನೆ ತೆಗೆದು ಹಾಕಿದ ಸಿಪ್ಪೆ. ಈಸಲ ಏನಾದ್ರು ಮಾಡ್ಬೇಕು. ಈಸರಿ ಹಂದಿ ಸಿಕ್ಕರೆ ನೀವಿಲ್ಲ ಅಲ್ಲ ಮಾರ್ರೆ" ಎಂದು ತೊರೆಯಿಂದ ಮೇಲೆ ಬಂದ. ಮೇಲೆ ಬಂದು ಒಂದು ಕ್ಷಣಗಳಾಗಿರಬಹುದಷ್ಟೇ ಆಕಡೆಯ ಕಾಡಿನಿಂದ ನೆಲ ಅದುರುವಂತೆ ಧೀಂ ಎಂಬ ಸದ್ದು ಕೇಳಿಸಿ ನಾವಿಬ್ಬರೂ ಬೆಚ್ಚಿ ಬಿದ್ದೆವು. "ಒಳ್ಳೆ ಕದೊನಿ ಇದ್ದ ಹಾಗೆ ಉಂಟು ಮಾರ್ರೆ" ಸ್ವಗತವೆಂಬಂತೆ ಮಾಣಿಗನ ಬಾಯಿಂದ ಈ ಮಾತು ಹೊರಬಂತು. ಹೌದಲ್ವಾ ಪಟಾಕಿಯಾಗಿದ್ದರೆ ನೆಲ ಯಾಕೆ ಕಂಪಿಸಬೇಕಿತ್ತು. ಕೋವಿಯ ಸದ್ದು ಕೂಡಾ ಕೇಳಿದ್ದೇನೆ. ಹೀಗಿರುವುದಿಲ್ಲವಲ್ಲ ಏನೆಂದು ನೋಡಬೇಕು ಎಂದು ನಾನೂ ಮಾಣಿಗನೂ ತೋಡು ಹಾರಿ ಸದ್ದು ಬಂದ ದಿಕ್ಕಿನತ್ತ ನಡೆದೆವು... ಮಾಣಿಗನಿಗೆ ಆ ಭಾಗದ ಎಲ್ಲಾ ದಾರಿಗಳು ತಿಳಿದಿದ್ದವೆಂದು ನೋಡಿದಾಗಲೇ ಗೊತ್ತಾಗುತ್ತಿತ್ತು. ತೊರೆ ಹಾರಿ ಒಂದಷ್ಟು ಪಾರ್ಥೇನಿಯಂ ಗಿಡಗಳ ಪೊದೆಯನ್ನು ದಾಟಿ ಕಲ್ಲುಗಳ

ಪಾಗರವನ್ನು ದಾಟಿದ ಕೂಡಲೇ ಮರಗಳ ಮಧ್ಯೆ ಒಂದು ಕಾಲು ದಾರಿ ದುತ್ತೆಂದು ಪ್ರತ್ಯಕ್ಷವಾಯಿತು.

ಮಾಣಿಗ ಕಾಲು ದಾರಿಯಲ್ಲಿ ಬಿರಬಿರನೆ ನಡೆದು ಯಾವುದೋ ಪರಿಚಿತ ದಾರಿಗೆ ಸೇರಿದ. ಈ ದಾರಿಯಲ್ಲಿ ನಾನವತ್ತು ಬಂದಿದ್ದೇನೆ. ಆವತ್ತು ಹಾವು ಹಿಡಿಯಲು ಕರೆದೊಯ್ದ ಮನೆ. ಸುಬ್ಬಮ್ಮನ ಬಾಕ್ಯಾರು ಮನೆಯ ದಾರಿ...!

"ಲೋ ಈ ನಾಟಕಗಿತ್ತಿ ಮನೆಗ್ಯಾಕೋ ಕರ್ಕೊಬಂದೆ" ಎಂದು ಅಸಹನೆಯಿಂದ ಕೇಳಿದೆ.

"ಇಲ್ಲ ಸಾರ್ ಅವರ ಮನೆಯ ಕಡೆಯಿಂದಲೆ ಕೇಲಿದ್ದು ಅದು ಸಬ್ದ" ಎಂದಾಗ ಸುಮ್ಮನಾದೆ. ಬಾಕ್ಯಾರು ಮನೆಗೆ ಹತ್ತಿರವಾದಾಗ ಸುಬ್ಬಮ್ಮ ಅಂಗಳದಲ್ಲಿ ನಿಂತು ಗೋಳಿಡುತ್ತಿದ್ದಳು.

"ಅಯ್ಯಾ. ಯಾರಾದ್ರೂ ಬನ್ನೀ... ಅಯ್ಯಾ. ಯಾರಾದ್ರೂ ಬನ್ನೀ..." ಹಾಗಾದರೆ ಇವಳ ಮನೆಯಲ್ಲೇ ಏನೋ ಎಡವಟ್ಟಾಗಿದೆ. ಮಾಣಿಗನೂ ನಾನೂ ಆಕೆಯ ಮನೆಯತ್ತ ಓಟಕ್ಕಿತ್ತೆವು. ನಾವು ಅಂಗಳ ತಲುಪಿದಾಗ ಅಳು ನಿಲ್ಲಿಸಿ ನಿಂತ ಆಕೆಯನ್ನು ಮಾಣಿಗ ಕೇಳಿದ "ಸುಬ್ಬಮ್ಮ ಉಲ್ಲಾಲ್ದೀ. ಎಂತ ಆಯ್ತು. ಅದು ಸಬ್ದ ಆದದ್ದು ಎಂತ."

"ಎಂತ ಗೊತ್ತಿಲ್ಲ ಮಾಣಿಗಾ. ಒಮ್ಮೆ ಹೋಗಿ ನೋಡೂ. ಆಕಡೆ ಗೌರುಮೆಂಟು ಜಾಗದಲ್ಲಿ ಸಬ್ದ ಆಯ್ತೂ" ಎಂದು ಕೆಳಗಡೆ ಕೈ ತೋರಿದಳು. ಹಾಗಾದರೆ ಸಿಡಿದದ್ದು ಈ ಮಳ್ಳಿಯ ಮನೆಯಲ್ಲಲ್ಲ ಬೇರೆಲ್ಲೋ ಎನಿಸಿ ನಾನೂ ಮಾಣಿಗನೂ ಕ್ಷಣವೂ ವ್ಯರ್ಥ ಮಾಡದೆ ಅತ್ತ ನಡೆದೆವು. ಆಕೆಯ ತೋಟ ದಾಟುತ್ತಿದ್ದಂತೆ ಸಿಕ್ಕ ಕಾಲು ದಾರಿ ಹಿಡಿದು ಬಿರಬಿರನೆ ನಡೆಯಲಾರಂಭಿಸಿದೆವು...

ಕಾಲು ದಾರಿ ಮುಗಿದು ಇನ್ನೇನು ಬಯಲು ಬಂತು ಎನ್ನುವಾಗ ನಮ್ಮನ್ನು ನೋಡಿದ ಚಿಕ್ಕ ಹುಡುಗನೊಬ್ಬ ತನ್ನ ಕೈಲಿದ್ದ ಚೀಲವನ್ನು ಅಲ್ಲೇ ಬಿಟ್ಟು ಓಟಕ್ಕಿತ್ತ. ಮಾಣಿಗ ಮತ್ತು ನಾನು ಹಿಡಿಯಲು ಪ್ರಯತ್ನಿಸಿದರೂ ಪೊದೆಗಳ ಮಧ್ಯೆ ಓಡಿ ಮರೆಯಾದ. ಮಾಣಿಗನೂ ನಾನೂ ಮೊಣಕಾಲು ಹಿಡಿದು ಏದುಸಿರು ಬಿಡುತ್ತಾ ನಿಂತೆವು. ಓಡಿದ ಏಟಿಗೆ ಕೈ ಕಾಲುಗಳೆಲ್ಲಾ ಮುಳ್ಳು ತಾಕಿ ತರಚು ಗಾಯಗಳಾಗಿದ್ದವು.

"ವನಜ ಬೊಲಾಲ್ದಿಯ ಮಗ ರಮೇಸ" ಮಾಣಿಗ ಸ್ವಗತವೆಂಬಂತೆ ಹೇಳಿದ.

"ಯಾರೋ ಅವನು? ನಮ್ಮನ್ನ ನೋಡಿ ಯಾಕ್ ಓಡ್ದ?"

"ಆಕಡೆ ಗುಡ್ಡದ ಒಳಗೆ ಮನೆ ಸಾರ್. ಪಾಪದ ಜನ ವನಜ ಬೊಲಾಲ್ದಿ. ಗಂಡ ಇಲ್ಲ. ಮಗನನ್ನು ಅವರೇ ಸಾಕೂದು ಪಾಪ" ಎಂದ.

ಅಷ್ಟರಲ್ಲಿ ನನಗೆ ಹುಡುಗನ ಕೈಲಿದ್ದ ಚೀಲ ನೆನಪಾಯಿತು. "ಅವ ಕೈಲಿದ್ದ ಚೀಲ ಎಸ್ದೋದ್ನಲ್ಲೋ. ಬಾ ನೋಡುವ" ಎಂದು ಅತ್ತ ನಡೆದೆವು. ಚೀಲವನ್ನು ಮೊದಲು ಎತ್ತಿಕೊಂಡವ ನಾನು. ಎತ್ತಿಕೊಂಡವನೇ ಅದರಲ್ಲಿದ್ದ ಕೊಳೆತ ಮಾಂಸದ ವಾಸನೆ ಹೊರಸೂಸುತ್ತಿದ್ದ ನಾರುಗಳ ಉಂಡೆಯನ್ನು ಕಂಡು ಉಡಾಫೆಯಿಂದ "ಲೋ ಇದೇನೋ ಮಂತ್ರದ ಉಂಡೆ... ಇದ್ಯಾರನ್ನ ಕೈವಶ ಮಾಡ್ಕೊಳಕೋ" ಎನ್ನುವಷ್ಟರಲ್ಲಿ ಮಾಣಿಗ ಬೆಚ್ಚಿಬಿದ್ದು "ಸಾರ್ ಕೈ ಬಿಡಬೇಡಿ ಜಾಗ್ರತೆ" ಎಂದು ಚೀರಿದ. ಉಡಾಫೆಯಲ್ಲಿದ್ದವ ಮೆತ್ತಗಾಗಿ ಉಂಡೆಯನ್ನು ಚೀಲದಲ್ಲಿ ಸೇರಿಸಿ ಹಗುರವಾಗಿ ನೆಲದಲ್ಲಿಟ್ಟು ಪ್ರಶ್ನಾರ್ಥಕವಾಗಿ ಮಾಣಿಗನ ಮುಖ ನೋಡಿದೆ. ಒಟ್ಟು ನಾಲ್ಕು ಉಂಡೆಗಳು ಬೆಚ್ಚಗೆ ಚೀಲದಲ್ಲಿ ಕುಳಿತಿದ್ದವು. ಮಾಣಿಗ ಹೇಳಿದ್ದನ್ನು ಕೇಳಿ ಕೈಕಾಲು ನಡುಗಲಾರಂಭಿಸಿತು.

"ಅದು ಬಾಂಬು ಸಾರ್. ಮೊಣಕಾಲಿಂದ ನೆಲಕ್ಕೆ ಇರುವಷ್ಟು ಎತ್ತರದಿಂದ ಕೆಳಗೆ ಬಿದ್ದರೆ ಚಿಪ್ಪುಡ್ ಚೀರಾಗಿ ಸಿಡಿಯುತ್ತದೆ. ಎಂತ ಕೂಡ ಉಳಿಯುದಿಲ್ಲ ಪೀಸ್ ಪೀಸ್" ಎನ್ನುವಾಗ ನನ್ನ ಹೃದಯ ನಗಾರಿಯಂತೆ ಬಡಿದುಕೊಳ್ಳುತ್ತಿತ್ತು. ಅಂದರೆ ನಾನು ಇಷ್ಟೊತ್ತು ಬಾಂಬಿನ ಚೀಲವನ್ನು ಹಿಡಿದಿದ್ದೆ. ನನಗೆ ಅದಕ್ಕಿಂತಲೂ ಅಪಾಯಕಾರಿಯಾಗಿ ಕಂಡಿದ್ದು ಅಷ್ಟೊಂದು ಬಾಂಬುಗಳು ಆ ಪುಟ್ಟ ಹುಡುಗನ ಕೈಲಿದ್ದ ವಿಚಾರ. ಹಾಗಾದರೆ ಇವನ ಕೈಗೆ ಇದನ್ಯಾರು ಕೊಟ್ಟಿರಬಹುದು ಎಂದು ಯೋಚಿಸುತ್ತಿರುವಷ್ಟರಲ್ಲಿ ಅನತಿ ದೂರದಲ್ಲಿ ಕಾಗೆಗಳು 'ಕಾವ್ ಕಾವ್' ಎಂದು ಸುತ್ತು ಹಾಕುತ್ತಿದ್ದವು. ನೋಡಿದರೆ ತರಗೆಲೆ ಮಧ್ಯದಿಂದ ಸಣ್ಣದಾಗಿ ಹೊಗೆಯೇಳುತ್ತಿದೆ! ಲಗುಬಗೆಯಿಂದ ಅತ್ತ ನಡೆದು ನೋಡಿದಾಗ ಆ ಭೀಕರ ದೃಶ್ಯ ಕಂಡು ಬಂತು. ಯಾವುದೋ ಪ್ರಾಣಿಯೊಂದು ತಲೆ ಛಿದ್ರವಾಗಿ ಚದುರಿ ಹರಡಿಕೊಂಡಂತೆ ಬಿದ್ದಿತ್ತು...! ಬಾಲ ನೋಡಿದರೆ ನರಿಯಂತಿತ್ತು. ಕಾಗೆಗಳು ಮಾಂಸಕ್ಕಾಗಿ ಮುಗಿಬಿದ್ದು ಇತರರನ್ನೂ ಕರೆಯುತ್ತಿದ್ದವು.

"ನೋಡಿ ಆ ಬಾಂಬು ಕಚ್ಚಿದರೆ ಹೀಗಾಗ್ತದೆ" ಮಾಣಿಗ ಸ್ವಗತವೆಂಬಂತೆ ಹೇಳಿದ. ನನ್ನ ಬಾಯಿಂದ ಮಾತೇ ಹೊರಡಲಿಲ್ಲ... ಸಾವರಿಸಿಕೊಂಡು "ವನಜಕ್ಕನ್ ಮನೆಗ್ ಹೋಗಣ ನಡಿ" ಎಂದೆ. ಮಾಣಿಗನಿಗೂ ನನ್ನ ಇರಾದೆ ಅರ್ಥವಾಗಿ ಮರು ಮಾತಾಡದೆ ಹೊರಟ. ಕಾಲು ದಾರಿಯಲ್ಲಿ ನಡೆಯುತ್ತಿದ್ದಾಗ ಮಾಣಿಗ ಮತ್ತಷ್ಟು ವಿಚಾರಗಳನ್ನು ಹೊರಹಾಕಿದ. ಈ ಬಾಂಬು ಹಂದಿಗಳಿಗಿಡುವ ಸಿಡಿಮದ್ದಾಗಿದ್ದು ಕೋವಿಗೆ ಹಾಕುವ ಗನ್‌ಪೌಡರಿನ ಜತೆಗೆ ಗಂಧಕ ಇನ್ನಿತರ ವಸ್ತುಗಳನ್ನು ಸೇರಿಸಿ ಕಟ್ಟಲಾಗುತ್ತದೆಯಂತೆ. ಕಚ್ಚಿದಾಗ ಅಥವಾ ಕೆಳಗೆ ಬಿದ್ದಾಗ ಸಿಡಿಯುವಂತೆ ಮಾಡಲು ನಾಲ್ಕು ಬೆಣಚು ಕಲ್ಲಿನ ಚೂರುಗಳನ್ನು ಬಾಂಬಿನ ಕೇಂದ್ರ ಭಾಗದಲ್ಲಿ ಜೋಡಿಸಿಡಲಾಗುತ್ತದೆಯಂತೆ,

ಪ್ರಾಣಿಗಳಿಂದ ಕಚ್ಚಲ್ಪಟ್ಟಾಗ ಬೆಣಚು ಕಲ್ಲಿನ ಚೂರುಗಳು ಒಂದಕ್ಕೊಂದು ಉಜ್ಜಲ್ಪಟ್ಟು ಕಿಡಿ ಹೊತ್ತಿ ಸಿಡಿಯುತ್ತದಂತೆ. ಬಾಂಬು ಕಟ್ಟುವಾಗ ಕಣ್ಣು ಕಾಲು ಕಳೆದುಕೊಳ್ಳುವ ಸಾಧ್ಯತೆಯಿರುವುದರಿಂದ ಕಟ್ಟುವವರು ಕೊನೇಯ ಹಂತದಲ್ಲಿ ಕಟ್ಟುವಾಗ ಗೋಡೆಗೆ ಒಂದು ರಂಧ್ರ ಕೊರೆದು ತಮ್ಮ ಎರಡೂ ಕೈಗಳನ್ನು ಮತ್ತೊಂದು ಬದಿಗೆ ತೂರಿಸಿ ಕಟ್ಟುವ ವಿಶಿಷ್ಟವಾದ ವಿಧಾನವನ್ನು ವಿವರಿಸಿದ.

ಅಷ್ಟರಲ್ಲಿ ನಾವು ವನಜಕ್ಕನ ಮನೆಯಂಗಳವನ್ನು ತಲುಪಿದ್ದೆವು. ನಾಯಿ ಬೊಗಳಿದಾಗ ಹೊರಗೆ ಬಂದ ಬಾಲಕ ರಮೇಶ ನಮ್ಮನ್ನು ಕಂಡು ಮನೆಯೊಳಗೆ ಸೇರಿಕೊಂಡ. ಅಷ್ಟರಲ್ಲಿ ಮನೆಯ ಹಿಂಬಾಗಿಲ ಬಳಿ ಪಾತ್ರೆ ತೊಳೆಯುತ್ತಿದ್ದ ವನಜಕ್ಕ ನಮ್ಮನ್ನು ಕಂಡು. "ಏನು ಮಾಣಿಗ ಬಾರಿ ಅಪುರೂಪ. ನೋಡ್ಲಿಕ್ಕೆ ಇಲ್ಲ. ಏನು ಈಕಡೆ ಬಂದದ್ದು. ಇವರು ಯಾರು" ಎಂದು ಕೇಳಿದಳು.

"ನಾವು ಹೀಗೆಯೆ ಸುಮ್ಮನೆ ಬಂದದ್ದು, ಇವರು ದೊಡ್ಮನೆಯ ಜನ ಸ್ವಲ್ಪ ದಿನ ಇರ್ಲಿಕ್ಕಂತ ಬಂದದ್ದು" ಎಂದವ ಮುಂದುವರೆದು "ರಮೇಶ ಎಲ್ಲಿ ಶಾಲೆಯಿಂದ ಬರ್ಲಿಲ್ವಾ" ಎಂದು ಕೇಳಿದ. ನಾನು ಮಾತನಾಡದೇ ನಿಂತಿದ್ದೆ.

"ಇದ್ದಾನಲ್ವಾ ಒಳಗೆ, ರಮೇಶಾ ಯಾರು ಬಂದಿದ್ದಾರೆ ನೋಡು ಇಲ್ಲಿ" ಎಂದು ವನಜಕ್ಕ ಮನೆಯೊಳಗೆ ತಿರುಗಿ ಕೂಗು ಹಾಕಿದಾಗ ರಮೇಶ ಅಳುಕುತ್ತಲೇ ಹೊರಬಂದ... ನಾನು ಬಾಯ್ದೆರೆಯುವ ಮೊದಲೇ ಮಾಣಿಗ "ಗುಡ್ಡದಲ್ಲಿ ಚೀಲ ಯಾಕೆ ಬಿಟ್ಟು ಬಂದದ್ದು. ತಕೊಂಡು ಬಾರ" ಎಂದ. ಆ ಮಾತಿಗೆ ಉತ್ತರವಾಗಿ ಬಾಲಕ ರಮೇಶ ಗೊಳೋ ಎಂದು ಅಳಲಾರಂಭಿಸಿದ. ವನಜಕ್ಕನಿಗೆ ವಿಷಯವೇನೆಂದು ಅರ್ಥವಾಗಲಿಲ್ಲ.

ಮಗನತ್ತ ತಿರುಗಿ "ಎಂತವ ಯಾವ ಚೀಲದ ಬಗ್ಗೆ ಮಾತಾಡೂದು ಅವನು. ಈಗ ಎಂತ ಆಯ್ತಂತ ನೀನು ಕೂಗೂದು" ಎಂದು ಗದರಿಸಿದಳು. ಆಗಲೂ ರಮೇಶನ ಅಳು ಮುಂದುವರೆದಿತ್ತು. ಈ ಬಾರಿ ವನಜಕ್ಕನ ತಾಳ್ಮೆ ಕೆಟ್ಟಿತ್ತು. "ಎಂತ ಆಯ್ತಂತ ಕೂಗೂದು. ಬಾಯ್ಮುಚ್ಚು" ಎಂದು ಅಬ್ಬರಿಸಿ ಮಗನ ತಲೆಗೊಂದು ಮೊಟಕಿದಳು. ಅಲ್ಲಿಯವರೆಗೆ ಕೈಕಟ್ಟಿ ನಿಂತಿದ್ದ ನಾನು ಮೆತ್ತಗೆ ಬಾಯ್ತೆರೆದೆ.

"ಅಮ್ಮಾ, ಮಗ ಶಾಲೆ ಬಿಟ್ಟು ಮನೆಗ್ ಬಂದ್ಮೇಲೆ ಎಲ್ಲಿಗ್ ಹೋಗ್ತಾನಂತ ನೋಡಕಾಗಲ್ವೇನಮ್ಮಾ" ಎಂದು ಕೇಳಿದೆ.

"ನಾನು ದಿನಾ ಕೆಲಸಕ್ಕೆ ಹೋಗ್ತೇನೆ ಸಾರ್. ಇವನು ಸಂಜೆ ಸ್ವಲ್ಪ ಬೇಗ ಬರ್ತಾನೆ ಈಗ ಅಂತದ್ದು ಎಂತ ಆಯ್ತು?" ಆಕೆ ಆಶ್ಚರ್ಯದಿಂದ ಪ್ರಶ್ನಿಸಿದಳು. ಆಕೆಗೆ ವಿಷಯದ ಅರಿವಿರುವಂತೆ ಕಾಣಲಿಲ್ಲ. ಬಾಲಕ ರಮೇಶನತ್ತ ತಿರುಗಿ "ಶಾಲೆಯಿಂದ ಬಂದು ಇದೇ ಕೆಲ್ಸಾನೇನೋ ಮಾಡೋದ್? ಬಾಂಬ್ ತಕೊಂಡ್ ತಿರುಗ್ತಿಯೇನೋ. ನಿಂಗ್ ಯಾರೋ ಕೊಟ್ರು ಅದ್ನ"

ಎಂದು ಪ್ರಶ್ನಿಸಿದೆ. ವನಜಕ್ಕನ ಮುಖ ಬಿಳುಚಿಕೊಂಡಿತು. ಆಕೆಗೆ ಅದನ್ನು ನಂಬಲಾಗಲಿಲ್ಲ. ನಡುಗುವ ದನಿಯಿಂದ

"ಎಂತ ಸಾರ್ ಸರಿಯಾಗಿ ಹೇಳಿ" ಎನ್ನುವಷ್ಟರಲ್ಲಿ ಕಣ್ಣೀರೇ ಬಂದಿತ್ತು.

"ನೋಡಮ್ಮಾ ನಾವು ಗದ್ದೆ ಬದೀಲಿ ಮಾತಾಡ್ತಾ ನಿಂತಿರವಾಗ ಏನೋ ಜೋರಾಗ್ ಸಿಡ್ದ ಸದ್ದು ಕೇಳಿದ್ರಿಂದ ಹುಡುಕೊಂಡ್ ಬಂದ್ವಿ, ಆಗ ಅಲ್ಲಿ ಇವನು ಸಿಕ್ಕ" ಎಂದು ಸತ್ತು ಬಿದ್ದ ನರಿಯೊಂದನ್ನು ಕಂಡಿದ್ದು ಮತ್ತು ರಮೇಶ ಚೀಲವನ್ನು ದಾರಿಯಲ್ಲಿಟ್ಟು ಓಡಿದ ಕಥೆಯನ್ನು ಬಿಡಿಸಿ ಹೇಳಿದೆ. ಮಾಣಿಗನೂ ತಲೆಯಾಡಿಸಿದ. ವನಜಕ್ಕನಿಗೆ ಸಿಡಿಲೆರಗಿದಂತಾಯಿತು. ಬಾಲಕನೂ ಮಾತಾಡದೆ ನಿಂತಿದ್ದ. ಒಳಗೆ ಹೋದವಳೇ ಮಾಡಿಟ್ಟಿದ್ದ ಬಾರು ಕೋಲೊಂದನ್ನು ತಂದು ರಪರಪನೆ ಬಾರಿಸಲಾರಂಭಿಸಿದಳು. ಬಾಲಕ "ಅಮ್ಮಾ ಹೊಡಿಬೇಡಾ. ಇನ್ನು ಮಾಡೂದಿಲ್ಲಾ" ಎಂದು ಅರಚುತ್ತಾ ಗೋಗರೆಯಲಾರಂಭಿಸಿದ. ಅಷ್ಟರಲ್ಲಿ ಮಧ್ಯೆ ಬಾಯಿ ಹಾಕಿದ ನಾನು "ಬಿಡಮ್ಮಾ. ಯಾರು ಕೊಟ್ಟಿದ್ದಾರಂತ ಕೇಳು. ಏನಾದ್ರೂ ಹೆಚ್ಚು ಕಡಿಮೆಯಾಗಿದ್ರೆ ಜೀವಕ್ಕೇ ಅಪಾಯ ಅಲ್ವೇನಮ್ಮಾ" ಎಂದೆ.

"ಬಿಡುದಿಲ್ಲ ಇವನನ್ನು. ನನ್ನ ಕೈಯಲ್ಲೇ ಸಾಯಿಸ್ತೇನೆ ಇವನನ್ನು. ಯಾರು ಕೊಟ್ಟಿದ್ದು ಹೇಳಾ" ಎಂದು ಕಣ್ಣೀರು ಹಾಕಿದಳು. ತಾಯಿಯ ಕಣ್ಣೀರು ನೋಡಲಾರದೆ ರಮೇಶ ಮೆತ್ತಗೆ ವಿಷಯ ಬಾಯ್ಬಿಟ್ಟ.

"ಅದು ರಾಜಣ್ಣ ಕೊಟ್ಟದ್ದು. ಹಂದಿಗಳಿಗೆ ಇಡ್ಲಿಕ್ಕೆ" ಎಂದು ಹೇಳಿದವ ಗಿಣಿ ಬಾಯಿ ಬಿಟ್ಟಂತೆ ಎಲ್ಲವನ್ನೂ ವಿವರಿಸಿದ.

ಇದು ಬಾಂಬು ಇಡುವ ಡೀಲ್. ದಿನಾ ಬಾಂಬಿಟ್ಟರೆ ದಿನಕ್ಕೆ ಒಂದು ರೂಪಾಯಿ ನೀಡುತ್ತಿದ್ದ ಪೈಲ್ವಾನ್ ರಾಜಣ್ಣ. ಹಾಗಾಗಿ ಬಾಲಕ ರಮೇಶ ಪ್ರತಿದಿನವೂ ಸಂಜೆ ಬಾಂಬು ಕೊಂಡು ಹೋಗಿ ಕಾಡಿನೊಳಗಿಟ್ಟು ಬರುತ್ತಿದ್ದ. ಬೆಳಿಗ್ಗೆ ಎದ್ದವನೇ ಪಾಯಿಖಾನೆಯ ನೆಪದಲ್ಲಿ ಪಕ್ಕದ ಕಾಡಿನತ್ತ ನಡೆದು ಕೊಳೆತ ಚರ್ಮ ಸುತ್ತಿದ ಬಾಂಬುಗಳನ್ನು ಆಯ್ದು ಚೀಲದಲ್ಲಿ ತುಂಬಿಸಿ ಪೊದೆಯ ಮಧ್ಯೆಗಿನ ಗಿಡಕ್ಕೆ ನೇತು ಹಾಕಿ ಹಿಂದಿರುಗುತ್ತಿದ್ದ. ಮನುಷ್ಯ ಸಂಚಾರವಿರುವ ದಾರಿಯಲ್ಲಿಡಬಾರದೆಂದು ಮೊದಲೇ ರಾಜಣ್ಣ ಕಟ್ಟಪ್ಪಣೆ ಮಾಡಿದ್ದರು. ಒಮ್ಮೆ ರಾಜಣ್ಣನ ನಾಲ್ಕು ಬಾಂಬುಗಳಲ್ಲೊಂದು ಮಿಸ್ಸಾಗಿ ಹೋಗಿತ್ತು. ಕೊನೆಗೆ ಹುಡುಕಿ ಹುಡುಕಿ ಹೆಗ್ಗಣದ ಬಿಲದ ಬಾಗಿಲಲ್ಲಿ ಸಿಕ್ಕಿತ್ತು. ಮಾಂಸದ ಕಮಟು ವಾಸನೆಗೆ ಮರುಳಾದ ಹೆಗ್ಗಣ ಅದನ್ನು ತನ್ನ ಬಿಲಕ್ಕೊಯ್ಯಲು ಪ್ರಯತ್ನಿಸಿ ವಿಫಲವಾಗಿತ್ತು. ಈ ಬಾರಿ ರಾಜಣ್ಣ ಬಾಂಬಿನ ಜತೆಗೆ ಮತ್ತೊಂದು ವಸ್ತುವನ್ನು ನೀಡಿದ್ದ. ಅದು ತುದಿಯಲ್ಲಿ ನಾಲ್ಕು ಕವಲೊಡೆದ ಕೋಲು... ಈ ಕೋಲನ್ನು ನೆಲಕ್ಕೆ ಊರಿ ಅದರ ಮೇಲೆ ಬಾಂಬನ್ನು ಇಟ್ಟಾಗ ಹೆಗ್ಗಣಕ್ಕೆ ಎಟುಕಲಾರದು ಎಂಬುದು ರಾಜಣ್ಣನ ನಂಬಿಕೆಯಾಗಿತ್ತು. ಆದರೆ ಅದೃಷ್ಟ ಕೈಕೊಟ್ಟು ಹೊಟ್ಟೆಗಿಲ್ಲದೆ

ಅಲೆಯುತ್ತಿದ್ದ ಬಡ ನರಿಗೆ ಸಿಕ್ಕು ಸಿಡಿದಿತ್ತು. ಇವೆಲ್ಲವನ್ನೂ ಕೇಳಿದ ವನಜಕ್ಕ ಗರ ಬಡಿದವಳಂತೆ ನಿಂತಿದ್ದಳು. ಮಾಣಿಗನೂ ನಾನೂ ಮಾತನಾಡಲು ಹೋಗಲಿಲ್ಲ. ಕೊಂಚ ಹೊತ್ತಿನ ಬಳಿಕ ಆಕೆಯೇ ಬಾಯ್ದೆರೆದು.

"ಇವನಿಗೇನೂ ಆಗ್ಲಿಲ್ಲಲ್ಲ. ದೇವರು ದೊಡ್ಡವನು" ಎಂದವಳೇ ಮಗನನ್ನು ಎಳೆದುಕೊಂಡು ಒಳಹೋದವಳು ಹೊರಬಂದಾಗ ಮಗನ ಅಂಗೈಲಿ ಉರಿಯುವ ಕರ್ಪೂರವಿತ್ತು! "ಇನ್ನು ಇಂತ ಕೆಲಸ ಮಾಡುದಿಲ್ಲಂತ ಆಣೆ ಮಾಡ" ಎಂದು ಯಾವುದೋ ಕುಲದೇವರ ಮೇಲೆ ಆಣೆ ಮಾಡಿಸಿದಳು. ಇದನ್ನು ಇನ್ನು ಎಳೆಯುವುದು ಸರಿಯಲ್ಲವೆಂದು ನಾನೂ ಮಾಣಿಗನೂ ಅಲ್ಲಿಂದ ಹೊರಟೆವು. ದಾರಿ ಬದಿಯಲ್ಲಿದ್ದ ಬಾಂಬಿನ ಚೀಲವನ್ನು ಬಾಯಿ ಕಟ್ಟಿ ಸುಬ್ಬಮ್ಮನ ತೋಟದ ಹಾಳು ಬಾವಿಗೆ ಎಸೆದ. ಚೀಲ ತಳ ಮುಟ್ಟದೆ ಗಿಡಗಂಟಿಗಳಿಗೆ ಸಿಕ್ಕಿ ಹಾಕಿರಬಹುದು ಎನಿಸಿತು, ತಳ ಮುಟ್ಟಿದ್ದರೆ ಖಂಡಿತಾ ಸಿಡಿಯುತ್ತಿದ್ದವು...

* * *

ವಾಪಸ್ಸು ದೊಡ್ಮನೆಯತ್ತ ಬಂದಾಗ ಕತ್ತಲಾಗುತ್ತಾ ಬಂದಿತ್ತು. ಮಾಣಿಗ ಏನೋ ಅವಸರದಲ್ಲಿದ್ದಂತೆ ಕಾಣುತ್ತಿತ್ತು. ನಾನು ಕುಳಿತುಕೊಳ್ಳಲು ಹೇಳಿದರೂ ನಿಲ್ಲದಿರುವುದನ್ನು ಕಂಡು ಪ್ರಶ್ನಿಸಿದಾಗ "ನನಗೆ ಕಂಬುಲಕ್ಕೆ ಹೋಗ್ಲಿಕ್ಕುಂಟು ಸಾರ್. ಅಲ್ಲಿಗೆ ನೀವೆಲ್ಲಾ ಬರಬಾರದು" ಎಂದ.

"ಲೋ ಕಳ್ಳಾ, ಇದೇನಾ ನಿನ್ ನಾಟ್ಕ. ನಾನ್ ಬಂದೇ ಬರ್ತೀನಿ. ಅದೇನ್ ಮಾಡ್ತಿಯೋ ಮಾಡ್ಕೋ" ಎಂದೆ.

"ಅಲ್ಲಿ ರಾಜಣ್ಣನ ಕೋಣಗಳು ಬರ್ತವೆ. ಮತ್ತೆ ಅಲ್ಲಿ ಬಾಂಬಿನ ವಿಷಯ ಹೇಳಬಾರದು ನೀವು" ಎಂದು ಎಚ್ಚರಿಸಿದ. ಸರಿ ಎಂದು ತಲೆಯಾಡಿಸಿ ಸ್ನಾನ ಮುಗಿಸಿ ರೆಡಿಯಾದೆ.

ಸ್ಕೂಟರ್ ನಿಲ್ಲಿಸಿ ಕಂಬಳದತ್ತ ನಡೆದಾಗ ಅಲ್ಲಿ ಗಿಜಿಗುಡುವ ವಾತಾವರಣವಿತ್ತು. ಕೋಣಗಳ ಜತೆ ನಿಂತಿದ್ದ ಪೈಲ್ವಾನ್ ರಾಜಣ್ಣ ದೂರದಿಂದಲೇ "ಎಂತ ಮಾಣಿಗಾ ಈ ಹೊತ್ತಿಗೆ ಬರೂದಾ ನೀನು" ಎಂದು ಅಧಿಕಾರವಾಣಿಯಿಂದಲೇ ಹೇಳಿದ.

"ಅದು ಸ್ವಲ್ಪ ತಡ ಆಯ್ತು ದಣಿ" ಎಂದವ ಯಾರನ್ನೋ ಹುಡುಕುತ್ತಾ ಹೊರಟ. ನಾನೂ ಆತನನ್ನು ಹಿಂಬಾಲಿಸಿದೆ. ಜನರೆಲ್ಲಾ ನನ್ನನ್ನು ವಿಚಿತ್ರವೆಂಬಂತೆ ನೋಡುತ್ತಿದ್ದರು. ಅಲ್ಲೇ ಪಕ್ಕದ ಆಲದ ಮರದಡಿಯಲ್ಲಿ ಡೋಲಿನೊಡನೆ ಕುಳಿತಿದ್ದ ಮತ್ತಿಬ್ಬರು ಎಲೆ ಅಡಿಕೆ ಹಾಕುತ್ತಿದ್ದರು. ಅಲ್ಲಿ ನಿಂತವನನ್ನುದ್ದೇಶಿಸಿ "ಅಲ್ವೋ ಮಾಣಿಗಾ. ರಾಜಣ್ಣನ ಕೋಣಗಳನ್ನು ನೀನೇ

ಓಡಿಸ್ಬಹುದಲ್ಲಾ" ಎಂದು ಸಾಮಾನ್ಯವಾಗೇ ಪ್ರಶ್ನಿಸಿದೆ. ಹತ್ತಾರು ಅಡಿಗಳಿಂದ ಜಿಗಿಯುವ ಪಾರ್ಕರ್ ಲೆವಲಿಗೆ ವಿದ್ಯೆ ಕಲಿತವನಿಗೆ ಅದೊಂದು ಅಸಾಧ್ಯವೇ ಎನಿಸಿತು.

"ಅಯ್ಯಯ್ಯೋ ಹಾಗೆಲ್ಲ ಉಂಟಾ. ಅಜಲಿನ ಕೆಲಸ ಬಿಟ್ಟು ಈ ಕೆಲಸ ಮಾಡಿದರೆ ದೇವರು ಮೆಚ್ಚುದಿಲ್ಲ" ಏನೊಂದೂ ಅರ್ಥವಾಗದೆ "ಅಜಲು?" ಎಂದು ಪ್ರಶ್ನಾರ್ಥಕವಾಗಿ ರಾಗವೆಳೆದೆ.

"ಕಂಬಳ ಆಗೂದಕ್ಕಿಂತ ಮೊದಲು ನಾವು ಓಡೂದು ಉಂಟಲ್ಲ. ಅದೇ ಅಜಲು..."

"ನೀವುಗಳು ಯಾಕೋ ಓಡ್ಬೇಕು?"

"ಅದು ಒಂದು ದೊಡ್ಡ ಕಥೆ. ಕಂಬುಲ ಮಾಡೂದು ದೇವರ ಕೆಲಸ. ದಣಿಗಳು ತುಂಬ ಕರ್ಚು ಮಾಡಿ ಕೋಣ ಸಾಕ್ತಾರೆ. ಓಡಿಸುವವನಿಗೂ ಮೀನು ಮಾಂಸ ಕೊಟ್ಟು ತಾಲೀಮಿಗೆಲ್ಲ ಕಲಿಸ್ತಾರೆ ಅಲ್ವಾ. ಅವರು ಕಂಬುಲಕ್ಕೆ ಇಳಿಯುವ ಮೊದಲು ನಾವು ಓಡೂದು ಹಳೆಯ ಕಾಲದಿಂದ ನಡೆದು ಬಂದ ಕ್ರಮ."

"ಯಾಕೆ?" ನಾನು ಬಿಡಲಿಲ್ಲ.

"ಅದೂ... ದೇವರ ದಯೆಯಿಂದ ಕಂಬುಲದ ಗದ್ದೆಯಲ್ಲಿ ಅಂತದ್ದು ಏನೂ ಇರುದಿಲ್ಲ. ಒಂದು ವೇಳೆ ಇದ್ದರೆ ಅಷ್ಟು ಕರ್ಚು ಮಾಡಿ ಸಾಕಿದ ಕೋಣಗಳ ಕಾಲಿಗೆ ಚುಚ್ಚಿದರೆ. ಕಷ್ಟ ಅಲ್ಲವಾ" ನನಗೆ ಬರುಬರುತ್ತಾ ಇವ ಯಾವ ದಾರಿಗೆ ಬರುತ್ತಿದ್ದಾನೆಂದು ಅರ್ಥವಾಯಿತು.

"ಅಲ್ವೋ ಗದ್ದೆಯಲ್ಲಿ ಏನಾದ್ರೂ ಮುಳ್ಳು ಗಿಳ್ಳು ಇದ್ರೆ ನಿಂಗ್ ಚುಚ್ಚಲ್ವೇನೋ?"

"ಚುಚ್ಚಿದ್ರೆ ಚುಚ್ಚಲಿ. ದೇವರು ಬೇಗ ಗುಣ ಮಾಡ್ತಾನೆ. ಏ ಬಾರ ಸುರುವಾಗುವ ಹೊತ್ತಾಯ್ತು" ಎಂದು ಜತೆಗಿದ್ದ ಮತ್ತಿಬ್ಬರು ಡೋಲು ಬಾರಿಸುವವರನ್ನು ಕರೆದುಕೊಂಡು ಗದ್ದೆಯ ಬದಿಯತ್ತ ನಡೆದ. ಆತನ ದೌರ್ಬಲ್ಯವನ್ನು ಕಂಡು ದುಃಖವಾಯಿತು. ಮಾತನಾಡಲು ಇದು ಸರಿಯಾದ ಸಮಯವಲ್ಲವೆಂದರಿತು ಮೌನವಾಗಿ ಹಿಂಬಾಲಿಸಿದೆ. ಅದನ್ನು ಕಂಡ ಮಾಣಿಗ "ನೀವು ಎಲ್ಲಿಗೆ ನಮ್ಮ ಹಿಂದೆ ಬರೂದು. ನೀವು ಕಂಬುಲ ನೋಡಿ ನಾವು ಡೋಲು ಬಾರಿಸುವ ಜನ."

"ಅದೇನಾಗುತ್ತೋ ನೋಡೋಣ, ನಾನಿವತ್ತು ನಿಮ್ ಜತೇನೇ ನಿಲ್ಲೋದು" ಎಂದು ಅವನಿಂದ ಕೊಂಚ ಅಂತರದಲ್ಲಿ ನಿಂತೆ. ಹತ್ತಾರು ಗ್ಯಾಸ್ ಲೈಟುಗಳ ಬೆಳಕಿನಲ್ಲಿ ಕೋಣಗಳು ಗದ್ದೆಗೆ ಕಾಲಿಟ್ಟವು. ಮಾಣಿಗ ಡೋಲು ಬಾರಿಸುತ್ತಾ ನಿಂತಿದ್ದ.

ಸಮಯ ಉರುಳಿತು ಮಧ್ಯ ರಾತ್ರಿಯಾಗುತ್ತಾ ಬಂದಾಗ ಚಳಿಯ ಅನುಭವವಾಗಿ ಹೊರಡೋಣವೆಂದು ನೋಡಿದಾಗಲೂ ಮಾಣಿಗನ ಡೋಲು ನಿಲ್ಲುವಂತೆ ಕಾಣಲಿಲ್ಲ. ಕೈ ಭಾಷೆಯಲ್ಲಿ ಹೋಗೋಣವೆಂದು ಹೇಳಿದಾಗ "ನಿದ್ದೆ ಬಂದರೆ ನೀವು ಹೋಗಿ, ನಾವು ಬೆಳಿಗ್ಗೆಯೇ ಬರೋದು" ಎಂದು ಕೈ ಸನ್ನೆ ಮಾಡಿದ. ಆ ಚಳಿಯಲ್ಲೂ ಮಾಣಿಗನ ಮುಖದಲ್ಲಿ ಬೆವರು ಧಾರಾಕಾರವಾಗಿ ಹರಿಯುತ್ತಿತ್ತು...! ಮತ್ತೆ ನನಗಲ್ಲಿ ನಿಲ್ಲಲಾಗಲಿಲ್ಲ. ಮನೆಯತ್ತ ಹೆಜ್ಜೆ ಹಾಕಿದೆ.

24

ಕೊನೆಗೂ ನಾನು ಹೊರಡುವ ದಿನ ಬಂದೇ ಬಿಟ್ಟಿತು. ಶನಿವಾರವೇ ನಾನು ತೆಗೆದುಕೊಂಡು ಹೋಗಬೇಕಿದ್ದ ವಸ್ತುಗಳನ್ನೆಲ್ಲಾ ಪ್ಯಾಕ್ ಮಾಡಿದ್ದೆ. ವಸ್ತುಗಳೆಂದರೆ ಹೆಚ್ಚೇನೂ ಇರಲಿಲ್ಲ ಬಿಡಿ, ಒಂದಷ್ಟು ಬಟ್ಟೆಗಳು ಪುಸ್ತಕಗಳಷ್ಟೇ. ನಾನು ಮತ್ತೆ ಬರುವಾಗ ತಿಂಗಳುಗಳಾಗುವುದರಿಂದ ಇಲ್ಲಿಟ್ಟು ಹೋದರೆ ಇಲಿಗಳು ಕಚ್ಚಿಹಾಕುವ ಭಯವಿದ್ದುದರಿಂದ ಹಾಸಿಗೆಯೊಂದನ್ನು ಬಿಟ್ಟು ಮಿಕ್ಕೆಲ್ಲವನ್ನೂ ಪ್ಯಾಕ್ ಮಾಡಿದ್ದೆ. ಹಾಗಾಗಿ ಭಾನುವಾರಕ್ಕೆ ನಾನು ಫುಲ್ ಫ್ರೀಯಾಗಿದ್ದೆ. ಅದಕ್ಕೆ ಕಾರಣವೂ ಇತ್ತು. ಆ ದಿನ ನನಗೆ ಕೆಲವೊಂದಷ್ಟು ವಿಷಯಗಳಿಗಾಗಿ ಬುಕ್ ಆಗಿದ್ದ ಮೋರೋಣಿ ಆತುರಾತುರವಾಗಿ ಕೊಟ್ಟಿಗೆಯಿಂದ ಸೆಗಣಿ ಎತ್ತುವ ಕೆಲಸ ಮಾಡುತ್ತಿದ್ದ.

ಈ ಎಲ್ಲಾ ವಿಷಯಗಳ ಮಧ್ಯೆ ಒಂದು ವಿಚಾರವನ್ನು ಮರೆತೇ ಬಿಟ್ಟಿದ್ದೆ. ಅದು ಮೋರೋಣಿಗೂ ಮಾಣಿಗನಿಗೂ ಬಟ್ಟೆ ಕೊಡಿಸುವ ವಿಷಯ. ಮಾಣಿಗನಿಗೆ ಚಿನ್ನದ ಬಣ್ಣದ ಜರಿ ಹೊಂದಿರುವ ಪಂಚೆಯೆಂದರೆ ಪ್ರಿಯವಾದುದು ಎಂದು ತಿಳಿದಿತ್ತು, ಆತನಿಗೆ ಪ್ರಿಯವೆಂದರೆ ಮೋರೋಣಿಗೂ ಪ್ರಿಯವೇ ಆಗಿರಬಹುದಲ್ವೇ...? ಸೆಗಣಿ ಎತ್ತುತ್ತಿರುವ ಮೋರೋಣಿಗೆ ತಾನು ಪೇಟೆಗೆ ಹೋಗಿ ಬರುವುದಾಗಿ ಹೇಳಿದೆ.

"ಪೇಟೆಗೆ...! ಇವತ್ತು ಹೋಗೂದಲ್ವಾ ನೀವು ಮನೆಗೆ. ಮತ್ತೆ ಎಂತ ತರ್ಲೆಕ್ಕೆ ಉಂಟು" ಎಂದು ಹುಬ್ಬೇರಿಸಿದ್ದ. ಅಂತದ್ದೇನೂ ಇಲ್ಲವೆಂದೂ ಅಂಗಡಿಯ ರಾಜಣ್ಣನ ಬಳಿ ಕೊಂಚ ಕೆಲಸವಿದೆಯೆಂದು ಹೊರಟೆ. ಬೇಗ ಹೋಗದಿದ್ದರೆ ಭಾನುವಾರ ಮಧ್ಯಾಹ್ನ ಬಟ್ಟೆಯಂಗಡಿಗೆ ಚಿಲಕ ಹಾಕುತ್ತಿದ್ದರು.

ಮಾಳ ಪೇಟೆಯಲ್ಲಿ ಮೋರೋಣಿಗೂ ಮಾಣಿಗನಿಗೂ ಬಿಳಿ ಪಂಚೆ, ಶರ್ಟು ಮತ್ತು ಶಲ್ಯವನ್ನು ಖರೀದಿಸಿ ವಾಪಸ್ಸು ಬರುತ್ತಿದ್ದಾಗ ನನಗೆ ಸ್ಕೂಟರ್ ನೀಡಿದ ಪಿಟ್ಟಿಯ ಗ್ಯಾರೇಜು ಸಿಕ್ಕಿತು. ಭಾನುವಾರವಾದರೂ ಪಿಟ್ಟಿಗೆ ರಜೆ

ಇರುವಂತೆ ಕಾಣಲಿಲ್ಲ. ಮೈಯಿಡೀ ಗ್ರೀಸ್ ಮೆತ್ತಿಕೊಂಡು ಯಾರದೋ ನೀರಿನ ಡೀಸೆಲ್ ಪಂಪನ್ನು ಬಿಚ್ಚುತ್ತಿದ್ದ... ಒಂದೆರಡು ತಿಂಗಳ ಮಟ್ಟಿಗೆ ಬೆಂಗಳೂರಿಗೆ ಹೋಗುವುದಾಗಿಯೂ ಬರುವವರೆಗೆ ಮೊಪೆಡನ್ನು ಆತನ ಗ್ಯಾರೇಜಿಗೆ ವಾಪಸ್ಸು ಕೊಂಡೊಯ್ದು ಇಡುವಂತೆ ತಿಳಿಸಿ ದೊಡ್ಮನೆಯತ್ತ ನಡೆದೆ.

ಇನ್ನೇನು ದೊಡ್ಮನೆಗೆ ಕೊಂಚ ದೂರವಿರಬೇಕು ಎನ್ನುವಾಗ ಹೆಗಲಲ್ಲಿ ಬೀಳಲಿನ ಕಟ್ಟು ಹಿಡಿದು ಅತ್ತಲೇ ಸಾಗುತ್ತಿದ್ದ ಮಾಣಿಗನನ್ನು ಕಂಡು ಗಾಡಿ ನಿಲ್ಲಿಸಿದೆ. "ಹೋ ಮಾಣಿಗ. ನಿನ್ನನ್ನೆ ಹುಡುಕ್ತಿದ್ದೆ. ಇದೇನಕ್ಕೆ ಬೀಳಲು?"

"ಅದು ಸುಬ್ಬಮ್ಮನಿಗೆ ಒಂದು ಬುಟ್ಟಿ ಮಾಡಿಕೊಡಬೇಕಂತೆ. ಬೀಳಲು ಒಟ್ಟು ಮಾಡಿದೆ ಇನ್ನು ಹೆಣೆಯಬೇಕು" ಎಂದ.

"ಆವತ್ತು ಹಾವು ಹಿಡ್ದಿದಕ್ಕೇ ಒಂದ್ರುಪಾಯ್ ಕೊಟ್ಟಿಲ್ಲ ಆವಮ್ಮ. ಬುಟ್ಟಿನೂ ಬಿಟ್ಟಿಗೇ ತಕೊಂಡಾಳು ಆಮೇಲೆ. ಮರೀದೆ ದುಡ್ ತಗೋ ನಿಂಗೂ ಹೆಂಡ್ತಿ ಮಕ್ಳಿದಾರೆ" ಎಂದು ಆಜ್ಞಾ ದನಿಯಲ್ಲಿ ಹೇಳಿದಾಗ ಸರಿಯೆಂದು ತಲೆಯಾಡಿಸಿದ.

ಮಾಣಿಗನ ಭುಜದಲ್ಲಿ ಬೀಳಲಿನ ಕಟ್ಟಿದೆ. ಸ್ಕೂಟರಲ್ಲಿ ಕರೆದೊಯ್ಯಲು ಸಾಧ್ಯವಿಲ್ಲ. ನೆಲದಲ್ಲಿ ಎಳೆಯುತ್ತಾ ಬರುತ್ತಿರುವ ಬೀಳಲು ಹಿಡಿದು ಸ್ಕೂಟರಲ್ಲಿ ಕುಳಿತರೆ ಚಕ್ರಕ್ಕೆ ಸಿಲುಕಿ ನಾವಿಬ್ಬರೂ ಪಲ್ಟಿ ಹೊಡೆಯಬೇಕಾಗಬಹುದೆಂದು ನಡೆದು ಹೋಗುತ್ತಿದ್ದವನನ್ನು ಮೆತ್ತಗೆ ಸ್ಕೂಟರ್‌ನಲ್ಲಿ ಹಿಂಬಾಲಿಸಿದೆ. ಮೌನವಾಗಿ ನಡೆಯುತ್ತಿದ್ದ ಆತನನ್ನು ಕರೆದು "ಇವತ್ತು ಸಂಜೆ ಹೋಗೂದಲ್ವಾ ಪೇಟೆಯಿಂದ ನಿಂಗೊಂದ್ ವಸ್ತು ತಂದಿದೇನೆ. ಮನೆಗೆ ಹೋದ್ಮೇಲೆನೆ ಕೊಡೋದ್" ಎಂದೆ. ಅದನ್ನು ಕೇಳಿ ಮಾಣಿಗನ ಮುಖವರಳಿತು. ಕುತೂಹಲದಿಂದ "ಎಂತ?" ಎಂದು ಬಾಯಿಬಿಡಿಸಲು ನೋಡಿದರೂ ನಾನು ಬಾಯಿಬಿಡುವಂತೆ ಕಾಣಿಸದಿದ್ದರಿಂದ ಸುಮ್ಮನಾದ. ಅಷ್ಟರಲ್ಲಿ ಮಾಣಿಗನ ಎಡ ಕಂಕುಳಲ್ಲೊಂದು ಅಡಿಕೆ ಹಾಳೆಯ ಕಟ್ಟು ಗಮನಿಸಿದೆ. ದೊಡ್ಮನೆಯಲ್ಲಿ ಮಾಣಿಗ ಆತನಿಗೊಂದು ಅಡಿಕೆ ಹಾಳೆ ಮಾಡಿಟ್ಟಿದ್ದ. ಬೇಕಾದಾಗ ತೆಗೆದು ಅದರಲ್ಲೇ ಉಣ್ಣುತ್ತಿದ್ದ. ಈ ಬಾರಿಯೂ ಅಡಿಕೆ ಹಾಳೆಯ ಕಟ್ಟು ಕಂಡಾಗ ಅದೇ ಇರಬಹುದೆನಿಸಿ

"ಎಂತ ಮಾಣಿಗಾ, ದೊಡ್ಮನೆಯಲ್ಲಿ ನಿಂಗೊಂದ್ ಹಿಡಿ ಅನ್ನ ಹಾಕಲ್ಲಾಂತ ಯಾರಾದ್ರು ಹೇಳಿದಾರಾ. ಬರೋವಾಗ್ಲೆ ಬುತ್ತಿ ಕಟ್ಕೊಂಬಂದಿದೀಯಾ?" ಎಂದು ಕಾಲೆಳೆದೆ.

"ಅದಲ್ಲ ಸಾರ್, ಅದು ಬೇರೆ" ಎಂದು ನುಣುಚಿಕೊಳ್ಳಲು ಯತ್ನಿಸಿದ. ಅಷ್ಟರಲ್ಲಿ ನಾನು ಮೊಪೆಡ್ ನಿಲ್ಲಿಸಿ ಕೆಳಗಿಳಿದು ಆತನ ಹಿಂಬಾಲಿಸಿದ್ದೆ. ನನ್ನ ಊಹೆಯಲ್ಲಿ ಅದೇನೋ ಬೆಲೆಬಾಳುವ ವಸ್ತುವಾಗಿತ್ತು. ಆವತ್ತು ಇರ್ತಲೆ ಹಾವು, ಗಂಧದ ಬೇರು ಸಿಕ್ಕಿದಾಗಲೂ ಇವನ ನಡವಳಿಕೆ ಇದೇ ರೀತಿ

ಅನುಮಾನಾಸ್ಪದವಾಗಿತ್ತು... ಆತನ ಕೈಲಿದ್ದ ಕಟ್ಟನ್ನು ಕಿತ್ತುಕೊಳ್ಳಲು ಯತ್ನಿಸಿದಾಗ ಮೆತ್ತಗೆ ಬಾಯ್ತೆರೆದ.

ದೊಡ್ಮನೆಗೆ ಸುಮಾರು ಒಂದು ಮೈಲಿ ದೂರದ ತೇಟ್ಲಮಾರು ಮನೆಯ ಯಜಮಾನ ಪುರಂದರನ ಮೊಮ್ಮಗನಿಗೆ ನಾಲ್ಕು ವರ್ಷವಂತೆ. ಆ ಪುಟ್ಟ ಬಾಲಕನಿಗೆ ಯಾವಾಗ ನೋಡಿದರೂ ಜ್ವರ ನೆಗಡಿ ಕೆಮ್ಮು ಎಂದು ಅನಾರೋಗ್ಯ ಕಾಡುತ್ತಲೇ ಇತ್ತು. ನಾಟಿ ವೈದ್ಯ ಪಂಡಿತರು ಮದ್ದು ಕೊಟ್ಟು ಕೊಟ್ಟು ಸಾಕಾಗಿ ಕೊನೆಗೊಂದು ಪರಿಹಾರ ಸೂಚಿಸಿದರಂತೆ. ಈ ಮಗುವಿಗೆ ದುಷ್ಟ ಶಕ್ತಿ ಮೆಟ್ಟಿದೆ. ಹಾಗಾಗಿಯೇ ನಾನು ಮದ್ದು ನೀಡಿದರೂ ಉಪಶಮನ ಕಾಣುತ್ತಿಲ್ಲ. ಇದಕ್ಕೆ ಪರಿಹಾರವಾಗಿ ಅಮಾವಾಸ್ಯೆಯ ದಿನದಂದು ಮುಂಜಾನೆ ಮಗುವಿಗೆ ಮನೆಯ ಹೊರಗೆ ಕುಳ್ಳಿರಿಸಿ ಸ್ನಾನ ಮಾಡಿಸಿ, ಆ ಶಾಸ್ತ್ರಕ್ಕೆ ಬೇಕಾದ ಆಹಾರವನ್ನು ಮನೆಯ ಹೊರಗೆ ತಯಾರಿಸಿ ನಂತರ ಆ ಆಹಾರವನ್ನು ಬಾಳೆಯೆಲೆಯಲ್ಲಿ ಕಟ್ಟಿ ಮರದ ಮಣೆಯಲ್ಲಿ ಕೂರಿಸಿದ ಆ ಮಗುವಿನ ತಲೆಗೆ ಸುತ್ತು ಬರಿಸಿ ಸಮುದಾಯವೊಂದರ ಜನರಿಗೆ ವಸ್ತ್ರದ ಜತೆಗೆ ನೀಡಲು ಸೂಚಿಸಿದರಂತೆ. ತಲೆಕೂದಲು, ಉಗುರು ದಾರಿದ್ರ್ಯದ ವಸ್ತುಗಳೆಂದು ಪರಿಗಣಿಸುವುದರಿಂದಾಗಿ ಆ ಅನ್ನವನ್ನು ನೀಡುವ ಮುನ್ನ ಅದಕ್ಕೆ ಶಾಸ್ತ್ರಕ್ಕೆ ಕೊಂಚ ಮಗುವಿನ ತಲೆಗೂದಲು, ಉಗುರನ್ನು ಬೆರೆಸಿ ಕೊಡಲು ಹೇಳಿದರಂತೆ. ಪುರಂದರನಿಗೆ ಸುಲಭಕ್ಕೆ ಸಿಗುವವ ಮಾಣಿಗನಾದ್ದರಿಂದ ಈ ಕೆಲಸಕ್ಕೆ ಆತನನ್ನೇ ಕರೆದು ವಸ್ತ್ರದಾನಕ್ಕೊಂದು ಹಳೆಯ ಬಟ್ಟೆ ನೀಡುವುದರ ಜತೆಗೆ ಒಂದೆರಡು ರೂಪಾಯಿ ದಕ್ಷಿಣೆ ನೀಡಿ ಕಳುಹಿಸಿದ್ದ. ನಾನು ಬಂದ ಮೊದಲಿಗೆ ಎಲ್ಲವೂ ಸರಿಯಾಗಿದ್ದಂತೆ ಕಂಡರೂ ದಿನಕಳೆದಂತೆ ಒಂದೊಂದೇ ಕಂದಾಚಾರಗಳು ಬಯಲಿಗೆ ಬರಲಾರಂಭಿಸಿದ್ದವು.

ಮಾಣಿಗನ ಮಾತನ್ನು ಕೇಳಿ ನನ್ನ ಕೋಪ ನೆತ್ತಿಗೇರಿತ್ತು. "ಮನುಷ್ಯನಿಗೆ ಸ್ವಲ್ಪವಾದರೂ ಬುದ್ಧಿ ಬೇಕು. ಹಟ್ಟಿಯಲ್ಲಿನ ದನಗಳು ನಿನಗಿಂತ ಎಷ್ಟೋ ವಾಸಿ" ಎಂದೆ.

"ಎಂತ ಮಾಡಿದೆ ನಾನು. ನನ್ನ ಅಜ್ಜ ಪಿಜ್ಜರಿಂದ ಬಂದ ಅಜಲು ಕೆಲಸ ಅಲ್ವಾ ಮಾಡಿದ್ದು" ಎಂದು ಹೆಮ್ಮೆಯಿಂದ ಹೇಳಿದ.

"ಯಾವ ಅಜಲು ನಿನ್ ಪಿಂಡ. ಅದಕ್ಕೆ ಬೆಂಕಿ ಬಿತ್ತು" ಎಂದು ಆತನ ಕಂಕುಳಲ್ಲಿದ್ದ ಮಗುವಿನ ದೃಷ್ಟಿ ನಿವಾಳಿಸಿದ ಅನ್ನದ ಕಟ್ಟನ್ನು ಕಿತ್ತು ಪೊದೆಗೆ ಎಸೆದೆ. ಅನ್ನ ಚದುರಿ ಬಿತ್ತು.

ಮಾಣಿಗ "ಅಯ್ಯಯ್ಯೋ ಹೋಯ್ತಲ್ಲಾ" ಎಂದು ಚೀರಿದ.

"ಯಾರ್ ಸತ್ರೂಂತ ಚೀರಾಡ್ತಿದೀಯಾ ಇಲ್ಲಿ. ಆ ಅನಿಷ್ಟವನ್ನೆಲ್ಲಾ ತರ್ತೀಯಲ್ಲಾ. ದೇವ್ರು ಕೈಕಾಲು ಕೊಟ್ಟಾವ್ನೆ. ದುಡ್ದು ತಿನ್ನು. ಕೆಲ್ಸ ಇಲ್ಲಾಂದ್ರೆ

ಬೆಂಗ್ಳೂರಿಗ್ ಬಾ ಕೆಲ್ಸ ಕೊಡಿಸ್ತೀನಿ. ಇಂತದ್ದೆಲ್ಲಾ ಮಾಡ್ಬಾರ್ದು. ಮುಪ್ಪಣ್ಣನ ಮೇಲಾಣೆ" ಎಂದೆ. ಯಾವುದಕ್ಕೆ ಬಗ್ಗದಿದ್ದರೂ ಮುಪ್ಪಣ್ಣನಿಗೆ ಬಗ್ಗುತ್ತಾನೆ ಎಂದು ಗೊತ್ತಿತ್ತು...

"ಆದ್ರೂ ಅಜಲು ಕೆಲಸ ಮಾಡಬೇಕಲ್ಲಾ" ಎಂದು ರಾಗವೆಳೆದ.

"ನೋಡೋ. ಈಗ ನಿನ್ ಮಗನಿಗೆ ದೃಷ್ಟಿ ತಾಕಿದರೆ ಆ ಪುರಂದರ ಬರ್ತಾನಾ ತೆಗಿಯಕೆ?" ಎಂದು ತೀಕ್ಷ್ಣವಾಗಿ ಪ್ರಶ್ನಿಸಿದೆ.

"ಅದು ಹೇಗೆ ಆಗ್ತದೆ. ಎಂತ ಹೇಳೂದು ನೀವು?"

"ನೋಡೋ ನಾವೇನೂ ಬ್ರಿಟಿಷರ ಕಾಲದಲ್ಲಿಲ್ಲ. ನಿಂಗಿರುವ ಕಣ್ಣು ಮೂಗು ಕಿವಿ ಬಾಯಿನೇ ಆ ಪುರಂದರನಿಗೂ ಇರೋದು. ನಿನಗೊಂದು ಕಾನೂನು ಆತನಿಗೊಂದು ಕಾನೂನು ಆಗಲ್ಲ." ಮಾಣಿಗನಿಗೆ ಏನೋ ಕೊಂಚ ಅರ್ಥವಾಯಿತೆಂದು ಕಾಣುತ್ತದೆ. ಮೌನವಾಗಿ ತಲೆಯಾಡಿಸಿದ. ರಸ್ತೆ ಮಧ್ಯೆ ನಿಲ್ಲಿಸಿದ್ದ ಸ್ಕೂಟರನ್ನು ಸ್ಟಾರ್ಟ್ ಮಾಡಿ ಮುನ್ನಡೆಸಿದೆ. ಮಾಣಿಗ ಬೀಳಲಿನ ಕಟ್ಟುಗಳನ್ನು ಹೊತ್ತು ಮೆತ್ತಗೆ ದೊಡ್ಮನೆಯತ್ತ ಬರುತ್ತಿದ್ದ...

ವಾಪಸ್ಸು ಮನೆಗೆ ಬಂದಾಗ ಹನ್ನೊಂದಾಗಿತ್ತು. ಮೋರ್ರೋಣಿ ಬೆಣಚುಗಲ್ಲಿನ ಪುಡಿಯಲ್ಲಿ ತಿಕ್ಕಿ ತನ್ನ ಸೊಂಟಗತ್ತಿಯನ್ನು ಹರಿತಗೊಳಿಸುತ್ತಿದ್ದ. ಸ್ಕೂಟರ್ ಶಬ್ದ ಕೇಳಿ ಎದ್ದವ "ನೀವೆಲ್ಲಿಗೆ ಹೋಗಿದ್ದು ಮಾರ್ರೆ. ನಾನು ಕಾಯೂದು ನಿಮಗೆ. ಬನ್ನಿ ನಿಮಗೊಂದು ವಸ್ತು ಇದೆ ಇವತ್ತು" ಎಂದ.

"ಇಲ್ಲೇ ಸ್ವಲ್ಪ ಕೆಲ್ಸ ಇತ್ತು. ಒಂದ್ ಐದ್ ನಿಮ್ಷ ಇರು. ಈಗ ಬಂದೆ" ಎಂದು ಚುಟುಕಾಗಿ ಉತ್ತರಿಸಿ ಅಲ್ಲೇ ನಿಂತೆ. ಮೋರ್ರೋಣಿಗೆ ಏನೆಂದು ಅರ್ಥವಾಗಲಿಲ್ಲ.

ಅಷ್ಟರಲ್ಲಿ ಮಾಣಿಗ ಬೀಳಲುಗಳನ್ನು ತಂದು ಅಲ್ಲೇ ಪಕ್ಕದ ಹಲಸಿನ ಬುಡದಲ್ಲಿ ರಾಶಿ ಹಾಕಿದ. ಹೋಗುವ ದಿನವೂ ನಾನು ಆತನಿಗೆ ಬೈದಿದ್ದಕ್ಕೋ ಏನೋ ಆತನ ಮುಖದಲ್ಲಿ ಗೆಲುವಿರಲಿಲ್ಲ. ಅವನಿಗಾಗೇ ಕಾಯುತ್ತಿದ್ದವನಂತೆ ಮೊಪೆಡ್ ಹ್ಯಾಂಡಲಲ್ಲಿ ನೇತು ಹಾಕಿದ್ದ ಚೀಲದಿಂದ ಎರಡು ಪೇಪರ್ ಕಟ್ಟುಗಳನ್ನು ತೆಗೆದು ಒಂದನ್ನು ಮಾಣಿಗನಿಗೂ ಮತ್ತೊಂದನ್ನು ಮೋರ್ರೋಣಿಗೂ ನೀಡಿದೆ...

ಅಲ್ಲಿಯವರೆಗೂ ಮೋರ್ರೋಣಿ ನಾನು ಇಲ್ಲಿಂದ ಬೆಂಗಳೂರಿಗೆ ಕೊಂಡೊಯ್ಯಲು ತಂದ ಚೀಲವೆಂದುಕೊಂಡಿದ್ದ ಎನಿಸುತ್ತದೆ. ಅವರಿಗಾಗಿ ತಂದಿದ್ದು ಎಂದಾಗ ಖುಷಿಪಟ್ಟು "ಇದೆಲ್ಲಾ ಯಾಕೆ ಸಾರ್ ನಮಗೆ. ಸುಮ್ಮನೆ ಖರ್ಚು ನಿಮಗೆ" ಎಂದ. ಮಾಣಿಗನಿಗೂ ಖುಷಿಯಾಗಿತ್ತು. ಬೆಂಗಳೂರಿಗೆ ಬಂದಾಗ ಒಂದು ಕೋಟು ತೆಗೆದುಕೊಡುವೆ ಎಂದೆ. ಬೆಂಗಳೂರಲ್ಲಿ ತಾಜ್‌ಮಹಲ್ ತೋರಿಸುವ ಜತೆಗೆ ಕೋಟನ್ನೂ ತೆಗೆದುಕೊಡುತ್ತಾರೆಂದು

ಮತ್ತಷ್ಟು ಖುಷಿಪಟ್ಟ. ಅದರಲ್ಲೂ ಚಿನ್ನದ ಬಣ್ಣದ ಅಂಚಿನ ಪಂಚೆ ಕೊಟ್ಟಿದ್ದೇನೆಂದರೆ ಆತನಿಗೆ ಸ್ವರ್ಗ ಅಂಗೈಗೆ ಬಂದಂತಾಗಿತ್ತು. ಮನೆಯತ್ತ ಹೋಗುವಾಗ ಮಾಣಿಗನಿಗೆ ತನ್ನ ಲುಂಗಿಯನ್ನೂ ಒಯ್ದು ಪೆಟ್ಟಿಗೆಯಲ್ಲಿಡಲು ತಿಳಿಸಿದ ಮೋರೋಣಿ ನನ್ನನ್ನು ಕರೆದುಕೊಂಡು ಎಲ್ಲಿಗೋ ಹೊರಟ. ಮಾಣಿಗ ಎರಡನ್ನೂ ದೊಡ್ಮನೆಯ ಕೊಟ್ಟಿಗೆಯ ಪಕ್ಕಾಸಿಗೆ ನೇತು ಹಾಕಿ ಮರದ ಬುಡದಲ್ಲಿ ಕುಳಿತು ಬುಟ್ಟಿ ಹೆಣೆಯಲು ಬೀಳಲು ಸಿದ್ಧಪಡಿಸಲಾರಂಭಿಸಿದ. ಎಲ್ಲಿಗೆ ಹೋಗುತ್ತಿದ್ದೇವೆ ಎಂದು ನಾನು ಕೇಳಲೂ ಇಲ್ಲ ಆತ ಹೇಳಲೂ ಇಲ್ಲ.

ದೊಡ್ಮನೆಯ ತೋಟದ ಸುತ್ತ ನಿರ್ಮಿಸಿದ ಕಲ್ಲಿನ ಪಾಗರದ ಅಂಚಿನಲ್ಲಿ ನಡೆದು ಸಾಗುತ್ತಿದ್ದ ಮೋರೋಣಿ ಎತ್ತ ಸಾಗುತ್ತಿದ್ದ ಎಂದೇ ಅರಿವಾಗಲಿಲ್ಲ. ಕೊನೇಗೊಂದು ಮುಳ್ಳುಕಂಟಿಗಳು ತುಂಬಿದ ಪೊದೆಯ ಬಳಿ ನಿಂತ. ಕೆಳಗೆ ಕಲ್ಲುಗಳ ಮಧ್ಯೆ ಗದ್ದೆಯಂಚಿನ ತೊರೆ ಹರಿದುಹೋಗುತ್ತಿತ್ತು. ನನಗೆ ಏನೂ ಅರ್ಥವಾಗದೆ ಸುಮ್ಮನೆ ನಿಂತೆ. ನನ್ನತ್ತ ತಿರುಗಿದ ಮೋರೋಣಿ

"ಆವತ್ತು ಜೇನು ತೆಗಿಯೂದು ಕಲಿಸ್ಬೇಕಂತ ಹೇಳಿದ್ರಲ್ಲ, ಅದಕ್ಕೆ ಬಂದದ್ದು. ಮನೆಯತ್ರ ಒಂದು ಮೊಜಂಟಿ ಜೇನು ಇತ್ತು. ಅದನ್ನು ಆ ಗಿಳಿರಾಜನ ತಿಗಲೆಗೆ (ಎದೆಗೆ) ಇಡ್ಬೇಕಾಯ್ತು ಆವತ್ತು" ಎಂದ. ಹೋ ಇದಾ ವಿಷಯ ಎಂದುಕೊಂಡೆ. ಶ್ರೀಗಂಧದ ಮರ ಕದಿಯುತ್ತಿದ್ದ ಗಿಳಿರಾಜ ಸಿಕ್ಕಿಬಿದ್ದ ವಿಚಾರದಲ್ಲಿ ಮೋರೋಣಿ ನೋಡಿಟ್ಟಿದ್ದ ಜೇನು ಹಾಳು ಮಾಡಿದ ವಿಷಯವೂ ಹೊರಬಂದಿತ್ತು. ನಂತರದಲ್ಲಿ ನನಗಾಗಿ ಈತ ಹೊಸ ಜೇನು ಹುಡುಕಿಟ್ಟಿದ್ದ ವಿಷಯ ಗೊತ್ತಿರಲಿಲ್ಲ.

"ಅಲ್ವೋ ಇಷ್ಟ್ ದಿನ ಆಯ್ತು. ಹೇಳ್ಳೇ ಇಲ್ವಲ್ಲೋ..."

"ಹೇಳಿದ್ರೆ ನೀವು ಬೇಟೆಗೆ ಹೋದಾಗ ಎಲ್ಲರತ್ರನೂ ಹೇಳಿ ಅವರು ಕದ್ದುಕೊಂಡು ಹೋಗ್ಲಿಕ್ಕಾ ಮತ್ತೆ?" ಎಂದು ನಕ್ಕಾಗ ನಾನು ಪೆಚ್ಚಾದೆ. ಆತ ಜೇನಿಗಾಗಿ ಕರೆದುಕೊಂಡು ಬಂದಿದ್ದೇನೆ ಎಂದರೂ ಜೇನು ಎಲ್ಲಿದೆಯೆಂದು ನನಗೆ ತಿಳಿಯದ್ದನ್ನು ಕಂಡು "ಅದೆಲ್ಲಾ ಸರಿ. ಈಗ ಜೇನ್ ಎಲ್ಲಿದೆ?" ಎಂದು ಕೇಳಿದೆ. "ಸರೀ ನೋಡಿ ಇಲ್ಲಿ. ಎಂದು ಮುಳ್ಳುಕಂಟಿಯನ್ನು ಬದಿಗೆ ಸರಿಸಿದ. ಎಲ್ಲಿದೆಯೊಂದು ನೋಡಲು ಬಾಗಿದಾಗ ಕಿವಿಯ ಪಕ್ಕದಲ್ಲೇ ಗುಂಯ್ ಎಂಬ ಸದ್ದಿನೊಂದಿಗೆ ಎರಡು ನೊಣಗಳು ಹಾರಿಹೋದವು. ಅದು ಒಂಥರಾ ಮನುಷ್ಯರು ಸಾಮಾನ್ಯವಾಗಿ ಓಡಾಡದಂತಹ ದುರ್ಗಮ ಜಾಗ. ಅಂತಹ ಜಾಗದಲ್ಲಿ ಕಟ್ಟಿದ್ದರೂ ಕಂಡುಹಿಡಿದನಲ್ಲಾ ಎಂದುಕೊಂಡು ಆಶ್ಚರ್ಯದಿಂದ ಪ್ರಶ್ನಿಸಿದೆ. "ಎಲ್ಲಾ ಸರಿ. ಇಲ್ಲಿ ಜೇನ್ ಕಟ್ಟಿದ್ ವಿಷಯ ನಿಂಗ್ ಎಂಗೋ ಗೊತ್ತಾಯ್ತು?" ನನಗೆ ಈ ಪ್ರಶ್ನೆಗೆ ಉತ್ತರ ದೊರಕುವುದೆಂಬ ಭರವಸೆಯಿರಲಿಲ್ಲ. ಅಚ್ಚರಿಯೆಂಬಂತೆ ಮೋರೋಣಿ ಬಾಯ್ದೆರೆದ

ಮಧ್ಯಾಹ್ನ ಸುಮಾರು ಹತ್ತು ಹನ್ನೊಂದು ಗಂಟೆಯ ಹೊತ್ತಿಗೆ ಸೂರ್ಯನಿಗೆ ಲಂಬವಾಗಿ ನಿಂತಾಗ ಸೂರ್ಯನ ಪ್ರಖರ ಬಿಸಿಲಿಗೆ ಓಡಾಡುವ ಜೇನುಹುಳುಗಳು ಸ್ಪಷ್ಟವಾಗಿ ಗೋಚರಿಸುವವೆಂದೂ. ಈ ರೀತಿ ಕಲ್ಲಿನ ಪಾಗರಗಳು, ಹುತ್ತದ ಬಳಿ ಧ್ಯಾನಾಸಕ್ತರಂತೆ ನಿಂತು ನೋಡಿದಾಗ ಅವುಗಳ ನೆಲೆ ಗೋಚರಿಸುವುದು ಎಂದ. ಇದನ್ನು ಕೇಳಿದ ನಂತರ ನನಗೆ ಅಲ್ಲಿ ನಿಲ್ಲಲು ಭಯವಾಯಿತು. ಜೇನು ಹುಳುಗಳು ಕಡಿದರೆ ಮುಖ ಬೆಲೂನಿನಂತೆ ಊದುವುದೆಂದು ಕೇಳಿದ್ದೆ. ಹೇಗೂ ಬೆಂಗಳೂರಿಗೆ ಹೊರಡುತ್ತಿದ್ದೇನೆ. ಮುಖ ಊದಿಸಿಕೊಂಡು ಹೋಗುವುದು ನಗೆಪಾಟಲಿನ ವಿಷಯವೆನಿಸಿ.

"ಮೋರೋಣಿ. ನಾನು ಅಲ್ಲಿ ದೂರ ಹೋಗಿ ನಿಲ್ತೀನಿ ಕಣಾ. ನೀನ್ ನಂಗ್ ಜೇನ್ ತೆಗ್ದು ತಾ ಆಯ್ತಾ" ಎಂದು ಜಾರಿಕೊಳ್ಳಲು ನೋಡಿದೆ.

"ಇದಕ್ಕೇನಾ ನೀವು ಆವತ್ತು ಜೇನು ತೆಗಿಯೂದು ಕಲಿಸ್ಲಿಕ್ಕೆ ಹೇಳಿದ್ದು. ಜೇನು ಸಾ ಬೇಡ ಎಂತ ಸಾ ಬೇಡ" ಎಂದು ಕೋಪದಿಂದ ವಾಪಸ್ಸು ಹೊರಡಲನುವಾದ. ಇವ ಕಲಿಸಿದ್ದೇ ಹೆಚ್ಚು ಎಂದು ಆಗಿದ್ದಾಗಲಿ ಎಂದು ನಿಂತೆ.

ನನಗೊಮ್ಮೆ ಆತ ಜೇನಿನ ವಿಷಯ ಮಾತನಾಡುವಾಗ ಕಾಡುಜೇನು ತೆಗೆಯುವುದು ಎಪ್ರಿಲ್–ಮೇ ತಿಂಗಳಲ್ಲಿ ಎಂದಿದ್ದು ನೆನಪಾಗಿ ಮಾತು ತಿರುಗಿಸಿ ಕೇಳಿದೆ "ಲೋ ಮೋರೋಣೀ. ನೀನ್ ಆವತ್ತು ಮೇ ತಿಂಗಳಲ್ಲಿ ಜೇನ್ ತೆಗಿಯೋದ್ ಅಂದಿದ್ಯಲ್ಲೋ."

"ಅದು ಜೇನು ಮಾರುವವರಿಗೆ ಮಾತ್ರ ಸಾರ್ ನಿಮಗಲ್ಲ..." ಸರಿಯೆಂದು 'ಊಂ' ಗುಟ್ಟಿದೆ. ಅಷ್ಟರಲ್ಲಿ ಆತ ಕಲ್ಲಿನ ಪಾಗರದ ಒಂದೊಂದೇ ಕಲ್ಲುಗಳನ್ನು ತೆಗೆದು ಬದಿಯಲ್ಲಿ ಜೋಡಿಸಲಾರಂಭಿಸಿದ. ನಾನು ಉಸಿರು ಬಿಗಿಹಿಡಿದು ನಿಂತಿದ್ದೆ. ಒಂದು ಮಟ್ಟಿಗೆ ಕಲ್ಲುಗಳನ್ನು ತೆಗೆದ ನಂತರ ಹುಳುಗಳು ಗುಂಯ್‌ಗುಟ್ಟುವ ಸದ್ದು ಸ್ಪಷ್ಟವಾಗಿ ಕೇಳಿಸಲಾರಂಭಿಸಿತು. ಅಷ್ಟರಲ್ಲಿ ಅಲ್ಲಿಂದ ಕೊಂಚ ಆ ಕಡೆ ನಡೆದವ ಯಾವುದೋ ಸೊಪ್ಪನ್ನು ಹಿಚುಕಿ ತಂದು ಜೇನು ಗೂಡಿನ ಬದಿಯಲ್ಲಿಟ್ಟ, ಅದೇನು ಎಂದು ಕೇಳಿದರೆ ಮತ್ತೆ ಜಾಣ ಮೌನ. ಅದಿಲ್ಲದೆಯೂ ಜೇನು ತೆಗೆಯಬಹುದು, ಇದ್ದರೆ ಹಿಚುಕಿ ಇಟ್ಟಾಗ ಹುಳುಗಳನ್ನು ಅಮಲುಗೊಳಿಸುತ್ತದೆ ಎಂದ. ಆತನ ಅಜ್ಜನ ಬಳಿ ಮಂತ್ರದ ಕಡ್ಡಿ ಇತ್ತೆಂದೂ, ಅದನ್ನು ಕಿವಿಯಲ್ಲಿಟ್ಟು ಬಂದರೆ ಒಂದೇ ಒಂದು ಹುಳುವೂ ಕಚ್ಚಿದ ಇತಿಹಾಸವೇ ಇಲ್ಲವೆಂದ. ಇದೆಲ್ಲಾ ನಾನು ನಂಬುವ ಪರಿಸ್ಥಿತಿಯಲ್ಲಿ ಇರಲಿಲ್ಲ. ಕಾರ್ಯವಾಸಿ ಕತ್ತೆ ಕಾಲು ಎಂಬಂತೆ ಆತನ ಮಾತುಗಳನ್ನು ನಂಬಿದಂತೆ ನಟಿಸಿದೆ.

ಅಷ್ಟರಲ್ಲಿ ಆತ ಗೂಡನ್ನು ಮರೆಮಾಚಿದ್ದ ಪಾಗರದ ಕೊನೇಯ ಕಲ್ಲನ್ನು ತೆಗೆದಾಗ ಹುಳುಗಳ ಹಿಂಡು ಕಾಣಿಸಿತು. ಏನಾದರೂ ಹೆಚ್ಚುಕಮ್ಮಿಯಾದರೆ ನಾನು ತೊರೆಗೆ ಜಿಗಿದು ಓಡಲು ಸಿದ್ಧವಾದೆ. ಅದು ಆತನಿಗೆ ಅರ್ಥವಾಯಿತೋ ಏನೋ "ಹಾಗೇನು ಆಗುದಿಲ್ಲ ನೀವು ಹೆದರಬೇಡಿ" ಎಂದು ನಕ್ಕ. ನಾನು ನೋಡುತ್ತಿದ್ದಂತೆಯೇ ಜೇನು ಹಿಂಡಿಗೆ ಚುಂಬಿಸುತ್ತಾನೋ ಎಂಬಂತೆ ಮುಖವನ್ನು ಸಮೀಪ ಕೊಂಡೊಯ್ದು ಮೆತ್ತಗೆ ಊದಿದ. ಅಷ್ಟರಲ್ಲಿ ಹುಳುಗಳು ಮೇಲಿನ ಜೇನು ಎರಿಯಿಂದ ಕೆಳಗೆ ಸರಿದವು. ಉಸಿರು ಬಿಗಿ ಹಿಡಿದು ನಿಂತಿದ್ದೆ!

"ನಾನು ಈ ಮೇಲಿದ್ರಲ್ಲೆ ಜೇನು ಉಂಟಂತ ಅಂದುಕೊಂಡದ್ದು ಮಾರ್‍ರೆ. ಇದರಲ್ಲಿ ಬರೀ ಮೊಟ್ಟೆ" ಎಂದ. ಊದುತ್ತಾ ಊದುತ್ತಾ ಮೇಲಿನ ಎರಡು ಎರಿಯಿಂದ ಹುಳುಗಳನ್ನು ಒಳಗೆ ಸರಿಸಿದ. ಮೇಲಿನ ಎರಿಗಳಿಂದ ಹುಳುಗಳು ಒಳ ಹೋದಾಗ ಮೂರನೇ ಎರಿ ಕಾಣಿಸಿತು... ಮೋರೋಣಿಯ ಮುಖವರಳಿತು. ಸೊಂಟದಿಂದ ಕತ್ತಿ ತೆಗೆದು ಆ ಎರಿಯಿಂದ ಕೊಂಚ ಜೇನನ್ನು ಕಿತ್ತು ನನ್ನ ಕೈಗೆ ನೀಡಿದ. ಬೆಂಗಳೂರಿನಲ್ಲಿ ನಕಲಿ ಜೇನಿಂದ ಬೇಸತ್ತಿದ್ದ ನನಗೆ ಈ ಜೇನು ಯಾಕೋ ರುಚಿಕರವಾಗಿ ಕಂಡಿತು. ಮೋರೋಣಿ ನೀಡಿದ ಅರ್ಧ ಅಂಗೈಯಷ್ಟಗಲದ ಎರಿಯನ್ನು ಜಗಿದು ಮೇಣ ಉಗಿದೆ. ಮೋರೋಣಿ ನೋಡುತ್ತಲೇ ಇದ್ದ. ಬಹುಶಃ ಕೊಟ್ಟ ಜೇನು ಎಲ್ಲವನ್ನೂ ನಾನು ತಿಂದಿದ್ದು ಖುಷಿಯಾಗಿರಬೇಕು.

ಗಂಟೆ ಹನ್ನೆರಡಾಗಿರಬಹುದು. ಅಷ್ಟರಲ್ಲಿ ಒಂದು ಆಗಬಾರದ್ದು ಆಯಿತು. ಮೋರೋಣಿ ನನ್ನ ಜತೆ ನಿಂತಿರುವ ಧೈರ್ಯದಿಂದ ನಾನೂ ಒಂದು ಸಾಹಸಕ್ಕೆ ಮುಂದಾದೆ. ಮೋರೋಣಿಯ ಕೈಯಿಂದ ಕತ್ತಿ ಕಿತ್ತು ನಾನೂ ಮೆತ್ತಗೆ ಊದಿ ಎರಿಯನ್ನು ಕತ್ತರಿಸಲು ನೋಡಿದೆ. ಗಾಳಿ ಊದಿ ಹುಳುಗಳನ್ನು ಒಳಕಳುಹಿಸಿದ ನಂತರ ಎರಿಯನ್ನು ಕತ್ತರಿಸುತ್ತಿದ್ದಾಗ ಅದರ ಸಣ್ಣ ತುಂಡೊಂದು ಬಿರುಕಿನೊಳಗೆ ಬಿತ್ತು. ಅದು ಅಲ್ಲೇ ಕೆಳಗೆ ಕುಳಿತಿದ್ದ ಒಂದಷ್ಟು ಹುಳುಗಳ ಮೇಲೆ ಬಿದ್ದಾಗ ಎಲ್ಲಿಂದ ಬಂದಿದ್ದವೋ ಗೊತ್ತಿಲ್ಲ ಐದಾರು ಹುಳುಗಳು ಏಕಕಾಲದಲ್ಲಿ ಬಂದು ನನ್ನ ಮುಖಕ್ಕೆ ಕಡಿದವು. 'ಅಸಹ್ಯ ಉರಿ ಉರಿ' ಮೋರೋಣಿಗೂ ಕಡಿದಿದ್ದವು. ಆದರೆ ಆತನ ಗಾಯ ಕೊಂಚವೂ ಊದಿದಂತೆ ಕಾಣಲಿಲ್ಲ. ಏನು ಆಗಬಾರದಿತ್ತೋ ಅದೇ ಆಗಿತ್ತು. ನಾವು ತೆಗೆದ ಒಂದು ಎರಿಯಿಂದ ಅವುಗಳ ಕುಟುಂಬಕ್ಕೇನೂ ತೊಂದರೆಯಾಗದೆಂದು ಮಿಕ್ಕೆಲ್ಲಾ ಪಾಗರದ ಕಲ್ಲನ್ನು ಒಪ್ಪಾಗಿ ಜೋಡಿಸಿ ಮನೆಯ ದಾರಿ ಹಿಡಿದ. ನಾನೂ ಆತನನ್ನು ಹಿಂಬಾಲಿಸಿದೆ. ಮುಂದೊಮ್ಮೆ ಹೆಜ್ಜೇನು ಬಿಡಿಸುವುದು ಹೇಳಿಕೊಡುತ್ತೇನೆ ಎಂದಾಗ "ನಿನ್ನ ಜೇನಿಗೊಂದು ದೊಡ್ಡ ನಮಸ್ಕಾರ"ವೆಂದು ಕೈಮುಗಿದೆ...

ಮನೆಗೆ ಬಂದಾಗ ಹಲಸಿನ ಮರದಡಿ ಕುಳಿತ ಮಾಣಿಗ ಬುಟ್ಟಿ ಹೆಣೆಯುತ್ತಿದ್ದ. ಅಲ್ಲಿನ ದೃಶ್ಯ ಕಂಡು ಹುಳುಗಳು ಕಡಿದ ನೋವು

ಹಾರಿ ಹೋಗಿತ್ತು. ಬುಟ್ಟಿ ಹೆಣೆಯುತ್ತಿದ್ದ ಮಾಣಿಗನ ಇಡೀ ಮೈ ಮೇಲೆ ಕೆಂಪಿರುವೆಗಳು ಹರಿದಾಡುತ್ತಿದ್ದವು. ಅವುಗಳನ್ಯಾಕೆ ಮೈಮೇಲೆ ಬಿಟ್ಟುಕೊಂಡೆ ಎಂದು ಕೇಳಿದಾಗ 'ಬರುತ್ತವೆ, ಸ್ವಲ್ಪ ಹೊತ್ತಾದ ಮೇಲೆ ಹೋಗುತ್ತವೆ ನಾವ್ಯಾಕೆ ತೊಂದರೆ ಕೊಡೋದು' ಎಂದು ಮುಗುಳ್ನಕ್ಕ. ಮಾಣಿಗನೂ ಮೋರೋಣಿಯೂ ದೊಡ್ಮನೆಯಲ್ಲೇ ಊಟ ಮುಗಿಸಿದರೆ ನಾನು ಮಾಮೂಲಿನಂತೆ ಊಟ ಮುಗಿಸಿ ಬಂದೆ.

ನಾನು ಸಂಜೆ ಹೊರಡಬೇಕಿದ್ದುದರಿಂದ ಮಾಣಿಗನೂ ಮೋರೋಣಿಯೂ ಊಟವಾದ ನಂತರ ಮಲಗಲಿಲ್ಲ. ಒಂದಾದ ಮೇಲೊಂದರಂತೆ ಮಾತನಾಡುತ್ತಲೇ ಇದ್ದ. ಅಷ್ಟರಲ್ಲಿ ಮೋರೋಣಿ ಎಲ್ಲಿಂದಲೋ ಅರಸಿನವನ್ನು ಅರೆದು ತಂದು ಜೇನು ಕಡಿತದ ಜಾಗಕ್ಕೆ ಹಚ್ಚಿದ.

ಸಮಯ ವೇಗವಾಗಿ ಸರಿದು ಸಂಜೆ ನಾಲ್ಕಾಯಿತು. ನಾನು ಉಡುಪಿಯಲ್ಲಿ ರೈಲು ಹಿಡಿಯಬೇಕಿತ್ತು. ಮಾಣಿಗನ ಬುಟ್ಟಿಯ ಮುಕ್ಕಾಲು ಭಾಗ ಮುಗಿಯುತ್ತಾ ಬಂದಿತ್ತು. ನಾನು ಹೊರಡುವ ಸಮಯವಾಗಿ ರಸ್ತೆಯತ್ತ ನೋಡಿದಾಗ ಆಟೋ ರಿಕ್ಷಾ ಬರುತ್ತಿರುವುದು ಕಾಣಿಸಿತು. ಅಷ್ಟರಲ್ಲಿ ಛಂಗನೆ ನೆಗೆದು ಓಡಿದ ಮೋರೋಣಿ ರೂಮಿನ ಜಗುಲಿಯಲ್ಲಿದ್ದ ಲಗೇಜಿಗೆ ಕೈ ಹಾಕಿದ. ಅಂಗಳದಂಚನ್ನು ತಲುಪಿದ ಕೂಡಲೇ ಲಗೇಜುಗಳನ್ನು ತಂದು ರಿಕ್ಷಾದಲ್ಲಿ ಪೇರಿಸಿಟ್ಟ. ಎಲ್ಲವೂ ಸರಿಯಾಗಿ ಪ್ಯಾಕ್ ಆಗಿದೆ ಎಂದು ಮತ್ತೊಮ್ಮೆ ಪರೀಕ್ಷಿಸಿ ಬುಟ್ಟಿ ಹೆಣೆಯುತ್ತಿದ್ದ ಮಾಣಿಗನಿಗೂ ಮೋರೋಣಿಗೂ ಹೇಳಿ ಆಟೋರಿಕ್ಷಾ ಏರಿ ಕುಳಿತೆ. ಇಬ್ಬರ ಮುಖವೂ ಸಪ್ಪಗಾಗಿತ್ತು. ಆಟೋರಿಕ್ಷಾ ಮುಂದುವರೆದು ಒಂದೈವತ್ತು ಮೀಟರ್ ದೂರಕ್ಕೆ ಚಲಿಸಿರಬಹುದು ಅಷ್ಟೇ. ಮತ್ತೊಮ್ಮೆ ಹೋಗಿ ಬರುತ್ತೇನೆಂದು ದೊಡ್ಮನೆಯತ್ತ ಕೈ ಬೀಸಲೆಂದು ತಲೆಯೂ ಕೈಯನ್ನೂ ಹೊರಹಾಕಿದೆ. ಹಿಂಬದಿಯಿಂದ ಮಾಣಿಗ ಓಡಿ ಬರುತ್ತಿದ್ದಾನೆ...! ಹೌದು ಮಾಣಿಗ ಓಡಿ ಬರುತ್ತಿದ್ದಾನೆ. ಕೈಯಲ್ಲೇನೋ ಇದೆ. ಅದೊಂದು ಉದ್ದನೆಯ ಬಿದಿರುಗೋಲು... ನಾನು ಕೇಳಿದ್ದ ಕೊಳಲು! ಆಟೋ ಚಾಲಕನಿಗೆ ಕೊಂಚ ನಿಲ್ಲಿಸುವಂತೆ ಸೂಚಿಸಿದೆ. ಅಷ್ಟರಲ್ಲಿ ಆಟೋಗೆ ಹತ್ತಿರವಾದ ಮಾಣಿಗ ಕೈಚಾಚಿ ಕೊಳಲು ನೀಡಿ "ಅದು ಮೊನ್ನೆ ಮಾಡಿಟ್ಟಿದ್ದೇನೆ ಸಾರ್. ಕೊಡ್ಲಿಕ್ಕೆ ಮರೆತೆ ಹೋಗಿದ್ದು" ಎಂದ. ನಾನು ಧನ್ಯವಾದ ಸೂಚಿಸುವಂತೆ ಮುಗುಳ್ನಕ್ಕು 'ನಾಡಿದ್ದು ಬರುವಾಗ ಕೊಳಲು ವಾದನ ಕಲಿಸುತ್ತೀಯಲ್ಲಾ' ಎಂದು ಕೇಳಿದಾಗ ವಿಧೇಯನಾಗಿ 'ಹೌದು' ಎಂಬಂತೆ ತಲೆಯಾಡಿಸಿದ. ಆಟೋರಿಕ್ಷಾ ಹೊರಟಿತು. ಅದು ಮರೆಯಾಗುವವರೆಗೂ ಆತ ಅಲ್ಲೇ ನಿಂತು ನೋಡುತ್ತಿದ್ದ.

ಮಾಳದಂತಹ ಹಸಿರನ್ನೇ ಹಾಸುಹೊದ್ದ ಊರಿನಲ್ಲಿ ಬದುಕುವುದೂ ಒಂದು ಅದೃಷ್ಟವೆನಿಸಿತು.

25

ನಾಲ್ಕು ವರ್ಷಗಳು ಯುಗಗಳಂತೆ ಭಾಸವಾಗಿ ಉರುಳಿದವು. ಪಶ್ಚಿಮ ಘಟ್ಟದ ತಪ್ಪಲಿನ ಬಹುಪಯೋಗಿ ಸಸ್ಯಗಳ ಮೇಲೆ ನಾನು ಮಂಡಿಸಿದ ಪ್ರಬಂಧಕ್ಕೆ ಮದ್ರಾಸ್ ಯೂನಿವರ್ಸಿಟಿ ಡಾಕ್ಟರೇಟ್ ನೀಡಿ ಗೌರವಿಸಿತು. ಈ ದರಿದ್ರ ಪಿಎಚ್‌ಡಿ ಇಷ್ಟು ಕಠಿಣವಾದ ದಾರಿಯೆಂದು ಗೊತ್ತಿದ್ದರೆ ನಾನು ಅತ್ತ ಕಾಲಿಡುತ್ತಲೇ ಇರಲಿಲ್ಲ. ಶಿಕ್ಷಣದಲ್ಲಿ ನಾನು ಎದುರಿಸಿದ ಕಬ್ಬಿಣದ ಕಡಲೆಯೆಂದರೆ ಇದೇ. ಮುಗಿಯುವ ಹೊತ್ತಿಗೆ ನನ್ನ ಮಿದುಳಿನ ನರಗಳೆಲ್ಲಾ ಕರೆಂಟ್ ಹೊಡೆದಂತೆ ಗುಂಯ್‌ಗುಡುತ್ತಿದ್ದವು. ಕೂದಲುದುರಿದರೆ ಚಂದದ ಸೊಸೆ ಸಿಗಲಾರಳೆಂದು ಅಮ್ಮ ಎಷ್ಟೇ ತೈಲ ತಿಕ್ಕಿದರೂ ನೆತ್ತಿಯ ಕೂದಲೂ ತೆಳ್ಳಗಾಗಲಾರಂಭಿಸಿತ್ತು. ಮಾಳದ ನೆನಪುಗಳು ವಾಪಸ್ಸು ಬಂದ ತಿಂಗಳುಗಳ ಕಾಲ ನೆನಪಿದ್ದವಷ್ಟೇ. ನಂತರದಲ್ಲಿ ಅಂಡೂರಲೂ ಸಮಯವಿರಲಿಲ್ಲ. ಓದಿದ್ದು, ಬರೆದಿದ್ದು ಅಲೆದಾಟ ಗೈಡ್‌ನ ಬೈಗುಳ ಇಷ್ಟೇ ನಾಲ್ಕು ವರ್ಷದ ನನ್ನ ಬದುಕು. ಎಂದೋ ಹಾಸಿಗೆಗೊರಗಿದಾಗ ಮಾಳದ ಕಾಡಿನ ಬದುಕು ನೆನಪಾದರೂ ಕ್ಷಣಾರ್ಧದಲ್ಲಿ ಮತ್ತೆ ಕೋಮಾಗೆ ಜಾರುತ್ತಿತ್ತು. ಎಷ್ಟೋ ಬಾರಿ ಮಾಳದತ್ತ ಹೋಗಬೇಕೆಂದುಕೊಂಡರೂ ಸಾಧ್ಯವಾಗಲೇ ಇಲ್ಲ. ನಾನು ಊಟ-ಉಪಾಹಾರಕ್ಕೆಂದು ಅವಲಂಬಿಸಿದ್ದ ಮನೆಗೆ ಎಷ್ಟು ಬಾರಿ ಕರೆ ಮಾಡಿದರೂ ಮಾಣಿಗ ಮೋರೋಣಿಯ ಬಳಿ ಮಾತನಾಡುವ ಅವಕಾಶ ಸಿಗಲಿಲ್ಲ. ಅವರು ಆರಾಮಾಗಿದ್ದಾರೆ ಎಂಬ ರೆಡಿಮೇಡ್ ಉತ್ತರವೇ ದೊರೆಯುತ್ತಿತ್ತು. ಒಂದು ಪೇಪರಲ್ಲಿ ಮನೆಯ ದೂರವಾಣಿ ಸಂಖ್ಯೆ ಬರೆದುಕೊಟ್ಟು ಬಂದಿದ್ದರೂ ಮಾಣಿಗ-ಮೋರೋಣಿ ನನಗೆ ಕರೆ ಮಾಡಲೇ ಇಲ್ಲ.

ಇಷ್ಟು ವರ್ಷಗಳ ಶ್ರಮಕ್ಕೆ ಸಿಕ್ಕಿದ್ದು ಒಂದು ಜುಜುಬಿ ಡಾಕ್ಟರೇಟು. ನಾಲೇಜು ಬೇಕಿದ್ದಲ್ಲಿ ಮಾಣಿಗನ ಜತೆ ಕಾಡು ಅಲೆದಿದ್ದರೆ ಸಾಕು ಬದುಕಿನ ಪಿಎಚ್‌ಡಿ ಒಂದೇ ವರ್ಷಕ್ಕೆ ಸಿಗುತ್ತಿತ್ತು...!

ಅಪ್ಪ ಅಮ್ಮನಿಗೆ ಮನೆಯಲ್ಲೊಬ್ಬ ಡಾಕ್ಟರೇಟನ್ನು ಕಂಡು ಹೆಮ್ಮೆಯಿಸುತ್ತಿತ್ತು. ಅಮ್ಮ ಮಿತ್ರರು ಸಂಬಂಧಿಕರು ಯಾರಾದರೂ ನನ್ನ ಹೆಸರು ಕೇಳಿದರೆ ಡಾಕ್ಟರೇಟನ್ನು ಸೇರಿಸಿಯೇ ಹೇಳುತ್ತಿದ್ದರು. ಆ ದನಿಯಲ್ಲಿನ ಹೆಮ್ಮೆ, ಉದ್ವೇಗವನ್ನು ನಾನು ಗಮನಿಸುತ್ತಿದ್ದೆ. ಅಪ್ಪನಿಗೆ ಯಾರೋ ಡಾಕ್ಟರೇಟು ಪಡೆದವ ಮಾಡಿದ ಅವಮಾನಕ್ಕೆ ಪ್ರತಿಯಾಗಿ ನನ್ನನ್ನು ಪಿಎಚ್‌ಡಿ ಮಾಡಿಸಿದರೆಂದು ಅದಾದ ನಂತರ ಗೊತ್ತಾಯಿತು. ಪಿಎಚ್‌ಡಿ ಕಾಲದಲ್ಲಿ ನನಗೆ ತಲೆ ಚಿಟ್ಟು ಹಿಡಿಯುತ್ತಿದ್ದ ಸಮಯದಲ್ಲಿ ದಿನದ ಕೊಂಚ ಹೊತ್ತಾದರೂ ಮನಸ್ಸಿಗೆ ಮುದ ನೀಡುತ್ತಿದ್ದ ಸಂಗಾತಿಯೇನೆಂದರೆ ಕೊಳಲು! ಮಾಣಿಗ ನೀಡಿದ ಅದೇ ಕೊಳಲು!

ಕೊಳಲು ವಾದನ ಕಲಿತದ್ದೇ ಒಂದು ಅಚ್ಚರಿ. ನನ್ನ ಪಿಎಚ್‌ಡಿ ಗೈಡ್ ನರಸಿಂಹರಾಯರಿಗೆ ಮನೋಹರ ಯಾದವ್ ಎನ್ನುವ ಹುಬ್ಬಳ್ಳಿಯ

ಶಿಷ್ಯನೊಬ್ಬನಿದ್ದ. ಅವನೂ ನನ್ನಂತೆಯೇ ಅವರ ಬಳಿ ರೀಸರ್ಚಿಗಾಗಿ ಸೇರಿದ್ದ. ಬೆಂಗಳೂರಿಗೆ ವಾಪಸ್ಸು ಬಂದ ನಂತರ ನನಗವನ ಪರಿಚಯವಾಯಿತು. ಒಂದು ದಿನ ಹೀಗೇ ಹರಟುತ್ತಿದ್ದಾಗ ಮಾಣಿಗನ ಕೊಳಲು ವಾದನದ ಬಗ್ಗೆ ವಿವರಿಸುತ್ತಿದ್ದಾಗ "ಅದೇನ್ ಮಹಾ ಕೆಲಸಾರೀ ಸರ. ನಿಮ್ಗ ನಾನ್ ಹೇಳ್ಕೊಡ್ತೀನ್ರೀ" ಎಂದಾಗ ಸ್ವರ್ಗವೇ ಕೈಗೆಟಕುವಂತಾಗಿತ್ತು. ಆದರೂ ನಂಬಿಕೆ ಬಾರದೆ ಆತನನ್ನೊಮ್ಮೆ ಮನೆಗೆ ಕರೆದುಕೊಂಡು ಹೋಗಿದ್ದೆ. ಆಗ ಪೆಟ್ಟಿಗೆಯಲ್ಲಿ ಭದ್ರವಾಗಿಟ್ಟಿದ್ದ ಕೊಳಲನ್ನು ತೆಗೆದು ನೀಡಿದ್ದೆ. ದೊಡ್ಡ ಗಾತ್ರದ ಕೊಳಲನ್ನು ನೋಡಿದ ಕೂಡಲೇ ಮನೋಹರ "ಜೇನ್ ಮೇಣ ಹಾಕಿದ್ ಈ ಕೊಳಲ್ನ ಯಾವ್ ಕಾಡಿಂದ್ ತಂದೀರಿ ಸರಾ.." ಎಂದು ನಕ್ಕಿದ್ದ. ನಾನು ಆತನ ಬಳಿ ಮೊದಲು ನುಡಿಸಲು ಕೇಳಿದ್ದು 'ಗೊರೀ ತೇರ ಗಾಂವ್ ಬಡಾ ಪ್ಯಾರಾ. ಮೆ ತೋ ಗಯಾ ಮಾರಾ. ಆ ಕೇ ಯಹಾಂ ರೇ...' ಹಾಡನ್ನು ಹೇಳಿದ ಕೂಡಲೇ ನುಡಿಸಿದಾಗ ಆತನ ಬಳಿ ನನಗೂ ಕೊಳಲು ಕಲಿಸಿಕೊಡುವಂತೆ ದುಂಬಾಲು ಬಿದ್ದಿದ್ದೆ. ಆತನ ರೂಮಿಗೆ ರಾಜಾಜಿನಗರದ ನಮ್ಮ ಮನೆಯಿಂದ ಹೆಚ್ಚೇನೂ ದೂರವಿರಲಿಲ್ಲ. ರಾತ್ರಿ ಹೊತ್ತು ನನ್ನ ಪಿಎಚ್‌ಡಿ ಯಜ್ಞದ ಅಂದಿನ ಕೆಲಸ ಮುಗಿಸಿ, ಕೊಳಲು ಹಿಡಿದು ಆತನ ರೂಮಿನತ್ತ ಹೋಗುತ್ತಿದ್ದೆ. ಕಷ್ಟ ಎನ್ನುವುದಕ್ಕಿಂತ ಇಷ್ಟಪಟ್ಟು ಕಲಿತಿದ್ದರಿಂದ ಹದಿನೈದು ದಿನದಲ್ಲೇ ಸುಮಾರಾಗಿ ನುಡಿಸಲಾರಂಭಿಸಿದ್ದೆ. ಐದಾರು ತಿಂಗಳುಗಳು ಕಳೆಯುವುದರೊಳಗೆ 'ಗೊರೀ ತೇರ ಗಾಂವ್ ಬಡಾ ಪ್ಯಾರಾ...' ಹಾಡು ಕರತಲಾಮಲಕವಾಗಿತ್ತು... ನನಗೆ ಖುಷಿಯೋ ಖುಷಿ. ಇದನ್ನು ಮಾಣಿಗನೆದುರು ನುಡಿಸಲು ಕಾತರದಿಂದ ಕಾಯುತ್ತಿದ್ದೆ...

ಮಾಳದಲ್ಲಿ ಹುಡುಗಿ ನೋಡುತ್ತೇನೆಂದು ಮಾತು ಕೊಟ್ಟಿದ್ದ ಅಮ್ಮ ಪಿಎಚ್.ಡಿ. ಸಿಕ್ಕ ನಂತರ ಪ್ಲೇಟ್ ಚೇಂಜ್ ಮಾಡಿ ಬೆಂಗಳೂರಲ್ಲೇ ಹುಡುಕಲಾರಂಭಿಸಿದ್ದಳು! ಅಪ್ಪ ನನಗೊಂದು ಕೆಲಸ ಹುಡುಕಿದರೆ ಅಮ್ಮ ತನಗೊಂದು ಸೊಸೆ ಅರಸುವಲ್ಲಿ ನಿರತಳಾಗಿದ್ದಳು. ನಾನೋ ಬೆದರುಬೊಂಬೆಯಂತೆ ನಿಂತಿದ್ದೆ.

ಕೊನೆಗೂ ಒಂದು ದಿನ ನನಗೆ ಮಾಳದತ್ತ ಹೋಗುವ ಅದೃಷ್ಟವೊದಗಿ ಬಂತು. ಸರಕಾರಿ ಸೇವೆಗೆ ಸೇರಿದ್ದ ನನ್ನ ಗೆಳೆಯನೊಬ್ಬ ಕಾರೊಂದನ್ನು ಖರೀದಿಸಿದ್ದ. ಮಾತನಾಡುವಾಗಲೊಮ್ಮೆ ಮಾಳದ ಬಗ್ಗೆ ವಿವರಿಸುವಾಗ ನನಗೂ ಆ ಊರನ್ನೊಮ್ಮೆ ನೋಡುವ ಆಸೆ ವ್ಯಕ್ತಪಡಿಸಿದ್ದ. ಕೊನೆಗೂ ಆತ ಕಾರು ಖರೀದಿಸುವ ದಿನ ಬಂತು. ನಾವು ಮಾಳದತ್ತ ಹೊರಡುವ ದಿನವೂ...! ಮನೋಹರ ಯಾದವನೂ ನಮ್ಮ ಜತೆ ಹೊರಟಿದ್ದ. ಅಪ್ಪನಿಗೆ ದುಬೈನ ಮಿತ್ರರು ನೀಡಿದ್ದ ಕೆಮರಾವನ್ನು ರೀಲ್ ಹಾಕಿ ಬ್ಯಾಗಿಗೆ ತುಂಬುವಾಗ ಮೋರೋಣಿಗೆ ಮದುವೆಯ ಪಟ ತೆಗೆಯುತ್ತೇನೆಂದು ಮಾತು ಕೊಟ್ಟು

ಬಂದಿದ್ದು ನೆನಪಾಗಿ ದುಃಖವಾಯಿತು. ಮದುವೆ ದಿನದವರೆಗೂ ಆತ ಎಷ್ಟು ಆಸೆಯಿಂದ ಫೋಟೋಗಾಗಿ ಕಾದಿರಬಹುದು. ನನ್ನ ಕೆಮರಾಗಾಗಿ ಅವ ಮದುವೆಯಾಗದೆ ಕಾಯುವನೇ? ಇಷ್ಟೊತ್ತಿಗಾಗಲೇ ಮದುವೆಯಾಗಿ ಮಗುವನ್ನು ಆಡಿಸುತ್ತಿರಬಹುದು ಎಂದುಕೊಂಡೆ...

ರಾತ್ರಿ ಹೊರಟ ಕಾರು ಬೆಳಗಾಗುವ ಹೊತ್ತಿಗೆ ಕಾರು ಚಾರ್ಮಾಡಿ ಘಾಟಿ ದಾಟಿದಾಗೊಮ್ಮೆ ಕೊಳಲಿನ ನೆನಪಾಗಿ ಸಣ್ಣದಾಗಿ ಊದಲಾರಂಭಿಸಿದೆ. 'ಗೊರೀ ತೇರ ಗಾಂವ್ ಬಡಾ ಪ್ಯಾರಾ...' ಹಾಡು ಹೊರಬಂತು. ನಿನ್ನ ಅದೇ ಹಳೆಯ ಹಾಡು ಕೇಳಿ ಕೇಳಿ ಕಿವಿ ತೂತಾಗುವುದೊಂದು ಬಾಕಿ ಎಂದು ಹಿಂದಿನ ಸೀಟಿನಲ್ಲಿ ಕುಳಿತಿದ್ದ ಕೊಳಲು ವಾದನದ ಗುರು ಮನೋಹರ ಗದರಿಸಿದಾಗ ಸುಮ್ಮನಾದೆ.

ಬಜಗೋಳಿಗೆ ಬಂದಾಗ ಮಾಳದತ್ತ ದಾರಿ ತೋರಿಸಿದೆ. ಮಾಳ ಪೇಟೆಯೇನೂ ಬದಲಾಗಿರಲಿಲ್ಲ. ಡಾಂಬರು ಮತ್ತಷ್ಟು ಕಿತ್ತು ಹೋಗಿತ್ತು. ಕಾರು ಡಾಂಬರು ರಸ್ತೆಯನ್ನು ದಾಟಿ ಕಿರಿದಾದ ಮಣ್ಣಿನ ರಸ್ತೆಗಿಳಿಯಿತು. ವಾಹನಗಳಿಗೆ ತಾಕುತ್ತಿದ್ದ ರಸ್ತೆ ಬದಿಯ ಪೊದೆಗಳನ್ನೆಲ್ಲಾ ಯಾರೋ ಕತ್ತರಿಸಿ ಒಪ್ಪ ಮಾಡಿದ್ದರು. ಮಳೆಗಾಲದಲ್ಲಿ ಕೆಸರು ತುಂಬಿಕೊಂಡು ವಾಹನಗಳು ಹೂತು ಹೋಗುತ್ತಿದ್ದ ಮಣ್ಣ ಗುಂಡಿಗಳನ್ನೆಲ್ಲಾ ಕ್ವಾರೆಯ ವೇಸ್ಟ್ ಹಾಕಿ ಮುಚ್ಚಿದ್ದರು. ಕಾರು ದೊಡ್ಮನೆಯ ಮುಂದೆ ಬಂದು ನಿಂತಿತು...

ದೊಡ್ಮನೆಗೆ ನಾನು ಬಂದದ್ದು ಮೋರೋಣಿಯನ್ನು ಕಾಣಲು. ಎಷ್ಟು ಕರೆದರೂ ಮೋರೋಣಿ ಹೂಂಗುಟ್ಟುವಂತೆ ಕಾಣಲಿಲ್ಲ. ಚಪ್ಪಲಿ ಹುಡುಕೋಣವೆಂದರೆ ಮೋರೋಣಿ ಚಪ್ಪಲಿ ಧರಿಸುವವನೇ ಅಲ್ಲ. ಮನೆಯಲ್ಲಿ ಯಾರೂ ಇದ್ದಂತೆ ಕಾಣಲಿಲ್ಲ. ನಾಲ್ಕು ವರ್ಷದ ಹಿಂದಿದ ಮನೆಗೂ ಈ ಮನೆಗೂ ತುಂಬಾ ವ್ಯತ್ಯಾಸವಿದ್ದಂತೆ ಕಾಣುತ್ತಿತ್ತು. ಮೇಲ್ಛಾವಣಿಯನ್ನು ದುರಸ್ತಿ ಮಾಡದಿದ್ದುದರಿಂದಾಗಿ ಪಕ್ಕದ ಕೊಟ್ಟಿಗೆಯ ಒಂದು ಭಾಗ ಮುರಿದು ಆ ಭಾಗದ ಮಣ್ಣಿನ ಗೋಡೆಯೂ ಕುಸಿಯಲಾರಂಭಿಸಿತ್ತು. ಕೊಟ್ಟಿಗೆಯಲ್ಲಿದ್ದ ಎರಡು ಜೆರ್ಸಿ ದನಗಳೂ ಮಾಯವಾಗಿದ್ದವು. ಅದರ ಬದಲಾಗಿ ಮೂರ್ನಾಲ್ಕು ದೇಸೀ ದನಗಳನ್ನು ಕಟ್ಟಿದ್ದರು. ಇಲ್ಲಿರುವುದು ವ್ಯರ್ಥವೆಂದು ಕೊಂಚ ಕಾಲ ನಾನು ವಾಸವಾಗಿದ್ದ ಮನೆಯತ್ತ ಹೋದಾಗ ಅಲ್ಲಿ ಯಾರೋ ವಾಸಿಸುತ್ತಿರುವಂತೆ ಕಾಣಿಸಿತು. ಅಂಗಳದಲ್ಲಿ ಗಂಡಸು ಹೆಂಗಸರ ಬಟ್ಟೆಗಳನ್ನು ಒಣಹಾಕಿದ್ದರು. ಮನೆಯಂಗಳದತ್ತ ನಡೆದು "ಯಾರಿದ್ದೀರಿ ಮನೇಲಿ..." ಎಂದು ಕರೆದಾಗ ಹೆಣ್ಮಗಳೊಬ್ಬಳು ಪುಟ್ಟ ಮಗುವಿನೊಡನೆ ಹೊರಬಂದಳು.

"ಯಾರ್ರಿ ದಣೀ. ಯಾರ್ರೀ ಬೇಕಿತ್ತ ನಿಮಗ" ಎಂದು ಪ್ರಶ್ನಿಸಿದಾಕೆ ಮನೆಯ ಹಿಂದೆ ತಿರುಗಿ "ಏನೂಂದ್ರೀ. ಯಾರಾ ಬಂದಾರ ನೋಡ್ರೀ" ಎಂದು ಕೂಗು ಹಾಕಿದಳು. ಅಷ್ಟರಲ್ಲಿ ಕೈಲಿ ಪಿಕ್ಕಾಸು ಹಿಡಿದಿದ್ದ ಸರಿಸುಮಾರು

ಮೋರೋಣಿಯ ಪ್ರಾಯದ ಯುವಕನೊಬ್ಬ ಬಂದು "ಯಾರ್ ಬೇಕ್ರೀ ಸರ" ಎಂದು ಕೇಳಿದ.

"ಇಲ್ಲಿ ಮೋರೋಣಿ ಅಂತ ಕೆಲ್ಸಕ್ಕಿದ್ನಲ್ಲಾ. ಅವ್ನೆಲ್ಲೀಂತ ಗೊತ್ತಾ ನಿಂಗೆ?

"ನಾವಾ ಬಿಜಾಪುರ್ ಮಂದೀರಿ ಸರ. ಇಲ್ ಬಂದ್ ಮೂರ್ ವರ್ಷಾ ಆತ್ರಿ. ಇಲ್ಲ್ ಮೋರೋಣೀ ಅಂತ್ ಯಾರೂ ಇದ್ದಿಲ್ರೀ ಸರ" ಎಂದು ಉತ್ತರಿಸಿದ. ಇವನ ಜತೆ ಕೇಳುವುದು ವ್ಯರ್ಥವೆಂದು ನಾನು ದಿನಸಿ ಖರೀದಿಸುತ್ತಿದ್ದ ರಾಜಣ್ಣನ ಅಂಗಡಿಯತ್ತ ಕಾರು ತಿರುಗಿಸುವಂತೆ ಹೇಳಿದೆ.

ಮಾಳದ ಪೇಟೆಯಲ್ಲಿ ಬ್ರೇಕ್‌ಫಾಸ್ಟ್ ಮುಗಿಸಿ ರಾಜಣ್ಣನ ಅಂಗಡಿಯತ್ತ ಬಂದಾಗ ಗಂಟೆ ಸುಮಾರು ಹತ್ತರ ಸಮಯ. ಅಂಗಡಿಯಲ್ಲಿ ಯಾರೂ ಗಿರಾಕಿಗಳಿರುವಂತೆ ಕಾಣಲಿಲ್ಲ. ಅಂಗಡಿಯಲ್ಲಿ ಕುಳಿತು ತೂಕಡಿಸುತ್ತಿದ್ದ ರಾಜಣ್ಣ ನಮ್ಮ ದನಿ ಕೇಳಿ ದಡಬಡನೆ ಎದ್ದು ನಿಂತರು.

"ಸಾರ್. ಬಾರಿ ಅಪರೂಪ ನೀವು. ಆವತ್ತು ಅಂತಯ್ಯನ ಚೂರ್ಣಗೆಡ್ಡೆಯ ಕೇಸು ಮುಗಿಸಿ ಹೋದವರದ್ದು ಸುದ್ದಿಲ್ಲ ಮಾರ್ರೆ. ಹುಷಾರು ಇದ್ದೀರಾ?" ಎಂದು ಪ್ರಶ್ನಿಸಿದರು.

"ನಾನ್ ಹುಷಾರಾಗಿದೀನಿ ರಾಜಣ್ಣಾ. ನಿಮ್ ಆರೋಗ್ಯ ಎಲ್ಲಾ ಚೆನಾಗಿದ್ಯಾ. ಹೇಗಿದೆ ವ್ಯಾಪಾರ?" ಎಂದು ಪ್ರಶ್ನಿಸಿದೆ.

"ಅಲ್ಲೊಬ್ಬ ಬಿಕನಾಸಿ ಅಂಗಡಿ ಹಾಕಿದ್ಮೇಲೆ ಅಂಗಡಿಯ ಬ್ಯಾರ ಬಾರಿ ಕಮ್ಮಿ ಸಾರ್" ಎಂದರು ರಾಜಣ್ಣ. ಅಷ್ಟರಲ್ಲಿ ನಾನು ಬಂದ ವಿಷಯ ಪ್ರಸ್ತಾಪಿಸಿದೆ.

"ರಾಜಣ್ಣಾ ನಮ್ ದೊಡ್ಮನೆಲಿ ಕೆಲ್ಸಕ್ಕಿದ್ದ ಮೋರೋಣಿ ಇದಾನಲ್ಲಾ. ಅವ ಎಲ್ಲಿದಾನೆ ಈಗ?

"ಅವ ಮದುವೆಯಾದ ಮೇಲೆ ಅಣ್ಣ ತಮ್ಮ ಇಬ್ಬರೂ ಊರು ಬಿಟ್ಟಿದ್ದಲ್ವಾ. ಈಗ ಬಂಟ್ವಾಳದಲ್ಲಿ ಎಲ್ಲೋ ಮಲಯಾಳಿಗಳ ರಬ್ಬರ್ ತೋಟದಲ್ಲಿದ್ದಾರಂತೆ..."

"ಎಲ್ಲಿದಾನಂತ ಗೊತ್ತಾ ರಾಜಣ್ಣಾ? ಅವ್ರ ಮನೆಯಲ್ಲೀಗ ಯಾರಿದಾರೆ?"

"ಯಾರು ಹೋಗ್ತಾರೆ ಮಾರ್ರೆ ಆ ಗುಡ್ಡದ ಕಡೆ. ಅಲ್ಲಿ ಎಂತ ಆಗ್ತದಾ ದೇವರಿಗೇ ಗೊತ್ತು" ಎಂದು ಉದಾಸೀನವಾಗಿ ಉತ್ತರಿಸಿದರು... ಇನ್ನು ಇವರ ಜತೆಗೆ ಮಾತಾಡಿ ಪ್ರಯೋಜನವಿಲ್ಲವೆಂದು ನಾನು ಊಟ ತಿಂಡಿಗಾಗಿ ಅವಲಂಬಿಸಿದ್ದ ಮನೆಯತ್ತ ಕಾರು ತಿರುಗಿಸಿದೆವು. ಅವರ ಮನೆಗೆ ಮೊದಲಿಗೇ ಹೋಗಬಹುದಿತ್ತು ಹೋಗದಿರಲು ಕಾರಣ ನಾನು ನಾಲ್ಕು ವರ್ಷದಿಂದ ಕರೆ ಮಾಡಿ ಮಾಣಿಗ ಮೋರೋಣಿಯರ ಜತೆ ಮಾತನಾಡಬೇಕೆನ್ನುವಾಗ ಹೇಳುತ್ತಿದ್ದ ಸುಳ್ಳುಗಳು, ಉದಾಸೀನತೆಯ ಉತ್ತರಗಳು. ಮನೆಗೆ ಅನತಿ ದೂರದಲ್ಲಿ ಕಾರು ನಿಲ್ಲಿಸಿದಾಗ ನಾನು ಅವರ ಮನೆಯತ್ತ ನಡೆದೆ. ಮಿತ್ರರು ಗಾಡಿಯಲ್ಲಿ ಕುಳಿತೇ ಇದ್ದರು.

ನಾಲ್ಕು ವರ್ಷದ ನಂತರ ಮನೆಗೆ ಬಂದ ನನ್ನನ್ನು ಗುರುತಿಸಿದ ಮನೆಯೊಡೆಯ ದೇಜಪ್ಪಣ್ಣ "ಓಹ್ ಬಾರಿ ಅಪರೂಪದ ಜನ. ನಮ್ಮನ್ನೆಲ್ಲ

ಮರೆತೇ ಬಿಟ್ರಿಯಂತ ಅಂದುಕೊಂಡಿದ್ದೆ ಮಾರ್‍ರೆ" ಎಂದು ನಕ್ಕವರು ರಸ್ತೆಯಲ್ಲಿ ನಿಂತಿದ್ದ ಕಾರನ್ನು ಗಮನಿಸಿ "ಓಹ್ ಕಾರು ತೆಗೆದ್ರ ಮಾರ್‍ರೆ. ಒಳ್ಳೆದಾಗ್ಲಿ ಚಂದ ಉಂಟು" ಎಂದರು.

"ಇಲ್ಲಣ್ಣಾ ಅದು ನನ್ ಕಾರಲ್ಲ. ನಮ್ ಫ್ರೆಂಡಿಂದು. ಮಾಣಿಗ ಮೋರೋಣಿ ಎಲ್ಲಿದಾರೆ ಈಗ?" ಎಂದು ಪ್ರಶ್ನಿಸಿದೆ.

"ಓಹ್ ಅವರಾ. ಅವರ ವಿಷಯ ನಮಗ್ಯಾಕೆ ಬಿಡಿ. ಎಲ್ಲೋ ಹುಷಾರಾಗೇ ಇರ್ತಾರೆ ಬಿಡಿ ಕೆಲಸ ಮಾಡ್ಕೊಂಡು" ಎಂಬ ಉದಾಸೀನತೆಯ ಉತ್ತರ ಸಿಕ್ಕಿತು. ನಾನು ಕೇಳಿದಾಗೆಲ್ಲಾ ಅವರು ದೊಡ್ಮನೆಯಲ್ಲಿ ಚೆನ್ನಾಗಿದ್ದಾರೆ ಎಂಬ ಸುಳ್ಳು ಉತ್ತರ ನೀಡುವವರಿಂದ ಇನ್ನೇನು ನಿರೀಕ್ಷಿಸಲು ಸಾಧ್ಯವೆಂದು ಹೊರಡಲನುವಾದೆ. ನಾನು ಹೊರಡಲನುವಾಗಿದ್ದನ್ನು ಕಂಡ ದೇಜಪ್ಪಣ್ಣ "ಮಧ್ಯಾಹ್ನ ಆಯ್ತಲ್ಲಾ ಊಟ ಮಾಡಿ ಹೋಗಿ" ಎಂದರು. ಅವರ ಮಾತನ್ನು ನಯವಾಗೇ ನಿರಾಕರಿಸಿ ಕಾರಿನಲ್ಲಿ ನನ್ನ ಗೆಳೆಯರಿದ್ದಾರೆಂದೂ ನಾವು ಜತೆಗೆ ಊಟ ಮಾಡುತ್ತೇವೆ ಎಂದೆ. ಅಷ್ಟರಲ್ಲಿ ಮಧ್ಯೆ ಬಾಯಿ ಹಾಕಿದ ದೇಜಪ್ಪಣ್ಣ.

"ಎರಡು ಜನರೇನು ನಮ್ಮ ಮನೆಯಲ್ಲಿ ಊಟಕ್ಕೆ ಹೆಚ್ಚಾಗ್ತಾರಾ. ಕರೀರಿ ಅವರನ್ನೂ" ಎಂದವರು ಮುಂದುವರೆದು "ಅವರು ಆ ಜನ ಅಲ್ಲ ಅಲ್ವಾ?" ಎಂದರು ಮೆತ್ತಗಿನ ದನಿಯಲ್ಲಿ. 'ಎಲಾ ಇವರ ಶಾಸ್ತ್ರಕ್ಕಿಷ್ಟು ಬೆಂಕಿ ಹಾಕ' ಎಂದುಕೊಂಡು ನಾವು ಮಾಳದ ಹೋಟೆಲಿನಲ್ಲಿ ಊಟಕ್ಕೆ ಹೇಳಿ ಬಂದಿದ್ದೇವೆಂದು ಸುಳ್ಳು ಹೇಳಿ ಹೊರಟೆ. ಕಾರು ಬಂದ ದಾರಿಗೆ ಸುಂಕವಿಲ್ಲದಂತೆ ವಾಪಸ್ಸು ಹೊರಟಿತು.

ಹತ್ತು ಗಂಟೆಯ ಇಡ್ಲಿ ಸಾಂಬಾರು ಕರಗಿ ಬಜಗೋಳಿಯ ಬಳಿ ಬಂದಾಗ ಮನೋಹರನಿಗೆ ಹೊಟ್ಟೆ ಚುರುಗುಟ್ಟಲಾರಂಭಿಸಿತು. ಅಲ್ಲಿನ ಒಂದು ಹೋಟೇಲಿನ ಊಟಕ್ಕೆಂದು ಕಾರು ನಿಲ್ಲಿಸಿದಾಗ ದೂರದಲ್ಲೊಬ್ಬ ವ್ಯಕ್ತಿ ನಡೆದು ಬರುತ್ತಿದ್ದ. ಓ ಇವನನ್ನೆಲ್ಲೋ ನೋಡಿದ್ದೀನಲ್ಲಾ ಎನಿಸುವಾಗ ನನಗವನ ಗುರುತು ಸಿಕ್ಕಿತು. ಅಂತಯ್ಯ...! ಹುಲಿ ಹೊಡೆದ ಪಿಲಿ ಅಂತಯ್ಯ!

ಕಾರಿನ ಬಾಗಿಲು ತೆಗೆದು ಛಂಗನೆ ನೆಗೆದು ಅವನತ್ತ ಓಡಿದೆ. ಇದ್ದಕ್ಕಿದ್ದಂತೆಯೇ ನನ್ನನ್ನು ಕಂಡು ದಂಗಾದವ "ಸಾರ್ ನೀವೆಲ್ಲಿಂದ ಓಡಿ ಬರ್ತಿದೀರಾ. ಯಾವಾಗ ಬಂದಿರಿ ಊರಿಗೆ?" ಎಂದು ಕೇಳಿದ.

"ಮಾಳದಲ್ಲಿ ಇಡೀ ಊರು ಸುತ್ತಾಕಿ ಆಯ್ತು ನೀವೆಲ್ಲಾ ಊರು ಬಿಟ್ರೆ ಏನ್ ಮಾಡೋದ್ ನಾವು" ಎಂದೆ ಅಸಮಾಧಾನದಿಂದ. ಮುಂದುವರೆದು "ಈಗ ಇಲ್ಲೇ ಇರೂದ ನೀನು?" ಎಂದು ಕೇಳಿದೆ. "ಹೌದು ಮದುವೆಯಾಗಿದೆ ಹೆಂಡತಿ ಮನೆ ಇಲ್ಲೇ" ಎಂದ ನಾಚಿಕೆಯಿಂದ. ಹೆಂಡತಿ ಮಾಡಿ ಹಾಕುವ ಅಡುಗೆಯಿಂದ ಇರಬೇಕು ಅಂತಯ್ಯ ಕೊಂಚ ದಪ್ಪವಾಗಿದ್ದ. ಹುಲಿ ಕೊಂದಿದ್ದಕ್ಕೆ ಊರವರು ಹಾಕಿದ ಕಡಗ ಹಾಗೇ ಇತ್ತು. ಲೋಕಾಭಿರಾಮವಾಗಿ ಮಾತಾಡಿದ ನಂತರ ನಾನು ವಿಷಯ ಪ್ರಸ್ತಾಪಿಸಿದೆ.

"ಆ ಮಾಣಿಗ ಎಲ್ಲಿದಾನೆ ಈಗ. ನಿಂಗೇನಾದ್ರೂ ಗೊತ್ತಾ...?" ಆತನ ಮುಖದಲ್ಲಿ ಅಚ್ಚರಿಯ ಗೆರೆಗಳು ಕಾಣಿಸಿದವು.

"ನಿಮ್ಗೊತ್ತಿಲ್ವಾ? ಎಲ್ಲಿದ್ದಾನಂತ?"

"ಇಲ್ಲ..."

"... ಆಕಡೆ ಹೋಗ್ತೀರಾದ್ರೆ ತೋರಿಸ್ತೇನೆ..."

ಅಂತಯ್ಯನಿಗೆ ಊಟ ಕೊಡಿಸಿ ಆತನನ್ನೂ ಕಾರಿನಲ್ಲಿ ಕುಳ್ಳಿರಿಸಿ ಮಾಳದ ಮೂಡಾಯಿ ಕಾಡಿನತ್ತ ಕಾರು ತಿರುಗಿಸಿ ಹೊರಟೆವು. ರಸ್ತೆ ಬದಿಯ ಗದ್ದೆಯೊಂದ ರಲ್ಲಿ ಕಾರು ನಿಲ್ಲಿಸಿ ಮಾಣಿಗನ ಮನೆಯತ್ತ ಹೊರಟೆವು. ಅಂತಯ್ಯನ ಕೈಯಲ್ಲಿ ಕತ್ತಿಯಿತ್ತು. ಆತ ಎದುರಿನಿಂದ ದಾರಿ ಮಾಡುತ್ತಾ ಸಾಗುತ್ತಿದ್ದ. ನನಗ್ಯಾಕೋ ಅನುಮಾನ. ಈ ದಾರಿ ನಾಲ್ಕು ವರ್ಷಗಳ ಹಿಂದೆ ಹೀಗಿರಲಿಲ್ವಲ್ಲಾ...? ಇದನ್ನು ನೋಡಿದರೆ ಜನಸಂಚಾರವಿರುವಂತೆ ಕಾಣಲಿಲ್ಲ. ಅಂತಯ್ಯನನ್ನು ಕೇಳಿದರೆ "ಬನ್ನಿ ಎಲ್ಲ ಹೇಳ್ತೇನೆ ನಿಮಗೆ" ಎಂದು ಮುಂದೆ ನಡೆದ.

ನಮ್ಮ ನಾಲ್ವರ ಗುಂಪು ಮಾಣಿಗನ ಮನೆಯ ಬಳಿ ತಲುಪಿತು. ನಾಲ್ಕು ವರ್ಷಗಳ ಹಿಂದೆ ಗಿಡಗಂಟಿಗಳನ್ನೆಲ್ಲಾ ಕಡಿದು ಚೊಕ್ಕವಾಗಿಟ್ಟಿದ್ದ ಈ ಪರಿಸರ ಇದ್ದಕ್ಕಿದ್ದಂತೆ ಏನಾಯಿತು ಎಂಬುದು ಯಕ್ಷ ಪ್ರಶ್ನೆ. ಅಷ್ಟರಲ್ಲಿ ಆ ದೃಶ್ಯ ಕಾಣಿಸಿತು ಅರ್ಧ ಹೆಂಚು ಅರ್ಧ ಮುಳಿಹುಲ್ಲಿನಲ್ಲಿ ಕಟ್ಟಿದ ಮಾಣಿಗನ ಮನೆಯ ಮಾಡಿನಲ್ಲಿ ಕುಳಿತ ಕಪಿಗಳು ಹುಲ್ಲನ್ನು ಕಿತ್ತು ಆಟವಾಡುತ್ತಿವೆ...

"ಏನೋ ಇದು. ಈ ಮನೇಲಿ ಯಾರೂ ಇಲ್ವೇನೋ" ಎಂದು ಅಂತಯ್ಯನನ್ನು ಮತ್ತೆ ಪ್ರಶ್ನಿಸಿದೆ. ಅವನೇನೂ ಮಾತನಾಡಲಿಲ್ಲ. ಅಷ್ಟರಲ್ಲಿ ಮನೆಯ ಬದಿಯ ಗೋಡೆಗೆ ಒರಗಿಸಿಟ್ಟದ್ದ ಅರ್ಧ ಹೆಣೆದಿಟ್ಟಿದ್ದ ಹಳೇಯ ಬುಟ್ಟಿಯೊಂದು ಕಣ್ಣಿಗೆ ಬಿತ್ತು. ಈ ಬಾರಿ ನನ್ನ ತಾಳ್ಮೆಕೆಟ್ಟಿತ್ತು.

"ಮಾಣಿಗನ್ನ ತೋರಿಸ್ತಿಯಾಂತ ಕರ್ಕೊಂಬಂದು ಆಟಾಡ್ತಿದೀಯಾ. ನೀನು. ಇದೆಲ್ಲಾ ಇಟ್ಕೊಬೇಡ ನಂಜೊತೆ" ಎಂದು ಗದರಿಸಿದೆ...

"ಮಾಣಿಗನನ್ನು ನೋಡ್ಬೇಕಲ್ಲಾ ಬನ್ನಿ ನಂಜೊತೆ" ಎಂದವ ಮನೆಯಂಗಳ ವನ್ನು ಹಾದು ಅಲ್ಲೇ ಇಳಿಜಾರಿನ ದಾರಿಯಲ್ಲಿ ನಡೆಯಲಾರಂಭಿಸಿದ. ನಾವು ಮೂವರೂ ಉಸಿರು ಬಿಗಿಹಿಡಿದು ಆತನನ್ನು ಹಿಂಬಾಲಿಸಿದೆವು. ಎಡಬಲದಲ್ಲಿ ದಟ್ಟ ಗಿಡಗಂಟಿಗಳು ಬೆಳೆದ ಇಳಿಜಾರಿನ ದಾರಿಯಲ್ಲಿ ಸಾಗಿದ ಅಂತಯ್ಯ ಸಣ್ಣ ಗದ್ದೆಯೊಂದರಲ್ಲಿ ನಿಂತು ಮಧ್ಯ ಭಾಗದತ್ತ ಕೈ ತೋರಿಸಿದ

"ನೋಡಿ ಮಾಣಿಗ ಅಲ್ಲಿದ್ದಾನೆ. ಮನೆಯಲ್ಲೇ ಇದ್ದಾನಂತ ಹೇಳಿದ್ದೇನಲ್ಲಾ. ಇಲ್ಲೇ ಇದ್ದಾನೆ ನೋಡಿ" ಎಂದ.

ನಾವೆಲ್ಲರೂ ಸಿಡಿಲೆರಗಿದಂತೆ ನಿಂತಿದ್ದೆವು.

ಮೂರು ವರ್ಷಗಳ ಹಿಂದಿನ ಕಥೆ. ಅಂದು ಎಲ್ಲಿಗೋ ಕಾಯಿ ಕೀಳುವ ಕೆಲಸಕ್ಕೆ ಹೋಗಿದ್ದ ಮಾಣಿಗನಿಗೆ ಕರೆದಿದ್ದವರು ಕುಡಿಯಲು ಕೊಟ್ಟರಂತೆ. ಕುಡಿದು ಲೋಡಾದವನು ವಾಪಸ್ಸು ಮನೆಗೆ ಬರುವಾಗ ದಾರಿಯಲ್ಲಿ

ಹಾವು–ಮುಂಗುಸಿ ಕಾಳಗ ನಡೆಯುತ್ತಿತ್ತು. ಮಾಣಿಗನನ್ನು ಕಂಡ ಮುಂಗುಸಿ ಕಾಲ್ಕಿತ್ತಿತ್ತು. ಮುಂಗುಸಿಯ ಮೇಲಿನ ಕೋಪದಿಂದ ಬುಸುಗುಡುತ್ತಿದ್ದ ಗಡವ ನಾಗರಹಾವನ್ನು ಮಾಣಿಗ ಚಾಕಚಕ್ಯತೆಯಿಂದ ಹಿಡಿದು ತನ್ನ ಅಂಗವಸ್ತ್ರದಲ್ಲಿ ಗಂಟುಕಟ್ಟಿದ್ದ. ಗಂಟು ಕಟ್ಟಿದ ನಾಗರಹಾವನ್ನು ಈ ಪರಿಸರದಲ್ಲಿದ್ದರೆ ಅಪಾಯವೆಂದು ನಂತರದಲ್ಲಿ ದೂರ ಸಾಗಿಸುವ ಉದ್ದೇಶದಿಂದ ಹೆಗಲಿಗೆ ನೇತು ಹಾಕಿ ಮನೆಯತ್ತ ಸಾಗಿದ್ದ. ಮೊದಲೇ ಕೋಪಗೊಂಡ ಹಾವು...! ಮಾಣಿಗನ ಬೆನ್ನಿಗೆ ಬಲವಾಗಿ ಕಚ್ಚಿತ್ತು. ಕುಡಿದ ಮತ್ತಿನಲ್ಲಿದ್ದ ಮಾಣಿಗನಿಗೆ ಹಾವು ಕಡಿತದ ನೋವು ಏನೂ ಅನ್ನಿಸದೆ ಹಾವನ್ನು ಜಗುಲಿಯಲ್ಲಿಟ್ಟು ಅಲ್ಲೇ ಪಕ್ಕದಲ್ಲಿ ಕುಳಿತಿದ್ದ. ಒಂದರ್ಧ ಗಂಟೆಯ ನಂತರ ಶುರುವಾಗಿತ್ತು ಕಡಿತದ ಲಕ್ಷಣಗಳು. ಕುಳಿತಲ್ಲೇ ವಾಂತಿಯಾಗಲಾರಂಭಿಸಿತು. ಏನೋ ಕುಡಿದು ಹೆಚ್ಚಾಗಿ ಹೀಗಾಗಿರಬಹುದೆನಿಸಿ ಪತ್ನಿ ಪೀಂಪಿರಿ ನಿಂಬೆ ಹಣ್ಣಿನ ಶರಬತ್ತು ಮಾಡಿ ಕುಡಿಸಿ ಮಲಗಿಸಿದ್ದಳು. ಅಷ್ಟರಲ್ಲಿ ಮಲಗಿದ್ದವನ ಕೈ ಕಾಲುಗಳು ಸೆಟೆದುಕೊಳ್ಳಲಾರಂಬಿಸಿದ್ದರಿಂದ ಗಾಬರಿಯಾಗಿ ಮೂಡಣ ಕಾಡಿನ ಸಂಬಂಧಿಗಳ ಮನೆಯತ್ತ ನಡೆದಿದ್ದಳು. ಅವರೆಲ್ಲಾ ಬರುವಷ್ಟರ ಹೊತ್ತಿಗೆ ಮಾಣಿಗನ ಪ್ರಾಣಪಕ್ಷಿ ಹಾರಿ ಹೋಗಿತ್ತು... ನೋಡಿದರೆ ಜಗುಲಿಯ ಮೇಲೆ ಅಂಗವಸ್ತ್ರದಲ್ಲಿ ಕಟ್ಟಿಟ್ಟ ಬುಸುಗುಡುವ ನಾಗರಹಾವಿದೆ. ಅಂಗೈಲಿ ಗರುಡ ಮಚ್ಚೆ ಹೊತ್ತ ಮಾಣಿಗನ ದೇಹವನ್ನು ಸಂಬಂಧಿಕರು ಊರಿಗೆ ತಿಳಿಸದೆಯೇ ಅಂತ್ಯಕ್ರಿಯೆ ನಡೆಸಿದರು. ಪೀಂಪಿರಿ ಮಗುವನ್ನು ಕರೆದುಕೊಂಡು ತವರಿಗೆ ನಡೆದಳು. ಮೋರೊಣಿ ತನ್ನ ಪತ್ನಿಯೊಡನೆ ಬಂಟ್ವಾಳದತ್ತ ಪಯಣ ಬೆಳೆಸಿ ರಬ್ಬರ್ ತೋಟದಲ್ಲಿ ನೆಲೆ ನಿಂತ. ಕಾಡು ಖಾಲಿಯಾಗಿತ್ತು. ಮಾಣಿಗನ ಕೈಲಿದ್ದ ಗರುಡರೇಖೆ (ಈಗಲ್ಸ್ ಲೈನ್) ಆತನ ಪ್ರಾಣ ಉಳಿಸುವಲ್ಲಿ ವಿಫಲವಾಗಿತ್ತು. ನಾನು ಏನು ಹೇಳಬೇಕೆಂದು ತಿಳಿಯದೆ ನಿಂತಿದ್ದೆ.

"ಅದು ನಮ್ಮ ಅಜಲಿನ ಕೆಲಸ ಸಾರ್" ಎಂದು ಹಲ್ಲು ಕಿರಿಯುತ್ತಿದ್ದ ಮಾಣಿಗನ ಮುಗ್ಧ ಮುಖ ಕಣ್ಮುಂದೆ ತೇಲಿ ಬಂತು.

ಅದು ಮಳೆಗಾಲದ ಸಮಯ. ಘಟ್ಟದತ್ತ ತಿರುಗಿ ನೋಡಿದಾಗ ಮೇಲಿನ ಆಗಸದಲ್ಲಿ ಮಳೆಬಿಲ್ಲು ಮೂಡಿತ್ತು. ಮಾಣಿಗನಿಲ್ಲದ ಮೂಡಣ ಕಾಡಿನಲ್ಲಿ ನಿಂತು ನೋಡಿದಾಗ ಕಾಮನಬಿಲ್ಲು ತನ್ನ ಬಣ್ಣ ಕಳೆದುಕೊಂಡಿದೆಯೇನೋ ಎಂಬಂತೆ ಭಾಸವಾಯಿತು. ಮಾಣಿಗ ನೀಡಿದ್ದ ಕೊಳಲಿನ ನೆನಪಾಯಿತು. ಬ್ಯಾಗಿನಲ್ಲಿ ಬೆಚ್ಚಗೆ ಮಲಗಿದ್ದ ಕೊಳಲು ತೆಗೆದೆ.

'ಗೊರೀ ತೇರ ಗಾಂವ್ ಬಡಾ ಪ್ಯಾರಾ, ಮೇ ತೋ ಗಯಾ ಮಾರಾ, ಆ ಕೇ ಯಹಾಂ ರೇ...' ಕೊಳಲ ದನಿ ಮೂಡಣ ಕಾಡಿನಲ್ಲಿ ಅಲೆ ಅಲೆಯಾಗಿ ಪಸರಿಸುತ್ತಿತ್ತು...

* * *

ವೀರಲೋಕದ ಪ್ರಕಟಣೆಗಳು

1. ಕೈ ಹಿಡಿದು ನೀ ನಡೆಸು ತಂದೆ–**ವಿಶ್ವೇಶ್ವರ ಭಟ್**......................**250/–**
2. ವಿಶ್ವಸುಂದರಿ–**ಕುಂ. ವೀರಭದ್ರಪ್ಪ**......................**160/–**
3. ನಿಮಗೆಷ್ಟು ಹಣ ಬೇಕು?–**ಅನಂತ ಹುದೆಂಗಜೆ**......................**250/–**
4. ಆರ್ಟ್ ಆಫ್ ಸಕ್ಸಸ್–**ರಮೇಶ್ ಅರವಿಂದ್**......................**120/–**
5. ಮನಿ ಮನಿ ಎಕಾನಮಿ–**ರಂಗಸ್ವಾಮಿ ಮೂಕನಹಳ್ಳಿ**......................**160/–**
6. ಇವರು ಅವರು ದೇವರು–**ಜೋಗಿ**......................**200/–**
7. ಲಾಸ್ಟ್ ಡೇಸ್ ಆಫ್ ಲೆಜೆಂಡ್ಸ್–**ಗಣೇಶ್ ಕಾಸರಗೋಡು**......................**225/–**
8. ಒಳ್ಳೆಯ ಬದುಕಿನ ಸೂತ್ರಗಳು–**ರವಿ ಕೃಷ್ಣಾರೆಡ್ಡಿ**......................**150/–**
9. ಸೋಲೆಂಬ ಗೆಲುವು–**ದೀಪಾ ಹಿರೇಗುತ್ತಿ**......................**150/–**
10. ಬೆಳ್ಳಿತೆರೆಯ ಬಂಗಾರದ ಗೆರೆ–**ಗಣೇಶ್ ಕಾಸರಗೋಡು**......................**150/–**
11. ನಟನ ಕಥೆ–ಮಂಡ್ಯ ರಮೇಶ್–ಎನ್. ಧನಂಜಯ......................**250/–**
12. ತ್ಯಾಗಕ್ಕಿಲ್ಲ ನೂಕುನುಗ್ಗಲು–**ಡಾ. ಗವಿಸ್ವಾಮಿ ಎನ್.** **140/–**
13. ಬದುಕೇ ಭಗವಂತ–**ಡಾ. ಡಿ.ಎಸ್. ಶ್ರೀನಿವಾಸ ಪ್ರಸಾದ್**......................**170/–**
14. ಮಾದಕ ದೊರೆ–**ಸಂತೋಷಕುಮಾರ ಮೆಹೆಂದಳೆ**......................**375/–**
15. ದ್ವೈತ–**ರಾಘವ್**......................**140/–**
16. ಹೃದಯದ ಮಾತು ಕೇಳಿ–**ಮಂಜುನಾಥ್ ಚಾಂದ್**......................**150/–**
17. ಹಿಂದಿನ ನಿಲ್ದಾಣ–**ಶುಭಶ್ರೀ ಭಟ್ಟ**......................**120/–**
18. ಪ್ರೀತ್‌ಸು–**ರಾಜೀವ ನಾರಾಯಣ ನಾಯಕ**......................**170/–**
19. ಕೃಷಿ ಯಾಕೆ ಖುಷಿ?–**ನರೇಂದ್ರ ರೈ ದೇರ್ಲ** **140/–**
20. ಕ್ಷಯ–**ಡಾ. ವಾಸುದೇವ ಶೆಟ್ಟಿ**......................**120/–**
21. ಅರ್ಧ ಬಿಸಿಲು ಅರ್ಧ ಮಳೆ...–**ಸದಾಶಿವ ಸೊರಟೂರು**......................**120/–**
22. ಯಾರೂ ಹೇಳದ ಕಥೆಗಳು–**(ಸಂ.) ಸುದರ್ಶನ ಚೆನ್ನಂಗಿಹಳ್ಳಿ**......................**150/–**
23. ಕಥಾ ಸಾಗರಿ–**ನಾಗವೇಣಿ ವೆಂ. ಹೆಗಡೆ ಹೆಗ್ಗರ್ಸಿಮನೆ**......................**120/–**
24. ಮೆಮರೀಸ್ ಆಫ್ ಬಾಸ್ಸಾರ್–**ರಂಗಸ್ವಾಮಿ ಮೂಕನಹಳ್ಳಿ**......................**160/–**
25. ಮೇರುನಟ–**ಡಾ. ಶರಣು ಹುಲ್ಲೂರು** **120/–**
26. ನಾ ಸೆರೆಹಿಡಿದ ಕನ್ಯಾಸ್ತ್ರೀ–**ಶಶಿಧರ ಹಾಲಾಡಿ** **200/–**

27. ಟ್ರಾಯ್–**ಗಾಯಿತ್ರಿ ರಾಜ್**..........200/–
28. ಫಾರೆಸ್ಟರ್ ಪೊನ್ನಪ್ಪ–**ನೌಶಾದ್ ಜನ್ನತ್**..........300/–
29. ವಿಶ್ವಯಾನಕ್ಕೆ ಗಣಿತವಾಹನ–**ಎಸ್.ವಿ. ಶ್ರೀನಿವಾಸಮೂರ್ತಿ**..........200/–
30. ಲೆಟ್ಸ್ ಮೇಕ್ ಎ ಶಾರ್ಟ್ ಫಿಲಂ–**ಜಯರಾಮಾಚಾರಿ**..........120/–
31. ಕುಣಿಗಲ್ ಟು ಕಂದಹಾರ್–**ಮಂಜುನಾಥ್ ಕುಣಿಗಲ್**..........260/–
32. ಗದಾಯುದ್ಧಂ–**ಡಾ. ಎಂ.ಎ. ಜಯರಾಮ್ ರಾವ್**..........350/–
33. ಫೀನಿಕ್ಸ್–**ದೀಪಾ ಹಿರೇಗುತ್ತಿ**..........120/–
34. ಹಿಟ್ಲರ್ ಲವ್ ಪಾಲಿಟಿಕ್ಸ್–**ಸತೀಶ ಬಳೆಗಾರ**..........170/–
35. ಭಾನುಮತಿಯ ಪರಿವಾರ–**ಕುಮಾರಸ್ವಾಮಿ ತೆಕ್ಕುಂಜ**..........140/–
36. ನೀ ದೂರ ಹೋದಾಗ–**ಫೌಝಿಯ ಸಲೀಂ**..........220/–
37. ವ್ಯಗ್ರ ಮತ್ತು ಇತರ ಕಾದಂಬರಿಗಳು–**ಕುಮಾರ ಬೇಂದ್ರೆ**..........180/–
38. ಸತ್ಯದ ಅನಾವರಣ–**ಕೆ.ಎಸ್. ರಮಾಸುಂದರಿ**..........100/–
39. ಅಂತಾರಾಷ್ಟ್ರೀಯ ಕುಂಬಳಕಾಯಿ ಮತ್ತು ಇತರ ಕಥೆಗಳು
–**ಅಬ್ದುಲ್ ರಶೀದ್**..........120/–
40. ಅನಾಥ ಪ್ರೀತಿಯ ಅನುಬಂಧ
–**ಬಿ. ಮಂಜುನಾಥ್ ಕಾಮತ್ ಹಾಲಾಡಿ**..........140/–
41. ಹಕ್ಕಿ ಮತ್ತು ಹುಡುಗಿ (ಕವನ ಸಂಕಲನ)–(ಸಂ.) **ಪ್ರಜಾವಾಣಿ ಬಳಗ**.....150/–
42. ಹಾವಿನ ಮನೆ–**ಅನು ಬೆಳ್ಳೆ (ರಾಘವೇಂದ್ರ ಬಿ. ರಾವ್)**..........250/–
43. ಈಗಲ್ಸ್ ಲೈನ್–**ರಾಜೇಶ್ ಕುಮಾರ್ ಕಲ್ಯಾ**..........220/–
44. ನಂಬಿಕೆಯೆಂಬ ಗಾಳಿಕೊಡೆ–**ಡಾ. ಪ್ರೇಮಲತ ಬಿ.**..........180/–
45. 10 ಕುಟುಂಬ 18 ಗೋತ್ರದ
ಗೌಡ ಪರಂಪರೆ–**ಪುತ್ತೂರು ಅನಂತರಾಜ ಗೌಡ**..........300/–

www.ingramcontent.com/pod-product-compliance
Lightning Source LLC
LaVergne TN
LVHW100253051026
849517LV00006B/2080
* 9 7 8 9 3 9 4 9 4 2 4 7 9 *